பணம்சார் உளவியல்

The Psychology *of* Money

NOW IN TAMIL

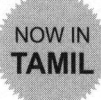

பணம்சார் உளவியல்

செல்வம், வேட்கை, மகிழ்ச்சி ஆகியவை குறித்த,
எக்காலத்துக்கும் பொருந்தும் படிப்பினைகள்

The Psychology of Money

NOW IN TAMIL

மார்கன் ஹௌஸ்ஸேல்

ஜெய்கோ பப்ளிஷிங் ஹவுஸ்

அகமதாபாத் பெங்களூரு சென்னை டில்லி
ஹைதராபாத் கொல்கொத்தா மும்பை

Published by Jaico Publishing House
A-2 Jash Chambers, 7-A Sir Phirozshah Mehta Road
Fort, Mumbai - 400 001
jaicopub@jaicobooks.com
www.jaicobooks.com

© Morgan Housel
Design(s) © Harriman House Ltd.

Published in arrangement with
Harriman House Ltd.
3 Viceroy Court, Bedford Road
Petersfield, Hampshire, GU32 3LJ
United Kingdom
harriman-house.com

Originally published in the UK by
Harriman House Ltd in 2020
www.harriman-house.com

THE PSYCHOLOGY OF MONEY
பணம்சார் உளவியல்
ISBN 978-93-91019-19-8

Translator: Chandar Subramanian

First Jaico Impression: 2021
34th Jaico Impression: 2025

No part of this book may be reproduced or utilized in
any form or by any means, electronic or
mechanical including photocopying, recording or by any
information storage and retrieval system,
without permission in writing from the publishers.

Page design and layout by Ozone Eventz Publishing Services

Printed by
Snehesh Printers, Mumbai

சமர்ப்பணம்

எனக்குக் கற்பிக்கும் எனது பெற்றோர், என்னை வழி நடத்தும் கிரெட்செ‌ன், எனக்கு ஊக்கமூட்டும் மைல்ஸ், ரீஸ் ஆகியோருக்கு.

உள்ளடக்கம்

உலகின் பிரம்மாண்டமான நிகழ்வு 1

எவரும் அறிவிலி அல்லர் 11
அதிர்ஷ்டமும் இடர்பாடும் 27
நிறையாத தேவை 43
குழப்பமான கூட்டல் 53
வளமடைதலும் வளமாயிருத்தலும் 63
பூ விழுந்தால் உனக்கு வெற்றி! 79
விடுதலை 93
தோற்ற முரண்கள் 105
காட்சிக்கு வராததே வெற்றி 109
சேமியுங்கள்! 115
ஏற்றுக்கொள்ளக் கூடியதா? புரட்சிகரமானதா? 125
ஆச்சரியம் 135
தப்பாத தவறுகள் 151
நீங்கள் மாறுவீர்கள்! 165
எதுவும் இலவசம் இல்லை 173
நீங்களும் நானும் 183
அவநம்பிக்கையின் மீதான ஈர்ப்பு 193
எல்லாவற்றையும் நீங்கள் நம்பும்போது 209
எல்லாமாய்ச் சேர்ந்து இப்பொழுது 225
வாக்குமூலங்கள் 233

பின்குறிப்புகள் 243
நன்றி 267

ஒரு செயலைக்குறித்து, அவனைச் சுற்றியிருப்போர் எல்லாம் மூளையைக் கசக்கிக்கொண்டிருக்கும்போது, மிகச் சாதாரணமான முறையில் அச்செயலை நிறை வேற்றுபவனே ஓர் அறிவார்ந்த மேதை ஆவான்.

— நெப்போலியன்

எவராலும், எப்போதும், ஒருக்காலும், கணிக்க இயலாத வகையிலானமிகவும் தெள்ளத்தெளிவான நிகழ்வுகளைத்தான் கொண்டுள்ளது இவ்வுலகம்.

— ஷெர்லாக் ஹோம்ஸ்

முகவுரை

உலகின் பிரம்மாண்டமான நிகழ்வு

என்னுடைய கல்லூரிப் பருவத்தில் நான் லாஸ் ஏஞ்சில்ஸ் நகரின் மிக அற்புதமான விடுதி ஒன்றில் ஓட்டுனராகப் பணியாற்றிக்கொண்டிருந்தேன்.

அந்நாட்களில் ஒரு தொழில்நுட்ப மேலாளர், அவ்விடுதிக்குத் தொடர்ந்து விருந்தாளியாக வருகை தருவது வழக்கம். அவர் ஒரு மேதை; தன்னுடைய 30 வயதுக்குள்ளேயே, வைஃபை தொழில்நுட்பம் சார்ந்த முக்கியமான ஒரு கருவியை வடிவமைத்து அதற்கான காப்புரிமையையும் பெற்றிருந்தார். அவர் புதிய நிறுவனங்களை நிறுவதிலும், நிறுவிய புதிய நிறுவனங்களை விற்பதிலும் திறமைசாலி. அத்தகைய போக்கில் அவர் பெருவாரியாக வெற்றியையும் கண்டிருந்தார்.

அவருக்கும் பணத்தின் மீதான அதீத உறவு இருந்தது. என் எண்ணப்படி, அந்த உறவு, பாதுகாப்பின்மை, குழந்தைத் தனமான முட்டாள்தனம் இவற்றின் கலவை என்பேன்.

அவர் எப்போதும், அடுக்கடுக்காக நூறு டாலர் நோட்டுக்கட்டுகளை வைத்திருப்பார். அதை யாரெல்லாம் பார்க்கவிரும்புகிறார்களோ அவர்களுக்கும், இதுவரை அப்படி பார்த்தறியாதவர்களுக்கும் அவர் அந்தக் கட்டுகளைக் காட்டுவது வழக்கம். மதுவருந்தும் வேளைகளில், தேவையில்லாமல் இருந்தாலும், அவர் வெளிப்படையாகவும், சத்தமாகவும், தன் செல்வம் குறித்துத் தற்பெருமை பேசுவது வழக்கம்.

ஒரு நாள் அவர், என்னுடைய சக பணியாளர் ஒருவரிடம், பல ஆயிரம் மதிப்புள்ள டாலர் நோட்டுகளைக் கொத்தாகத் தந்து, “கீழே இருக்கும் நகைக்கடைக்குச் சென்று, எனக்காக, ஆயிரம் டாலர்

மதிப்புமிக்க தங்க நாணயங்கள் சிலவற்றை வாங்கிவாருங்கள்" என்றார்.

இது நடந்து ஒரு மணி நேரம் கழித்து, அந்த மேதையும், அவருடைய சில நண்பர்களும், கையில் அந்தப்புதிய தங்க நாணயங்களுடன், பசிபிக் பெருங்கடலை ஒட்டி இருந்த ஒரு துறைமுகப்பகுதியில் இருந்தனர். பேச்சுச் சுவாரசியத்தில், அந்தத் தங்க நாணயங்களைக் கடலில் எறிந்தும், கற்களைப்போன்று மேலே சுண்டியெறிந்தும் விளையாடினர். யார் எறிவது அதிக தூரம் சென்றடைகிறது என்ற விவாதம் வலுக்க, உரத்தகுரலுடன் அவர்களுடைய விளையாட்டு தொடர்ந்து நடந்தது. இந்த விளையாட்டு வெறும் கேளிக்கைக்காகத்தான்.

சில தினங்களுக்குப்பிறகு, அதே விடுதியில் அவர் தற்செயலாக, ஒரு அலங்கார விளக்கை உடைத்துவிட்டார். விடுதியின் மேலாளர் அவரிடம், அந்த விளக்கின் விலை 500 டாலர்கள் என்றும், அதை அவர் செலுத்தியாக வேண்டும் என்றார்.

இதைக்கேட்டதும் அந்த மேதை, "ஓ! என்னை ஐந்நூறு டாலர்கள் கொடுக்கச் சொல்கிறாயா?" என்று அந்த விடுதி மேலாளரை நம்பிக்கையற்றுக்கேட்டார். பின் தன் பையிலிருந்து டாலர் நோட்டுக்கட்டை உருவி எடுத்து அந்த மேலாளரிடம் கொடுத்தபடி, "இந்தா! ஐந்தாயிரம் டாலர்கள்! இனி என் முகத்தில் விழிக்காதே! இனிமேல் இப்படி எல்லாம் என்னை அசிங்கப்படுத்தாதே!" என்று சினந்தார்.

அந்த மேதையின் அத்தகைய அர்த்தமற்றச் செயல்கள் எவ்வளவு காலம் தொடர்ந்திருக்கும் என்று நீங்கள் நினைக்கலாம்; ஆம் மிகக்குறைந்த காலமே. சில ஆண்டுகள் கழித்து, தான் பெற்ற பணத்தையெல்லாம் இழந்து, அவர் திவாலான விஷயம் எனக்குத்தெரியவந்தது.

செல்வத்தில் திளைப்பது என்பது, நாம் எவ்வளவு திறமைசாலியாக இருக்கிறோம் என்பதில் அல்ல; மற்றவர்களுடன் நாம் எப்படிப் பழகுகிறோம் என்பதிலேயே இருக்கிறது என்பதே இந்நூலின் அனுமானம் அல்லது மையக்கரு ஆகும். நன்னடத்தை என்பதை அவ்வளவு எளிதாகக் கற்றுக்கொடுக்க இயலாது; கற்றுக்கொள்பவர் எவ்வளவு திறமைசாலியாக இருந்தாலும்!

ஒரு மேதை, தன்னுடைய உணர்வுகளுக்கு ஆட்படுவாராயின், அது அவருக்கு மிகப்பெரிய பொருளாதார இழப்பையே ஏற்படுத்தும். இக்கருத்தின் எதிர்மறை எப்போதுமே மெய்யானது. பொருளாதாரக்கல்வி அற்ற மிகச்சாதாரணமானவர்கள் கூட, அவர்களிடம் காணப்படும் சில நன்னடத்தைகளால், வசதியாக

வாழ்வர். அத்தகைய நடத்தைகளுக்கும், திறமையை அளக்கும் அளவுகோள்களுக்கும் எந்தச் சம்பந்தமும் இல்லை.

எனக்கு மிகவும் பிடித்த விக்கிபீடியா கட்டுரை இவ்வாறு தொடங்கும்: "ரொனால்டு ஜேம்ஸ் ரீட் என்பவர் அமெரிக்காவைச் சேர்ந்த கொடையாளர், முதலீட்டாளர், பாதுகாவலர், பெட்ரோல் பங்க் பணியாளர்."

ரொனால்டு ரீட், அமெரிக்காவிலுள்ள வெர்மாண்ட்டில் கிராமப்புறத்தில் பிறந்தவர். அவருடைய குடும்பத்தில், முதன்முதலில் உயர்நிலைக்கல்வியைப் பெற்றவர் அவர்தான்; தினமும் பள்ளிக்குச் சென்றுவரும் பயணத்திற்குக்கூட அவருக்கு மற்றவர்களின் உதவி தேவைப்பட்டது.

ரொனால்டு ரீட்டை அறிந்தவர்களுக்கு, அவரைப் பற்றிச் சொல்லும் வகையில் வேறேதும் பெரிதாக இல்லை என்பதும் தெரியும். அவருடைய வாழ்க்கை அத்தகைய அடிமட்ட நிலையில் தான் இருந்தது.

சுமார் 25 வருடங்களுக்கு மேல் ரொனால்டு ரீட், கார்களைப் பரமாரிக்கும் பணியில் இருந்தார். பின்னர் 17 வருடங்களுக்கு, ஜே.சி.பென்னி-யில் தரையைத் துடைக்கும் பணியில் இருந்தார். ரீட் தன்னுடைய 38-ஆம் வயதில், 12,0000 டாலர்களுக்கு இரு படுக்கையறைகள் கொண்ட ஒரு வீட்டை வாங்கினார்; அந்த வீட்டில் தான் அவர் தன்னுடைய வாழ்நாள் முழுவதும் தங்கியிருந்தார். 50-ஆவது வயதில், தன்னுடைய மனைவியை இழந்த அவர், பின்னர் வேறொரு திருமணம் செய்துகொள்ளாமல் தன் வாழ்நாளைக் கழித்தார். அவருக்கு மிகவும் பிடித்தமான பொழுதுபோக்கு, விறகுகளை வெட்டுவது என்று அவருடைய நண்பர் ஒருவர் நினைவு கூர்ந்துள்ளார்.

தன்னுடைய 92-ஆம் வயதில், 2014-ஆம் ஆண்டு ரீட் இறந்தார். அப்போது தான் அந்த அடக்கமான மனிதரின் பெருந்தன்மை, எல்லாச் செய்தித்தாள்களிலும் தலைப்புச் செய்தியாக வெளிவந்தது.

2014-ஆம் ஆண்டில், 2,813,503 அமெரிக்கர்கள் இறந்தனர். அவர்களுள், இறக்கும் தறுவாயில், எட்டு மில்லியன் டாலர்களைவிட அதிகம் சொத்து மதிப்பு இருந்தவர்களின் எண்ணிக்கை 4,000-க்கும் குறைவு. ரொனால்டு ரீட் அந்த 4000 நபர்களுள் ஒருவர்.

ரீட் தன்னுடைய உயிலில், இரண்டு மில்லியன் டாலர்களைத் தன்னுடைய மனைவியின் குழந்தைகளுக்கும், ஆறு மில்லியன்

டாலர்களுக்கும் அதிகமான தொகையை, தான் வசித்த ஊரிலிருந்த மருத்துவமனைக்கும், நூலகத்துக்கும் எழுதி வைத்து விட்டுச் சென்றார்.

இந்த உயில், ரீடை அறிந்தவர்களுக்குத் திகைப்படையச் செய்தது. இவ்வளவு பெரிய தொகையை ரீட் எங்கிருந்து பெற்றார்?

ஆனால் அது பெரிய ரகசியமாக இல்லை. பெரிய லாட்டரியோ அல்லது தன்னுடைய மூதாதையரிடமிருந்தோ அவர் அத்தகைய தொகையைப் பெறவில்லை. ரீட் தன்னால் இயன்ற வரையில் சேமித்து, சேமித்த பணத்தில் சிறப்பான நிறுவனங்களின் பங்குகளை வாங்கி வைத்திருந்தார். பல வருடங்களுக்குப்பிறகு, அத்தகைய சிறிய சேமிப்புகள் அனைத்தும் பெருத்த நிதியாக, எட்டு மில்லியன் டாலர்களுக்கும் மேல் சேர்ந்திருந்தது.

அவ்வளவு தான். காப்பாளராக இருந்த அவர் கொடையாளர் ஆனதற்காக காரணம்!

ரொனால்ட் ரீட் இறப்பதற்குச் சில மாதங்களுக்கு முன்னர், ரிச்சர்ட் என்ற பெயருடைய மற்றொரு நபர் செய்திகளில் அடிபட்டார்.

ரொனால்ட் ரீடுக்கு எவையெல்லாம் வாய்க்கவில்லையோ அத்தனையும் வாய்க்கப்பட்டவர்தான் ரிச்சர்ட் ஃபஸ்கோன்! ஹார்வார்டு பல்கலைக்கழகத்தில் படித்து, எம்.பி.ஏ. பட்டம் பெற்று மெரைல் லீச்சின் மேலாளராகத் திகழ்ந்தவர் ரிச்சர்ட். பொருளாரத்துறையில் பெருத்த வெற்றியைப் பெற்று, நாற்பது வயதுக்குமேல் ஓய்வுபெற்று, பின்னர் கொடையாளராக மாறினார். மெரைல் நிறுவனத்தில் முன்னாள் முதல்வர் டேவிட் கோமன்ஸ்கி, ரிச்சர்டைப் பற்றிக் குறிப்பிடும்போது, அவரது வியாபாரச் செயல்திறன், தலைமைத்திறமை, எதிர்காலத்திறனாய்வுத்திறன், சுய ஒழுக்கம் ஆகியவை குறித்துப் புகழாரம் சூட்டுகின்றார்.[1] “கிரைன்” என்னும் வணிகப் பத்திரிகை வெளியிட்ட, “நாற்பதுக்குள் நாற்பது நபர்கள்” என்னும் தலைப்பின் அமைந்த கட்டுரையில், நாற்பது வயதுக்குள் வெற்றியின் சிகரத்தைத் தொட்ட நாற்பது வணிகமேதைகளின் பட்டியலில், ரிச்சர்டின் பெயரும் இடம் பெற்றுள்ளது.[2]

இருந்தும் - தங்க நாணயத்தைச் சுண்டிய தொழில்நுட்ப மேலாளர் போல் - ரிச்சர்ட் ஃபஸ்கோன் எழுப்பிய கோட்டை சுக்கு நூறாயிற்று.

2000 ஆண்டைத்தொடர்ந்து ஃபஸ்கோன், கனக்டிக்கட், கிரீன்விச்சில் உள்ள தன்னுடைய 18,000 சதுர அடி வீட்டை மேலும் விஸ்தாதரமாக கட்டமைக்க, ஏராளமாகக் கடன் வாங்கினார். 11 குளியல் அறைகள், இரண்டு விசைத்தூக்கிகள், இரண்டு

நீச்சல்குளங்கள், ஏழு கார் நிறுத்தும் இடங்கள் ஆகிய வசதிகளைக் கொண்டு அமைந்திருந்த அந்த வீட்டுக்கு, மாதப் பராமரிப்பு செலவு மட்டும் 90,000 டாலர்களுக்கு மேல் தேவைப்பட்டது.

2008-ஆம் ஆண்டில் பொருளாதாரச் சரிவு ஏற்பட்டது.

அந்தச் சரிவு, ஒவ்வொருவருடைய பொருளாதாரத்தையும் மிக வலிமையாகத் தாக்கியது. அந்தப் பொருளாதாரச்சரிவு ஃபஸ்கோனை மண்கவ்வ வைத்தது. பெரும் அளவில் இருந்த கடனும், விற்கும் நிலையில் இல்லாத சொத்துகளும், ஃபஸ்கோனைத் திவாலாக்கின. 2008-ஆம் ஆண்டு, ஃபஸ்கோன், தனக்கு எந்தவிதமான வருமானமும் இல்லை என்று, திவால் குறித்த வழக்கை விசாரித்த நீதியரசரிடம் தெரிவித்தார்.

முதலில் அவருடைய பாம் பீச் வீடு, கையக்கபடுத்தப்பட்டது.

2014-ஆம் ஆண்டு, அவருடைய கிரீன்வீச் வீடும் அதே முறையில் சென்றது.

தன்னுடைய மறைவுக்குப்பிறகு, ரொனால்டு தன்னுடைய செல்வம் அனைத்தையும் தொண்டுக்காக விட்டுச்செல்ல இருந்த ஐந்து மாதங்களுக்கு முன்னர், ரிச்சர்ட் ஃபஸ்கோனின் வீடு, காப்பீட்டு நிறுவனங்களால் நிர்ணயிக்கப்பட்ட அதனுடைய மதிப்பிலிருந்து 75 சதவீதம் குறைவாக, ஏலம் விடப்பட்டது.[3] அந்த வீட்டுக்கு விருந்தாளிகளாகச் சென்றவர்கள், அந்த வீட்டுக் குளத்தின் விதானத்தில், கண்ணாடியால் அமைந்திருந்த மாடத்தில், நடத்தப்பட்ட இரவு கேளிக்கையில் கலந்துகொண்டதை நினைவு கூர்ந்ததே மிச்சம்!

ரொனால்டு ரீட் பொறுமைசாலி; ரிச்சர்ட் ஃபஸ்கோன் பேராசைக்காரர். அவ்வளவே! இச்சிறிய வேறுபாட்டால், இவ்விருவர்களுக்கும் இடையே இருந்த வித்தியாசங்களான பொருளாதாரக்கல்வி, அனுபவம் ஆகியவை குறுகிப்போயின!

இக்கதைகளிலிருந்து நாம் கற்கும் பாடம், ரொனால்டைப் போல் இருக்கவேண்டும் என்பதோ, அல்லது ரிச்சர்டைப் போல் இருக்கக்கூடாது என்பதோ அன்று; அப்படிக்கொண்டாலும் அது தவறான கருத்து என்று சொல்லவும் முடியாது!

இவ்விரு கதைகளின் கவரக்கூடிய அம்சம், அவ்விருவரின் தனித்துவப் பொருளாதாரப் பார்வை மட்டுமே!

எவ்விதமான கல்லூரிப்படிப்போ, முறையான பயிற்சியோ, பின்புலமோ, முன் அனுபவமோ அல்லது வணிகத்தொடர்புகளோ ஏதுமே இல்லாத ஒருவர், எந்தத் துறையில், இத்தனைத் தகுதிகளையும் பெற்றவரைவிட அதிக அளவில் வெற்றியைக் காண இயலும்?

நான் மிகவும் முயன்றும் என்னால் அப்படிப்பட்ட துறை எதனையும் கண்டுபிடிக்க இயலவில்லை.

ஹார்வேர்டில் பயிற்சிபெற்ற மருத்துவச் சிகிச்சை நிபுணரைவிடச் சிறந்த முறையில், ரொனால்ட் ரீடால் ஓர் இதயமாற்றுச் சிகிச்சையைச் செய்ய இயலும் என்ற கருத்தை ஏற்றுக்கொள்வது என்பது இயலாத ஒன்றாகும். மெத்தப் படித்த, கட்டிடக்கலை வல்லுநர்களைவிடச் சிறந்த முறையில், வானாவிய கட்டிடங்களை ஒருவர் வடிவமைக்க இயலுமா? உலகின் முன்னணி அணு விஞ்ஞானிகளைவிட, ஒரு காப்பாளர் திறமையாகச் செயல்பட்டு வென்றார் என்பதும் எப்போதும் சாத்தியமில்லை.

ஆனால் இத்தகைய அசாத்திய வெற்றிகள், பணம் சேமிக்கும் துறையில் நடந்துதான் கொண்டிருக்கின்றன.

ரொனால்ட் ரீடின் வெற்றியும், ரிச்சர்ட் ஃபஸ்கோனின் தோல்வியும் இணையாக இருப்பது இயல்பு என்பதைத் தெரிவிக்கும் விதத்தில் இரண்டு விளக்கங்களைக் கொள்ளலாம். முதலாவது, லாபம் ஈட்டுவது என்பது அதிர்ஷ்டத்தினால் விளையக்கூடியது; அது அறிவாற்றலுக்கும் முயற்சிக்கும் அப்பாற்பட்டது. இந்தக் கருத்து, ஓரளவிற்குச் சரிதான். இதைப்பற்றியும் இந்நூலில் நாம் பின்னர் விவாதிப்போம். மாறாக, நான் மிகச் சாத்தியமாகக் கருதும் இரண்டாவது விளக்கம், பொருளாதார வெற்றி என்பது மிகக் கடினமான அறிவியல் இல்லை என்பதே. பணம் குறித்து நாம் என்னவெல்லாம் அறிந்துள்ளோம் என்பதை விட, நாம் எவ்வாறு மற்றவர்களிடம் நடந்துகொள்கிறோம் என்பதை முக்கியமாகக் கொண்ட பழகுகலை அல்லது மென்திறனே ஆகும். நாம் பழகும் மென்திறன்களே, தொழில்நுட்பத்தைவிட முக்கியமான காரணிகள் என்பதை மெய்ப்பிக்கும் வகையில் பல குறுங்கதைகளின் மூலம் இந்நூலில் விளக்க முற்படுவோம். ரீட், ஃபஸ்கோன் மற்றும் ஏனையோர் குறித்த கதைகளைச் சொல்வதன் மூலம், பலருக்கும் பயன்படும் வகையில், பொருளாதாரத் தீர்மானங்களை எப்படி எடுப்பது என்பதைக் குறித்தும் காண்போம்.

இத்துறையில், மென்திறன்கள் வெகுவாகப் புறக்கணிக்கப்-படுகின்றன என்பதை நான் உணரக்கண்டேன்.

பொருளாதாரம் என்பது, கணிதம் சார்ந்த துறையைப்போலக் கற்பிக்கப்படுகின்றது. ஏதோ ஒரு சமன்பாட்டில் சில மதிப்புகளை இட்டால், அந்தச் சமன்பாடு, நாம் பணம் சேர்க்க என்னவெல்லாம் செய்யவேண்டும் என்பதைச் சொல்லிவிடும் என்ற போக்கையே நம்முன் நிலைநிறுத்தப்பார்க்கிறது.

தனிமனிதப் பொருளாதாரத்தில் வேண்டுமென்றால் இது உண்மைதான். ஆறு மாதத்திற்குத் தேவையான நிதியை எப்போதும் கையிருப்பாக வைத்திருப்பதையும், சம்பளத்தில் 10 சதவீதத்தைச் சேமிப்பதையும் அதற்கானத் தீர்வாக நமக்குச் சொல்லியும் தரப்படலாம்.

முதலீடு செய்வதிலும் இது உண்மைதான்; வட்டி விகிதம், மதிப்பீடு இவ்விரண்டுக்கும் இடையேயான முக்காலத்தொடர்புகள் மூலம் நாம் இதை அறிகின்றோம்.

பெருநிறுவனநிதியத்தில், அந்த நிறுவனங்களை நடத்தும் மேலாளர், மூலதன நிதிச்செலவு குறித்துத் தெளிவாகக் கணக்கிடுவதும் சாத்தியமே.

இவை யாவும் மோசமானவை என்றோ அல்லது தவறானவை என்றோ இல்லை. மாறாக, நாம் எதைச் செய்யவேண்டும் என்ற அறிவும் கல்வியும், நாம் அந்தச் செயலைச் செய்ய எத்தனிக்கும் போது, நம் மூளைக்குள் நடக்கும் எதையுமே சொல்வதில்லை!

நமக்கு அவற்றைப் பிடிக்கிறதோ இல்லையோ, உடல்நலம், செல்வம் இவ்விரண்டும், எப்போதும், எல்லோர் மனங்களிலும் தாக்கத்தை ஏற்படுத்துவனவாகவே உள்ளன.

நவீன அறிவியலின் வெற்றியாக இன்றைய நிலையில் உயர்ந்து நிற்கும் உடற்சுகாதாரத் துறை, உலகெங்கும் மனிதனின் வாழ்நாளை நீட்டி வருகிறது. மனிதவுடலின் செயற்பாடுகள் குறித்த மருத்துவர்களின் பழைய கருத்துகளை இன்றைய அறிவியல் கண்டுபிடிப்புகள் மாற்றியமைத்ததால், மனிதர்களாகிய நாம் உண்மையிலேயே முன்னைவிட மிகவும் நலமாக இருக்கின்றோம்.

இதைப்போன்றே, பொருளாதாரத் துறைசார்ந்த, நிதிமுதலீடு, தனிநபர் பொருளாதாரம், வணிகத்திட்டம் ஆகிய துறைகளின் வளர்ச்சியும் ஓங்கியுள்ளது.

கடந்த இருபதாண்டுகளுக்கும் மேலாக, மிகச்சிறந்த பல்கலைக்கழகங்களிலிருந்து, மிகச்சிறந்த மேதைகளைத் தேடித்தேடி, தன்வயமாக்கிக்கொண்டு, பொருளாதாரத்துறை வளர்ந்துவந்துள்ளது.

பத்தாண்டுகளுக்கு முன்னர், ப்ரின்ஸ்ட்டன் தொழில்நுட்பக் கல்விமையத்தில், பொருளாதாரத் தொழில்நுட்பம் என்னும் பிரிவு, மாணவர்களால் மிகவும் விரும்பப்படும் துறையாக இருந்தது. இதன் மூலம் நாம் முன்னைவிட சிறந்த மூலதன அறிவை

அடைந்திருக்கிறோம் என்று சொல்லும்வகையில் தரவுகள் ஏதேனும் உள்ளனவா?

அப்படிப்பட்ட எந்தத் தரவையும் நான் காணவில்லை.

காலம் காலமாக, நம்முடைய முயற்சிகளின் மூலமாகவும், நாம் கண்ட பிழைகளின் வாயிலாகவும் நாம் பெற்ற கூட்டறிவின் வழியில், முன்னைவிட சிறந்த உழவர்களாகவும், சிறந்த குழாய் நுட்பத்தொழிலாளிகளாகவும், தரமான வேதியியலர்களாகவும் நாம் முன்னேற்றம் கண்டுள்ளோம். ஆனால் அத்தகைய முயற்சிகளும், பிழைகளும் நமக்குத் தனிநபர் பொருளாதாரத்தை உயர்த்தத் தேவையானவற்றைக் கற்றுத் தந்துள்ளதா? நாம் இறக்கும்போது, முன்னைவிட குறைந்த கடனாளிகளாக இறக்கும்படியான நிலைக்கு அவை வித்திட்டுள்ளனவா? தேவையான போது செலவு செய்ய, சேமிக்கும் பழக்கத்தை நமக்குள் உயர்த்தியுள்ளனவா? நம்முடைய பணியோய்வு காலத்தைத் திட்டமிட உதவியுள்ளனவா? நம்முடைய மகிழ்ச்சிக்குக் காரணமாய் அமைவது எது, அமையாதது எது என்ற பணம் குறித்த உண்மையான கண்ணோட்டத்தை நமக்குள் ஏற்படுத்தியுள்ளனவா?

இவற்றையெல்லாம் ஆமென்று அறுதியிட்டுக்கூறும் வகையில் என்னால் ஒரு தரவையும் காண இயலவில்லை.

பணம் என்று வரும்போது அதனைச் சில விதிகளுக்குள் பொருத்திப்பார்க்கும் இயற்பியல் கோணத்தில் மட்டுமே பார்க்க நாம் கற்றுக்கொண்டுள்ளோமே ஒழிய, உணர்வுகளுடனும், நெளிவு சுளிவுகளுடனும் பொருத்திப்பார்க்கும் உளவியல் கோணத்தில் பார்க்கக் கற்றுக்கொள்ளவே இல்லை. இத்தகைய போக்கே, தரவுகளைக் காணாததற்குக் காரணம் என்று நான் நம்புகின்றேன்.

இந்தப்போக்கு முக்கியமானதாக இருப்பதனால் என்னைக் கவர்வதாகவும் உள்ளது.

அங்கிங்கு எனாத படி எங்கும் பணம் வியாபித்துள்ளது; அதன் தாக்கத்தில்தான் நாம் எல்லோரும் வாழ்கிறோம். நம்முள் பலர் அதுகுறித்த குழப்பத்தில் ஆழ்ந்தும் உள்ளனர். நாம் ஒவ்வொருவரும் பணம் குறித்து வெவ்வேறு விதமாக யோசிக்கிறோம். ஆபத்தான கணங்கள், நம்பிக்கைத் தருணங்கள், மகிழ்ச்சிப் பொழுதுகள் இப்படியான நம் வாழ்வின் வெவ்வேறு விதமான சூழல்களில், பணம் நமக்கு வெவ்வேறு விதமான படிப்பினைகளைக் கற்பிக்கிறது. அத்தகைய சில தருணங்கள், பணம் விளைவிளைக்கும் விளைவுகளைவிட, மனிதர்களின் நடவடிக்கை குறித்த பல எண்ணவோட்டங்களை விளக்கும் விதமாக, ஒரு பூதக்கண்ணாடியைப் போல், அந்த நடவடிக்கைகளைப் பெரிதாக்கி,

நமக்குப் பாடம் கற்பிக்கின்றது. இந்தப்பூமியின் மிகப்பெரிய நிகழ்வுகளாக அத்தகைய நடவடிக்கைகள்தாம் இருக்கவியலும்.

பணம்சார் உளவியல் குறித்த என்னுடைய சிந்தனை, பத்தாண்டுகளுக்கும் மேலாக அதுகுறித்த எனது படைப்புகளால் வடிவமைக்கப்பட்டது எனலாம். 2008-ஆம் ஆண்டில் தொடக்கத்தில் நான் பொருளாதாரம் குறித்து எழுத ஆரம்பித்தேன். அந்த ஆண்டே, ஏறக்குறைய 80 வருடங்களுக்குப் பின்னர், உலகில் நடந்த மிகப்பெரிய பொருளாதாரச் சீரழிவின் தொடக்கம் ஆகும்.

என்ன நடக்கின்றது என்பதைக் குறித்து எழுத, நான் என்ன நடக்கிறது என்பதைக் குறித்துக் கவனிக்க ஆரம்பித்தேன். ஆனால், முதல் உண்மையாக நான் உணர்ந்தது, அந்தச் சீரழிவால் என்ன நிகழ்ந்தது, அது எதனால் ஏற்பட்டது என்பது குறித்த தெளிவான விளக்கம் யாரிடமும் இல்லை என்பதுதான். அந்தச் சீரழிவுக்குப்பின்னர் என்ன செய்தல் வேண்டுமென்பது இவற்றைவிட குழப்பமானதாகும். இதுகுறித்த ஒவ்வொரு நல்ல விளக்கத்துக்கும், எதிர்மறையாக, அதற்குச் சமமாக, நம்பக்கூடிய வகையிலான மறுப்பும் இருந்தது.

ஒரு பாலம் உடைந்துவிட்டால், அதற்குக்காரணமாக பொறியாளர்கள் இணைந்து, ஒருமுகமாக, ஒரு காரணத்தை முன்வைக்க இயலும். கூட்டாக ஒரு குறிப்பிட்ட அழுத்தத்தைவிட அதிகமான அழுத்தம், குறிப்பிட்ட பரப்பில் ஏற்படும்போது, அந்தப்பரப்பு, அந்த அழுத்தத்தைத் தாங்கவியலாது விழ நேரும். இயற்பியல் என்பது முரண்பாடானதன்று. ஏனெனில் இயற்பியல் விதிகளால் கட்டமைக்கப்பட்டுள்ளது. பொருளாதாரம் இதிலிருந்து மாறுபட்டது. அது மக்களின் நடவடிக்கைகளால் கட்டமைக்கப்படுவதாகும். இப்படித்தான் என்று வாதாடும் ஒரு காரணம் எனக்குச் சரியாகத் தோன்றினாலும், அது உங்களுக்குக் கேளிக்கையாகக்கூடத் தோன்றலாம்.

பொருளாதார நெருக்கடி குறித்து நான் மேலும் மேலும் படிக்க நேர்ந்தபோது, அது நிதிகுறித்ததென்று கொள்ளாமல், அதை உளவியல் ரீதியாகவும், சரித்திரமாகவும் பார்ப்பதே மிகச்சரியான கோணமாக இருக்கும் என்ற எண்ணம் என்னுள் மேலும் மேலும் வலிமை பெற்றது.

மக்கள் ஏன் கடன்சுமையில் மூழ்கிச் சீரழிகிறார்கள் என்பதைக் கற்க, நீங்கள் வட்டி விகிதத்தைப் பற்றி கற்க வேண்டிய அவசியமில்லை; மாறாக, மக்களின் பேராசை, பாதுகாப்பின்மை, எதிர்காலத்தின் மீதான அதீத நம்பிக்கை ஆகிய குணங்கள் வெளிப்படும் கதைகளைக் கற்றல் அவசியம். பங்குச்சந்தை வீழ்ந்து அடிமட்டத்தில் கிடக்கும்போது, ஏன் மக்கள் விழுந்தடித்துக்கொண்டு

தங்களுடைய பங்குகளை விற்கிறார்கள் என்பதைக் கற்க நீங்கள் எதிர்காலத்தில் பங்குச்சந்தையால் வரும் லாபம் குறித்து ஆராய வேண்டியதில்லை; மாறாக, உங்கள் முதலீடுகளின் வீழ்ச்சி, உங்கள் குடும்பத்தினரின் எதிர்காலத்தை எப்படிச் சீரழிக்கப்போகிறது என்ற வேதனையை உணரமுற்படும்போது தெரியவரும்.

நான் வேல்டேரின் இந்தக்கூற்றை மிகவும் விரும்புகிறேன்: "வரலாறு எப்போதும் திரும்பத்திரும்ப, ஒரே மாதிரி, எவ்வித மாற்றமுமின்றி நிகழ்வதில்லை; மனிதன் மட்டுமே மாறாமல் இருக்கிறான்." பணம் குறித்த நமது கண்ணோட்டத்தில், இந்தக்கூற்று பொருந்தி வருகிறது.

2018-ஆம் ஆண்டு, நான் அறிந்தவரையில், மக்களைப் பாதித்த பணம்குறித்த இருபது மிக முக்கிய தவறுகளையும், சார்புநிலைகளையும், மோசமான நடத்தைகளையும் நிரலிட்டு, ஓர் அறிக்கையை வெளியிட்டேன். அந்த அறிக்கை "பணம்சார் உளவியல்" என்ற பெயரில், ஒரு மில்லியன் வாசகர்களுக்கும் மேலாகப் படிக்கப்பட்டது. இந்நூல் இக்கருத்தை மிக அழமாக மையப்படுத்தும் நூலாகும். அந்த அறிக்கையின் சில சிறிய பகுதிகள், மாற்றம் ஏதும் செய்யப்படாமல், இந்நூலில் இணைக்கப்பட்டுள்ளன.

நீங்கள் இப்போது படித்துக்கொண்டிருக்கும் நூல், 20 அத்தியாயங்களைக் கொண்டது. இவை ஒவ்வொன்றும், நான் மிக முக்கியமானதாகக் கருதப்படும் கருத்துகளைக் கொண்டது. பல இடங்களில் இது பணம்சார் உளவியல் குறித்த எதிர்மறை உள்ளுணர்வின் வெளிப்பாடாகவே அமைந்திருக்கும். நூலின் எல்லா அத்தியாயங்களும் இப்பொருளை மையமாகக் கொண்டு இணைந்திருந்தாலும், ஒவ்வொன்றும் அதற்கேயான தனித்துவத்தோடு, தனித்தனியாகவும் படிக்க இயலும் வகையில் அமைக்கப்பட்டுள்ளது.

இந்நூல் ஒரு நீண்ட நூலன்று. நூலுக்குள் உங்களை வரவேற்கின்றேன். பொதுவாக, பெரும்பான்மையான வாசகர்கள், அவர்கள் படிக்க ஆரம்பிக்கும் நூல்களை முழுமையாகப் படித்து முடிப்பதில்லை. காரணம், ஒற்றைத்தலைப்புக்கு, 300 பக்க விளக்கத்துக்கான தேவை இருப்பதில்லை. எனவேதான், ஒற்றைத்தலைப்பில் அமைந்த நீண்ட நூலை விட, இந்தச் சுருக்கமான 20 அத்தியாயங்களைப் படித்து முடிப்பீர்கள் என்று எண்ணி அமைத்துள்ளேன்.

நூலுக்குள் செல்லலாம் வாருங்கள்.

1.

எவரும் அறிவிலி அல்லர்

நான் ஒரு பிரச்சனையைக்குறித்துச் சொல்லப்போகிறேன். உங்கள் பணத்தை நீங்கள் எப்படிக் கையாள்கிறீர்கள் என்பது குறித்த யோசனையும், மற்றவர்கள் அவருடைய பணத்தை எப்படிக்கையாள்கிறார் என்ற அனுமானமும் உங்களை ஓரளவிற்குத் திருப்தியளிக்க வைக்கமுடியும்.

மக்கள், பணத்தின் மூலம், சில பைத்தியக்காரத்தனமான காரியங்களைச் செய்கிறார்கள். ஆனால் அவர்கள் பைத்தியக்காரர்கள் அல்லர்.

இதுதான் மையக்கருத்து: வெவ்வேறு விதமான வருமானத்தைக் கொண்ட, வெவ்வேறு வகையான கொள்கையுடைய, உலகின் வெவ்வேறு இடங்களில் வசித்த, வெவ்வேறு பொருளாதாரச் சூழலில் வளர்ந்த, வெவ்வேறு வகையான சந்தைச் சூழலை எதிர் கொண்ட, வெவ்வேறு விதமான இலாபங்களைப் பெற்ற, வெவ்வேறு அளவிலான அதிர்ஷ்டத்தைப்பெற்ற பெற்றோர்களால் வளர்க்கப்பட்ட, வெவ்வேறு தலைமுறைகளைச் சேர்ந்த மக்கள், வெவ்வேறு விதமான படிப்பினைகளைப் பெறுகின்றனர்.

உலகம் எப்படி இயங்குகிறது என்பது குறித்த தனித்துவமான அனுபவத்தை ஒவ்வொருவரும் பெற்றுள்ளனர். நீயாகக் கற்ற, அனுபவித்த ஒன்று, மற்றவர்களின் அனுபவத்தைவிட மிகவும் ஆழமானதாக நீ உணர்கின்றாய். எனவே, நீ, நான், எல்லோரும், பணம் குறித்த நமக்கேயான சில அனுமானங்களுடந்தாம் வாழ்ந்து வருகின்றோம். அத்தகைய அனுமானம், கருத்தளவில், மனிதனுக்கு மனிதன் மிகப்பெரும் அளவில் வித்தியாசத்தைக்கொண்டதாகவே இருக்கிறது. உனக்கு எது பைத்தியக்காரத்தனமாகத் தெரிகிறதோ அது எனக்கு ஞானமாகக்கூடத் தெரியலாம்.

வாழ்க்கையில் வறுமையில் வளர்ந்துயர்ந்த ஒருவன், பொருளீட்டல் குறித்த ஆபத்துகளையும், பயன்களையும் எதிர்

நோக்கும் அந்தப்பக்குவம், செல்வத்திளைப்பில் வளர்ந்துவரும் நிதியாளரால் கூட அடைந்துவிட இயலாது.

பணவீக்கம் மலிந்திருந்த காலத்தில் பிறந்து வளர்ந்த ஒருவன் அடைந்த அனுபவங்கள், சீரான பொருளாதாரச்சூழலில் வளர்ந்த ஒருவனுக்குக் கிடைப்பது அரிதாகும்.

1990-களின் சந்தைச்சூழலில் குளிர்காய்ந்து கொண்டிருந்த தொழில் நுட்பப் பணியாளர்களின் கற்பனைக்கும் எட்டாத அனுபவங்களை, உலகின் மிகப்பெரிய பங்குச்சந்தை வீழ்ச்சியின் போது, தன் முதலீடுகள் அனைத்தையும் இழந்த ஒரு பங்குச்சந்தைத் தரகர் அனுபவத்திருக்க முடியும்.

கடந்த 30 வருடங்களாக பணவீழ்ச்சியின் சூழலையே அனுபவிக்காத ஓர் ஆஸ்திரேலியர், அமெரிக்கர் எவருமே கண்டிராத வீழ்ச்சியை அனுபவித்தனர்.

மேலும் மேலும், இப்படிப்பட்ட அனுபவங்கள் தொடர்ச்சியாக முடிவின்றி இருந்து வருகின்றன.

பணத்தைக் குறித்து உனக்குத் தெரியும் ஒன்று எனக்குத் தெரியாமல் இருக்கலாம்; அதைப்போலவே எனக்குத்தெரிந்த ஒன்று உனக்குத்தெரியாமல் இருக்கலாம். என் அனுபவங்களிருந்து வேறுபட்ட வழியில், நீ உன் வாழ்க்கையில், வேறுவிதமான நம்பிக்கைகளையும், இலக்குகளையும், எதிர்பார்ப்புகளையும் அனுபவிக்கின்றாய்.இந்தவேறுபாடு,நம்மில்ஒருவர்,மற்றவரைவிட புத்திசாலி என்பதனாலோ அல்லது, பணம், பொருளீட்டல் குறித்த பல்வேறு தரவுகளைக் கொண்டதனாலோ அன்று. வெவ்வேறு வகையாகவும், ஒருசேர, நம்மைத் தூண்டுபவைகளாகவும் அமைந்த நம்முடைய வாழ்க்கையின் அனுபவங்களே இந்த வேறுபாட்டிற்குக் காரணம் ஆகும்.

பொருளீட்டல் குறித்த, உன்னுடைய தனிப்பட்ட அனுபவங்கள், உலகில் நடக்கும் அனுபவங்களில் 0.00000001 சதவிகிதமாகக்கூட இருக்கலாம். 80 சதவிகித உலகம், நீ எப்படி நினைக்கிறாயோ அப்படித்தான் நினைக்கிறது என்றே கூட இருக்கலாம். பணவீழ்ச்சியின் காரணம் குறித்தும், அது ஏன் ஏற்பட்டது என்பதைக்குறித்தும், அத்தகைய சூழல்களில் எவை முன்னுரிமை பெறுதல் வேண்டும் என்பது குறித்தும், அந்த அளவிற்கு நாம் ஆபத்துகளை எதிர்கொள்ளலாம் என்பது குறித்தும், இத்தகைய பல்வேறு தளங்களிலும், ஒத்த அறிவுடையவர்கள் கூட, கருத்து வேற்றுமை கொண்டவர்களாகவும் இருக்கலாம்.

1930-களில் அமெரிக்காவில் நிகழ்ந்த மிகப்பெரிய பணவீழ்ச்சியைக்குறித்து, தன்னுடைய புத்தகத்தில், ஃபிடரிக்

லீவீஸ் ஆலென், "இந்தப் பண வீழ்ச்சி, பல லட்சக்கணக்கான அமெரிக்கர்களை, அவர்களின் எஞ்சிய காலம் யாவும் வருத்தப்படும்படியான அகமாற்றத்தை ஏற்படுத்திவிட்டது" என்கிறார். ஆனாலும் பல்வேறு வகையான அனுபவங்களை அந்தப் பணவீழ்ச்சி தந்து சென்றிருக்கிறது. இது நடந்து 25 வருடங்களுக்குப் பிறகு, அமெரிக்க அதிபருக்கான தேர்தலுக்குப் போட்டியிடும் தருணத்தில், ஜான். எஃப். கென்னடியிடம், ஒரு பத்திரிகையாளர், அந்தப் பணவீழ்ச்சி குறித்த நினைவுகளைப் பகிர்ந்து கொள்ளும்படி முறையிடுகிறார். அதற்குப் பதிலுரையாக ஜான் எஃப் கென்னடி கூறியது:

> **"நான் அந்த பணவீழ்ச்சியை நேரிடையாக அனுபவித்தவன் அல்லன்; எங்கள் குடும்பம் மிகமிகச் செல்வச்செழிப்பாக இருந்த குடும்பம். எந்தக் காலத்தை ஒப்பிட்டாலும் எங்கள் குடும்பம் கொண்டிருந்த செல்வம் மிக அதிகம். மிகப்பெரிய மாளிகைகள், கணக்கற்ற பணியாளர்கள், பரந்த அளவிலான பயணங்கள் என மிகவும் செழிப்பாக இருந்த குடும்பம். பசியைப் போக்கிக்கொள்ளட்டும் என்ற எண்ணத்தில், எங்கள் தந்தையார், தேவைக்கு அதிகமான பணியாளர்களை எங்கள் தோட்டத்தில் நியமித்த அந்த ஒரு நிகழ்வு மட்டும் இன்னும் எனக்கு நினைவிலுள்ளது. பின்னாட்களில், நான் ஹார்வேர்ட்டில் கல்வி கற்கும் போது படித்ததைத் தவிர, உண்மையாகவே நான் அந்தப் பணவீழ்ச்சியின் கோரத்தைச் சரியாகத் தெரிந்துகொள்ளவில்லை."**

ஜான் எஃப் கென்னடியின் இந்தக்கூற்று, 1960 ஆம் ஆண்டு நடந்த அதிபர் தேர்தலில் மிகப்பெரும் விவாதப்பொருளாகக் கருதப்பட்டது. கடந்த தலைமுறையில் நிகழ்ந்த மிகப்பெரும் பணவீழ்ச்சி குறித்த எண்ணங்களே இல்லாத ஒருவரிடம், நிகழ்காலப் பொருளாதாரத்தைக் காக்கும் பொறுப்பை எப்படிக் கொடுப்பது என்ற வினா மக்களிடம் எழ ஆரம்பித்தது. ஆனால், அப்போது நிகழ்ந்த இரண்டாம் உலகப்போரில், ஜான் எஃப் கென்னடியின் பங்கு, இந்த வினாவையே பலமுறை புறக்கணித்துப் புதைத்தது. அச்சமயத்தில், இந்தப் போர்அனுபவம் மக்களிடையே உணர்ச்சிப்பூர்வமான செய்தியாகப் பரவியது. அதிபர் தேர்தலில், ஜான். எஃப். கென்னடியை எதிர்த்த ஹுபர்ட் ஹம்ஃப்ரீ இத்தகைய போர் அனுபவத்தைப் பெற்றவர் அல்லர்.

நடந்தேறியகாலத்தின்அச்சம்,நிச்சயமற்றநிலைஇவ்விரண்டின் கோரத்தை மீண்டும், மெய்யான அளவில், எடுத்துக்காட்ட வல்ல சக்தி, நம்முடைய கல்விக்கும், அறிவாற்றலுக்கும், நம்முடைய திறந்த மனப்பான்மைக்கும் இல்லை என்னும் உண்மையே நமக்கெதிரான மிகப்பெரிய சவாலாக உள்ளது.

உலகின் மிகப்பெரிய பொருளாதார வீழ்ச்சியின்போது எல்லாவற்றையும் இழந்தது எவ்வாறு என்பதை நான் படித்துவிட இயலும். ஆனால், அந்த நிகழ்வின்போது இருந்தவர்களுடைய மனங்களைப்போன்று என்னுள் அதே அளவிற்கான உணர்ச்சித் தழும்புகள் உண்டாவதில்லை. அத்தகைய கோர நிகழ்வின் போது இருந்தவர்கள், பங்குகளை வாங்கிக் குவிப்பதைப்போன்ற செயல்கள் மனநிறைவைத்தரும் என்ற எண்ணமுடைய என்னைப் போன்ற ஒருவரை மதிப்பிட இயலாது. நாம் ஒவ்வொருவரும் உலகை நமக்கேயான பிரத்யோக ஆடிகளின் வழியாகப் பார்க்கின்றோம்.

பங்குச்சந்தையின் வரிசையான சரிவுகளைச் செயல்வரை முறைப்படங்கள், நிர்ணயித்து எடுத்துக்காட்டலாம். ஆனால், பங்குச்சந்தையில் எல்லாவற்றையும் நீ இழந்ததை நினைத்த வண்ணம், வீட்டுக்குச்சென்று உன் குழந்தைகளின் முகங்களைப் பார்த்தபடி, அவர்களின் எதிர்கால நிச்சயமற்ற நிலை குறித்து உனக்குள் உண்டாகும் அந்த உணர்ச்சிக்கொதிப்பை அப்படங்கள் நிர்ணயித்துக் காட்ட இயலாது. நடந்தேறிய வரலாறுகளைப் படித்து விட்டு நீ எல்லாம் தெரிந்து கொண்டுவிட்டதாக நினைத்துக் கொண்டிருக்கிறாய். ஆனால் தனிப்பட்ட முறையில், அத்தகைய நிலையில் வாழாமல், நேரடியாக அதன் விளைவுகளைச் சந்திக்காமல், அத்தகைய படிப்பினைகள் உன் நடைமுறைகளையும் பழக்கவழக்கத்தையும் மாற்றுவதற்கு ஏற்ற அளவிற்கு, அதை உன்னால் முழுமையாகப் புரிந்துகொள்ள இயலாது,

இந்த உலகம் எப்படிச் செயல்படுகிறது என்பதை நாம் அறிந்துள்ளோம் என்றே நாம் அனைவரும் நினைக்கின்றோம். ஆனால், உண்மையில், இந்த உலகின் ஒரு மிகச்சிறு வெளிச்சத் துளியையே நாம் எல்லோரும் இனம்கண்டுள்ளோம்.

ஒரு முதலீட்டாளராக மைக்கேல் பேட்னிக் கூறுகின்றார்: “சில படிப்பினைகளை நாம் கற்றுக்கொள்வதற்கு முன்னர், அத்தகைய வற்றை நாம் அனுபவித்தல் அவசியம்.” நாம் அனைவருமே, பல்வேறு வகையில், இந்த உண்மையால் பாதிக்கப்பட்டவர்கள்.

2006-ஆம் ஆண்டில், தேசிய பொருளாதார ஆய்வுக்கழகத்தைச் சேர்ந்த பொருளாதார வல்லுனர்களான உல்ரிக் மல்மண்டிரியர், ஸ்டெஃபான் நேகல் ஆகியோர், கடந்த 50 ஆண்டுகளில் அமெரிக்காவின் நுகர்வோர் பொருளாதாரம் குறித்த தகவல்களைத் தோண்டி எடுத்து ஆராய்ந்தனர். இந்த ஆய்வு, அமெரிக்கர்கள் தங்களிடம் உள்ள பணத்தை எப்படியெல்லாம் பயன்படுத்தினார்கள் என்பது குறித்த மிகத்தீர்க்கமான ஆய்வு ஆகும்.[4]

பொதுவாக, மக்கள் தங்களுடைய இலக்குகளை வைத்தும், அந்தந்தக் காலத்தில் நிலவும் முதலீட்டுத் திட்டங்களின் குணாதிசயங்களை வைத்தும், தங்களுடைய முதலீடு குறித்த முடிவுகளை எடுத்தல் வேண்டும்.

ஆனால் மக்கள் அப்படிச் செய்வதில்லை.

மேற்சொன்ன இரு பொருளாதார வல்லுனர்களின் கண்டுபிடிப்பின் படி, மக்களுடைய ஆயுட்கால முதலீடு குறித்த முடிவுகள் அனைத்தும், அவர்கள் தலைமுறையினரின் அனுபவங்களை ஒட்டியே பெரிதும் அமைந்துள்ளன. குறிப்பாக, அவர்கள் இளமைகாலத்து அனுபவங்களை ஒட்டியே அமைந்துள்ளன.

குறிப்பாக, நீங்கள் பணவீக்கம் அதிகமாக இருந்த காலத்தில் வளர்ந்தவர்கள் என்றால், நீங்கள் பிணையப்பத்திரங்களில் குறைந்த அளவிலேயே முதலீடு செய்திருப்பீர்கள். அத்தகைய முதலீடு, பணவீக்கம் குறைவாக இருந்தபோது வளர்ந்தவர் முதலீடு செய்த தொகையை விடக்குறைவாகவே இருக்கும். பங்குச்சந்தை உச்சத்தில் இருக்கும்போது வளர்ந்தவர் என்றால், உங்களது பணம் பெரும் அளவில் பங்குச்சந்தை முதலீட்டில் இருக்கும். இது, பின்வந்த பங்குச்சந்தை நலிவுற்ற காலத்தில் பிறந்தவர்களின் முதலீட்டை விட அதிகமாகவே இருக்கும்.

மேற்சொன்ன இரு பொருளாதார வல்லுனர்களின் கூற்று: “எங்களுடைய கண்டுபிடிப்பின்படி, தனிநபர் முதலீட்டாளர்களின் ஆபத்தை எதிர்த்து முதலீடு செய்யும் துணிவு, அவரவருடைய அனுபவங்களைப் பொறுத்தே அமைகின்றது.”

பொருளாதாரம் குறித்த அறிவாற்றலோ, கல்வியோ, நுட்பமோ அல்ல; மாறாக, அவர்கள் எங்கே, எப்படிப் பிறந்து வளர்ந்தார்களோ, அந்த இடம்சார்ந்த அதிர்ஷ்டத்தைப் பொறுத்ததே.

2019-ஆம் ஆண்டு, “தி ஃபினான்ஷியல் டைம்ஸ்” பத்திரிகை, பிரபலமான பிணையப் பத்திர முதலீட்டு வல்லுனரான பில் கிராஸ் என்பவரை நேர்காணல் கண்டு பிரசுரித்தது. அந்த நேர்காணலில், “பத்துவருடங்களுக்குமுன்னரோ அல்லது பின்னரோ பிறந்திருந்தால், கிராஸ் இன்று எப்படி உள்ளாரோ அதே நிலையில் அவர்

இருந்திருக்க வாய்ப்பில்லை என்று அவரே ஒத்துக்கொண்டுள்ளார்." என்று குறிப்பிடப்பட்டுள்ளது. கிராஸின் வளர்ச்சி, வட்டிவிகிதம் வீழ்ச்சியடைந்த தலைமுறையோடு ஏறக்குறைய மிகச்சரியாக பொருந்தியுள்ளது. இந்த நிலைமையே பிணையப் பத்திரங்களின் மதிப்பு வீழ்ச்சிக்கும் காரணமாகவும் அமைந்துவிட்டது. இத்தகைய நிலை, நீங்கள் எதிர்கொள்ளும் வாய்ப்புகளை மட்டும் பாதிப்பதில்லை; மாறாக, அத்தகைய வாய்ப்புகள் உங்களுக்குக் கிடைக்கும்தறுவாயில், நீங்கள் அதுகுறித்துநினைக்கும்போக்கையும் பாதிக்கும். கிராஸைப்பொறுத்தவரையில் பிணையப்பத்திரங்கள் என்பவை பணம்செய்யும் எந்திரங்கள். பணவீக்கத்தின் தாக்கத்தை எதிர்கொண்டு வளர்ந்த அவருடைய தந்தையார் தலைமுறைக்கோ, அவை பணத்தை எரிக்கும் ஆலைகளாகக் கருதப்பட்டிருக்கும்.

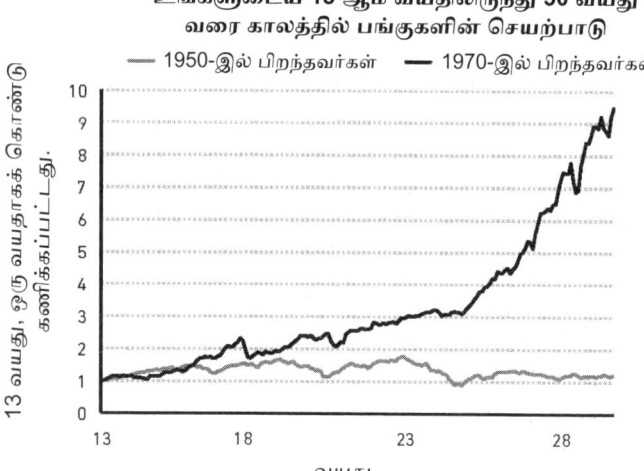

உங்களுடைய 13-ஆம் வயதிலிருந்து 30 வயது வரை காலத்தில் பங்குகளின் செயற்பாடு

பணம், பொருளாதாரம் குறித்து மானுடம் அடைந்த அனுபவங்களின் வித்தியாசங்களை நாம் மிகக்குறைவு என்று மதிப்பிடலாகாது. மிகக்குறைவு என்று எண்ணுபவருக்கும் வித்தியாசங்கள் அதிகமே.

உதாரணமாக பங்குச்சந்தையை எடுத்துக்கொள்ளுங்கள். 1970-களில் நீங்கள் பிறந்திருப்பீர்கள் என்றால், எஸ்&பி500, பணவீக்கத்துக்கு ஏற்ப, உங்களுடைய பதின்ம வயதுகளிலும், இருபதுகளிலும், ஏறக்குறைய பத்து மடங்காக உயர்ந்திருக்கும். அது பிரமிக்க வைக்கும் இலாபம் ஆகும். நீங்கள் 1950-இல் பிறந்தவர் என்றால், உங்களுடைய பதின்ம வயதுகளிலும், இருபதுகளிலும்,

அத்தகைய மாற்றத்தைக் கண்டிருக்க மாட்டீர்கள். பிறந்தநாள் வேறுபட்டதன் காரணமாக, இருவேறு காலத்தைச் சார்ந்த இரு சாரார், அவர்களது வாழ்வில், பங்குச்சந்தை எப்படியானது என்பது குறித்த வெவ்வேறான கருத்தோட்டத்துடன் வாழ நேர்ந்தது.

பணச்சரிவும் அத்தகையதே! 1960-களில் நீங்கள் அமெரிக்காவில் பிறந்திருப்பீர்கள் என்றால், அப்போது நிலவிய பணச்சரிவின் காரணமாக, உங்களுடைய பதின்ம வயதுகளிலும், இருபதுகளிலும், பங்குகளின் விலை மூன்று மடங்கை அடைந்திருக்கும். அதுவே அதிகம். அந்த வயதில் நீங்கள், பொருளாதாரம் குறித்த அடிப்படை அறிவைக் கற்றுக்கொண்டு இருந்திருப்பீர்கள். உங்களுடைய சம்பளக் காசோலைகள் முந்தைய காலத்தைவிட சற்று குறைவான காலத்திலேயே கிடைத்திருக்கும். அதுவே நீங்கள் 1990-களில் பிறந்திருப்பீர்கள் என்றால், உங்கள் வாழ்நாளில் குறைவான பணவீக்கம் நிலவிய காலம் அதுவாகத்தான் இருந்திருக்க வேண்டும் என்பதால், அதைக்குறித்த எண்ணமே உங்களுக்கு வந்திருக்காது.

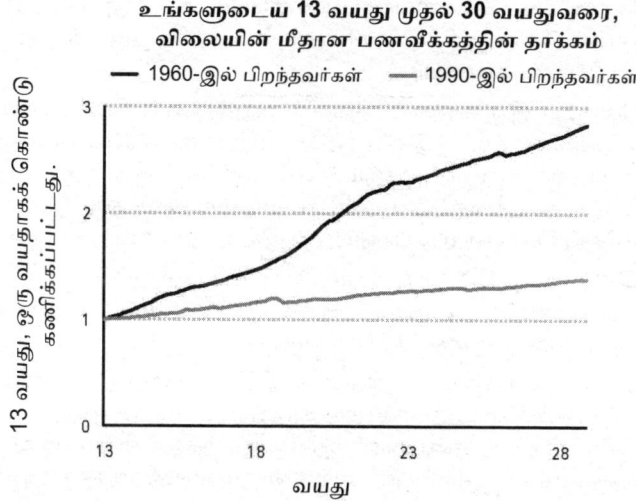

உங்களுடைய 13 வயது முதல் 30 வயதுவரை, விலையின் மீதான பணவீக்கத்தின் தாக்கம்

2009-ஆம் ஆண்டு, நவம்பர் மாதத்தில், அமெரிக்காவின் தேசிய அளவிலான வேலைவாய்ப்பின்மை சதவிகிதம் ஏறக்குறைய 10-ஆக இருந்தது. ஆனால், உயர்நிலைப்பள்ளிப் படிப்பை முடித்த நிலையில், 16 வயதிலிருந்து 19 வயதுக்குள்ளான ஆப்ரிக்க-அமெரிக்க இன ஆடவரின் வேலைவாய்ப்பின்மை சதவிகிதம் 49-ஆக இருந்தது. அதுவே, கல்லூரிப்படிப்பை முடித்த நிலையில்,

45 வயதுக்கு மேலான ககாசியன் பெண்டிரின் வேலை வாய்ப்பின்மை சதவிகிதம் 4-ஆக இருந்தது.

இரண்டாம் உலகப்போரின்போது, ஜெர்மனி, ஜப்பான் ஆகிய நாடுகளின் உள்நாட்டுப் பங்குச்சந்தை முழுவதுமாக வீழ்ந்து கிடந்தன. அத்தனைப் பகுதிகளும் வெடிகுண்டுத்தாக்குதலால் பாதிப்படைந்திருந்தன. போர் முடிந்த தறுவாயில், ஜெர்மன் நாட்டு நிலங்களிலிருந்து பெறப்பட்ட உணவுப்பொருள்கள், நாட்டின் அத்தனை ஜனத்தொகைக்கும் நாளொன்றுக்கு 1000 கேலரி மட்டுமே கிடைக்கக்கூடிய நிலையில் இருந்தது. ஆனால், அதே காலத்தில், அமெரிக்காவின் பங்குச்சந்தை, 1945-ஆம் ஆண்டின் இறுதியில், 1941-ஆம் ஆண்டை விட இரண்டு மடங்கு அதிகரித்த நிலையில் இருந்தது. தொடர்ந்து இருபதாண்டுகளுக்கு அமெரிக்கப் பொருளாதாரம் வலிமையாகவே இருந்தது.

மேற்குறிப்பிட்ட இருவேறு காலகட்டத்தில் வாழ்ந்த அமெரிக்கர்கள், அவர்களுடைய வாழ்க்கையில், பணவீக்கம் குறித்து, ஒரே மாதிரியான, மாறாத சிந்தனை உடையவர்களாக இருப்பார்கள் என்று யாருமே எதிர்பார்க்க முடியாது. பங்குச்சந்தையும் வேலைவாய்ப்பின்மையும் கூட அப்படித்தான். பொதுவாக பணம்குறித்த பார்வையும் மாறாது இருந்திருக்கும் என்று எதிர்பார்க்க முடியாது.

இத்தகைய இரு காலகட்டங்களில் வாழ்ந்தோர், பொருளாதாரம் குறித்த தகவுகளுக்கு எதிராக ஒரே விதமான எதிர்வினைகளை ஆற்றுவார்கள் என்று யாரும் எதிர்பார்க்க இயலாது. ஒரே மாதிரியான லாபத்தையும் பயன்பாட்டையும் அவர்கள் இருவரும் அனுபவித்தார்கள் என்றும் யாரும் கூற இயலாது.

ஒரே மூலத்திலிருந்து வரும் பொருளாதாரம் குறித்த ஆலோசனைகளை அவ்விரு குழுக்களும் சரிசமமாக மதித்து ஏற்பார்கள் என்று எவரும் நம்ப இயலாது.

நடப்பதைக்குறித்தும், அதன் மதிப்பைக்குறித்தும், அடுத்து என்ன நடக்கப்போகிறது என்பதைக்குறித்தும், எதிர்காலத்திற்கான சரியான பாதை எது என்பதைக்குறித்தும் கருத்துரீதியாக, இவ்விரு குழுக்களும் சமரசமாவார்கள் என்று எவரும் நம்பத்தகுந்தது அன்று.

பணம்குறித்த அவர்களுடைய பார்வை, இருவேறு உலகுகளில் உருவானது. அப்படியானால், பணம் குறித்து ஒரு குழுவினர் கருதும் போக்கு மூர்க்கத்தனமானது என்றால், மற்றொரு குழுவிற்கு அதுவே தெளிவான பார்வையாக ஆகலாம்.

ஃபாக்ஸ்கான் என்ற தைவான் நாட்டு மின்னணுத் தொழில்நுட்ப நிறுவனத்தின் நடைமுறை குறித்த கட்டுரை ஒன்று சில ஆண்டுகளுக்கு

முன்னர், "தி நியூயார்க் டைம்ஸ்" நாளிதழில் வெளியானது. அதில் வெளியான நடைமுறை நிலைமைகள் மிகவும் கொடூரமானவை. வாசகர்கள் உண்மையாக தாக்கமுற்றனர். ஆனால், ஒரு சீனப் பணியாளரின் மருமகன், அந்தக்கட்டுரைக்கு அனுப்பிய பதிலுரை மிகவும் எல்லோரையும் கவர்ந்தது.

> அமெரிக்கர்களால் "இனிப்புக்கடைகள்" என அழைக்கப்பட்ட இடத்தில் என்னுடைய அத்தை பல ஆண்டுகள் பணியாற்றினார். அது மிகவும் கடுமையான பணி. நீண்ட பணிநேரம், "குறைவான" ஊதியம், "தரமற்ற" பணிச்சூழல். உங்களுக்குத் தெரியுமா? அத்தகைய தொழிற்கூடங்கள் ஒன்றில் பணியாற்றுவதற்கு முன்னர் என் அத்தை என்ன செய்து கொண்டிருந்தார் தெரியுமா? விபச்சாரம்!

> அவருடைய முந்தைய வாழ்க்கை முறையோடு ஒப்பிட்டால், "இனிப்புக்கடை"யில் பணிபுரிவது என்பது, என்னைப் பொறுத்த வரையில், ஒருவிதமான முன்னேற்றமே. அந்த கொடுமையான முதலாளித்துவ எண்ணம் கொண்ட கடைக்காரர், ஓரிரு டாலர்களுக்காக, என் அத்தையை "மோசமாகப் பயன்படுத்தி" இருப்பார் என்பது எனக்குத் தெரியும். ஆனால் அதை விடக் கொடூரமானது சில பென்னிகளுக்காக முகந்தெரியாதோர் பலர் என் அத்தையின் உடலை மோசமாகப் பயன்படுத்தியிருப்பார்கள் என்பதே.

> இதனால்தான் நான் பல அமெரிக்கர்களின் சிந்தனையால் வருத்தமடைகிறேன். மேற்கத்திய நாடுகளில் இருப்பதுபோன்ற வாய்ப்புகள் எங்களுக்கு கிடைக்கவில்லை. இந்த நாடு வேற்று நாடு. ஆம், தொழிற்சாலையின் பணி மிகவும் கடினமானது தான். பணி சற்று எளிதாக இருந்திருக்கலாமா? ஆம். அமெரிக்காவின் பணிகளுடன் ஒப்பிடும்போதுதான் இத்தகைய பணி கடினமானது.

இந்தப்பதிலுரையை நான் எப்படிப் பொருள் கொள்வது? என்னில் ஒரு பாதி, இதுகுறித்து காராசாரமாக விவாதிக்கத் துடிக்கிறது. அடுத்த பாதி இது குறித்து யோசித்து அறிந்து கொள்ள விழைகிறது. ஆயினும், எப்படி வெவ்வேறான அனுபவங்கள், வெவ்வேறான பார்வைகளைத் தருகின்றன என்பதற்கு இது ஒரு சிறந்த எடுத்துக்காட்டாகும்.

ஒரே கருத்தை, உள்ளுணர்வுடன் அலசிப்பார்க்கும் போது அது வெவ்வேறான பார்வைகளுடன் விரிகிறது.

பணம் குறித்து மனிதன் எடுக்கும் ஒவ்வொரு முடிவும், அந்தந்தக் கணத்தில், அந்த முடிவைச்சார்ந்து, அவர் அறிந்த தரவுகளால் நியாயப்படுத்தப்படுகின்றன. அவ்வாறான முடிவுகளும் நியாயங்களும் அவர்கள் மனங்களுக்குள் வளர்த்துக் கொண்ட தனித்துவமான முன்மாதிரி வடிவத்துக்குள் புகுத்தப்படுகின்றன. அதுவே பின்னர் உலகம் எப்படி இயங்குகிறது என்ற கருத்தாக எழுகிறது.

இத்தகைய மக்கள் தவறான தகவல்களை பெறுதல் இயலும். அவர்கள் முழுமையற்ற தரவுகளைச் சேகரித்து இருக்கலாம். அவர்கள் கணக்கிடுவதில் மிகவும் மோசமானவர்களாகவும் இருக்கலாம். அவர்கள் வணிக விளம்பரங்களால், சந்தைப்படுத்தும் நடைமுறைகளாலும் துளைத்தெடுக்கப்பட்டிருக்கலாம். தாம் என்ன செய்கின்றோம் என்ற எண்ணமற்றவர்களாக அவர்கள் இருக்கலாம். அவர்கள் செயல்களின் எதிர்வினைகளைக் கணிக்கும் சக்தியற்றவர்களாகவும், அறிவற்றவர்களாகவும் இருக்கலாம். என்றுதான் அவர்கள் புரிந்துகொள்வார்களோ!

ஆனாலும், மக்கள் எடுக்கும் ஒவ்வொரு பொருளாதார முடிவின்போதும், அவர்கள் அது குறித்து பல்வேறு காரணிகளை ஒவ்வொன்றாக ஆய்ந்து, தெளிவாகவே முடிவெடுக்கிறார்கள். அவர்கள் செய்யும் ஒவ்வொரு முடிவுக்கும் அவர்கள் ஏன் அந்த முடிவை எடுக்கிறார்கள் என்பதற்கும், எவ்வாறு அந்த முடிவை எடுக்கிறார்கள் என்பதற்கும் காரணமாக, அவர்களுக்கு அவர்களாகவே ஒரு கதையைச் சொல்லி, நியாயப்படுத்திக் கொள்கிறார்கள். அத்தகைய கதைகள் அவரவர் சொந்த அனுபவங்களால் சித்திரிக்கப்பட்டவையே ஆகும்.

எளிய உதாரணமாக லாட்டரிச்சீட்டை எடுத்துக்கொள்வோம்.

திரைப்படங்கள், வீடியோ கேம்கள், இசை, விளையாட்டுகள், புத்தகங்கள் போன்றவைக்கு மொத்தமாகச் செலவு செய்வதை விட அதிகமாக, அமெரிக்கர்கள் லாட்டரிக்காகச் செலவு செய்கிறார்கள்.

அதுவும் லாட்டரிச் சீட்டுகளை வாங்குபவர் யார்? பெரும்பாலும் ஏழைகள்.

அடிமட்ட வருமானம் கொண்ட அமெரிக்கக் குடும்பங்கள், லாட்டரிக்கென்று, ஆண்டொன்றுக்குச் சராசரியாக, 412 டாலர்கள் செலவு செய்கிறார்கள். இது, உயர்மட்டக் குடும்பங்கள் லாட்டரிக்காகச் செலவு செய்யும் சராசரித் தொகையைவிட நான்கு மடங்கு அதிகம். 40 சதவிகிதம் அமெரிக்கர்களுக்கு,

ஆபத்துக்காலத்தில் 400 டாலர்கள் திரட்டுவது என்பது மிகவும் அரிய செயலாகும். இந்த உண்மை கூற வருவது: 400 டாலர்களுக்கு லாட்டரிச் சீட்டு வாங்கும் மக்களுள் பெரும்பாலானோர், ஆபத்துக்காலத்தில் 400 டாலர்கள் திரட்ட முடிவது இல்லை என்பதே. மில்லியனில் ஒருவருக்குக் கிடைக்கும் பெரிய வாய்ப்பை எதிர்பார்த்து, லாட்டரிச்சீட்டுக்காகச் செலவு செய்து தங்களுடைய பாதுகாப்பை இத்தகையோர் தாரைவார்த்துவிடுகிறார்கள்.

இது மிகவும் முட்டாள்தனமாக எனக்குத்தோன்றுகிறது. ஒருவேளை, உங்களுக்கும் இது முட்டாள்தனமாகத் தோன்றலாம். ஆனால் நான் அந்த அடிமட்ட வருமான வரம்பில் இருப்பவன் அல்லன். நீங்களும் அப்படிப் பட்டவராகத்தான் இருத்தல் கூடும். இதனால், அடிமட்ட வருமான வரம்புக்குக்கீழ் உள்ளோர், இத்தகைய லாட்டரிச்சீட்டுகளை வாங்கும் உள்ளுணர்வுக் காரணத்தை, நம்மில் பலர், உளரீதியாக புரிந்துக்கொள்வது என்பது கடினமான செயலாகும்.

ஆயினும் சற்றே ஆழ்ந்து யோசித்தால் இத்தகைய உள்ளுணர்வுக்காரணம் குறித்து கற்பனை இவ்வாறாக விரியலாம்:

> **நாங்கள் மாதாமாதம் சம்பளம் வாங்கினாலும், எங்களால் சேமிப்பது என்பது கடினமாகவே இருக்கிறது. அதிக சம்பளம் தரக்கூடிய வாய்ப்புகள் எங்களுக்குக் கையில் கிடைக்கக் கூடியதாக இல்லை. கேளிக்கை விடுமுறைக்கெனவோ, புதிய கார்களுக்கென்றோ, உடல்நலக் காப்பீடுக்கென்றோ, பாதுகாப்பான இடத்தில் வீடு வாங்குவதற்கென்றோ எங்களால் செலவு செய்ய இயலாது. நாங்கள் கடன் வாங்காமல், எங்களுடைய குழந்தைகளைக் கல்லூரிக்கு அனுப்பவியலாது. நீங்கள் படிக்கக்கூடிய பொருளாதாரம் சம்பந்தப்பட்ட நூல்கள் இப்போது எங்களிடமோ, அல்லது எதிர்காலத்தில் கிடைக்கும் என்ற நிலையோ எங்களுக்கு இல்லை. எங்கள் வாழ்க்கையிலும், உங்களிடம் ஏற்கனவே உள்ள நல்ல பொருள்களை போன்று வாங்க ஆசைப்படுகிறோம். லாட்டரிச்சீட்டு வாங்கும் அந்தக்கணத்தில் மட்டும் தான் அத்தகைய ஒரு வாழ்க்கையைக் கனவாய்க் காண்பதும் சாத்தியப்படுகின்றது. அந்தக் கனவுக்காக நாங்கள் செலவு செய்கிறோம். இதை உங்களால் உணர்ந்து கொள்ள முடியாது ஏனென்றால் நீங்கள் ஏற்கனவே அந்தக்கனவில் வாழ்ந்து வருகிறீர்கள். அதனால் தான்**

நீங்கள் வாங்குவதை விட அதிக அளவில் லாட்டரிச் சீட்டுகளை நாங்கள் வாங்குகிறோம்.

இத்தகைய நியாயத்தையோ காரணத்தையோ நீங்கள் ஏற்றுக் கொள்ளவேண்டும் என்பதில்லை. பொருளாதார ரீதியாக வீழ்ந்து கிடந்தாலும், லாட்டரிச்சீட்டு வாங்குவது என்பது சரியான முறை ஆகாது. ஆனாலும் லாட்டரிச்சீட்டின் விற்பனை ஏன் தொடர்கிறது என்பதை, ஒருவிதமாக, என்னால் புரிந்துகொள்ள இயலும்.

"நீங்கள் செய்வது முட்டாள்தனம்தான் என்றாலும், அதை ஏன் நீங்கள் செய்கிறீர்கள் என்பதை நான் அறிவேன்" என்ற இந்தப் புரிதலே, பணம் குறித்து எடுக்கும் பல்வேறு முடிவுகளின் மூலகாரணத்தை வெட்டவெளிச்சமாக்குகிறது.

சிலர் பொருளாதாரம் குறித்த முடிவுகளை, வெற்றுக் கணக்குகளால் மட்டுமே தீர்மானிக்கிறார்கள். பொதுவாக இவர்கள் அத்தகைய தீர்மானங்களை, இரவு உணவு அருந்தும் மேசையிலோ அல்லது அலுவலகக் கூட்டங்களிலோ முடிவு செய்கிறார்கள். தனிமனித அனுபவங்கள், உலகைக்குறித்த உங்களுடைய தனிப்பட்ட பார்வை, நானெனும் அகந்தை, கர்வம், வணிகயுக்திகள், சில லாபங்கள் ஆகியவை எல்லாமாய்ச் சேர்ந்து ஒருவிதமான காரணமாக நீங்கள் எடுக்கும் முடிவுக்குத் துணை போகின்றன.

பணம் குறித்த முடிவுகளை எடுப்பது ஏன் கடினமான காரியம் என்பதையும், அதற்காகத் தேவையற்ற நடத்தைகள் ஏன் துணைபோகின்றன என்பதையும் விளக்குவது என்பது மிக முக்கியமான காரியம் ஆகும். பணம்குறித்த இந்தப் புரிதல் எவ்வளவு புதிதானது என்பதை உணர்வதிலேயே அது அமைகிறது.

பணம் என்பது நீண்ட நெடுங்காலமாய்ப் பயன்பாட்டில் உள்ளது. இன்றைய நிலையில் துருக்கி என்று அழைக்கப்படும் பகுதியில், கி.மு.600 - இல் இருந்த லிடியா என்ற ராஜ்ஜியத்தை ஆண்ட அரசன் அல்யட்டஸ்தான் முதன்முதலில் பணம் என்ற ஒன்றை நடைமுறைக்குக் கொண்டுவந்தான் என்று நம்பப்படுகிறது. ஆனால், சேமிப்பதும், முதலிடுவதும் ஆகிய பணம் குறித்த முடிவுகளை எடுக்க இன்றைய நவீன உலகில் அடிப்படையாகக் கருதப்படுபவை, செயல்முறையில், சிறுபிள்ளைத்தனமாகவே இருக்கின்றன.

பணியோய்வை எடுத்துக்காட்டாகக் கொள்வோம். 2018-ஆம் ஆண்டின் இறுதியில், அமெரிக்கப் பணியோய்வுக் கணக்கில் 27 டிரில்லியன் டாலர்கள் இருந்தன. அந்த நிதியே பொதுவான

எவரும் அறிவிலி அல்லர்

முதலீட்டாளர்களின் சேமிப்பையும், முதலீட்டுக்கான முடிவுகளையும் தீர்மானிக்கும் முதன்மையான காரணியாக இருந்தது.[5]

ஆனால், "பணியோய்வுக்கான தகுதி" என்னும் முழுமையான வழக்கம், அதிக பட்சம், இரண்டு தலைமுறைகள் மட்டுமே பழமையானது.

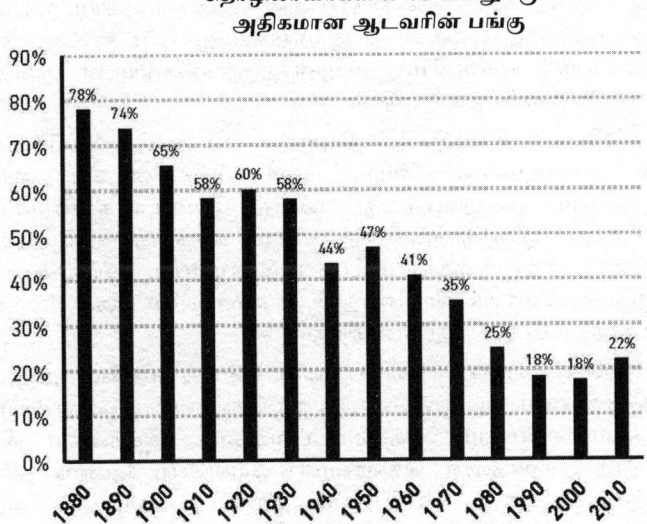

தொழிலாளர்களில் 65 வயதுக்கும் அதிகமான ஆடவரின் பங்கு

இரண்டாம் உலகப்போருக்கு முன்னர், அமெரிக்கரில் பெரும்பாலோர், அவர்கள் இறக்கும்வரை பணியில் இருந்தனர். அந்தச் சூழலில், அதுவே எதிர்பார்ப்பும், உண்மையும் கூட. 1940-ஆம் ஆண்டு வரை, பணிக்குச்செல்வோரில், 65 வயதுக்கு மேற்பட்ட ஆடவரின் விகிதம் 50 - ஐ விட அதிகமாக இருந்தது.

இந்நிலையை மாற்றவே "சமூகப்பாதுகாப்பு" குறிக்கோளாகக் கொள்ளப்பட்டது. ஆயினும் அந்த முயற்சியின் தொடக்கத்தில் அது ஒரு முழுமையான ஓய்வூதியத்தைக்கூட பெற்றுத்தராத வகையில் மட்டுமே இருந்தது. 1940-ஆம் ஆண்டு, ஐடா மே ஃபுல்லர் என்பவர் முதன்முதலாக, சமூகப்பாதுகாப்புக் காசோலையைப் பெற்ற போது, அதன் தொகை வெறும் 22.54 டாலர்கள்தாம். பணவீக்கத்தைக் கணக்கில் கொண்டால் அதன் மதிப்பு 416 டாலர்கள் எனலாம். 1980-கள் வரை, ஓய்வுபெற்றவர்களுக்கு வழங்கப்படும் சமூகப்பாதுகாப்புக் காசோலையின் சராசரி மதிப்பு 1000 டாலர்களைத் தாண்டவில்லை. இம்மதிப்பு பணவீக்கத்தைக் கணக்கில் கொண்ட மதிப்பு. மக்கள்தொகை கணக்கெடுப்பு கழகத்தின் கணக்கெடுப்பின்படி,

1960-கள் வரை, 65 வயதைக் கடந்த, ஓய்வூதியம் பெறுபவர்களில், நான்கில் ஒரு பங்கினர் வறுமையில்தான் வாழ்ந்தனர்.

ஆனால், "ஒவ்வொருவருக்கும் தனிப்பட்ட முறையில் சொந்த ஓய்வுகாலச் சேமிப்பு உள்ளது" என்ற பரவலான நம்பிக்கை ஒன்றிருக்கிறது. ஆனால், இது மிகைபடுத்தப்பட்ட கருத்தாகும். பணியாளர்கள் நலஆய்வுக் கழகம் இது குறித்து, "1975-இல், 65 வயது கடந்தோருள் நாலில் ஒரு பங்கினருக்கே ஓய்வூதியம் மூலமான வருவாய் இருந்தது" என்கிறது. இத்தகைய அதிர்ஷ்டசாலிகளுக்கும், வழங்கப்படும் ஓய்வூதியம், வாழ்வதற்குத்தேவையான பணத்தில் வெறும் 15 சதவிகிதம் மட்டுமே.

1955-ஆம் ஆண்டு, "தி நியூயார்க் டைம்ஸ்" பத்திரிகையில், ஓய்வுபெறுவதற்கான விழைவு, பணியாளர்களிடையே ஓங்கியே இருந்தாலும், ஓய்வுபெறுவது என்பது இயலாத காரியமாகவே தொடர்ந்து இருந்துவருகிறது என்ற கருத்தை வலியுறுத்தும் விதமாக, மாற்றியமைக்கப்பட்ட பழமொழியாக, "ஓய்வுபெறுவது குறித்து எல்லோரும் பேசினாலும், உண்மையில் மிகச் சிலருக்கே அது சாத்தியப்படுகிறது" என்கிறது.[6]

1980-கள் வரை, ஓய்வுபெறுவது என்பது எல்லோருக்குமான தகுதிதான் என்பதும், ஒவ்வொருவரும் கௌரவமாக ஓய்வுபெறுதல் அவசியம் என்பதும் சாத்தியப்படவில்லை. அத்தகைய நிலை இல்லாத காரணத்தால், கௌரவமாக ஓய்வுபெற வேண்டி, தங்கள் சொந்தப்பணத்தைச் சேமிப்பதும், மூதலீடு செய்வதும் ஆகிய முறைகள் நெடுங்காலமாகவே எதிர்பார்ப்புகளாகவே இருந்து வருகின்றன.

ஓய்வூதியம் என்பது எவ்வளவு சமீபத்திய முயற்சி என்பதை நான் இங்கே வலியுறுத்திச் சொல்கிறேன். அமெரிக்காவில், பணியாளர்களின் ஓய்வூதியத்துக்கான அடிப்படை சேமிப்பாக அமையும் 401(கே) என்னும் முறை, 1978 வரை வழக்கில் இல்லை. ரோத் ஐ.ஆர்.ஏ.-வும் 1998-க்கு முன்னர் தொடங்கப்படவில்லை. அதற்கு முன்னர், ஓய்வூதியம் என்பது, ஏதோ மதுவருந்துவதற்குப் போதுமானதாக மட்டுமே இருந்தது.

நம்மில் பலர், ஓய்வுக்காலத்திற்காகப் பணத்தைச் சேமிப்பதிலும், முதலீடு செய்வதிலும் திறனற்றவர்களாகவே உள்ளோம் என்னும் உண்மை, யாருக்கும் ஆச்சரியம் தருவதாக இல்லை. நாம் பணப்பித்துப் பிடித்தவர்கள் இல்லை; மாறாக நாம் எல்லோரும் புதியவர்கள்.

கல்லூரி செல்பவர்களின் நிலையும் இதைப்போன்றதுதான். 25 வயதைக் கடந்த அமெரிக்கர்களில், இளங்கலைப் பட்டம்

பெற்றவர்களின் விகிதம், 1940-ஆம் ஆண்டு, 20 பேருக்கு ஒருவரைவிடக்குறைவாக இருந்தது.[7] அதுவே 2015-ஆம் ஆண்டில், 4 பேருக்கு ஒருவர் என்ற விகிதமாக உள்ளது. அந்த காலத்தின் கல்லூரிக் கட்டணம், பணவீக்கத்தைக் கருத்தில்கொண்டு கணக்கிடுவோமாயின், இன்றைய நிலையில் நான்கு மடங்குக்கும் மேலாக அதிகரித்து உள்ளது.[8] இத்தகைய போக்கு, ஏதோ ஒன்று பெரிய அளவிலும், முக்கியமான காரணியாகவும் சமூகத்தில் தாக்கத்தை ஏற்படுத்துகிறது என்பதை இது நமக்குத் தெரிவிக்கின்றது. உதாரணமாக, கடந்த இருபது ஆண்டுகளில், பெரும்பாலோர், கல்விக்கடன் குறித்து மோசமான முடிவுகளை எடுத்துள்ளார்கள். நாம் கற்றுக்கொள்ள, அத்தகைய கடன் குறித்த மிக நீண்ட சரித்திரமும், தகவுகளும் நம்மிடையே இல்லை. இருந்தும் நாம் பறந்து கொண்டிருக்கிறோம்.

தொடங்கப்பெற்று வெறும் ஐம்பதாண்டுகளே ஆகியுள்ளன என்பதால், குறியீட்டு நிதிகளிலும் (Index Funds) இத்தகைய நிலையே நிலவுகிறது. அதைப்போன்றே, வெளிநாட்டு நிதிகளும் (Hedge Fund) வெறும் 25 ஆண்டுகளுக்கு முன்னரே தொடங்கப்பெற்றன. இன்றைய நிலையில் மிகவும் பரவலாகக் காணப்படும் நுகர்வோர் கடன்களான, அடமானங்கள், கடன் அட்டைகள், கார் கடன்கள் போன்றவை இரண்டாம் உலகப்போர் வரையில் அறியப்படாதவைகளாகவே இருந்தன. ஜி.ஐ. மசோதா அறிமுகத்துக்குப்பின்னர், மில்லியனுக்கும் மேற்பட்ட அமெரிக்கர்களுக்கு கடன்பெறுவது எளிதான செயலாயிற்று.

10,000 ஆண்டுகளுக்கு முன்னர், நாய்கள் மக்களின் தேவைக்கேற்ப பழக்கப்படுத்தப்பட்டன என்றாலும், இன்றளவும் அவை தங்களுடைய மூதாதையரின் குணாதிசயங்களைக் காத்துவருகின்றன. நாமோ, புதிய பொருளாதார முறை வழக்கில் வந்து 20 ஆண்டுகளிலிருந்து 50 ஆண்டுகளே ஆகியிருந்தாலும், முழுமையாக நம்மை அப்புதிய முறைக்குப் பழக்கப்படுத்திக் கொண்டுவிடுவோம் என்ற நம்பிக்கையில் உள்ளோம்.

உண்மைக்கும் உணர்வுக்கும் இடையேயான நிலையின் பிடிப்பில் அமையும் ஒரு பொருளுக்கு இதைப்போன்ற சிக்கல் ஏற்படுவது இயல்பு. இந்த இயல்பே, பணம் குறித்து நாம் என்ன செய்யவேண்டுமோ அதையே நாம் ஏன் ஒவ்வொரு முறையும் செய்வதில்லை என்பதை விளக்க உதவும்.

பணத்தை வைத்துக்கொண்டு பல்வேறு பைத்தியக்காரத் தனங்களை நாம் செய்துகொண்டிருக்கிறோம். அதற்குக்காரணம், நாம் எல்லோருமே இந்த பணவிளையாட்டுக்குப் புதியவர்கள்.

உங்களுக்கு எது பைத்தியக்காரத்தனமாகத் தெரிகிறதோ அது எனக்கு அறிவுபூர்வமாகக்கூட இருக்கலாம். ஆனாலும், நாம் யாருமே பைத்தியக்காரர்கள் இல்லை. நாம் ஒவ்வொருவரும், தனித்துவமாக, நாம் கண்ட அனுபவங்களின் அடிப்படையில், அந்தக் கணத்தில் எது நமக்கு அறிவுபூர்வமாகத் தெரிகிறதோ அந்த வகையில் முடிவுகளை எடுக்கின்றோம்.

இப்போது பில் கேட்ஸ் எப்படிச் செல்வந்தரானார் என்ற கதையை நான் உங்களுக்குச் சொல்ல இருக்கிறேன்.

2.

அதிர்ஷ்டமும் இடர்பாடும்

எதுவுமே, அது காணப்படும் அளவிற்கு நல்லதாகவும் இல்லை; தீயதாகவும் இல்லை.

அதிர்ஷ்டங்களும் இடர்பாடுகளும் உடன்பிறப்புகள். தனிப்பட்ட மனிதஉ ைைப்பைத்தவிர, வாழ்க்கையை நடைமுறைப்படுத்தும் மெய்யான சக்திகளாக அமைபவையே இவ்விரண்டும்.

நம்முடைய வெற்றியையோ அல்லது பிறர்து வெற்றியையோ நாம் எண்ணிப்பார்க்கும்போது, " எவையுமே, அவை காணப்படும் அளவிற்கு நல்லவையும் இல்லை; தீயவையும் இல்லை" என்பதை நான் ஏற்றுத்தான் ஆக வேண்டும் என்கிறார் நியூயார்க் பல்கலைக்கழகப் பேராசிரியர் ஸ்காட் கல்லவே.

கணிப்பொறியைப் பயன்படுத்தும் உலகின் மிகச்சில உயர்நிலைப் பள்ளிக்குத்தான் பில்கேட்ஸ் சென்றார்.

சியாட்டல் நகரின் எல்லையில் இருக்கும் லேக்சைட் பள்ளிக்கும் கணிப்பொறி எப்படிக் கிடைத்தது என்பதைக் குறிக்கும் கதை சுவையானது.

இரண்டாம் உலகப்போரில் பணியாற்றிய கடற்படை விமானியான பில் டகள் என்பவர், போருக்குப் பின்னர், ஒரு உயர்நிலைப்பள்ளியில், கணித, அறிவியல் ஆசிரியராகப் பணியாற்றினார். "வெற்று நூற்படிப்பு, உண்மையான உலக அறிவையும், அனுபவத்தையும் வழங்காது என்ற நம்பிக்கை கொண்டவராக அவர் இருந்தார். கல்லூரிக்குச் செல்லும் ஒவ்வொருவரும் கணிப்பொறி அறிவைப் பெறுதல் அவசியம் என்பதையும் அவர் உணர்ந்திருந்தார்." என்று அவர் குறித்த நினைவலைகளைப் பகிர்ந்து கொள்கிறார் மைக்ரோஃசாப்ட் நிறுவனத்தை நிறுவியவர்களுள் ஒருவரான பால் ஆலன்.

1968-ஆம் ஆண்டில், பில் டகள், லேக்ஸைட் பள்ளி மாணவர்களின் அன்னைகள் அமைத்திருந்த ஒரு குழுமத்துக்கு, வெற்று வதந்திகளைப் பகிர்வதை விட்டுவிட்டு, 3000 டாலர்களைத் தருமாறு ஒரு விண்ணப்பத்தை வைத்தார். ஒரு டெலி டைப் மாடல் 30 கணிப்பொறியை வாடகைக்கு எடுத்து, ஜெனரல் எலெக்ட்டிரிக் மெயின்ஃபிரேம் கணிப்பொறியோடு பகுதி நேரத்தொடர்பைக் கிடைக்கச்செய்யவே அந்தத்தொகை அவருக்குத் தேவைப்பட்டது. "தொலைதொடர்புத் துறையிலும், கணினித்துறையிலும், பகுதிநேரப் பகிர்வு என்னும் சித்தாந்தம் 1965- ஆம் ஆண்டில்தான் தொடங்கப்பட்டது" என்பதை நினைவுகூறும் பில் கேட்ஸ், "அதற்கு முன்னரே, பில் டகளின் இந்தப்பார்வை, தொலைநோக்குச் சிந்தனையுடைய சித்தாந்தமாகும்" என்கிறார். கணிப்பொறியைப் பயன்படுத்தும் வாய்ப்பை, பில் கேட்ஸ், தன்னுடைய எட்டாவது வகுப்பிலேயே பெற்றதைப்போல், மிகப்பல பல்கலைக்கழகங்களிலும் கல்லூரி மாணவர்களுக்கு கணிப்பொறியின் வாய்ப்பு கிடைக்கப் பெறவில்லை. வாய்ப்பிருந்தும் பில் கேட்ஸ் கேட்டும் தேவையான அளவிற்குப் பயன்படுத்த கிடைக்கவில்லை.

பில் கேட்ஸ், தன்னுடைய பள்ளி நண்பர் பால் ஆலனைச் சந்திக்கும்போது அவருக்கு வயது பதின்மூன்று. பால் ஆலெனும், பள்ளியில் இருந்த அந்தக் கணிப்பொறியின் மீது அளவு கடந்த வெறியுடன் இருந்ததால், அவர்கள் இருவரும் இணைந்து வெற்றி பெற இயன்றது.

லேக்சைட் பள்ளியில் கணிப்பொறிக் கல்வி, அப்பள்ளியின் பொதுவான பாட திட்டத்தின் பகுதியாக இல்லை. அது ஒரு தற்சார்புக்கல்வியாகவே இருந்தது. பள்ளி நேரம் போக எஞ்சிய உபரி நேரங்களான இரவு நேரங்களிலும், விடுமுறை நாட்களிலும், பில்லும் பாலும் அந்தக் கணிப்பொறியைப் பயன்படுத்தி, அதன்மூலம் தங்களுடைய கற்பனை யுக்திகளை வளர்த்துக் கொண்டனர்.

பள்ளியில் அந்தக் கணிப்பொறியுடன் இருவரும் சேர்ந்துப் பணியாற்றிய அத்தகைய ஒரு இரவில், பில்கேட்ஸ் கூறிய ஒரு கருத்தை ஆலன் நினைவு கூர்கிறார். பிலகேட்ஸ், ஆலனிடம் 'ஃபார்ச்யூன்' இதழின் ஒரு பிரதியைக் காட்டி, "ஒரு ஃபார்ச்யூன் 500 நிறுவனத்தை நடத்துவதைக்குறித்து நீ என்ன நினைக்கிறாய்?" என்று வினவினார். அது குறித்து தனக்கு ஏதும் தெரியாது என்று ஆலன் பதிலளிக்க, பில்கேட்ஸோ, "ஒரு வேளை நாமும் நமக்கான கணிப்பொறி நிறுவனத்தை ஒரு நாள் நடத்த வரலாம்" என்று ஆலனிடம் கூறினார். இன்றைய நிலையில், மைக்ரோஃசாப்ட்

அதிர்ஷ்டமும் இடர்பாடும்

நிறுவனத்தின் மதிப்பு டிரில்லியன் டாலர்களை விடக் கூடுதலானது என்பதை நாம் அறிவோம்.

ஒரு சிறிய கணக்கீட்டை இங்கே நாம் பார்ப்போம்.

ஐக்கிய நாடுகள் சபையின் அனுமானத்தின்படி, 1968-ஆம் ஆண்டில், உலகில் ஏறக்குறைய 303 மில்லியன் உயர்நிலைப் பள்ளி மாணவர்கள் இருந்தார்கள்.

அவர்களுள் சுமார் 18 மில்லியன் மாணவர்கள் அமெரிக்காவில் வசித்தவர்கள்.

அவர்களுள் 2,70,000 மாணவர்கள் வாஷிங்டன் மாநிலத்தில் வசித்தவர்கள்.

அவர்களுள், 1,00,000 க்கும் சிறிது மேலான எண்ணிக்கையில், சியாட்டல் பகுதியில் வசித்தவர்கள்.

அவர்களுள் 300 மாணவர்கள் மட்டுமே லேக்ஸைட் பள்ளியில் பயின்றவர்கள்!

நாம் இந்தக் கணக்கீட்டை 303 மில்லியனிலிருந்து ஆரம்பித்து, 300 என்ற எண்ணிக்கையில் முடிக்கிறோம்.

பள்ளிக்கல்விக்குக் கணிப்பொறி தேவை என்ற தொலை நோக்குப்பார்வையும், அதற்கான நிதி வசதியும் சேர்ந்து வாய்க்கப் பெற்ற ஒரு பள்ளியில் படிக்கும் வாய்ப்பு, மில்லியனில் ஒரு உயர்நிலைப்பள்ளி மாணவருக்கே அமைந்துள்ளது. அத்தகை யோருள் ஒருவராக பில் கேட்ஸ் அமைந்திருந்தார்.

இந்த வாய்ப்பைக்குறித்து பில்கேட்ஸ் எப்போதும் மறைக்க விரும்பியதில்லை. பின்னாளில், 2005-ஆம் ஆண்டு, அந்தப் பள்ளியில் நடந்த ஒரு பள்ளி நிறைவு விழாவில், பில் கேட்ஸ் கலந்து கொண்ட போது, "லேக்ஸைட் பள்ளி இல்லை யென்றால், மைக்ரோசாஃப்ட் நிறுவனம் வந்திருக்க வாய்ப்பே இல்லை" என்று குறிப்பிட்டுள்ளார்.

மற்றவரைத் தடுமாற்றம் செய்யும்விதமான அறிவாற்றலையும், அதை விட மிகையான கடின உழைப்பையும் கொண்டவராக விளங்கிய கேட்ஸ், தன்னுடைய பதின்ம வயதுகளிலேயே, கணிப்பொறி குறித்த தொலைநோக்குப் பார்வை உடையவராக விளங்கினார். அத்தகைய திறமை, தேர்ச்சி பெற்ற கணிப்பொறி வல்லுநர்களுக்குக்கூட கைவரப்பெறாத திறமையாகும். இதற்கும் மேலாக, லேக்ஸைட் பள்ளியில் படிக்கும் அந்த மில்லியனில் ஒருவருக்கான வாய்ப்பும் அவருக்கு இளமையிலேயே அமையப் பெற்றது.

நான் இப்போது உங்களுக்கு கேட்ஸின் நண்பரான கென்ட் ஈவன்ஸ் குறித்துச் சொல்ல விழைகிறேன். கேட்ஸ் எதிர்கொண்ட அனுபவத்தைப் போன்ற மகத்துவமான ஓர் அனுபவத்தை, அதிர்ஷ்டத்தின் உடன்பிறப்பான இடரால், ஈவன்ஸும் அடைந்தார்.

மைக்ரோசாஃப்ட் நிறுவனத்தின் சாதனை வெற்றியால், பில்கேட்ஸ், பால் ஆலன் ஆகிய இருவரும் உலக அளவில் மிகப் பிரபலம் அடைந்தனர். என்றாலும். அதே லேக்ஸைட் பள்ளியில், கணிப்பொறிச் சாதனையாளர்களாக, இவர்களுடன் மூன்றாமவராக ஒருவர் இருந்தார்.

கென்ட் ஈவன்ஸ், பில் கேட்ஸ் இருவரும் எட்டாம் வகுப்பிலேயே நண்பர்களாயினர். பில்கேட்ஸின் அனுமானத்தின்படி, அந்த வகுப்பின் சிறந்த மாணவர் ஈவன்ஸ் ஆவார்.

அவர்கள் இருவரும் மணிக்கணக்கில் தொலைபேசியில் உரையாடியதை நினைவு கூரும் பில் கேட்ஸ், "பில்லின் மூளையிலிருந்து" என்னும் ஆவணப்பதிப்பில், "கென்ட்டின் தொலைபேசி எண் 525-7851 என்பதை நான் இன்னும் நினைவில் வைத்துள்ளேன்" என்கிறார்.

பில் கேட்ஸ், பால் ஆலன் ஆகியோரின் திறமைக்குச் சற்றும் குறையாத வகையில் கென்ட் ஈவன்ஸ்ஸும் கணிப்பொறியில் திறமை பெற்றவராக விளங்கினார். ஒருசமயம், லேக்ஸைட் பள்ளி, அதனுடைய முழுப்பள்ளிக்கான பாட திட்டத்தை நிர்ணயிக்கும் முயற்சியில் திண்டாடியது. நூற்றுக்கணக்கில் இருந்த மாணவர்களின் விருப்பப்பாடங்களுக்கான பாடநேரம், மற்ற பாடநேரங்களுடன் முரண்பட்டதால், பாடதிட்டத்தை நிர்ணயிக்கும் வேலை, இடியாப்பச் சிக்கலாக இருந்தது. அந்தச் சிக்கலைத்தீர்க்க, கணிப்பொறியின் மூலம் ஒரு தீர்வைக் கொண்டு வரும் பொறுப்பைப் பள்ளி நிர்வாகம் பில் கேட்ஸ், கென்ட் ஈவன்ஸ் ஆகிய மாணவர்களிடம் கொடுத்தது. அந்த முயற்சி வெற்றியையும் பெற்றது.

பால் ஆலனைப் போலல்லாது, கென்ட் ஈவன்ஸ், பில் கேட்ஸ்ஸைப் போன்றே, வணிக நோக்குடனும், எதிர்காலம் குறித்த அளவிலா லட்சியங்களுடனும் விளங்கினார். "கென்ட் எப்போதும், ஒரு வழக்கறிஞர் கையில் வைத்திருக்கும் கைப்பெட்டியைப் போன்ற தொரு பெரிய கைப்பெட்டியை வைத்திருப்பார்" என்று குறிப்பிடும் பில் கேட்ஸ், "அடுத்த ஐந்து அல்லது ஆறு ஆண்டுகளில் நாங்கள் எப்படி இருப்போம் என்பதை, நாங்கள் இருவரும் திட்டமிட்டுக் கொண்டே இருப்போம். ஒரு நிறுவனத்தை நடத்தும் தலைமை மேலாளராக இருப்போமா? எவ்வகையான திறன்களைப் பெற்றிருப்போம்? எல்லோரையும் போல பொதுவான

வாழ்க்கையுடையவர்களாக ஆவோமா? இல்லை தனித்துவப் போக்குடன் ஒரு புதுநெறிக்கான தூதுவர்களாக ஆவோமா? என்றெல்லாம் யோசித்தவண்ணம் இருப்போம்" என்றும் நினைவு கூர்ந்துள்ளார். எதிர்காலம் எத்தகையதாக இருந்தாலும், அவர்கள் இருவரும் சேர்ந்தே பயணிப்பார்கள் என்ற கருத்தை உடையவர்களாகவே பில் கேட்ஸூம்,கென்ட் ஈவன்ஸூம் இருந்தனர்.

கென்ட்டுடனான தன்னுடைய நட்பை நினைவு கூர்ந்த பில் கேட்ஸ், "நாங்கள் இணைந்தே பணியாற்றியிருப்போம். கல்லூரிக்கும் நாங்கள் இருவரும் சேர்ந்தே போயிருந்திருப்போம் என்பதை நான் உறுதியாகக் கூறுவேன்." என்கிறார். பில் கேட்ஸ், பால் ஆலன் போன்றே, கென்ட் ஈவன்ஸ்ஸூம் மைக்ரோசாஃப்ட் நிறுவத்தின் ஒரு நிறுவனராக இருந்திருப்பார்.

ஆனால் அது நடைந்தேறவில்லை. தன்னுடைய உயர்நிலைக் கல்வியை முடிப்பதற்கு முன்பாகவே, கென்ட் ஈவன்ஸ், ஒரு மலையேறும் முயற்சியின்போது நடந்த விபத்தில் தன் உயிரை இழக்க நேரிட்டது.

அமெரிக்காவில், ஒவ்வோர் ஆண்டும், மலையேறும் முயற்சிகளின் போது, ஏறக்குறைய மூன்று டஜன் நபர்கள் விபத்தைச் சந்திக்க நேரிட்டு மரணமடைகின்றனர். பள்ளி மாணவர்களில், மலையேறும் முயற்சிகளின்போது, மரணம் நேரிடும் சம்பவம் ஏறக்குறைய ஒரு மில்லியன் எண்ணிகையில் ஒன்றாகும்.[9]

லேக்ஸைட் பள்ளியில் தன்னுடைய உயர்நிலைக்கல்வியை முடித்ததன் மூலம், மில்லியன் மாணவர்களுள் ஒருவர் பெறும் பயனை, அனுபவத்தைப் பெற்றவராகிறார் பில் கேட்ஸ். மில்லியன் மாணவர்களுள் ஒருவர் எதிர்கொள்ளும் இடரால், தான் பில்கேட்ஸ்ஸூடன் கனவு கொண்ட லட்சியங்களை எல்லாம், எப்போதுமே அடையாத வகையில் மரணமடைகிறார் கென்ட் ஈவன்ஸ். ஒரே விதமான விசை; ஒரே அளவிலான சக்தி; எதிரெதிர் திசைகளில் விளைவுகள்!

தனிப்பட்ட மனித உழைப்பைத்தவிர, வாழ்க்கையை நடை முறைப்படுத்தும் மெய்யான சக்திகளாக அமைபவை அதிர்ஷ்டமும் இடர்களும். இவற்றுள் ஒன்றை நம்பிக்கொண்டு, மற்றொன்றை அதே அளவிற்கு நம்ப முடியாமல் இருப்பது சாத்தியமற்றது என்று நினைக்கவைக்கும் அளவிற்கு, இவ்விரண்டும் ஒத்த குணங்களை உடையனவைகளாகவே உள்ளன. இவ்விரண்டும் நடைபெறுவதற்கான காரணம், தனிமனிதனின் 100 சதவிகிதச் செயல்களே, அவனுடைய வெற்றி தோல்விகளின் 100 சதவிகிதத்தையும் நிர்ணயிக்கின்றன என்பதைப் பொய்யாக்கும்

விதமான சூழலை ஏற்படுத்தும் இந்த உலகின் சிக்கலான போக்கே ஆகும். ஏழு பில்லியன் மனிதர்களும், இயக்கத்தில் இருக்கும் கணக்கற்ற மற்ற பொருட்களும் விளையாடும் ஒரு விளையாட்டில் நீ ஒருவனே. உணர்வுபூர்வமாக நீ எடுக்கும் உள்முடிவினால் உண்டாகும் விளைவுகளை விட, உன்னிலிருந்து வெளிப்புறத்தில், உன் கட்டுப்பாட்டில் இல்லாது நடக்கும் வினைகளின், விபத்துகளின் தாக்கம், மிகப்பெரிய அளவிலான விளைவுகளை ஏற்படுத்தக்கூடியவை ஆகும்.

அப்படியான அதிர்ஷ்டங்களும் இடர்களும் அளவிட முடியாதவை. ஏற்றுக்கொள்ள முடியாதவை. பல சமயங்களில் அவை கவனிக்கப்படாமலேயே சென்று விடுகின்றன. இணையான திறமைகளுடனும், இணையான எதிர்பார்ப்புகளுடனும் இருக்கும் போதிலும், அதிர்ஷ்டத்தை அடையும் ஒவ்வொரு பில் கேட்டுக்கும் சமமாக, இடரால் வீழும் ஒரு கெண்ட் ஈவன்ஸ் இருக்கத்தான் செய்கிறார்கள்.

அதிர்ஷ்டத்துக்கும் இடருக்கும் ஒரே அளவிலான மதிப்பை நாம் வழங்க முற்படும்போதுதான், தனிமனிதர்களின் பொருளாதார வெற்றியைச் சரியாக நம்மால் உணர இயலும். அது நமதாக்கட்டும், மற்றவர்களுடையதாகட்டும், பொருளாதார வெற்றி என்பது, அது காணப்படும் அளவிற்கு நல்லதாகவும் இல்லை; தீயதாகவும் இல்லை.

நோபல் பரிசுபெற்ற பொருளாதார வல்லுநரான ராபர்ட் ஷில்லரிடம், சில வருடங்களுக்கு முன்னர் நான் வினவியது இதுதான்: “முதலீடு குறித்து, நாம் அறியவியலாத எந்த வொன்றைப்பற்றி நீங்கள் அறியவிரும்புகிறீர்கள்?” என்பதுதான்.

அதற்கான அவருடைய விடை: “வெற்றிவாகைசூடிய விளைவுகளில், அதிர்ஷ்டத்தின் சரியான பங்கு என்ன என்பது குறித்துதான்”

அந்த விடையை நான் விரும்புகிறேன். அதற்கான காரணம், பொருளாதார வெற்றியில், அதிர்ஷ்டத்தின் பங்கு இருக்கச் சாத்தியமே இல்லை என்று எவருமே உண்மையில் நினைப்பதில்லை என்பதால்தான். ஆயினும் அதிர்ஷ்டத்தை அளவிட இயலாத காரணத்தினாலும், தனிநபர்களின் பொருளாதார வெற்றி அதிர்ஷ்டத்தால் அமைகிறது என்பதை ஏற்க மனமில்லாத அகந்தையாலும் மட்டுமே, பொதுவாக, பொருளாதார வெற்றியில்,

அதிர்ஷ்டம் ஒரு காரணியாக வெளிப்படையாக ஒத்துக் கொள்ளப் படுவதில்லை.

ஒரு பேச்சுக்கு, நான் உங்களிடம், "உலகில், பில்லியன் எண்ணிக்கையில் முதலீட்டாளர்கள் உள்ளனர். ஒருவேளை, இந்த எண்ணிக்கையில் வெறும் பத்துபேர், அவர்களுடைய அதிர்ஷ்டத்தால் மட்டுமே பெருங்கோடீஸ்வரர்களாக ஆனார்கள்." என்று கூறுகிறேன் என்று வைத்துக்கொள்ளுங்கள். உடனே நீங்கள், "ஆம். கண்டிப்பாக. அதற்கு வாய்ப்புள்ளது" என்பீர்கள். ஆனால், அத்தகையோரை அந்தப் பத்து நபர்களை, அவர்கள் முகங்களுக்கும் முன்னால், பெயரிட்டுச் சொல்லுங்கள் பார்க்கலாம் என்றால் பொதுவாக, நீங்கள் பின்வாங்குவீர்கள்.

அதிர்ஷ்டம் என்ற ஒன்று உள்ளது என்று நாம் நம்பினாலும், மற்றவர்களுடைய பொருளாதார வெற்றியை குறித்து விவாதிக்கும்போது, அதிர்ஷ்டத்தை அவர்கள் பெற்ற வெற்றிக்குரிய காரணியாக்கினால் நீங்கள் பொறாமைப்படுகிறீர்கள் அல்லது பொச்சரிக்கிறீர்கள். உங்களை நீங்களே விவாதித்துக் கொள்ளும் போது, உங்கள் வெற்றிக்குக் காரணியாக அதிர்ஷ்டத்தைக் காட்டுவது என்பது உங்களைக் குறைத்து மதிப்பிடுவதைப்போல், மனச்சோர்வடைகிறீர்கள்.

பொருளாதார வல்லுநரான பாஸ்கர் மஜூம்தார், உடன்பிறந்த சகோதரர்களிடையே, உயரம், எடை இவற்றை விட, வருமானம் மட்டுமே மிகவும் தொடர்புபடுத்திப் பார்க்கப்படுகிறது என்கிறார். நீங்கள் செல்வந்தராகவும், உயரமானவராகவும் இருந்தால், உங்களுடைய சகோதரரும், - அவரும் உயரமானவர் என்பதைவிட - செல்வந்தர் என்றே ஆகிறார். நாம் எல்லோருமே இந்தக்கூற்றை உண்மையாகவே உள்ளுணர்வோம் என்று நான் நினைக்கிறேன். இதற்குக்காரணம், உங்கள் கல்வியின் தரமும், உங்களுக்காக உருவான வாய்ப்புகளும், உங்கள் பெற்றோரின் சமூக, பொருளாதாரச் சூழ்நிலைத்தரத்தோடு மிகவும் தொடர்புடையவை என்பதாலேயே ஆகும். ஆனாலும், அப்படிப்பட்ட இரு சகோதரர்களை நீங்கள் என்முன்னர் கொண்டு வந்து நிறுத்தினால், அவ்விருவரைக்குறித்த இத்தகைய கருத்தை ஒத்துக்கொள்ளாத இரு நபர்களையாவது நான் உங்கள் முன்னர் நிறுத்துவேன்.

செல்வம் அனைத்தையும் இழந்து திவாலடைவது முதல் தனிமனித இலக்குகளை அடையாதது வரையிலான, எப்படிப்பட்ட தோல்வியும் மிகவும் மோசமாகப் பயன்படுத்தப்படுகின்றது.

தோல்வியைத்தழுவிய வணிகங்கள் யாவும் தேவைக்கு ஏற்ற கடின உழைப்பைப்பெறவில்லை என்று கூறவியலுமா என்ன?

தோல்வியடைந்த மோசமான முதலீடுகள், சரியான முறையில் திட்டமிடப்படவில்லையா என்ன? வேலையிழப்பின் முக்கிய காரணம் தனிமனிதரின் சோம்பேறித்தனம் மட்டும் என்றாகுமா என்ன? சில நேரங்களில் மட்டுமே அப்படி ஆகலாம்.

ஆனால் எத்தனைச் சதவிகிதம்? அதை அறுதியிட்டுச் சொல்லவியலாது. எவையெல்லாம் வணிகயுக்தியாகப் பயன்படுத்த எத்தனிப்படுத்தப்படுகின்றனவோ, அவை ஒவ்வொன்றுக்கான வெற்றியடையும் வாய்ப்பும், 100 சதவிகிதத்துக்கும் குறைவானதே. அத்தகைய முயற்சிகளில் இடர் என்பது, துரதிர்ஷ்டவசமாக, இந்தச் சமன்பாட்டின் எதிர்முனையான தோல்வியைச் சந்திப்பதே. அதிர்ஷ்டத்தைப்போன்றே, இடர் வரும்போதும், எதிர்கொள்ளும் தோல்வியில், தோல்வி எவ்வளவு கடினமானது, எவ்வளவு சிக்கலானது, எவ்வளவு குழப்பமானது என்பதை அளவிடுவது இயலாத காரியம் ஆகும். அத்தகைய சுழலில், விளைந்த விளைவில் இடரால் ஏற்பட்ட நஷ்டம் எவ்வளவு சதவிகிதம் என்பதையும், தனிமனிதரின் முடிவால் ஏற்பட்ட நஷ்டம் எவ்வளவு சதவிகிதம் என்பதையும் அறுதியிட்டுக் கணக்கிட இயலாது.

நாம் சந்தையிலிருந்து ஒரு பங்கை வாங்குகிறோம் என்று கொள்ளுங்கள். ஐந்து ஆண்டுகள் கழித்து, அந்தப்பங்கில் மதிப்பில் எந்த மாற்றமும் இல்லை. முதலாக, நான் அதை வாங்க எடுத்த முடிவு தவறானதாக இருக்க வாய்ப்பிருக்கலாம். அல்லது, 80 சதவிகிதம் வெற்றியடையும் வாய்ப்பிருந்த ஒரு பங்கை, நான் தேர்ந்தெடுத்ததாகவும் என் முடிவு இருக்கலாம், அந்த நிலையில், துரதிர்ஷ்டவசமாக, 20 சதவிகித வாய்ப்பிருந்த தோல்வியை நான் தழுவியிருக்கலாம். எது எப்படியாகும் என்று எனக்குத் தெரியவாய்ப்பில்லை. நான் என்னுடைய முடிவில் தவறுதான் செய்தேனா அல்லது இடர் என்னும் துரதிர்ஷ்டத்தின் உண்மையை நான் அனுபவித்தேனா?

நாம் எடுக்கும் சில முடிவுகள் சரியானவை என்பதை, புள்ளியல் அல்லது கணக்கியல் ரீதியாக அளவிடுதல் என்பது சாத்தியம்தான். ஆனாலும், உலகவாழ்க்கையில், ஒவ்வொரு நாளும் நாம் அப்படிக் கணக்கீடு செய்துகொண்டிருப்பதில்லை. அது சாத்தியமான காரியமுமில்லை. நாம் எளிதான சில சிறிய காரணங்களையும் கதைகளையும் தேர்ந்துகொள்கிறோம், ஆனால் அவை, பேய்த்தனமாக, நம்மை வேறுவழியில் திசை திருப்பக் கூடியவையாக அமைந்துவிடுகின்றன.

பல்வேறு முதலீட்டாளர்களுடனும், வணிகவிற்பன்னர்களுடனும், பல ஆண்டுகள் நான் பழகியதிலிருந்து,

அதிர்ஷ்டமும் இடர்பாடும்

உணர்ந்து கொண்ட ஒன்று இதுதான்: பொதுவாக, மற்றவர்களின் தோல்விக்குக் காரணங்கள் அவர்கள் எடுத்த தவறான முடிவுகள் என்றும், அதுவே நம்முடைய தோல்வியென்றால், அவையாவும் நாம் எதிர்கொண்ட துரதிர்ஷ்டத்தின் வலிமையால் ஆனவை என்றும் பொருள்கொள்ளப்படுகின்றன என்பதுதான். உங்கள் மூளைக்குள் எப்படிச் சிந்தனைகள் ஓடுகின்றன என்பதை நான் அறிந்து கொள்ள இயலாத காரணத்தால், உங்கள் தோல்விகளைப் பற்றி நான் மதிப்பீடு செய்யும்போது, நான் மிக எளிமையாக, காரண-காரியங்களை, வினை-விளைவுகளை மட்டுமே கருத்தில் கொள்வேன். "நீங்கள் ஒரு மோசமான விளைவைச் சந்தித்துள்ளீர்கள் என்றால், அதற்கான காரணம், ஒரு மோசமான முடிவாக மட்டுமே இருக்கவியலும்" என்று நான் எண்ணும் நிலையே, எனக்கு மிகவும் அறிவார்த்தமான நிலையாகத் தெரியும். ஆனால் அதுவே நான் என்னையே மதிப்பீடு செய்துகொள்ளும்போது, என்னுடைய அனுபவம், கற்பனை இவற்றைத் துணையாக்கிக்கொண்டு, நான் எடுத்த முடிவு சரியானதே என்றும், நான் அடைந்த தோல்விக்குக்காரணம் என்னுடைய துரதிர்ஷ்டம் என்றும் வாதிப்பேன்.

சரியான முடிவுகளை எடுத்தும், துரதிர்ஷ்டத்தால் வீழ்ந்த முதலீட்டாளர்களை "ஃபோர்பஸ்" இதழின் மேலட்டை என்றும் கொண்டாடுவதில்லை. ஆனால், எடுக்கப்பட்ட முடிவுகள் ஓரளவிற்குச் சரியாகவோ அல்லது முரண்களைக் கொண்டதாகவோ இருந்தாலும், அதிர்ஷ்டத்தால் வெற்றியைத் தழுவிய முதலீட்டாளர்களை மட்டும் கொண்டாடுகிறது. இங்கே இருவருமே, ஒரே நாணயத்தைச் சுண்டியெறிந்தாலும், அது தரைமீது விழும்போது வெவ்வேறு பக்கத்தைக் காட்டியபடி வீழ்கிறது என்பதே உண்மை.

இத்தகையான முயற்சியில் அபாயமானது, பணம் சேர்க்கும் நோக்கில், எந்த வழி சரியாக அமையும், எது சரியாக அமையாது என்பதைக் கற்றுக்கொள்ள நாம் முயன்று கொண்டிருப்பதே ஆகும்.

எவ்வகையான முதலீட்டு வழிமுறைகள் வெற்றிபெறுகின்றன? எது வெற்றிபெறாது?

எவ்வகையான வணிக வழிமுறைகள் வெற்றிபெறுகின்றன? எது வெற்றிபெறாது?

நாம் செல்வந்தர்களாக ஆவது எப்படி? எப்படி நாம் வறியவர்களாக இருப்பதைத் தவிர்க்கலாம்?

நாம் கவனிக்கும் வெற்றி, தோல்வி அனுபவங்களிலிருந்து, இத்தகைய கேள்விகளுக்கான பாடங்களைப் பயில விழைகிறோம்.

அதுவே, "அவள்செய்ததைக் கடைப்பிடிப்போம்; அவன் செய்ததைத் தவிர்ப்போம்" என்னும் கருத்தாகிறது.

நம்மிடம் ஒரு மந்திரக்கோல் மட்டும் இருந்தால், நாம் திரும்பத் திரும்ப செய்யும் எத்தகைய செயல்களால் அவ்வாறான விளைவுகள் ஏற்படுகின்றன என்பதையும், அதற்கெதிராக, அதிர்ஷ்டமும் துரதிர்ஷ்டமும் எவ்வாறு நாம்செய்யும் செயல்களைச் சுழற்றி, மாற்றம் அடையச்செய்கின்றன என்பதையும், இவ்விரண்டு தாக்கத்தின் சதவிகிதங்களையும் தெரிந்துகொள்ளலாம். ஆனால் அத்தகைய மந்திரக்கோல் நம்மிடம் இல்லையே. அதிக அளவு சிரமம் இல்லாமல், எளிய வழிமுறையில், இவற்றுக்கான பதில்களை நம் மூளை எதிர்பார்க்கிறது.

பில் கேட்ஸ் போன்று அசாத்திய வெற்றியைக் கண்ட மற்றொருவரைப் பற்றி நான் உங்களுக்கு இப்போது சொல்லப்போகிறேன். அவருடைய பொருளாதார வெற்றிக்கு, அதிர்ஷ்டத்தையோ அல்லது திறமைகளையோ காரணமாகக் காட்டவியலாது.

தன்னுடைய இரயில் போக்குவரத்துச் சாம்ராஜ்ஜியத்தை விரிவாக்கும் எண்ணத்துடன், கொர்னேலியஸ் வண்டர்பில்ட், பல்வேறு வணிகமுயற்சிகளுக்கான ஒப்பந்தங்களை அப்போதுதான் முடித்திருந்தார்.

அவருடைய வணிகஆலோசகர்களில் ஒருவர், வண்டர் பில்ட்டிடம் அவர் அப்போது ஒப்பந்தம் செய்த முயற்சிகள் ஒவ்வொன்றும் அரசின் விதிகளை மீறுகின்றன என்று தெரியப்படுத்தினார்.

"கடவுளே!" என்று வியந்தபடி வண்டர்பில்ட் அவரிடம், "நியூயார்க் அரசின் சட்டங்கள், விதிகள் ஆகியவைகளுக்குட்பட்டு, அதன்வழியே, இரயில் போக்குவரத்துத் தொழிலைச் செய்யமுடியும் என்று நீங்கள் நினைக்கின்றீர்களா என்ன?" என்றார்.[10]

இதுகுறித்து முதலில் நான் படித்தபோது எனக்குத்தோன்றியது இதுதான்: "அவருடைய அந்த அணுகுமுறையே அவருடைய அந்த வெற்றிக்குக் காரணம்". அந்தக்காலத்தில், அரசுவிதிகள் இரயில்போக்குவரத்தை அனுமதிப்பதில்லை. ஆனாலும் வண்டர் பில்ட் அதைப்பொருட்படுத்தாது முயன்று வெற்றி பெற்றார்.

வண்டர்பில்ட் தன்னுடைய தொழில்முனைவுகளில் பெருவாரியாக வெற்றி பெற்றவர். அவருடைய வெற்றிக்கு முக்கிய

காரணமாகக் கருதப்பட்ட, அரசுவிதிகளை உடைக்கும் குணத்தை, ஆரோக்கியமான வணிகஞானமாகக் கொள்வது என்பது சற்று சிரமமானது தான். இருந்தாலும் அந்தத் தொலைநோக்குப் பார்வைகொண்ட முரட்டுமனிதர் தன்வழியில் எந்தத்தடையையும் அண்டவிட்டதில்லை.

இது மிக அபாயகரமான ஒரு ஆய்வு இல்லையா? அறிவுள்ள எவனும், வாசம் பூசப்பட்ட குற்றத்தை தொழில்முனைவுக்கான சாதனமாகக் கொள்ளமாட்டான். இப்போது நீங்கள் எளிதாக முடிவைப் புரிந்துகொள்ளலாம். வண்டர்புல்ட்டின் கதை வேறு மாதிரியான முடிவை எட்டியது. நீதிமன்றத்தின் ஆணையால், புதிதாகத் தொடங்கப்பெற்ற ஒரு குற்றவாளியின் நிறுவனம் மூடப்பட்டது.

இங்கும் நாம் ஒரு குழப்பத்தைக் காண்கிறோம்.

ஏறக்குறைய அதே காரணத்தினால் வீழ்ந்த என்ரோன் நிறுவனத்தை எந்த அளவிற்கு நீங்கள் குற்றங்கூறுகிறீர்களோ அதே அளவிற்கு, அரசுவிதிகளை வளைத்த வண்டர்பில்ட்டையும் நீங்கள் புகழலாம். இவர்களுள் ஒருவர், அரசின் விதிகளை மீறியும், தண்டனைகளைத் தவிர்க்கும் அதிர்ஷ்டத்தைப்பெற்றவர்; மற்றொருவர், இடர்பாட்டின் பக்கத்தால் வீழ்ந்தவர்.

ஜான்.டி.ராக்ஃபெல்லரும் இதைப்போன்ற குணமுடையவரே. "ஒரு சில்லறைத் திருடனின் செயலைவிட எந்த வகையிலும் குறைவானது இல்லை" என்று ஒருமுறை, நீதிபதி ஒருவர், அவரது நிறுவனத்தைக் குறைகூறும் அளவிற்கு, சட்டத்தின் ஓட்டைகளைச் சாதகமாகப் பயன்படுத்திக்கொள்ளும் ராக்ஃபெல்லர், வரலாற்று ஆசிரியர்களால், தந்திரமான, வணிகத்துறை மேதை என்று புகழப்பட்டவர். அப்படியும் இருந்திருக்கலாம். ஆனால், "காலம் கடந்த சட்டங்கள், உங்கள் நவீன கண்டுபிடிப்புகளின் பாதைக்குக் குறுக்கே வராது பார்த்துக்கொண்டவர் நீங்கள்" என்னும் புகழாரத்திலிருந்து வேறுபட்டு, "நீங்கள் குற்றம் செய்தவரா?" என்று கேட்கும் அளவிற்கு மாறியது எப்போது? அல்லது அதே கதை, "ராக்ஃபெல்லர் ஒரு மேதை, அவருடைய வெற்றிகளிலிருந்து கற்றுக்கொள்ளுங்கள்" என்னும் நிலையிலிருந்து, "ராக்ஃபெல்லர் ஒரு குற்றவாளி, அவருடைய வணிகத்தோல்விகளிலிருந்து கற்றுக்கொள்ளுங்கள்" என்ற நிலைக்கு மாறும்? அதற்கான சாத்தியம் மிக அரிதே!

"அரசின் சட்டங்களைப்பற்றி நான் ஏன் கவலைப்படவேண்டும்? எனக்கென்று வலிமை ஏதும் கிடையாதா?" என்று வண்டர்பில்ட் ஒருமுறை வினவியிருக்கிறார்.

அவர் அப்படித்தான் செய்தார்; அது வெற்றியையும் பெற்றுத்தந்தது. தங்களுடைய சரித்திரங்களின் கடைசிச்சொற்கள், முரணான விளைவுகளுடன் அமைந்த சிலருடைய நிலையைக் குறித்துக் கற்பனைசெய்து பார்ப்பது என்பது மிகவும் எளிதான செயலாகவே இருக்கிறது. தைரியம், பொறுப்பின்மை ஆகிய இருசொற்களுக்கிடையேயான அந்தக்கோடு மிகவும் மெலிதானது. அதிர்ஷ்டத்துக்கும் இடர்பாட்டுக்கும் நாம் சரியான அர்த்தத்தை, நிலையைத் தராதிருந்தால், அவை காணாமலேயே போகும்.

பெஞ்சமின் கிரஹாம் என்பவர், எக்காலத்திலும் சிறந்த முதலீட்டாளர்களுள் ஒருவராகத் திகழ்ந்தவர். முதலீட்டுமதிப்பின் தந்தை என்று அழைக்கப்பட்டவரும், வாரன் பஃப்பெட்டின் தொடக்ககால ஆசானும் ஆவார். ஆனாலும் பெஞ்சமினுடைய முதலீட்டு வெற்றியின் பெருவாரியான காரணமாக இருந்தது, அவரிடம் இருந்த கெய்க்கோ பங்குகளின் மீதான மிக அதிக அளவிலான முதலீடுதான். அவருடைய குறிப்பேடுகளில் இதுகுறித்து அவரே ஒத்துக்கொண்டு எழுதிய ஒரு கருத்து, மிகையாக அவரிடம் இருந்த கெய்க்கோ பங்குகளின் சேர்க்கை, பெரும்பாலும் பங்குகளின் பிரிவினைச் சட்டத்திற்குப் புரம்பானவையே; ஏறக்குறைய ஒவ்வொரு சட்டத்தையும் உடைத்துச் சேர்த்தவையே என்பதுதான். இந்த விஷயத்தில் தைரியம், பொறுப்பின்மை ஆகியவற்றின் இடையே இருக்கும் மெல்லிய கோடு எப்படி அற்றுப்போனது? எனக்குத் தெரியவில்லை. அவரிடம் இருந்த கெய்க்கோ பெருநிதி குறித்து கிரஹாம் எழுதுகின்றார்: “ஒரு அதிர்ஷ்டமான வாய்ப்பு, அல்லது ஒரு அசாத்திய புத்திசாலித்தனமான முடிவு - இவை இரண்டும் வெவ்வேறு என்று நாம் சொல்ல இயலுமா?” அவ்வளவு எளிதாகச் சொல்ல இயலாதுதான்.

அதைப்போலவே, 2006-ஆம் ஆண்டில், தன் நிறுவனத்தை வாங்கிக்கொள்ள, ஒரு பில்லியன் டாலர்கள் தரத் தயாராக இருப்பதாகக் கூறிய யாஹூவின் கோரிக்கையை நிராகரித்தும், மார்க் ஜுக்கர்பெர்க்கை ஒரு மேதை என்று நாம் எண்ணுகின்றோம். அவரால் எதிர்காலத்தை உணரமுடிந்ததால், தன்னுடைய முடிவில் நிலையாக நின்றார். ஆனால், மைக்ரோசாஃப்ட் நிறுவனம், ஒரு பெருத்த நிதிக்கு யாஹூ நிறுவனத்தை வாங்கத் தயாராக இருந்த நிலையில், யாஹூ அக்கோரிக்கையை நிராகரித்ததை நாம் குறைகூறிப்பேசுகிறோம். “அவ்வளவு பெரியதொகையைத் தரத் தயாராக இருக்கும்போதே, இந்த முட்டாள்கள் அந்த வாய்ப்பைப் பயன்படுத்திக்கொண்டிருக்க வேண்டும்” என்றும் கூறுகிறோம். இந்தச்சூழல்களிலிருந்து தொழில்முனைவோர்களுக்கான பாடம்தான் என்ன? என்னால் ஒன்றும் சொல்ல இயலவில்லை, ஏனென்றால்,

அதிர்ஷ்டமும் இடர்பாடும்

அதிர்ஷ்டத்தையும் இடர்பாட்டையும் அறுதியிட்டுக் கூறுவதென்பது அவ்வளவு எளிதான செயலன்று.

இவ்வகையில் பல்வேறு உதாரணங்கள் உள்ளன.

எண்ணிக்கையற்ற வாய்ப்புகளும் (தோல்விகளும்) அவற்றின் விளைவுகளைப் பயனாக்கிக்கொள்ளக் கடமைப்பட்டிருக்கின்றன.

திறமையான (திறமையற்ற) மேலாளர்கள், அவர்களால் எவ்வளவு வலிமையாக இயலுமோ அவ்வளவு வலிமையுடன், கணக்கற்ற பணியாளர்களை வழிப்படுத்திக்கொண்டிருக்கிறார்கள்.

"வாடிக்கையாளர் கூறுவதுதான் எப்போதுமே சரி", "வாடிக்கையாளர்கள், தங்களுக்கு என்ன வேண்டும் என்பதை அறியாதவர்கள்" ஆகிய இருவாதங்களுமே ஒத்துக்கொள்ளப்பட்ட வணிகஞானமாக இருக்கின்றன.

"எழுச்சியூட்டும் தைரியம்" என்பதற்கும், "முட்டாள்தனமான பொறுப்பின்மை" என்பதற்கும் இடையேயான கோடு, ஒரு மில்லிமீட்டர் அளவே ஆனதாக இருக்கலாம்; அது பின்னுணர்வின் மூலமாக மட்டுமே காணக்கூடியவிதத்திலும் இருக்கலாம்.

இடர்பாடும் அதிர்ஷ்டமும் நிழல்மொழியைப் பேசும் இரட்டையர்கள்.

இது எளிதில் தீர்க்கக்கூடிய சிக்கல் இல்லை. எது அதிர்ஷ்டம், எது திறமை, எது இடர்பாடு என்பதை அறுதியிடுவதில் இயலாமையே மேலோங்கி இருக்கிறது. பணத்தைச் சரியான முறையில் ஆளவேண்டும் என்று நாம் முயலும் போதெல்லாம், இந்த இயலாமையே மிகப்பெரிய சிக்கலாகத் தோன்றுகிறது.

ஆனாலும் இரண்டு கருத்துகள் நமக்குச் சரியான பாதையைக் காட்டும்.

யாரை நீங்கள் புகழ்கிறீர்களோ, ஆராதிக்கிறீர்களோ அவர்களிடம் மிகவும் கவனமாக இருங்கள். யாரை நீங்கள் குறைத்து மதிப்பிடுகிறீர்களோ, முன்னேறக்கூடாது என்று எதிர்பார்க்கிறீர்களோ அவர்களிடம் மிகவும் கவனமாக இருங்கள்.

அல்லது விளையும் விளைவுகள் அனைத்துக்கும், 100 சதவிகிதக் காரணிகளாக அமைபவை, ஒருவருடைய உழைப்பும் அவர் எடுக்கும் முடிவுகளும்தாம் என்று நம்பும்போதெல்லாம் கவனமாக இருங்கள். என் மகன் பிறந்த பின்னர், நான் அவனுக்கு எழுதிய ஒரு கடிதத்தின் பகுதி இது:

சிலர் கல்வியை ஊக்குவிக்கும் குடும்பங்களில் பிறந்தவர்; மற்றவர் அதற்கு எதிரான கருத்துடையவர். சிலர், தொழில்முனைவோரை ஊக்கப்படுத்தும் விதத்தில் அமைந்த எழுச்சி கொண்ட பொருளாதாரச் சூழலில் பிறந்தவர்; மற்றவர் போர்களுக்கு மத்தியிலும், ஆதரவற்ற நிலையிலும் பிறந்தவர். நீ வெற்றிபெற வேண்டுமென்று விரும்புபவன் நான்; அந்த வெற்றியை, நீயே அமைத்துக்கொள்ள வேண்டும் என்றும் விரும்புபவன். இருந்தாலும், எல்லா வெற்றியும் கடினமான உழைப்பால் உண்டாவதில்லை என்பதையும், எல்லாத் தோல்வியும் பொறுப்பற்ற சோம்பேறித்தனத்தால் உண்டாவதில்லை என்பதையும் உணர்ந்துகொள். மற்றவர்களைப் பற்றியும், உன்னைப் பற்றியும் நீ மதிப்பிடும்போதெல்லாம், இதை நீ நினைவில் வைத்துக்கொள்.

எனவே தனிப்பட்டவர்களைப் பற்றியும், குறிப்பிட்ட சூழலில் அமைந்த உதாரணங்களைப் பற்றியும் மட்டுமே முழுகவனத்தில் கொள்ளாமல், பரந்த நிலைப்பாடுகளை ஆய்வதில் கவனம் காட்டுதல் வேண்டும்.

பில்லியனர்கள், மிகப்பெரும் நிறுவனத்தின் தலைவர்கள், மிகப்பெரும் தோல்விகளைச் சந்தித்தவர்கள் என்று மிகை நிலையடைந்த, சில குறிப்பிட்ட தனிநபர்களை ஆராய்வது என்பது ஆபத்தானது. ஏனெனில், மிகைநிலை உதாரணங்கள் யாவும், அவற்றோடு பிணைந்திருக்கும் இடியாப்பச் சிக்கல்களினால், பொதுவாக மற்ற சூழல்களுக்குப் பொருந்தாத இயல்புடையன. எந்த அளவிற்கு உதாரணங்கள் மிகைநிலையில் உள்ளனவோ, அந்த அளவிற்கு அவற்றின் மூலம் நாம் பெறும் படிப்பினைகள், இயல்பு வாழ்க்கைக்குப் பொருந்தாதனவாகவே இருக்கும். இதற்குக் காரணம், அத்தகைய நிகழ்வுகள் யாவும், அதிர்ஷ்டம், இடர்பாடு ஆகியவற்றின் மிகைநிலை வெளிப்பாடுகளாகவும் இருக்கலாம்.

எனவே அதிர்ஷ்டம், இடர் ஆகியவை குறித்த, பொதுவான பரந்தநிலைப்பாடுகளை ஆய்வதன் மூலமே, அமல்படுத்தக்கூடிய வகையில் அமைந்த படிப்பினைகளை அத்தகைய உதாரணங்களிலிருந்து நாம் அடைதல் இயலும். நாம் தேர்ந்தெடுக்கும் பரந்த நிலைப்பாடுகள், எந்த அளவிற்குப் பொதுவானவையோ அந்த அளவிற்கு அவை நம்முடைய

அதிர்ஷ்டமும் இடர்பாடும்

வாழ்க்கைக்கு உகந்தனவாக அமைதல் கூடும். வாரன் பஃப்பட்டின் முதலீட்டுவெற்றிகளை நாம் அப்படியே பின்பற்றுதல் என்பது சரியான வழியாகாது. ஏனென்றால், பஃப்பெட்டின் வழிமுறைகள், அவரது அதிர்ஷ்டம் பொறுத்த மிகைநிலை வெளிப்பாடுகள். அவரது வாழ்க்கையில் அதிர்ஷ்டத்தின் பங்கு பெரிய அளவிலானது. அதிர்ஷ்டத்தைப் பின்பற்றுதல் என்பது சாத்தியமற்ற செயலாகும். நாம் ஏழாம் அத்தியாயத்தில் பார்க்கப் போவதைப் போல, யாரெல்லாம் அவர்களுடைய காலத்தைக் கட்டுப்பாட்டில் வைத்துக் கொள்கிறார்களோ, அவர்கள் வாழ்க்கையில் மகிழ்ச்சிகரமாக இருக்கிறார்கள் என்பதை நாம் உணர்தல் அவசியம். இந்த இயல்பான படிப்பினையை நாம் கற்பதே நமக்கு உதவியாக இருக்கும்.

எனக்கு மிகவும் பிடித்த வரலாற்று வல்லுநரான ஃபிட்டெரிக் லீவீஸ் ஆலன், ஒரு சராசரியான, இயல்புநிலையைக் கொண்ட அமெரிக்கரின் வாழ்வியலைக் குறித்து விவரித்துள்ளார். அமெரிக்கர்கள் எப்படி வாழ்ந்தார்கள், எத்தகைய மாற்றங்களுக்கு உட்பட்டார்கள், எப்படியான பணிகளை மேற்கொண்டார்கள், எப்படிப்பட்ட இரவு உணவை உட்கொண்டார்கள் போன்றவை குறித்த பல்வேறு தரவுகளை அவர் ஆய்ந்து தந்துள்ளார். மிகைநிலையில் உயர்வை அடைந்த சிலரின் செய்திகள் குறித்து ஆய்ந்துகொண்டிருப்பதைத் தவிர, இதுபோன்ற, பரந்தநிலையில் நடத்தப்பட்ட ஆய்வுகளின் முடிவுகளை நாம் நமக்கு உரித்தான படிப்பினையாகக் கொள்வது சிறந்ததாகும்.

பில் கேட் ஒருமுறை கூறியுள்ளார்: "வெற்றி என்பது ஒரு மோசமான ஆசான் ஆகும். வெற்றிகளை எப்போதும் நாம் விட்டுவிடக்கூடாது என்று நினைக்கவைக்கும் அளவிற்கு, அது மேதைகளைக் கவரக் கூடியது"

நடைமுறையில் முன்னேற்றம் மிகவும் சிறந்த முறையில் நடக்கிறது என்றால், அங்கே ஏதோ தீது உள்ளது என்பதை நீ உணர்தல் அவசியம். நீ தோற்கடிக்கப்பட முடியாதவன் என்றில்லை. அதிர்ஷ்டம்தான் உனக்கு வெற்றியைத் தந்தது என்பதை நீ நம்பினால், அதன் உடன்பிறப்பான இடர்பாட்டையும் நீ நம்பியாக வேண்டும். அத்தகைய இடர்பாடு, கணநேரத்தில், உன்னைத் தலைகீழாய்ப் புரட்டிப் போட்டுவிடும்.

ஆம். அதிர்ஷ்டத்தின் எதிர்முனையான இடர்பாட்டிலும் அதே மாதிரியான நிலைதான்.

இடர்பாடென்பதும் ஒரு மோசமான ஆசான்தான். அது மேதைகளையும் கவரச்செய்து, அவர்களையே தங்கள் முடிவுகள் மிகவும் மோசமானவை என்று நினைக்கவைக்கக் கூடியதாகும். அத்தகைய தோல்விகள், இடர்பாடு ஏற்படுத்திய மோசமான விளைவுகளின் பிம்பங்களே ஆகும். தோல்வியின்போது நாம் கடைபிடிக்கக்கூடிய தந்திரம் ஒன்று உள்ளது. நாம் எதிர்கொள்ளும் சில மோசமான முதலீடுகளும், நாம் அடையாத சில இலக்குகளும், நம்முடைய பொருளாதார வாழ்நிலையை முழுமையாக ஒழிக்க இயலாதபடியான சூழலை உண்டாக்கிக் கொள்வதுதான். இப்படியான சூழல் மீண்டும் நமக்கான நேரம் வரும்வரை நம்மைப் பாதுகாக்கும்.

எனவே அதிர்ஷ்டத்தை நாம் எந்த அளவிற்கு உணர்ந்து கொண்டாடுகிறோமோ, அதே அளவிற்கு இடர்பாடுகளையும் நாம் எதிர்கொள்ளுதல் வேண்டும். அதாவது, இடர்பாடுகளை எதிர்கொண்டு அவற்றை நாம் உணர்ந்துகொள்ளும்போது, நம்மை நாமே மன்னித்துவிட்டு, அந்தச் சூழல்களிலிருந்து அகன்றுவிடுவதே முக்கியமான செயலாகும்.

எதுவுமே, அது காணப்படும் அளவிற்கு நல்லதாகவும் இல்லை; தீயதாகவும் இல்லை.

இப்போது நாம், அதிர்ஷ்டத்தைப் பெருக்கிய இருவேறு மனிதர்கள் குறித்துப் பார்க்கப்போகிறோம்.

3.

நிறையாத தேவை

2019-ஆம் ஆண்டு மறைந்த வேன்கார்ட் நிறுவனத்தின் நிறுவனர் ஜான் போக்லே, பணம்குறித்து நாம் அதிகம் யோசிக்காத ஒரு கருத்தை விளக்கும் கதை ஒன்றைக் கூறியுள்ளார்.

ஒரு பெரிய கோடீஸ்வரர், ஷெல்ட்டர் தீவில் நடத்திய விருந்து ஒன்றில், கர்ட் வன்னேகட் தன்னுடைய நண்பர் ஜோசப் ஹெல்லரிடம், அந்த விருந்தை வழங்கும் கோடீஸ்வரர் குறித்த ஒரு செய்தியைக் கூறினார். ஹெல்லர் தன்னுடைய மிகப்பிரபலமான நாவலின் மூலம் வாழ்நாள் முழுவதும் சேர்த்த செல்வத்தைவிட மிக அதிக அளவான செல்வத்தை, முதலீட்டாளரான அந்தக் கோடீஸ்வரர் ஒரே நாளில் சம்பாதிப்பவர் என்பதுதான் அந்தச் செய்தி. அதற்கு ஹெல்லர் பதிலாக, "இருக்கலாம். நான் அடைந்த ஒன்றை அவரால் எப்போதுமே அடைதல் இயலாது. அது போதும் என்ற ஒரு நிலை" என்றார்.

போதும்! நான் அந்தச் சொல்லில் அடங்கியுள்ள பொருளை உணர்ந்து திகைத்தேன். நான் திகைப்படைந்ததற்கான காரணங்கள் இரண்டு; முதலாவது, நான் என்னுடைய சொந்த வாழ்க்கையில் பெருமளவில் அடைந்திருக்கிறேன்; இரண்டாவது, ஜோசப் ஹெல்லாரால் அதைவிட மிகச்செறிவாக அந்த உணர்வை வெளிப்படுத்த முடியாது.

இன்றைய உலகில், போதும் என்ற நிறைவுக்கான எல்லையே இல்லாத ஒரு நிலைதான் மிகவும் அச்சத்தை விளைவிக்கும் காரணியாக உள்ளது. இது நம்மிடையே உள்ள மிகப்பெரும் செல்வந்தர்களுக்கும், மிகப்பெரும் ஆளுமை உடையவர்களுக்கும் பொருந்தும்,

அது மிகவும் வசீகரமானது, வலிமையானதும்கூட!

போதும் என்ற மனநிறைவற்ற அபாயகரமான சூழலைப்பற்றிய இரு உதாரணங்களை நான் இப்போது உங்களுக்கு எடுத்துச் சொல்லப்போகிறேன். அவை நமக்குப் பாடம் கற்பிக்கலாம்.

ரஜத் குப்தா கொல்கொத்தாவில் பிறந்து வளர்ந்தாலும், தன்னுடைய பதின்ம வயதில், அனாதையானார். பெற்றோர்கள் அற்ற மூன்றாமவர் உதவியுடன் வளரும் சில அதிர்ஷ்டக்காரர்களைப் பற்றி பலர் பேசக்கேட்டிருக்கிறோம். குப்தாவுக்கு அத்தகைய எந்த உதவியும் இல்லை.

இத்தகைய சூழலிலிருந்து எப்படி அவர் வளர்ந்து சாதனைகளைச் சாதித்தார் என்பது தனித்துவமான ஓர் அனுபவமாகும்.

குப்தா அவருடைய 45-வது வயதுவாக்கில், உலகின் மிகப்புகழ்பெற்ற மெக்கின்சி நிறுவனத்தில், தலைமை மேலாளராக பணியாற்றினார். 2007-ஆம் ஆண்டு ஓய்வுபெற்ற அவர், ஐக்கிய நாடுகள் சபை, உலக சுற்றுப்புறச்சூழல் கழகம் ஆகிய அமைப்புகளில் பல பொறுப்புகளை ஏற்று நடத்தினார். அவர் பில் கேட்ஸ்ஸுடன் இணைந்து பல பரோபகாரச் செயல்களில் ஈடுபட்டார். ஐந்து பொது நிறுவனங்களின் இயக்குநராகவும் பணியாற்றியுள்ளார். கொல்கொத்தாவின் குடிசைப்பகுதியிலிருந்து, உண்மையில் சொல்லப்போனால், உலகின் மிகச்சிறந்த வெற்றிகரமான வணிக வல்லுனர்களுள் ஒருவராகத் திகழ்கிறார்.

இத்தகைய வெற்றிகளின் மூலம், அவருக்கு ஏராளமாக செல்வமும் குவிந்தது. 2008-ஆம் ஆண்டு வாக்கில் குப்தாவின் பொருளாதார மதிப்பு சுமார் 100 மில்லியன் டாலர்கள் ஆகும். இந்தத்தொகை மிகப்பெரும்பாலோருக்கு நெருங்கக் கூட இயலாத தொகை ஆகும். குறைந்த பட்சம் ஐந்து சதவிகித வட்டி என்று கொண்டால்கூட, ஒரு மணி நேரத்துக்கு 600 டாலர்களை, 24 மணி நேரமும் ஈட்டத்தக்க வல்ல மதிப்புக்கான தொகை அது![11]

அவர் நினைத்திருந்தால் அவர் வாழ்க்கையில் என்னவெல்லாம் விழைவாரோ அத்தனையும் செய்து கொண்டிருக்கலாம்.

ஆனால் அவர் நினைத்தது வாழ்க்கையில் எப்படியாவது ஒரு மிகப்பெரும் மில்லியனர் ஆகவேண்டும் என்பதன்று. மாறாக ஒரு பில்லியனராக ஆக வேண்டும் என்பதே. அதையே அவர் மிகவும் விரும்பினார்.

கோல்ட்மேன் சாக் நிறுவனத்தின் இயக்குனர்கள் மன்றத்தில் குப்தா அமர்ந்திருக்கிறார். அவரைச் சுற்றி, உலகின்

மிகச்சிறந்த முதலீட்டாளர்கள் அமர்ந்திருந்தனர். அங்கிருந்த முதலீட்டாளர்களில் ஒருவர், பணபலம் பொருந்திய சில தனியார் பங்குகளைச் சுட்டிக்காட்டி, குப்தாவைக் குறித்து இவ்வாறாக ஒரு கருத்தை உரைக்கிறார்: "அவர் அந்த மாதிரியான ஒரு சூழலுக்குச் செல்லவேண்டும் என்று நினைக்கிறார் என்று கருதுகிறேன். அது பில்லியனேர்களின் சூழல் இல்லையா? கோல்ட்மேன் சாக் நூற்றுக்கணக்கான மில்லியனேர்களின் சூழலைக் கொண்டது"[12]

சரிதான். எனவே குப்தாவின் மனத்துக்குள் லாபகரமான அத்தகைய சூழல் குறித்த சலசலப்பு தோன்றியது.

2008-ஆம் ஆண்டு, கோல்ட்மேன் சாக் நிறுவனத்தின் பொருளாதார நிலை மிகவும் மோசமடைந்ததால் வாரன் பஃப்பெட் 5 பில்லியன் டாலர்களை முதலாகச் செலுத்தி, அந்த நிறுவனத்தைக் காப்பாற்றத் திட்டமிட்டார். இயக்குனர் என்பதால், பொதுமக்களுக்குத் தெரியும் முன்னரே வாரன் பஃப்பெட்டின் இந்தத் திட்டம் குப்தாவுக்குத் தெரிய வந்தது. அது மிகவும் மதிப்புமிக்க தரவு. ஏற்கனவே கோல்ட்மேன் சாக் நிறுவனத்தின் நிலை மோசமாக உள்ளது என்பதாலும், இந்நிலையில் பஃப்பெட் இந்த நிறுவனத்திற்கு உதவப்போகிறார் என்ற செய்தியாலும், பங்குச்சந்தையில் கோல்ட்மேன் சாக் நிறுவனப் பங்குகளின் மதிப்பு திடீரென்று உயர வாய்ப்புள்ளது.

பஃப்பெட்டின் திட்டம் குறித்த இந்தச் செய்தி, கோல்ட்மேன் இயக்குனர்களிடம் சொல்லப்பட்ட அடுத்த பதினாறாவது நொடியில், குப்தா அந்த அழைப்பைத் துண்டித்துவிட்டு, அயல்நாட்டு முதலீட்டு நிதி மேலாளரான ராஜ் ராஜரத்தினம் என்பவரைத் தொலைபேசியில் அழைத்தார். அந்த அழைப்பு பதிவுசெய்யப்படவில்லை. இருந்தாலும், சொற்ப நேரத்தில், ராஜரத்தினம் கோல்ட்மேன் சாக்கின் 175,000 பங்குகளை வாங்கிவிட்டார். அந்த அழைப்பில் என்ன பேசப்பட்டிருக்கும் என்பதை நீங்களே யூகித்துக்கொள்ளலாம் இல்லையா? இது நடந்த ஒருமணி நேரத்தில், பஃப்பெட்-கோல்ட்மேன் ஒப்பந்தம் அதிகாரபூர்வமாக பொதுமக்களுக்குச் செய்தியாக அறிவிக்கப்பட்டது. கோல்ட்மேன் நிறுவனப் பங்குகளின் மதிப்பு திடீரென்று ஏறியது. ராஜரத்தினம் மிகக்குறுகிய காலத்தில் 1 மில்லியன் டாலர் லாபம் அடைந்தார்.

இது அப்படி நடந்ததாகக் கருதப்படும் நிகழ்வுகளில் ஒன்று. உள்ளிருந்த கிடைத்த தகவல்களைக்கொண்டு, முறைகேடான இதே வழியில் 17 மில்லியன் டாலர்கள் லாபமாக மாற்றப்பட்டிருக்க வேண்டும் என்று எஸ்.இ.சி. அமைப்பு கருதுகிறது.

இது மிகவும் எளிதாகக் கிடைத்த பணம். அதைப்போன்றே, நீதிமன்றத்துக்கும் இது மிகவும் எளிதாக அமைந்த ஒரு வழக்கு.

முறைகேடான வர்த்தகப்பரிமாற்றம் சம்பந்தமான குற்றத்துக்காக, குப்தாவும் ராஜரத்தினமும் சிறையில் அடைக்கப்பட்டனர். அவர்கள் அதுவரை ஈட்டிய புகழும், வாழ்க்கையும், திருத்தப்படமுடியாத நிலைக்குச் சரிந்து நிலைகுலைந்தன.

இப்போது பெர்னி மேட்ஆஃப் குறித்துப் பார்ப்போம். அவர் செய்த குற்றம் மிகவும் பிரபலமானது. சார்லஸ் போன்ஸியை அடுத்து, போன்ஸி திட்டத்தில் ஈடுபட்டு மிக மோசமாகப் பிரபலமானவர்தான் பெர்னி மேட்ஆஃப். ஏறக்குறைய இருபது ஆண்டுகளாக பல்வேறு முதலீட்டாளர்களைச் சூறையாடிய பின்னரே இவர் குற்றம் வெளியுலகிற்குத் தெரியவந்தது. குற்றம் வெளியான இந்த நிகழ்வு, குப்தா கைதான சில வாரங்களுக்குள்ளேயே நடந்தது என்பது குறிப்பிடத்தக்கது.

குப்தாவைவிட, பெர்னி மேட்ஆஃப் மிகுந்த மோசடியாளர் என்பது தெரியாத ஒன்றாகவே இருந்துவந்தது. போன்ஸி திட்டத்தின் மூலம் பிரபலம் அடைந்த மேட்ஆஃப், அதற்கு முன்னர், முறையான வர்த்தகராகவும், வெற்றியாளராகவும் விளங்கினார்.

மேட்ஆஃப் வர்த்தக வாய்ப்புகளை ஏற்படுத்தித்தரும் நபராக விளங்கினார். அத்தகைய முயற்சி, பங்குகளை விற்பவர்களுக்கும், வாங்குபவர்களுக்கும் உதவியாகவே இருந்தது. அவர் அந்தப் பணியில் சிறந்தவராக விளங்கினார். 1992-ஆம் ஆண்டு, "வால் ஸ்டிரீட் ஜர்னல்" இதழ், வர்த்தக வாய்ப்புகளை ஏற்படுத்தி தரும் பெர்னி மேட்ஆஃப் குறித்து இவ்வாறான செய்தியை வெளியிட்டுள்ளது:

"பெர்னார்ட் எல். மேட்ஆஃப் பத்திர மூதலீட்டாளர்கள்" என்னும் பெயரில் மிகவும் லாபகரமான பங்குப் பாதுகாப்புப் பத்திர நிறுவனத்தை அவர் நிறுவியுள்ளார். இந்த நிறுவனம் பொதுப்பங்குச்சந்தையிலிருந்து பெருவாரியான பங்குகளைப் பரிமாற்றம் செய்யும் நிறுவனமாக இருந்துவருகிறது. சராசரி ஒரு நாளைக்கு 740 மில்லியன் டாலர் மதிப்புடைய பங்குகளை இந்த நிறுவனம் மின்கணினிகளின்மூலம் பரிவர்த்தனை செய்கிறது. இது நியூயார்க் பங்குச் சந்தையில் நடக்கும் பரிவர்த்தனையில் 9 சதவீதம் மதிப்புடையதாகும். இந்த நிறுவனம், மிகவும் துரிதமாகவும், குறைந்த செலவிலும் பங்குகளைப் பரிவர்த்தனை செய்து கொடுக்கிறது. மேலும், இடைத்தரகர்களுக்கு இந்த நிறுவனம், ஒரு பங்குக்கு ஒரு பென்னி என்ற விகிதத்தில் கொடுக்கவும் செய்கிறது. பரிவர்த்தனை செய்யப்படும் பங்குகள்,

விற்கும் வாங்கும் மதிப்பிலிருந்து இந்த நிறுவனம் லாபம் பெருகிறது.

இது யாரோ ஒரு பத்திரிகையாளர், உண்மையற்ற தரவுகளின் அடைப்படையில் எழுதிய கட்டுரை அன்று. மேட்ஆஃப் நிறுவனம் முறையான வழியில்தான் இதை நடத்திவந்திருக்கிறது. மேட்ஆஃப் நிறுவனம் ஒவ்வொரு ஆண்டுக்கும் 25 மில்லியன் டாலர்களிலிருந்து 50 மில்லியன் டாலர்கள் வரை லாபம் அடைந்ததாக இந்த நிறுவனத்தின் முன்னாள் பணியாளர் ஒருவர் கூறுகின்றார்.

எந்தவித முறைகேடுமற்ற இந்த இந்த நிறுவனத்தின் வர்த்தனை வணிகம், எந்தவிதமான அளவீடுகளைக் கொண்டு மதிப்பிட்டாலும், மிகப்பெரிய வெற்றியை ஈட்டிய நிறுவனம் என்பதில் சந்தேகமில்லை. இந்த நிறுவனமே முறையான வழிமுறைகளில், அவரை மிகப்பெரிய செல்வந்தராக மாற்றி இருக்கிறது.

இருந்த போதிலும் அந்த ஒற்றை முறைகேடு!

நாம் எல்லோரும் இந்த குப்தா, மேட்ஆஃப் ஆகியோரிடம் கேட்கவேண்டிய கேள்வி இதுதான்: ஒருவருக்குக் கோடிக்கணக்கான அளவில் செல்வம் இருந்தபோதிலும், அவர் ஏன் எல்லாவற்றையும் இழக்கும் அளவிற்கான இடர்பாடுகளை எதிர்கொண்டு, மேலும் மேலும் பணத்தைச் சேர்த்தே ஆகவேண்டும் என்ற தவிப்புடன் உள்ளார்கள் என்பதே.

வீழ்ச்சியின் பாதாளத்தில் இருப்போர், தங்களைக் காத்துக்கொள்ள இத்தகைய குற்றங்களைச் செய்வது என்பது வேறு. நைஜீரிய நாட்டைச் சேர்ந்த ஊழல்வாதி ஒருவர், "தி நியூயார்க் டைம்ஸ்" இதழுக்கு அளித்த பேட்டியில், மற்றவர்களைத் துன்புறுத்துகிறோம் என்ற குற்றவுணர்வு அவருக்கு இருக்கத்தான் செய்கிறது என்றும், ஆனால், "வறுமை வலிகளைத் தாங்கிக் கொள்ளும் தன்மையை நமக்குத் தராது" என்கிறார்.[13]

குப்தாவும், மேட்ஆஃப் ஆகிய இருவரும் செய்தது சற்றே வித்தியாசமானது. அவர்களிடம் ஏற்கனவே கற்பனைக்கெட்டா செல்வம், கௌரவம், வலிமை, சுதந்திரம் என எல்லாமே இருந்தன. இன்னும் தேவை என்று அவர்கள் நினைத்ததால் அத்தனையையும் அவர்கள் இழக்க வேண்டியதாயிற்று.

போதும் என்ற நிறைவு அவர்களிடம் காணப்படவில்லை.

இவர்கள் இருவரும் இத்தகைய முறையின் கடைமட்ட உதாரணங்கள். இதே முறையில் குற்றமற்ற அனுபவங்களின் உதாரணங்களும் உள்ளன.

"லாங்க் டெர்ம் கேப்பிடல் மேனேஜ்மெண்ட்" என்ற பன்னாட்டு நிதி நிறுவனம் பல்வேறு தரகுதாரர்களால் நடத்தப்பட்டுவந்தது. இவர்கள் ஒவ்வொருவரும் தனிப்பட்ட முறையில், பல நூறு மில்லியன் மதிப்புடைய செல்வத்தை உடையவர்கள். அவர்களுடைய செல்வத்தில் பெரும்பான்மையான பங்கு, நிறுவனத்தின் திட்டங்களிலேயே முதலீடு செய்யப்பட்டு இருந்தது. 1998-ஆம் ஆண்டு, பங்குச்சந்தை மிக அதிக அளவில் உயர்ந்தும், பொருளாதாரத்தின் நிலை வரலாற்றுச்சிறப்பு வாய்ந்ததாகவும் விளங்கியது. அந்தச் சமயத்தில், இந்த நிறுவனத்தினர் தங்கள் செல்வம் அனைத்தையும் இழக்கும் அளவைவிட அதிக அளவிலான இடர்பாட்டுடன், மேலும் பணம் சேர்க்க வேண்டும் என்ற ஆவலுடன் செயல்பட்டனர்.

வாரன் பஃப்பெட் பின்னர் இது குறித்து குறிப்பிடும்போது இவ்வாறு குறிப்பிடுகிறார்:

எவ்வளவு செல்வம் அவர்களிடம் இருந்ததோ, எவ்வளவு செல்வம் அவர்களுக்குத் தேவையோ அவை அனைத்தையும் பணயமாக வைத்து, அவர்களிடம் இல்லாத அளவிற்கான செல்வத்தையும், அவர்களுக்கு தேவையற்ற அளவிற்கான செல்வத்தையும் சேர்க்க நினைத்தார்கள். ஆனால் அது முட்டாள்தனமானது. மிகவும் அதிமுட்டாள்தனமானது. உங்களுக்கு எது முக்கியமானதோ அதைப் பணயம் வைத்து, உங்களுக்கு எது முக்கியம் இல்லையோ அதைப்பெற நினைக்கும் முறை பொருளற்றது.

உங்களிடம் உள்ளதையும் தேவையானதையும் பணயம் வைத்து, உங்களிடம் இல்லாததையும், உங்களுக்குத் தேவை யற்றதையும் சேர்க்க வேண்டியதற்கான காரணம் ஏதும் இல்லை.

மிகவும் வெளிப்படையாகப் புரியக்கூடியவற்றுள் ஒன்றான இது, கவனிக்கப்படாமல் விடப்பட்டிருக்கிறது.

குப்தா, மேட்ஆஃப் போல நம்முள் எவரோ ஒருசிலர் எப்போதாவது 100 மில்லியன் டாலர்கள் பெறக்கூடும்.

ஆனால், இந்நூலைப்படிக்கும் வாசகர்களில் பெரும் பான்மையான சதவிகிதத்தினர், அவர்கள் வாழ்க்கையில் ஏதாவது ஒரு தருணத்தில், சம்பளம் பெறுபவர்களாகவும், வேண்டிய தொகையைக் கொண்டிருப்பவர்களாகவும் இருப்பார்கள். அத்தகைய தொகை, அவர்கள் வாழ்க்கைக்குத் தேவையான அனைத்தையும் வாங்குவதற்கும், அவர்கள் வாங்க விழையும் பெரும்பாலானவைகளை வாங்குவதற்கும் ஏற்ற அளவிற்கு இருக்கக்கூடும்.

அத்தகையோரில் ஒருவர் நீங்கள் என்றால், சில கருத்துகளை நினைவில் வைத்துக்கொள்ளுங்கள்:

1. உங்கள் இலக்கை அடைந்த பிறகு, மேலும் தேவையென்று இல்லாமல் இருப்பதே மிகவும் கடினமான பொருளாதாரத் திறமையாகும்.

ஆனால், இது முக்கியமானவற்றுள் முதன்மையானது. இலக்கை அடைந்த பிறகு, மீண்டும் தேவைகள் பெருகுமாயின், அத்தகைய தேவைகளை நோக்கி, மீண்டும் செல்லும் பயணத்தால் எந்தப் பயனும் இல்லை. காரணம், மீண்டும் மீண்டும், அதே போன்று உங்கள் தேவைகள் பெருகிக்கொண்டேயிருக்கும். செல்வம், கௌரவம், வலிமை இம்மூன்றையும் சுவைக்கச் சுவைக்க அபாயகரமானதாக மாறிக்கொண்டே செல்லும். அச்சுவையின் இன்பத்தைத்துய்ப்பதற்குள், தேவையின் உயரம் நீண்டுவிடும். அத்தகைய நிலையில், நாம் வைக்கும் ஒவ்வோர் அடியும், நம் இலக்கை இரண்டடிகள் நகர்த்தியிருக்கும். இது நாம் தோற்பது போன்ற மாயையை ஏற்படுத்தும். அதைப் பிடிக்க நாம் இன்னும் அதிக அளவிலான இடர்பாடுகளை எதிர்கொள்ளத் தயாராகத் தேவைப்படும்.

நவீன முதலாளித்துவம் என்பது இருவகையான சார்புநிலைகளை உடையது. செல்வத்தை உண்டாக்குவது, பொறாமையை உண்டாக்குவது. பெரும்பாலும் இவை இரண்டும் ஒன்றோடு ஒன்று இணைந்தே செல்லலாம். உங்கள் எதிரிகளை நீங்கள் மீறிச்செல்ல வேண்டும் என்ற எண்ணமே, உங்களுடைய கடின உழைப்புக்கு உரமாகும். ஆனால் போதும் என்ற நிறைவு இல்லாத வாழ்க்கை என்பது அர்த்தமற்றது; மகிழ்ச்சியற்றது. சொல்லப்படுவதுபோல, மகிழ்ச்சி என்பது, எதிர்பார்ப்புகளை இழத்தலிலே ஏற்றம் பெறுகிறது.

2. சமூக ஒப்பீடே இங்கு பிரச்சனையாகிறது.

பேஸ்பால் விளையாட, புதிதாக ஒரு இளைஞர் வருகிறார் என்றால் அவருடைய ஆண்டு வருமானம் ஐந்து லட்சம் டாலர்கள். எந்தவகையில் பார்த்தாலும் அவர் செல்வந்தரே. இருப்பினும், 12 ஆண்டுகளுக்கு 430 மில்லியன் டாலர்கள் என்ற ஒப்பந்தத்தில், மைக் ட்ரொவுட் விளையாடும் அதே குழுவில் இந்தப் புதிய இளைஞர் விளையாடுகிறார் என்போம். மைக்கின் ஒப்பந்த பணத்தை அறிந்தால் இந்த இளைஞர் உடைந்துவிடுவார். இப்போது மைக் ட்ரொவுட் குறித்து யோசிப்போம். வருடத்திற்கு 36 மில்லியன் டாலர்கள் என்பது பித்துப்பிடிக்க வைக்கும் அளவிற்கான

மதிப்புடையது. ஆனால், 2018- ஆம் ஆண்டின், அதிக ஊதியம் பெறும் முதல் பத்துப் பன்னாட்டுப் பொருளாதார நிதி மேலாளர்களில் ஒருவராக வரவேண்டுமென்றால், நீங்கள் ஓர் ஆண்டுக்குக் குறைந்த பட்சம் 340 மில்லியன் டாலர்கள் சம்பாதிப்பவராக இருத்தல் வேண்டும்.[14] அத்தகையோரின் வருமானத்துடன்தான் தன்னை ட்ரொவுட் ஒப்பிடல் முடியும் என்றாகும். வருடத்திற்கு 340 மில்லியன் டாலர்கள் வருமானம் கொண்ட அந்தப் பன்னாட்டுப் பொருளாதார நிதி மேலாளர், தன்னை, ஆண்டுக்கு 770 மில்லியன் டாலர்கள் வருமானம் கொண்ட முதல் ஐந்து பன்னாட்டுப் பொருளாதார நிதி மேலாளர்களுடன் ஒப்பிட்டுப் பார்த்தல் வேண்டும். அந்த முதல் ஐந்து பன்னாட்டுப் பொருளாதார நிதி மேலாளர்களும், 2018-ஆம் ஆண்டு தனிவருமான மதிப்பில் 3.5 பில்லியன் வளர்ச்சியைக்கண்ட வாரன் பஃப்பெட் போன்றோருடன்தான் தங்களை ஒப்பிட்டுப்பார்த்தல் இயலும். பஃப்பெட் போன்றோர், 2018-ஆம் ஆண்டில் தன் வருமானத்தில் 24 பில்லியன் வளர்ச்சியைக்கண்ட ஜெஃப் பேஜோஸ் போன்றோருடன்தான் தங்களை ஒப்பிட்டுப் பார்த்துக்கொள்ளல் இயலும். முதலில் நாம் கண்ட ‘செல்வந்தரான’ பேஸ்பால் விளையாட்டுவீரர் ஓர் ஆண்டுக்கான மொத்த வருமானத்தைவிட அதிகமான தொகையை, ஜெஃப் பேஜோஸ், ஒவ்வொரு நிமிடமும் சம்பாதிக்கிறார்.

இங்கு நாம் உணர வேண்டியது, சமூக ஒப்பீட்டு அளவுகளின் எல்லை என்பது மிகவும் உயரமானது என்பதே; அதை எவரும் எப்போதும் தொட இயலாது. அதனால், பணம் குறித்த இந்தப்போட்டி என்பது எப்போதும் வெற்றியைக் காண்பதில்லை. மாறாக, வெற்றியென்பது, மீண்டும் போட்டியிடாமல் இருத்தல் என்பதே. உங்களைச் சுற்றி இருப்பவர்களின் செல்வத்தைவிட உங்களிடம் குறைவான செல்வம் இருந்தாலும், போதும் என்ற நிறைவை அடைதலே வெற்றி ஆகும்.

என்னுடைய நண்பர் ஒருவர் வருடாவருடம், பணத்தைப் பந்தயமாகக் கட்டி ஆடும் கேசினோக்கள் மிகுந்த லாஸ் விகாஸுக்கு யாத்திரை செல்வது வழக்கம். ஒருமுறை ஒரு தரகரிடம் அவர், “நீங்கள் என்னவிதமான விளையாட்டெல்லாம் ஆடுவிர்கள்? எந்தக் கேசினோவுக்குப் போவீர்கள்?” என்று வினவினார். இறுகிய முகத்துடன் அந்த தரகர் கூறிய பதில் இதுதான்: “லாஸ் விகாஸில் வெற்றிபெற வாய்ப்புக்கான ஒரே வழி, வந்த வேகத்தில், லாஸ்விகாஸைவிட்டுச் செல்வதே ஆகும்”

மற்றவர்களின் வளத்தைப் பார்த்து நாம் சேர்க்க முயல்வதும் அப்படிப்பட்ட ஒன்றேதான்.

3. "போதும்" என்பது மிகக்குறைவானது அன்று

வாய்ப்புகளையும், திறமைகளையும் வைத்துக்கொண்டு, "போதும்" என்று நினைக்கச்சொல்லும் கருத்து, மிகவும் புராதனமானதுபோல் தோன்றலாம்.

அது சரி என்பதும் என் வாதமில்லை.

இன்னும் வேண்டும் என்ற அந்தவெறி, நம்மை வருத்தத்தின் விளிம்புக்கு நகர்த்திச் செல்லும் என்பதைப் புரிந்துகொள்ள உதவும் ஒன்றே "போதும்" என்ற நிறைவு.

நாம் எவ்வளவு உணவைச் சாப்பிட இயலும் என்பதைக் கண்டுகொள்ள வேண்டும் என்றால், அதற்கான ஒரே வழி, நாம் நோயுறும்வரை உண்பதே ஆகும். இதை முயற்சி செய்யும் சிலர், அதிகம் உண்பதனால் ஏற்படும் வாந்தி தரும் வலி, உணவு நன்றாக உள்ளது என்பதற்காக மேலும் மேலும் உண்பதைவிட மோசமானது என்பதை உணர்கின்றனர். சில காரணங்களால் இந்த உண்மை, அவர்கள் வியாபாரத்திலும், முதலீடுகளிலும் தெரியவருவது இல்லை. போதும் என்ற நிறைவடையாது தொடர்வதனால், பெருத்த நஷ்டத்தை அடையும்வரையிலோ, அல்லது இயற்கையாகவே நிறுத்தப்படும் வரையிலோ, பணமீட்டும் முயற்சியை விடாது தொடர்ந்து வருகிறார்கள். இது பணியை ஓய்விலாது தொடர்வது போன்றதும், பெருத்த நஷ்டத்தை ஏற்படுத்தும் முதலீட்டை ஆளமுடியாத நிலை போன்றதும் ஆன மதியற்ற செயலாகும். இந்த எண்ணத்துக்கு எதிராக ரஜத் குப்தா, பெர்னீ மேட்ஆஃப் போன்றோர்களும் உலகில் இருக்கிறார்கள். சம்பாதிக்கும் ஒவ்வொரு டாலரும் மதிப்பு உடையது என்பதால், இப்படிப்பட்டோர், விளைவுகளைக் கணக்கில் கொள்ளாமல், திருடத் துணிகிறார்கள்.

எப்படியாயினும், வருவதற்கான சாத்தியமுடைய ஒரு டாலரை மறுக்க இயலாத நிலை நமக்கு இருக்குமானால், அந்த நிலையே எப்படியும் நம்மை சாய்த்துவிடும்.

4. வளமான பயனிருந்தும், இடர்பாட்டை மீறி எதிர்கொள்ளத் தேவையற்ற எத்தனையோ முனைவுகள் உள்ளன

ரஜத் குப்தா சிறைச்சாலையிலிருந்து விடுவிக்கப்பட்ட பின்னர் தான் ஒரு படிப்பினையைப் பெற்றதாக, "தி நியூயார்க் டைம்ஸ்" இதழுக்கு கொடுத்த நேர்காணலில் குறிப்பிட்டுள்ளார்.

உங்களுடைய புகழ், உங்களுடைய சாதனைகள் போன்ற எதன் மீதும் மிகையான பற்றுவைத்தல் கூடாது. அது குறித்து இப்போது நான் நினைக்கிறேன். அதனால் என்ன பயன் விளையப்போகிறது? ஆம். இது என்னுடைய புகழையெல்லாம் மோசமாகவே அழித்துவிட்டது. ஆயினும், நான் என் புகழோடு பற்றுகொண்டிருந்தால் மட்டுமே இது என்னை வாட்டி எடுக்கும்.

இந்தக்கருத்து, அவரது வாழ்க்கையில் மிகவும் மோசமான ஒரு முடிவின் அனுபவம் எனலாம். இருந்தும் அவர் தன்னுடைய பழைய புகழ் திரும்பிவராதா என்ற ஏக்கத்துடன் இருந்தாலும் அது வராது என்பதை உணர்ந்திருக்கிறார். இதை நான் ஒரு தனிமனிதன் தன்னைத்தானே ஆசுவாசப்படுத்திக்கொள்ளும் விதமாகத்தான் பார்க்கின்றேன்.

புகழ் என்பது மதிப்பிட இயலாதது
சுதந்திரமும் தற்சார்பும் மதிப்பிட இயலாதவை
குடும்பமும் நண்பர்களும் மதிப்பிட இயலாதவர்கள்
நீங்கள் யாரை நேசிக்கிறீர்களோ அவர் உங்களை நேசிப்பது மதிப்பிட இயலாதது
மகிழ்ச்சி என்பது மதிப்பிட இயலாதது

துயரத்தைத் தரக்கூடிய இடர்பாடுகளுடன், எப்போதெல்லாம் பணயம் வைத்து ஏதோ ஒன்றை அடைய முயல்கிறீர்களோ அப்போதெல்லாம் மேற்கூறியவற்றை நினைவுகூர்தல் மிக உதவியாக இருக்கும். "போதும்" என்ற நிறைவு எழும்போதெல்லாம் இவற்றை நினைவுகூர்தல் நல்லது.

"போதும்" என்ற நிறைவை உருவாக்கும் கருவி, மிகவும் எளிதானது என்பதுதான் நல்ல செய்தி. மேற்கூறிய இவற்றில் ஒன்றேனும் அழியக்கூடுமாயினும், அத்தகைய செயல்களை, இடர்பாடுகளுக்கு மத்தியில் செய்யத்துணிவது என்பது தேவையற்ற ஒன்றாகும். அதுவே நம்முடைய அடுத்த அத்தியாயம்.

4.

குழப்பமான கூட்டல்

ஒரு துறை குறித்த பாடங்கள், பலநேரங்களில், தொடர்பற்ற வேறு பல துறைகள் குறித்த மிக முக்கியமானவற்றைக் கற்பிக்கின்றன. பில்லியன் ஆண்டுகளுக்கும் முன் இருந்த பனியுக வரலாறு, நமக்குப் பொருளாதாரம் குறித்து என்ன போதிக்கிறது?

உலகம் குறித்த நம் அறிவியல் படிப்பினைகள், நீங்கள் நினைக்கின்ற காலத்தைவிடக் குறைவானதாகக் கூட இருக்கலாம். உலகம் எப்படி இயங்குகிறது என்பது குறித்து நாம் ஆராய முற்பாட்டால், மிகவும் ஆழமாக யோசிக்க வேண்டியிருக்கிறது. அதை, சமீபத்திய காலத்துக்கு முன்னர்வரை நம்மால் செய்ய இயலவில்லை. சில நட்சத்திரங்களின் நகர்வுகளை, ஐசக் நியூட்டன், நாம் கோள்களின் அடிப்படைகளை அறிவதற்கு ஒரு நூற்றாண்டுக்கு முன்னர் கணக்கிட்டுள்ளார்.

உலகம், பல கால இடைவெளிகளில், பனியால் சூழப்பட்டிருந்தது என்பதை, 19-ஆவது நூற்றாண்டு வரை, அறிவியல் அறிஞர்கள் அறிந்திருக்கவில்லை.[15] அப்படி இல்லை என்பதற்கான ஆதாரங்கள் ஏராளமாக இருந்துள்ளன. உலகம் கடந்த காலங்களில் பனியாகி உறைந்து கிடந்ததற்கான சுவடுகள் உலகைச் சுற்றிலும் ஏராளமாக உள்ளன. மிகப்பெரிய கற்பாறைகள், பல்வேறு இடங்களில் புதைந்து கிடக்கின்றன. கல்தீரங்கள் அரிக்கப்பட்டு மெல்லிய தகடுகள் போன்று உள்ளன; ஒன்றிரண்டல்ல, நாம் அறுதியிட்டுக்கூறும் வகையில் குறைந்தபட்சம் ஐந்து தனித்துவமான பனியுகங்கள் இருந்திருக்க வேண்டும் என்பதற்கான ஆதாரங்கள் துல்லியமாக உள்ளன.

பூமிக்கோளத்தை மீண்டும் மீண்டும் உறைய வைக்கவும், உருக வைக்கவும் தேவையான அளவிற்கு, சக்தி இருந்திருக்கிறது என்பது நமக்கு மலைப்பை ஏற்படுத்துகிறது. உலகத்தின் உள்ள

எந்த சக்தியால் இப்படிப்பட்ட மாற்றங்களை உண்டாக்க முடியும்? அப்படிப்பட்ட சக்தி மிகமிகத் திறன்வாய்ந்த சக்தியாகத்தான் இருத்தல் வேண்டும்.

இருந்திருக்கிறது! யாரும் எதிர்பார்க்காத வகையில் இருந்திருக்கிறது!

பனியுகங்கள் ஏன் தோன்றுகின்றன என்பது குறித்துப் பல கோட்பாடுகள் உள்ளன. அவை சாத்தியமாகத் தேவையான, மிகப்பெரிய அளவிலான புவியியல் சார்ந்த தாக்கங்களை எல்லாம் இணைக்கும் இப்படியான கோட்பாடுகளும் மிகவும் விரிவானவைகளாகவே உள்ளன. மலைத்தொடர்களின் உயர நீட்சி, புவியின் மீது நிலவும் காற்றோட்டத்தின் திசையை மாற்ற, அதன்விளைவாக, தட்பவெட்ப நிலை மாறுவதற்கான சாத்தியங்கள் உள்ளன என்று கருதப்படுகிறது. வேறு சிலரின் கருத்தின்படி, பனியே புவியின் இயற்கையான நிலை என்பதும், அவ்வப்போது நடக்கும் எரிமலைப்பொழிவுகளால், அந்நிலை மாற்றத்துக்குள்ளாகிப் புவியின் மேற்புற வெட்பநிலையை அதிகரித்துவிட்டது என்பதுமாகும்.

ஆயினும் இந்தக்கோட்பாடுகள் எவையும், பனியுகங்களின் சுழற்சி குறித்து எதையும் குறிப்பிடவில்லை. மலைத்தொடர்களின் வளர்ச்சியோ அல்லது ஒரு பெரிய எரிமலை வெடிப்போ, ஒற்றைப் பனியுகம் குறித்து வேண்டுமானால் விளக்கலாம். ஆனாலும், ஐந்து முறை நடந்தேறிய இந்த பனியுகச் சுழற்சி குறித்து இக்கோட்பாடுகள் எவற்றையும் விளக்கவில்லை.

1900-ஆம் ஆண்டு வாக்கில், ஸெர்பியா நாட்டைச் சேர்ந்த விஞ்ஞானிமிலுட்டின்மிலான்கோவிச்,மற்றகோள்களைப்பொறுத்து, பூமியின் நிலை குறித்து ஆய்ந்து, நாம் இதுவரை அறிந்த பனியுகங்கள் பற்றிய தகவல்கள் யாவும் மிகச்சரியானவை என்பதை மெய்ப்பிக்கிறார். சந்திரன், சூரியன் ஆகியவற்றின் ஈர்ப்புச்சக்தி, பூமியின்நகர்வை மிகநுண்ணிய அளவில் மாற்றத்துக்குள்ளாக்குகிறது என்றும், இந்த மாற்றம் சூரியனை நோக்கிப் பூமியைச் சரிய வைக்கிறது என்றும் கூறுகின்றார். இத்தகைய ஒரு சுழற்சி நிகழ, பல்லாயிரம் ஆண்டுகளுக்கு மேல் ஆகும் என்பதால், அத்தகைய சுழற்சிக்கு இடையே, புவியின் அரைக்கோளப்பகுதிகள், இயல்புக்கு மாறாக, கூடுதலாகவும், குறைவாகவும் மாறி மாறி சூரியனின் கதிர்வீச்சை எதிர்கொள்கின்றன.

அந்தக் காலங்களில்தான் பனியுகங்களின் விளையாட்டு ஆரம்பிக்கிறது.

மிலான்கோவிச் கோட்பாட்டின் முதல் கருத்தின்படி, பூமியின் அரைக்கோளங்களின் சரிவு, ஒட்டுமொத்த புவியையே

உறையவைக்கின்ற அளவிற்கான, வறட்டுப் பனியை உண்டாக்குகின்றது. ருஷ்ய நாட்டைச் சேர்ந்த புவியியலாளர் விளாடிமிர் கொப்பென், மிலான்கோவிச் கோட்பாட்டின்வழியில் இன்னும் ஆழமாக ஆய்ந்து, பிரமிக்கத்தக்க வகையிலான ஒரு நுணுக்கமான கருத்தை வைக்கின்றார்.

அவருடையகருத்தின்படி,வெட்பநிலைகுறைந்தகுளிர்காலங்கள் அல்ல, மாறாக வெட்பநிலை குறைந்த கோடைக்காலங்களே இந்த மாற்றத்தை ஏற்படுத்துகின்றன என்பதாகும்.

முந்தைய குளிர்காலத்தில் உறைந்த பனியை, உருகவைக்க இயலாத வெட்பநிலை கொண்ட கோடைக்காலத்தால், இது தொடக்கம் பெறுகிறது என்கிறார். அப்படி உருகாது கிடக்கும் அந்தப் பனி, தொடர்ந்து வரும் குளிர்காலத்தில், மேலும் அதிகமான பனியை உறைய வைக்க உதவுகிறது. இந்நிலையால், அடுத்துத் தொடரும் கோடைக்காலத்திலும், உறையாத பனி நிலவுகிறது. இந்தத்தொடர்ச்சியான நிகழ்வுகளால், பனியின் அளவு உயர்ந்து கொண்டே போகிறது. ஒருசில நூற்றாண்டுகளில், பருவங்களின் நிலை மாறுகிறது.

இத்தகைய மாற்றம் தலைகீழாகவும் நடைபெறுகிறது. எதிர்திசையில் புவியின் சரிவால், சூரியனின் ஒளி அதிகமாக கிரகிக்கப்படுவதால், புவியோட்டில் உறைந்துகிடக்கும் பனி, வழக்கத்தைவிட அதிக அளவில் உருகத்தொடங்குகிறது. இதைத் தொடர்ந்து புவியின் வெப்பம் அதிகரிப்பதால், அதை அடுத்து வரும் குளிர்காலத்தில் பனிப்பொழிவு குறைவாகிறது. இப்படியாகத் தலைகீழ் சுழற்சி ஏற்படுகிறது. இத்தகைய நிகழ்வுகள் ஒரு சுழற்சியில் அமைகின்றன.

இந்தக் கோட்பாட்டில் நம்மைப் பிரமிக்க வைக்கும் கருத்து எனவென்றால், மிகச்சிறிய அளவிலான ஒரு நிலை, எப்படி சுழற்சியின் காரணமாக, பூதாகரமாகிறது என்பதுதான். ஒரு குளிர்காலத்துக்குப்பிறகு, மிகமெல்லிய தகடுபோன்று, பார்க்கும் எவருக்கும் சந்தேகம் இல்லாத வகையில் சேரும் பனி, சில நூற்றாண்டுக்காலங்களில், ஒட்டுமொத்த உலகத்திலும், ஒரு மைல் தடிமன் அளவிற்கான அடர்ந்த பனிப்படலமாக மாறுகிறது. பனிப்பாறையியல் விஞ்ஞானி க்வென் ஷுல்ஸ் இதுகுறித்துச் சொல்லும்போது, "இப்படியான பனிப்படலங்கள், மிகையான பனிப்பொழிவுகளால் மட்டுமே உருவாகின்றன என்று சொல்லிவிட இயலாது; மாறாக, பொழிந்த பனி, எவ்வளவுதான் சிறிய அளவில் இருந்தாலும், அது நீண்ட காலம் நிலைப்பதால்தான்" என்கிறார்.

பனியுகங்களிலிருந்து நாம் அறிந்துகொள்ளவேண்டிய மிகப்பெரிய கருத்து, "பிரம்மாண்டமான விளைவுகளை உண்டாக்க, பிரம்மாண்டமான சக்தி தேவையில்லை" என்பதுதான்.

கூட்டுமுயற்சியால், ஒரு சிறிய தொடக்கம் கூட, சரியான விளைவுகளுக்கு வழிவகுத்து, மிகப் பெரிய விளைவை ஏற்படுத்தும். எதிர்கால வளர்ச்சிக்கு உரமேற்றும் வண்ணம், ஒரு சிறிய அளவிலான வளர்ச்சி இருக்குமானால் இது சாத்தியம். எது சாத்தியம், எங்கிருந்து வளர்ச்சியின் தொடக்கம் விரிகிறது, அது எதை நோக்கி எடுத்துச் செல்லும் என்றெல்லாம் நாம் எதை குறைத்து மதிப்பிட்டோமோ அது வாதங்களை எல்லாம் உடைக்கும் அளவிற்கு வளர்ந்து பெருகும்.

அப்படித்தான் பணத்தின் வளர்ச்சியும்!

வாரன் பஃப்பெட் எப்படிப் பெருஞ்செல்வத்தைச் சேர்த்தார் என்பதை விளக்கும் வகையில் 2000-க்கும் மேலான புத்தகங்கள் படைக்கப்பட்டிருக்கலாம். அத்தகைய நூல்களில் பல மிகவும் அற்புதமானவை. ஆனாலும் சில நூல்கள் மட்டுமே ஓர் எளிய உண்மைக்கு முழுமையான கவனத்தைக் கொடுத்துள்ளன. பஃப்பெட்டின் பெருஞ்செல்வம், அவர் ஒரு திறமையான முதலீட்டாளராக இருந்தார் என்பதால் மட்டும் சேர்ந்ததன்று. மாறாக, அவர் குழந்தைப்பருவத்திலிருந்தே முதலீட்டாளராக இருந்தார் என்பதால்தான்.

நான் இதை எழுதும்போது, வாரன் பஃப்பெட் கையிருப்பில் இருந்த பெருஞ்செல்வத்தின் மதிப்பு 84.5 பில்லியன் டாலர்கள். அந்தத்தொகையில், 84.2 பில்லியன் டாலர்கள் அவருடைய 50-ஆவது வயதுக்கு மேல் சேர்க்கப்பட்டது. 81.5 பில்லியன் டாலர்கள், அவர் 60 வயதைக் கடந்த நிலையில், சமூகப் பாதுகாப்பு நிதிக்கு அவர் தகுதிபெற்ற பின்னர்தான் சேர்ந்தது.

வாரன் பஃப்பெட் மிகவும் தனித்துவமான முதலீட்டாளர். ஆனால் அவருடைய இந்த வெற்றிக்குக் காரணியாக அவருடைய வணிக விற்பன்னத்தை மட்டும் பொருத்திப்பார்த்தால், நீங்கள் முக்கியமான ஒன்றை பார்க்கத் தவறிவிடுவீர்கள். அவருடைய வெற்றிக்கு முக்கிய காரணியாக இருப்பது, அவர் ஏறக்குறைய முக்கால் நூற்றாண்டு காலத்துக்கு, தனித்துவமான முதலீட்டாளராக இருந்துவருகிறார் என்பதுதான். அவர் தன்னுடைய 30-களில் ஆரம்பித்து, தன்னுடைய 60-களில் ஓய்வு பெற்றிருந்தால், அவரைப் பற்றி மிகச்சிலரே அறிந்திருப்பர்.

ஒரு சிறிய மனக்கணக்கு செய்து பார்ப்போம்.

பஃப்பெட் தன்னுடைய பத்தாவது வயதில், மூதலீடு செய்யும் ஆர்வம் உடையவராகத் தொடங்கினார். அவருக்கு 30 வயது ஆகும்போது, அவரிடம் 1 மில்லியன் டாலர்கள் மதிப்புமிக்க செல்வம் இருந்தது. இந்தத் தொகையை, பணவீக்கத்தோடு பொருத்திப்பார்த்தல், 9.3 மில்லியன் டாலர்கள் ஆகும்.[16]

அவர் மற்றவர்கள் போன்று சாதாரண இயல்புடையவராக, அவருடைய பதின்ம வயதுகளிலும், அவருடைய 20-களிலும் உலகவாழ்வில் லயித்தபடியோ அல்லது அவருக்கென்று ஒரு பொழுதுபோக்கைத் தேர்ந்தெடுத்துக்கொண்டோ இருந்திருந்தால், அவரது முப்பது வயதில் அவரிடம் இருப்பாக வெறும் 25000 டாலர்கள் மட்டுமே இருந்திருக்கச் சாத்தியம் இல்லையா?

அப்படியே அவர் தொடர்ந்து, தன்னுடைய முதலீட்டின்வழி, வருடாவருடம்சேரும்வட்டித்தொகையை(ஏறக்குறைய22சதவிகிதம்) வருவாயாகக் கொண்டு, முதலிடுவதை நிறுத்திவிட்டு, தன்னுடைய 60-ஆவது வயதில் ஓய்வுபெற்று, கோல்ஃப் விளையாடியபடியும், தன்னுடைய பேரப்பிள்ளைகளுடன் நேரத்தைச் செலவழித்தபடியும் இருந்தார் என்று கொள்வோம்.

இன்றைய மதிப்பில் அவரிடம் இருந்த செல்வத்தின் மதிப்பு என்னவாக இருந்திருக்கும்?

84.5 பில்லியன் டாலர்கள் இல்லை.

11.9 மில்லியன் டாலர்கள்.

இப்போதைய இருப்பைவிட 99.99 சதவிகிதம் குறைவாக இருந்திருக்கும்.

வாரன் பஃப்பெட்டின் அத்தனை வெற்றியும், அவருடைய இளம்பருவத்தில் அவர் ஏற்படுத்திக்கொண்ட பொருளாதார அடிப்படைத்தளத்தாலும், அவருடைய வயோதிகம் வரையிலான நீண்ட வாழ்நாளினாலுமே சாத்தியப்பட்டது.

அவருடைய திறமை முதலீடு செய்வது, ஆனால் அவருடைய ரகசியம் காலம்.

இப்படித்தான் கூட்டுமுறை விளைவுகளை உண்டாக்கும்.

இதையே வேறு கோணத்தில் யோசித்துப்பாருங்கள். பஃப்பெட் எந்தக்காலத்துக்கும் சிறந்த முதலீட்டாளர் ஆவார். ஆனால் அவரைப் பெரும் முதலீட்டாளர் என்று கூற இயலாது; சராசரி வருடாந்திர வருமானத்தின் அடிப்படையில் நாம் கணக்கிட்டால் அவர் பெரும் முதலீட்டாளர் என்று கூற இயலாது.

ரினைசென்ஸ் டெக்னாலஜீஸ் என்னும் பன்னாட்டு நிதி முதலீட்டு நிறுவனத்தின் தலைவர் ஜிம் சிமன்ஸ், 1988-ஆம் ஆண்டிலிருந்து தொடர்ச்சியாக, ஆண்டொண்டிற்கு 66 சதவிகிதம் தொகையைச் சராசரி வருவாயாகச் சேர்த்து வந்திருக்கிறார். இந்த வெற்றி எல்லையின் அண்மையைக்கூட யாரும் தொட்டதில்லை. நாம் இப்போதுதான் பார்த்தோம், பஃப்பெட்-டின் சராசரி வருடக் கூட்டுச்சதவிகிதம் ஏறக்குறைய 22 ஆகும். அது சிமன்ஸ்ஸின் சதவிகிதத்தில் மூன்றில் ஒரு பங்கே.

நான் இதை எழுதும்போது, சிமன்ஸ்ஸின் மொத்த செல்வமதிப்பு, 21 பில்லியன். அது, பஃப்பெட்டின் செல்வமதிப்பைவிட 75 சதவிகிதம் குறைவு! நான் இந்தத் தொகைகளை எழுதும்போதே, இது எவ்வளவு கேலிக்குரியது என்று உங்களுக்குப் புரிகிறது அல்லவா?

சிமன்ஸ் அவ்வளவு சிறந்த முதலீட்டாளர் என்றால், இத்தகைய வேறுபாடு ஏன்? ஏனென்றால், சிமன்ஸ் தன்னுடைய ஐம்பதாவது வயது வரை, முதலீட்டில் அவ்வளவாக முன்னேற்றம் காணவில்லை. பஃபெட்டைப் போன்று கூட்டுச்சதவிகித வழியில் சேர்க்க, பஃப்பெட்டின் வாழ்நாளில் பாதியைவிடக்குறைவான காலமே சிமன்ஸ்ஸிடம் இருந்தது. ஒருவேளை பஃப்பெட் போன்று 70 ஆண்டு காலம், சிமன்ஸ் தொடர்ந்து ஒவ்வோர் ஆண்டும், 66 சதவிகித வளர்ச்சியைப் பெற்றிருந்தால் அவர் எவ்வளவு சேர்த்திருப்பார்? உங்கள் மூச்சைப் பார்த்துக்கொள்ளுங்கள்! அதன் மதிப்பு, 63 கியுண்டிலியன் 900 குவாட்ரிலியன் 781 டிரில்லியன் 780 பில்லியன் 748 மில்லியன் 160 ஆயிரம் டாலர்கள்!

இது முட்டாள்தனமான, சாத்தியமற்ற தொகை. ஆனால் நாம் கவனிக்கவேண்டியது, எது வளர்ச்சி குறித்த அனுமானத்தில் மிகவும் குறைவான தொகை என்று தென்படுகிறதோ, அது மிகவும் முட்டாள்தனமான, சாத்தியமற்ற தொகையைச் சேர்ப்பதற்கான பாதையை ஏற்படுத்தித்தரலாம் என்பதே. எனவே, பனியுகம் ஏன் ஏற்பட்டது என்பதைப்போலவும், வாரன் பஃப்பெட் ஏன் மிகப்பெரும் செல்வந்தராக உள்ளார் என்பதைப்போலவும், ஒன்று ஏன் அத்தனை சக்தி பெற்று வளர்கிறது என்பதை நாம் புரிந்து கொள்ள விழையும்போது, அதன் மிகமுக்கிய காரணிகளை நாம் பெரும்பாலும் மறந்து விடுகிறோம்.

கூட்டுச் சதவிகித அட்டவணையை முதன்முதலில் பார்த்த பின்னர்தான் அவர்கள் வாழ்வில் மாற்றம் வந்தது என்று கூறிய பலரை நான் அறிவேன். ஓய்வுக்காலத்துக்கான சேமிப்பை தங்களுடைய 20-களிலிருந்து தொடங்குவதற்கும்,

30-களிலிருந்து தொடங்குவதற்குமான வித்தியாசத்தை அறிவதும் இத்தகையதே. அத்தகைய அட்டவணைகள் பார்ப்பவர்களைத் திகைப்படையச்செய்கின்றன. ஏனென்றால் அதில் காணும் முடிவுகள், உள்ளுணர்வின் அடிப்படையில் சரியென்றே தோன்றுவதில்லை என்பதால்தான். கூட்டுச்சிந்தனையின்போது இருக்கும்போலல்லாது, நேர்க்கோட்டுச் சிந்தனையின்போது, உள்ளுணர்வு அதிகரிக்கும். மனக்கணக்கின்மூலம், உங்களை 8+8+8+8+8+8+8+8+8 என்பதற்கான விடையைக் கண்டுபிடிக்கச் சொன்னால், எளிதாக, சில நொடிகளில் சொல்லிவிடுவீர்கள் (விடை 72). ஆனால், 8x8x8x8x8x8x8x8x8 என்பதற்கான விடையைக் கண்டுபிடிக்கச் சொன்னால் உங்கள் தலை வெடித்துவிடும் (விடை 134, 217, 728).

1950-களில் ஐ.பி.எம். 3.5 மெகாபைட் கொண்ட ஹார்ட் டிரைவைத் தயாரித்தது. 1960-களில் ஒரு சில டஜன் மெகாபைட்களையே ஹார்ட் டிரைவில் அதிகமாகச் சேர்க்க முடிந்தது. 1970-களில் ஐ.பி.எம். தயாரித்த வின்செஸ்ட்டர் டிரைவ் 70 மெகாபைட் கொண்டதாக இருந்தது. அதற்குப்பின்னர், டிரைவுகளின் அளவு மிகக்குறைக்கப்பட்டும், அதன் கொள்திறன் அதிகரிக்கப்பட்டும் தயாரிக்கப்பட்டன. 1990-களில், தயாரிக்கப்பட்ட கணினிகளின் கொள்திறன், 200-இலிருந்து 500 மெகாபைட் வரை இருந்தது.

அதன் பிறகு... அம்மாடி! கொள்திறன் வானைத்தொட ஆரம்பித்தது!

1999 - ஆப்பிள் ஐ-மேக், 6 கிகா பைட் ஹார்ட் டிரைவுடன் வெளிவந்தது.

2003 - பவர் மேக் 120 கிகா பைட்டுடன் வெளிவந்தது

2006 - ஐ மேக் 250 கிகா பைட்டுடன் வெளிவந்தது

2011 - முதல் 4 டெரா பைட் ஹார்ட் டிரைவ்

2017 - 60 டெரா பைட் ஹார்ட் டிரைவ்

2019 - 100 டெரா பைட் ஹார்ட் டிரைவ்

எல்லாவற்றையும் பொருத்திப்பார்த்தால், 1950-இலிருந்து 1990 வரை நாம் 296 மெகா பைட்டுகளையே சேர்த்துள்ளோம். 1990-இலிருந்து இன்றுவரை 100 மில்லியன் மெகா பைட்களைச் சேர்த்துள்ளோம்.

1950-களில் நீங்கள், தொழில்நுட்பத்தின் மீது நம்பிக்கை யுடையவராக இருந்திருந்தால், கொள்திறன் 1000 மடங்கு அதிகமாகலாம் என்று கணித்திருப்பீர்கள். நீங்கள் எல்லை

கடப்பவராக இருந்திருந்தால், ஒருவேளை 10000 மடங்கு அதிகமாகலாம் என்று கணித்திருப்பீர்கள். மிகமிகச்சிலரே, “என்னுடைய வாழ்நாட்களுக்குள் 30 மில்லியன் மடங்குகள் அதிகரிக்கும்” என்று சொல்லியிருக்க வாய்ப்புண்டு. ஆனால், அதுதான் நடந்தது.

கூட்டுமதிப்பீட்டின் எதிர்மறை உள்ளுணர்வு இயல்பு, நம்மில் உள்ள அதிபுத்திசாலிகளையும் திசை திருப்பி, அதன் வலிமையைக் கவனிக்காது கடந்து போக வைக்கிறது. 2004-ஆம் ஆண்டு, பில் கேட்ஸ், ஜி-மெயிலின் புதிய திட்டமான ஒரு ஜி.பி. திட்டத்தைக் குறிப்பிட்டு, யாருக்கு ஒரு ஜி.பி. தேவைப்படும் என்று குறையாக விமர்சித்தார். எழுத்தாளர் ஸ்டீவன் லெவி, “அவருடைய பணம், அதிநவீன தொழில்நுட்பத்தைச் சார்ந்ததாக இருந்தபோதிலும், மென்பொருளையும் வியாபாரப்பண்டம் போல் பார்க்கும் அவருடைய பழைய மனோநிலை பாதுகாக்கப்பட வேண்டியது” என்கிறார். எந்த வேகத்துக்கு மாற்றங்கள் ஏற்படுகிறோ, அந்த வேகத்தில் நீங்கள் உங்களை எப்போதுமே தகவமைத்துக் கொள்வதில்லை.

கூட்டு மதிப்பீடு, உள்ளுணர்விலிருந்து வரவில்லையென்றால், நாம் பொதுவாக அதன் வலிமையைப் புறக்கணித்து விட்டு, எதிர்கொள்ளும் பிரச்சனைகளை வேறுவழியில் தீர்த்துக்கொள்கிறோம் என்பதே இங்கு நிலவும் அபாயம் ஆகும். நாம் மிகையாகச் சிந்திக்கிறோம் என்பதால் அல்ல. மாறாக கூட்டு மதிப்பீட்டின் வலிமையை நாம் பொறுமையாக நின்று கணிப்பதே இல்லை.

பஃப்பெட் பெற்ற வெற்றியைக் குறிக்கும் 2000 நூல்களில் ஒன்றின் பெயர் கூட, “இந்த மனிதர் தொடர்ச்சியாக முக்கால் நூற்றாண்டு முதலீட்டைச் செய்து வருகிறார்” என்று அமையவில்லை. ஆனால் நமக்குத்தெரியும் அதுவே அவருடைய வெற்றியின் மூலகாரணி என்று. கணக்கீடுகளில் தம் மூளையைச் சிறிது கசக்க வேண்டியதாக உள்ளது, ஏனென்றால் உள்ளுணர்வில் அது தோன்றுவதில்லை.

பொருளாதார சுழற்சிகள், வர்த்தக வழிமுறைகள், சந்தைப்பிரிவுகள் போன்றவற்றைக்குறித்துப் பல புத்தகங்கள் உள்ளன. ஆனால் மிகவும் வலிமையானதும், முக்கியமானதுமான புத்தகத்தின் தலைப்பு “வாய்பொத்திக் காத்திரு” என்பதாகத்தான் இருத்தல் வேண்டும். அது வெறும் ஒற்றைப்பக்கத்தைக் கொண்டதாகவும் அதில் நீண்ட காலப் பொருளாதார முன்னேற்றத்தின் வரைபடம் மட்டும் இருப்பதாகவும் வேண்டும்.

நடைமுறைக்கென்று நாம் எடுத்துக்கொள்ள வேண்டிய கருத்து என்னவென்றால், “பெரும்பாலான ஏமாற்றமளிக்கும் வர்த்தகம், மோசமான வழிமுறைகள், வெற்றிகரமான முதலீடுகளின் முயற்சிகள் ஆகியவற்றின் காரணமாக, கூட்டுமதிப்பீட்டின் எதிர்மறை உள்ளுணர்வே உள்ளது” என்பது தான்.

கற்பதற்கும் செய்வதற்குமாக தங்கள் உழைப்பு அனைத்தையும் அர்ப்பணித்து, அதிக அளவிலான லாபத்தைப்பெற முயலும் மக்களையும் நாம் குறை கூற இயலாது. அது உள்ளுணர்வின் வழியாக, செல்வந்தர்களாக ஆக மிகச்சிறந்த வழியாகத்தென்படுகிறது.

ஆனால் நல்ல முதலீடு என்பது, லாபத்தை மட்டுமே பெற்றுத்தரக்கூடியதாக இருத்தல்வேண்டும் என்ற அவசியம் இல்லை. ஏனென்றால், உச்ச லாபம் என்பது, மீண்டும் மீண்டும் நடக்க இயலாத, எப்போதோ ஒருமுறை மட்டுமே நிகழக்கூடிய ஒரு நிகழ்வாகும். நல்ல முதலீடு என்பது, நம்மிடம் தங்கக்கூடிய, நல்ல லாபத்தை ஈட்டுத்தருவதாகவும், நீண்ட நாட்களுக்கு திரும்பத்திரும்ப நடக்கும் நிகழ்வாகவும் இருத்தல் அவசியம். அது கூட்டுச்சதவிகித முறையில் சாத்தியப்படும்.

இதற்கு எதிர்மறையாக, நம்மிடம் தங்காத மிகப்பெரிய லாபங்களை ஈட்டும் முறை, சோகமான முடிவுகளையே கொண்டு சேர்க்கும். நம்முடைய அடுத்த அத்தியாயம் அவை குறித்துப் பேசப்போகிறது.

5.
வளமடைதலும் வளமாயிருத்தலும்

நம்பிக்கையான முதலீடு என்பது, நல்ல முடிவுகளை எடுக்கும் திறனில் தான் என்றில்லை; அது தொடர்ச்சியாக தோல்வியைத் தழுவாத நிலையால் அமைகிறது.

பணத்தைக்குவிக்க கோடிக்கணக்கான வழிகள் உள்ளன; அவை குறித்தறியவும் எண்ணற்ற நூல்கள் உள்ளன.

ஆனாலும், வளமுடன் இருத்தலுக்கான வழி ஒன்றே ஒன்றாகும். அது சிக்கனமும், எதையும் நம்பாத குணமும் சேர்ந்த ஒரு கலவையாகும்.

நாம் அந்த ஒரு கருத்தை மட்டும் அதிகம் விவாதிப்பதில்லை.

இரண்டு முதலீட்டாளர்களின் கதைகளுடன் இது குறித்த விவாதத்தை ஆரம்பிப்போம். இவ்விருவரும், ஒருவருக்கு ஒருவர் அறிமுகமற்றவர் என்றாலும், ஒரு நூற்றாண்டுக்கு முன்னர், இவ்விருவரின் பாதைகளும் ஓர் ஒற்றைப் புள்ளியில் சேர்ந்து கடந்தவை.

ஜெஸ்ஸி லிவர்மோர், அவருடைய வாழ்நாளில், மிகச்சிறந்த பங்குச்சந்தைத் தரகராக விளங்கியவர். 1877-இல் பிறந்த இவர், நம்மில் ஏராளமானோர் இப்படியெல்லாம் செய்ய இயலும் என்று அறிந்திராத வயதிலேயே, தொழில்முறைத் தரகராக உயர்ந்தார். அவருடைய முப்பதாம் வயதில், 100 மில்லியன் டாலர்கள் மதிப்புக்கான செல்வத்தை உடையவராக விளங்கினார். இந்தத்தொகை பணவீக்கச் சீர்மைக்குப் பிந்தைய தொகையாகும்.

1929-ஆம் ஆண்டு வாக்கிலேயே, ஜெஸ்ஸி லிவர்மோர், உலகின் மிகப்பிரபலமான முதலீட்டாளர்களில் ஒருவராக விளங்கினார். பங்குச்சந்தையின் பெருத்த நாசத்தையும் வீழ்வையும் கண்ட அந்த ஆண்டில், அவரது பெயர், வரலாற்றின் ஏடுகளில் அழுத்தமாக எழுதப்பட்டுவிட்டது.

பின்னாட்களில், கறுப்புத் திங்கள், கறுப்புச் செவ்வாய், கறுப்பு வியாழன் என்றழைக்கப்பட்ட,1929-ஆம் ஆண்டின், அக்டோபர் மாத வாரத்தில் நடந்த அந்த பங்குச்சந்தை வீழ்ச்சியில், சந்தையின் மதிப்பில் ஏறக்குறைய ஒன்றில் மூன்று பங்கை விட அதிக அளவில், பங்குகள் மதிப்பிழந்தன.

அக்டோபர் 29-ஆம் தேதி, தன் கணவன் வீட்டை அடையும் போது, அதைவிடத் துயரமான செய்தியை ஜெஸ்ஸி லிவர்மோரின் மனைவி டோரொதி அறிந்தார். நியூயார்க் நகரெங்கும், பங்குச்சந்தை ஊக வணிகர்கள் பெருமளவில் தற்கொலை செய்துகொள்ளும் செய்திகள் வெளிவரத்தொடங்கின. ஜெஸ்ஸி மீண்டும் வீட்டுக்குத் திரும்பி வரும்போது, டோரொதியும் அவர்களுடைய குழந்தைகளும், கண்ணீருடன் அவரை வரவேற்றனர். ஜெஸ்ஸியின் தாயார், அவரை எதிர்கொள்ளும் திறனற்று, அழுதபடி, ஓர் அறையில் அடைந்துகிடந்தார்.

பின்னாள் சுயசரிதையை எழுதிய டாம் ரூபிதான், ஜெஸ்ஸியின் அன்றைய நிலையை நினைவு கூர்கிறார். வீட்டுக்குள் நுழையும் ஜெஸ்ஸி, கண்ணிருடன் நிற்கும் மனைவியையும் குழந்தைகளையும் தன்னுடைய தாயின் நிலையையும் கண்டு குழப்பமடைகிறார். என்ன நடந்திருக்கும் என்று அவர் ஊகித்து, அவருடைய குழப்பம் தெளிய சிறிது நேரமானது.

பின்னர் அவர் தன் குடும்பத்தினரிடம் அந்தச்செய்தியைக் கூறினார்: மேதாவித்தனமும், அதிர்ஷ்டமும் கைக்கோத்த நிலையில், ஜெஸ்ஸி, பங்குசந்தையின் வீழ்ச்சியை முன்னரே கணித்திருந்தார்.

டோரொதி ஆச்சர்யத்துடன் அவரிடம் வினவினார்: “அப்படியென்றால், நாம் வீழ்ந்துவிடவில்லையா?”

அதற்கு ஜெஸ்ஸி, “இல்லை என் அன்பானவளே! இன்றுதான் என் வாழ்நாளில் சிறந்த தரகராகப் பணியாற்றினேன். நாம் அற்புதமான செல்வத்தைப் பெற்றுவிட்டோம். அதை வைத்துக்கொண்டு நாம் என்னவேண்டுமானாலும் செய்யலாம்” என்றார்.

டோரொதி உடனே வீட்டுக்குள் ஓடிச்சென்று, அழுது கொண்டிருந்த தாயாரை அழுகையை நிறுத்தும்படி கூறினார்.

அந்த ஒரு நாளில் ஜெஸ்ஸி லிவர்மோர், மூன்று பில்லியன் டாலர்களுக்கும் மேலான மதிப்பை அடைந்தார்.

பங்குச்சந்தையின் வரலாற்றிலேயே மிகவும் மோசமான அந்த மாதத்தில், உலகச் செல்வந்தர்களுள் ஒருவராக ஜெஸ்ஸி உருவானார்.

ஜெஸ்ஸியின் இந்த இமாயலச்சாதனை வெற்றியை அவரது குடும்பம் கொண்டாடிக்கொண்டிருந்த அதே வேளையில், விரக்தியிடன் நியூயார்க்கின் வீதிகளில் வேறொருவர் உலவிக்கொண்டிருந்தார்.

அப்ரஹாம் ஜெர்மன்ஸ்கி. கட்டுமானத்தொழிலில் சிறந்து விளங்கிய இவர் மிகப்பெரும் கோடீஸ்வரராக விளங்கியவர். 1920-களில், மிகப்பெரும் அளவில் நில, கட்டுமானத் தொழில் முனைவுகளின் மூலம் பெருமளவில் லாபம் ஈட்டியர். 1920-களின் இறுதியாண்டுகளில், பொருளாதாரம் உயர்வினைக் காணும் காலத்தில், பெரும்பாலான நியூயார்க் முதலீட்டாளர்கள் செய்யும் அதே முறையைத்தான் பின்பற்றினார். அவரும் பங்குச்சந்தையில் பெருமளவில் முதலீடு செய்தார்.

1929-ஆம் ஆண்டு, அக்டோபர் 29-ஆம் தேதி, "தி நியூயார்க் டைம்ஸ்" செய்தித்தாள் வெளியிட்ட ஒரு கட்டுரையின் இரு பத்திகள், அந்தத் துயரமான சம்பவத்தைக் குறிப்பிட்டுள்ளன:

கடந்த வியாழக்கிழமை காலையிலிருந்து காணமல் போன தன்னுடைய கணவரைத் தேட உதவுமாறு, திருமதி அப்ரஹாம் ஜெர்மன்ஸ்கியிடமிருந்து, 225, பிராட்வேயில் வசிக்கும் அட்டர்னி, பெர்னார்ட் எச். சேண்டலர் என்பவருக்கு ஒரு செய்தி வருகிறது. கிழக்குப்பகுதியில் நில, கட்டுமானத் தொழில் முனைவுகளில் ஈடுபட்டுவரும், ஐம்பது வயது மதிக்கத்தக்க ஜெர்மன்ஸ்கி, பங்குச்சந்தையில் பெருமளவில் முதலீடு செய்திருந்தார் என்பதும் சேண்டலருக்குத் தெரியவருகிறது.

சாண்டலர் தன்னுடைய உரையில், ஜெர்மன்ஸ்கியை வியாழக்கிழமை மாலை நேரம், பங்குச்சந்தை அலுவலகத்துக்கு அருகே பார்த்ததாக, அவருடைய நண்பரிடமிருந்த பெற்ற செய்தியை, ஜெர்மன்ஸ்கியின் மனைவி தனக்குக் கூறியதாகக் கூறுகின்றார். அவரைக் கண்ட அந்த நபரின் கூற்றுப்படி, ஜெர்மன்ஸ்கி, தன் கையிலிருந்த டெலிகிராம் செய்திச்சீட்டை, துகள்களாகக் கிழித்து, நடைபாதையில் எறிந்தபடி, பிராட்வே செல்லும் திசையில் சென்றுகொண்டிருந்தார் என்பதே.

அதுவே நாம் அப்ரஹாம் ஜெர்மன்ஸ்கி பற்றி அறியக்கூடிய இறுதிச் செய்தியாகும்.

இங்கே நாம் ஒரு முரணைக் காண்கின்றோம்.

1929-ஆம் ஆண்டு நடந்த மிக மோசமான அந்தப்பங்குச்சந்தை வீழ்ச்சி, ஜெஸ்ஸி லிவர்மோரை, உலகின் செல்வந்தர்களுள் ஒருவராக ஆக்கியது. அதே சமயம், அப்ரஹாம் ஜெர்மன்ஸ்கியை அழித்தது; அவரது உயிரிழப்புக்கும் ஒருவேளை அது காரணமாய் இருக்கலாம்.

ஆனால் இவ்விருவரின் வாழ்க்கைகளைச் சற்றே முன்னோக்கிப்பார்த்தால், நான்கு ஆண்டுகளுக்குப்பின்னர், இவ்விருவரின் கதைகளும் ஒன்றையொன்று கடக்கின்றன.

1929-இல் தன் மிகப்பெரிய வெற்றியைக் கண்ட லிவர்மோர், அவ்வெற்றியின் காரணமாக எழுச்சியுற்ற தன்னம்பிக்கையால், மேலும் மேலும் தன்னுடைய முயற்சிகளைத் தீவிரப்படுத்தினார். அடிப்படையற்ற அத்தகைய முயற்சிகளால், பெருங்கடனாளியாகி, தன்னிடம் சேர்ந்த செல்வம் அனைத்தையும் பங்குச்சந்தையில் முற்றிலுமாக இழந்தார்.

இந்த நிகழ்வு நடந்த 1933-ஆம் ஆண்டில், அனைத்தையும் இழந்த நிலையில், மனமுடைந்து, லிவர்மோர் இரு நாட்கள் தலைமறைவானார். அவருடைய மனைவி அவரைத் தேடும் முயற்சிகளில் ஈடுபட்டார். அந்த ஆண்டின் “தி நியூயார்க் டைம்ஸ்” இதழொன்றில், “1100, பார்க் அவென்யூ இல்லத்தில் வசிக்கும், பங்குச்சந்தைத் தரகர், ஜெஸ்ஸி எல். லிவர்மோர், நேற்று மதியம் 3 மணியிலிருந்து காணவில்லை” என்ற செய்தியை வெளியிட்டது.

இரு தினங்களுக்குப்பின்னர் திரும்பிய அவருக்கான புதிய பாதை வேறு விதமாய் அமைந்தது.

இவ்விருவரின் அத்தகைய இறுதி நிகழ்வுகளின் காலம்தான் வெவ்வேறே தவிர, இருவரும் ஒரே குணத்தை உடையவர்களாகவே விளங்கினர். இருவரும் தங்கள் வளத்தைச் சேகரிப்பதில் மிகத்திறமையுடையவர்களாக இருந்தாலும், இருவரும், அவ்வளமையோடு தொடர்ந்து வாழும் திறனற்றவர்களாகவே இருந்தனர்.

“வளம்” என்ற சொற்றொடரை உங்களோடு நீங்கள் தொடர்புபடுத்திக்கொள்ள விரும்பாமல் இருக்கலாம். எந்த அளவு வருவாய் உடையவராயியும், இவ்விருவரின் கதைகளிலிருந்து நாம் கற்றுக்கொள்ள வேண்டிய பாடங்கள் பல உள்ளன.

வளத்தைச் சேகரிப்பது என்பது ஒன்று.

சேர்த்த அவ்வளமையைத் தக்கவைத்துக்கொள்ளுதல் என்பது மற்றொன்று.

செல்வங்குறித்த வெற்றியை நான் ஒருசொல்லால் சொல்ல முற்பட்டால் அதை, "தக்கவைத்துக்கொள்ளுதல்" என்பேன்.

ஏனெனில், பங்குச்சந்தைக்கு வரும் அளவிற்குத் திறமைகொண்ட பொதுநிறுவனங்களில்,40சதவிகிதநிறுவனங்கள், காலப்போக்கில், தங்கள் பங்குகளின் மதிப்பை வெகுவாக இழந்துள்ளன. "தி ஃபோர்ப்ஸ்" வெளியிடும் முதல் 400 அமெரிக்கச் செல்வந்தர்களின் பட்டியலில் இடம்பெறும் செல்வந்தர்களில், ஏறக்குறைய 20 சதவிகித நபர்கள் அப்பட்டியலில் பத்தாண்டுகள் கூட நீடிப்பதில்லை. அவர்களின் அந்தச்சரிவிற்கு, அவர்கள் இறப்போ அல்லது அவர்கள் தங்களுடைய குடும்பத்தினர்களுக்குச் சொத்தை மாற்றி எழுதிவைப்பதோ காரணங்களாக இல்லை என்பதும் குறிப்பிடத்தக்கது.[17]

முதலாளித்துவம் என்பது கடினமானது. இத்தகைய நிலைக்கான காரணங்களின் ஒருபகுதியாக அமைவது, வளத்தைச் சேர்ப்பது என்பது, சேர்த்த வளத்தைப் பாதுகாப்பது என்பது இரு வெவ்வேறான திறமைகள் என்பதே.

வளத்தைச் சேர்ப்பதற்கு உதவுவன, இடர்களை எதிர்கொள்ளுதல், நம்பிக்கையோடு இருத்தல், நம்முடைய முழு முயற்சியையும் பங்கையும் அதற்கான பணியில் அர்ப்பணித்தல் ஆகியனவையே ஆகும்.

ஆனால் சேர்த்த வளத்தைப் பாதுகாத்தல் என்பது, இடர்களிலிருந்து ஒதுங்கியிருக்கும் முறையாகும். வளம் எப்படி வந்துசேர்ந்ததோ அதைப்போன்றே கணநேரத்தில் நம்மை விட்டு அகலும் என்ற அச்சமும், தன்னடக்கமும், வளத்தைப் பாதுகாப்பதற்கு உதவும் குணங்கள் ஆகும். நம்மிடம் சேர்ந்த வளத்தில் ஒரு பங்காவது நமக்கிருந்த அதிர்ஷ்டத்தால்தான் கிடைத்தது என்று நம்பும் மனப்பான்மையும், சிக்கனமாக இருத்தலும் இதற்கான முக்கிய காரணிகள் ஆகும். எனவே கிடைத்த வெற்றியின் அடிப்படையில், அதைப்போன்றே, எதிர்காலத்திலும், ஒவ்வொரு முறையும் நடக்கும் என்று நம்புவதும் தவறானதாகும்.

"சீக்கோவியா கேப்பிடல்" நிறுவனத்தின் தலைமைப்பொறுப்பில் இருப்பவர் பில்லியனேர் மைக்கல் மோரிட்ஸ். சார்லி ரோஸ் அவரிடம், "சீக்கோவியா கேப்பிடல்" வெற்றிகரமாக இயங்குவதற்கான காரணத்தைப் பற்றி கேட்கும்போது, அவர் "ஆயுட்காலம்" என்று குறிப்பிட்டார். பல நிறுவனங்கள் ஐந்து அல்லது பத்தாண்டுகளில் வெற்றியடையும் நிலையில், "சீக்கோவியா கேப்பிடல்" நாற்பது வருடங்களாக

வெற்றியைத் தக்கவைத்துக்கொண்டுள்ளது. அதை எப்படிக் கொள்வது என்று ரோஸ் மேலும் கேள்வியைத்தொடுத்தபோது;

மோரிட்ஸ்: நாங்கள் சந்தையில் இருந்து அப்புறப்படுத்தப்பட்டு விடுவோமோ என்ற அச்சம் எங்களுக்கு எப்போதும் இருந்ததினால் என்று நினைக்கிறேன்

ரோஸ்: அப்படியா? அச்சம்தானா? அப்படியானால் பயம்தான் வெற்றியைப் பாதுகாக்குமா?

மோரிட்ஸ்: அப்படிச் சொல்வதில் அதிக அளவு உண்மை உள்ளது என்றே நினைக்கிறேன். நாளை எப்போதும் நேற்றுபோல் இருக்காது என்று நாங்கள் நினைப்பது வழக்கம். நடந்தேறிய வெற்றிகளில் அமர்ந்திருப்பது என்பது எங்களுக்கு உகந்தது அன்று என்பதையும் அறிந்திருந்தோம். அப்படி எங்களால் திருப்தி அடைந்த நிலையில் காலம்கடத்த இயலாது. நேற்றைய எங்கள் வெற்றி, நாளைய வளத்திற்கு வழிசேர்க்கும் என்று நினைத்துக்கொண்டிருக்க இயலாது.

இங்கும் "தக்கவைத்துக்கொள்ளுதல்" என்பதுதான் தலையானதாக இருக்கிறது.

"வளர்ச்சியோ", "செயலாற்றலோ" அல்லது "நுண்ணறிவோ" இல்லை; மாறாக, சந்தையிலிருந்து, அடித்துத் தள்ளப்படாமலும், துறக்கக் கட்டாயப்படுத்தப்படாமலும் இருக்கும் வண்ணம், நீண்ட காலத்திற்கு நம்மைத் தக்கவைத்துக்கொள்ளும் தன்மையைப் பெற்றிருப்பதே, பெருத்த வித்தியாசத்தை ஏற்படுத்துகிறது. இதுவே நம்முடைய தந்திரத்தின் படிக்கல் ஆகும். முதலீட்டிலோ, உங்கள் பணியிலோ அல்லது நீங்கள் செய்யும் வேறு தொழில்களிலோ, எதிலாயினும், தக்கவைத்துக்கொள்ளும் திறமையே வெற்றியின் படிக்கல் ஆகும்.

ஏன் தக்கவைத்துக்கொள்ளும் திறன், வளம்சேர்க்கும் சாவியாகக் கருதப்படுதல் வேண்டும் என்பதற்கான இரு முக்கிய காரணங்கள் உள்ளன.

ஒன்று வெளிப்படையானது: உங்களை மொத்தமாக விழ வைக்க, மிகப் பிரம்மாண்டமான ஒரு சில லாபநோக்கங்களோ போதும்.

இன்னொன்று, நாம் அத்தியாயம் 4-இல் கண்டபடி, உள்ளுணர்வின்பாற்பட்ட கூட்டுமதிப்பீட்டுக் கணக்கியல் முறை.

கூட்டுமதிப்பீட்டுமுறையின் வளர்ச்சி என்பது செய்யப்பட்ட முதலீட்டைப் பல வருடங்கள் பாதுகாத்தலினால் வருவதே ஆகும். அது ஓக் மரக்கன்றை நடுதல் போன்றது. நட்ட முதல் வருடம், பெருத்த பலனைத் தராமல் இருக்கலாம்; ஆயினும் பத்தாண்டுகள்

காத்திருப்பதால் வரும் பலன் வேறானது. அதுவே ஐம்பதாண்டுகள் காத்திருந்தால் அது நல்கும் பலன், நாம் எண்ண இயலாத அளவிற்கானதாகவே இருக்கும்.

காலவோட்டத்தில், நாம் எல்லோரும் சந்திக்கும் எதிர்பாராத பல்வேறான ஏற்றத்தாழ்வுகளிலும், அத்தகைய ஒன்றை நாம் தக்கவைத்துக்கொள்ளும் குணத்தினால் மட்டுமே, அப்படியான எண்ண இயலாத அளவிற்கான பலனை அடைவது என்பது சாத்தியப்படும்.

பஃபெட் எப்படி அத்தனை வளங்களைச் சேர்த்தார், எப்படி அப்படியான நிறுவனங்களைத் தேர்ந்தெடுத்தார்; எப்படி மிகவும் விலைகுறைந்த பங்குகளைத் தேர்ந்தெடுத்தார்; அவருக்கு உதவ எவ்வாறு அப்படியான மேலாளர்களைத் தேர்ந்தெடுத்தார் என்று கணக்கிட்டபடியே நாம் நம் வாழ்க்கையைக் கழித்துவிடக்கூடும். அது மிகவும் அரிதான செயலும்கூட. அதையொத்த அரிதானது, அவர் எவற்றை எல்லாம் தேர்ந்தெடுக்கவில்லை என்பதைத் தெரிந்துகொள்ளுதலும் ஆகும்.

அவர் கடன் எதையும் வைத்துக்கொள்ளவில்லை.

அவருடைய வாழ்நாளில் அவர் கடந்துவந்த, 17 பொருளாதாரப் பின்னடைவுக் காலங்களிலும் அவர் தன்னுடைய பொறுமையை இழந்து தன்னிடம் இருந்த பங்குகளை விற்கவில்லை.

தன்னுடைய தனிமதிப்பை, கௌரவத்தை குறைக்கும் வகையான செயல்களில் ஒருபோதும் ஈடுபட்டதில்லை.

அவர் எப்போதும், ஒற்றைச்சித்தாந்தம், உலகப் பொதுச் சிந்தனை, ஒற்றை இயல்புநடை என்ற வளையங்களுக்குள் சிக்கியதில்லை

அவர் எப்போதும் மற்றவர்களின் பணத்தில் முதலிட்டதில்லை (மற்றவர்களை முதலிடச்செய்து, பொதுநிறுவனங்களை நிறுவி, அதன் மூலம் லாபம் அடையும் நிலை)

அவர் எப்போதும் தன் கையைச் சுட்டுக்கொண்டதில்லை; முதலீட்டிலிருந்து விட்டதும் இல்லை; ஓய்வுபெற்றதும் இல்லை.

அவர் தக்கவைத்துக்கொண்டார். தக்கவைத்துகொள்ளும் அவருடைய குணம் அவர் வளத்திற்கான ஆயுட்காலத்தை அதிகரித்தது. தன்னுடைய 10 வயதிலிருந்து 89 வயது வரை தொடர்ந்து முதலீடு செய்யும் வகையான ஆயுட்காலம் ஒன்றே அத்தகைய கூட்டுமதிப்பீட்டுமுறையின் வளர்ச்சியைச் சாத்தியப்படுத்தியது. அந்த ஒரு காரணமே அவருடைய வெற்றிக்கான முக்கிய காரணமாகக் கருதப்படுதல் அவசியம்.

நான் சொல்ல விழையும் கருத்தை நீங்கள் அறிந்துகொள்ள, நான் சொல்ல இருக்கும் ரிக் குவெரின் கதையை நீங்கள் கேட்டல் அவசியம்.

இரட்டை முதலீட்டாளர்களான வாரன் பஃபெட் மற்றும் சார்லி முங்கர் ஆகியோரை நீங்கள் ஒருவேளை அறிந்திருக்கலாம். ஆனால் 40 ஆண்டுகளுக்கு முன்னர் அவர்களுடன் இயங்கிய மூன்றாவது முதலீட்டாளர் ரிக் குவெரின் ஆவார்.

வாரன், சார்லி, ரிக் ஆகிய மூவரும் முதலீடுகளைச் சேர்ந்தே செய்தனர்; அவர்களுக்கான மேலாளர்களை மூவரும் சேர்ந்தே நேர்காணல் செய்து தேர்ந்தெடுத்தனர். ஆனால், பஃபெட், சார்லி இவர்களின் வெற்றியைக் கணக்கில் கொண்டால், ரிக் காணாதவராகிவிடுவார். முதலீட்டாளரான மோனிஷ் பப்ராய் என்பவர் ஒருமுறை பஃபெட்டிடம், ரிக் குறித்து வினாவெழுப்புகிறார். அந்நிகழ்ச்சியைப் பின்வருமாறு மோனிஷ் நினைவு கூர்கிறார்:

[வாரன் கூறுகிறார்] "நாங்கள் எப்படியும் பெருஞ்செல்வத்தைச் சேர்த்துவிடுவோம் என்பதில் சார்லியும் நானும் எப்போதும் உறுதியாக இருந்தோம். ஆனாலும் நாங்கள் விரைவில் சேர்த்துவிடவேண்டும் என்று எண்ணியதில்லை; எப்படியும் அது நடக்கும் என்றிருந்தோம். எங்களைப்போன்றே ரிக்கும் திறமையானவர்தான். ஆனால் அவர் பணம் சேர்க்கும் அவசரத்தில் இருந்தார்."

1973-74 ஆண்டுகள் வாக்கில் நடந்த பங்குச்சந்தை வீழ்ச்சியின் போது, ரிக் தன்னிடம் இருந்த பங்குச்சந்தைகளை அடமானம் வைத்து கடன்வாங்கினார். அந்த இரு வருடங்களில், சந்தை மிகவும் வீழ்ச்சி அடைந்து பங்குகளின் மதில் 70 சதவிகிதத்துக்கும் கீழாகச் சரிந்தது. வாங்கிய கடனை அடைக்க ரிக் தன்னிடம் இருந்த பெர்க் ஷயர் பங்குகளை வாரனிடம் விற்றார். வாரன் கூற்றுப்படி, பெர்க் ஷயர் பங்குகளை, ரிக்கிடமிருந்து 40 டாலர்களுக்கும் கீழான மதிப்பில் வாங்கியுள்ளார். தன்னுடைய கடனை அடைக்க, ரிக் தன்னிடம் இருந்த பங்குகளைக் விற்க நேர்ந்தது.[18]

சார்லி, வாரன், ரிக் மூவரும் வளத்தைச் சேகரிப்பதில் சரிசமமான திறமைசாலிகள்தாம். ஆயினும் வாரன், சார்லி இருவரிடம் சேமிப்பைக் காப்பாற்றும் திறமையும் இருந்தது. அத்திறமையே, காலவோட்டத்தில் தேவையான திறமையாகும்.

நசீம் தாலெப் இப்படிச்சொல்கிறார்: "வெற்றிக்கான வழியை அறிந்திருத்தலும், தக்கவைத்துக்கொள்வதும் இரு வேறுபட்ட திறமைகள். முதலாவது திறமைக்கு இரண்டாவது திறமையின்

தேவை இருக்கிறது. அழிவிலிருந்து நாம் பாதுகாத்துக்கொள்ளல் அவசியம், எப்படியாயினும்."

தக்கவைத்துக்கொள்ளும் மனோநிலையை நாம் அன்றாட இயல்பு வாழ்வில் பயன்படுத்துவது என்பது மூன்று கருத்துகளை ஒட்டியே அமைகிறது.

1. கொழுத்த லாபங்களை விட, நான் நிலையான சேமிப்பையே விரும்புகிறேன். அத்தகைய நிலையான சேமிப்பால், மிகப்பெரும் அளவிலான லாபத்தை நான் அடைதல் இயலும். ஏனென்றால், மிக நீண்ட காலம் என்னால் தக்கவைத்துக்கொள்ள இயலுமாயின், கூட்டுமதிப்பீட்டுமுறை பெருத்த லாபத்தைத் தேடித்தரும்.

ஏறுமுகச்சந்தையில், எந்தவொரு முதலீட்டாளரும், கையில் பணத்தை வைத்துக்கொண்டு வெறுமனே இருக்க விழையமாட்டார்கள். எந்தப் பங்குகள் மிகவும் அதிக மதிப்புடையதாக வளருமோ அத்தகைய பங்குகளை வாங்கவே முயல்வார்கள். ஏறுமுகச் சந்தையில், பணத்தைக் கையில் வைத்துக் கொண்டு காத்திருப்பவர், பழைய எண்ணவோட்டத்தை உடையவராகவே காட்சியளிப்பர். ஏனென்றால், அவ்வாறு வாங்காது காத்திருக்கும் பட்சத்தில், எந்தப் பங்குகளை வாங்கியிருந்தால் எவ்வளவு லாபம் கிடைத்திருக்கும் என்ற கணக்கைச் சரியாக அறிந்தவர்களாகவே இருப்பர். ஏனெனில் கையில் இருக்கும் பணம், ஒரு வருடத்திற்கு 1 சதவிகிதம் மட்டுமே லாபமாகத் தரும், ஆனால் பங்குகள் 10 சதவிகிதம் லாபம் தரும்.

ஆனால், கையில் இருக்கும் அதே பணம், இறங்கு முகச்சந்தையின்போது, உங்களிடம் இருக்கும் பங்குகளை விற்காமல் தடுக்க நேரிட்டால், அந்தப்பணத்தின் மூலம் நீங்கள் அடையும் லாபம், வெறும் 1 சதவிகிதம் இல்லை. மாறாக, பல மடங்குகள் அதிகமாக இருக்கும். ஏனென்றால், பங்குகளைத் தவறான காலத்தில் விற்கும் நிர்பந்தத்தைத் தடுத்து, உங்கள் வாழ்க்கையையே மாற்றிப்போடும் வகையில், சரியான பங்குகளை நீங்க வாங்க அந்தப் பணம் உதவும்.

கூட்டுமதிப்பீட்டுமுறை என்பது, பெருத்த லாபங்களைப் பொறுத்தது அன்று. நல்ல அளவிலான, சரிவற்ற லாபத்தை, தொடர்ந்து, நீண்ட காலத்துக்கு, குறிப்பாக, சந்தையின் சரிவுகள், வீழ்ச்சிகளின் ஊடேயும், பெற்றுத்தருவதே வெற்றி ஆகும்.

2. திட்டமிடுதல் என்பது முக்கியமானதுதான் என்றாலும், ஒவ்வொரு திட்டத்திலும் முக்கியமானது, அந்தத்திட்டம், திட்டமிட்டபடி நடக்காத போது, செய்யவேண்டியது என்ன என்பதைத் திட்டமிடுதலே ஆகும்,

பழமொழி நினைவுக்கு வரலாம். "நீ திட்டமிடுகிறாய்; இறைவன் நகைக்கிறான்." பொருளாதார, முதலீட்டுத்திட்டங்கள் மிகவும் முக்கியமானவை, ஏனென்றால், நீங்கள் எடுக்கும் முடிவுகள், சாத்தியத்துக்குட்பட்டவையா என்பதை அவை உங்களுக்குத் தெரியப்படுத்துகின்றன. எல்லாவகையிலான திட்டங்களும், அவை முதல்முறை அமலாக்கப்படும்போது சரியானவைகளாகவே அமைகின்றன. உங்களுடைய வரவு, சேமிப்பின் சதவிகிதம், எதிர்வரும் 20 ஆண்டுகளுக்கான சந்தை லாபம் இவற்றை நீங்கள் கணக்கீடு செய்ய விரும்பினால், கடந்த 20 ஆண்டுகளின் உலகில் நடந்த, யாருமே எதிர்பார்க்காத, அத்தனை பெரிய நிகழ்வுகளையும் கருத்தில் கொண்டு சிந்திக்கவேண்டும். செப்டம்பர் 11-ஆம் தேதி நிகழ்வும், ஏறக்குறைய 10 மில்லியன் அமெரிக்கர்களை வீடிழக்கச்செய்த, வீட்டுவணிக ஏற்றமும் வீழ்ச்சியும், ஏறக்குறைய 9 மில்லியன் மக்கள் தத்தம் பணிகளை இழக்கச்செய்த பொருளாதார வீழ்ச்சியும், இதுவரை உலகம் கண்டிராத பங்குச்சந்தை வீழ்ச்சியும், இந்தக் கட்டுரையை நான் எழுதிக்கொண்டிருக்கும்போதே, உலகை உலுக்கிக் கொண்டிருக்கும் கொரோனா வைரஸின் தாக்கமும், இவை போன்ற அத்தனை நிகழ்வுகளையும் நாம் கருத்தில் கொள்ளுதல் அவசியமாகிறது.

உலக இயல்பு நிலையில் நடக்கும் நிகழ்வுகளுக்கு ஏற்ப அமைந்த திட்டங்களே பயனளிக்கக்கூடியனவாக இருத்தல் இயலும். ஆனால், அறிய இயலாத புதிர்களால் நிரப்பப்பட்ட எதிர்காலம் ஒன்றே ஒவ்வொருவருடைய இயல்பு நிலையாகின்றது.

"இவை இப்படி இல்லாமலிருந்தால்" என்ற விதிவிலக்கு களோடு கூடிய திட்டம், ஒரு சிறந்த திட்டம் ஆகாது. அப்படிப்பட்ட விதிவிலக்குகளையும் உள்ளடக்கிக்கொண்டு, அவை ஒவ்வொன்றின் தாக்கங்களையும் கருத்தில்கொண்டு, அவைகளுக்கேற்ப, அமைக்கப்பட்ட திட்டமாக இருத்தல் அவசியம்.

திட்டத்தின் ஒவ்வொரு கூறும் துல்லியமாக இருத்தல் வேண்டும் என்று விரும்பினால், உங்களுடைய பொருளாதார நிலையை அது மென்மேலும் இக்கட்டில் கொண்டுவிடக்கூடும். திட்டத்தின் ஒவ்வொரு கூறும், அவை சார்ந்த இடர்களைப் பொறுத்து, அவற்றுக்கான குறைந்தபட்ச/அதிகபட்ச வேறுபாடுகளை

உள்ளடக்கியதாய் இருந்தால், நீங்கள் அமைக்கும் திட்டம் பயனுள்ளதாக இருக்கும். உதாரணமாக, "அடுத்த 30 ஆண்டுகளுக்கு, ஆண்டொன்றுக்கு 8 சதவிகிதம் லாபம் கிடைத்தால் நல்லது. என்றாலும், 4 சதவிகிதம் கிடைத்தாலும் என்னைப் பொறுத்த மட்டில் அது லாபம்தான்" என்ற திட்டமே வெற்றிக்கான திட்டமாக அமையும்.

பல திட்டங்கள் தோல்வியடைகின்றன. அவற்றின் தோல்விகளுக்கான காரணம், அவை சரியான திட்டங்கள் என்றில்லை; மாறாக, குறிப்பிட்ட சூழலில், குறிப்பிட்ட தேவைகளின் அனுமானத்தில் அமைக்கப்பட்டவை என்பதால்தான். அந்தச் சூழலில், அந்தத் தேவைகளுக்கு அவை சரியாக அமையலாம். அந்த அனுமானங்கள் மாறும்போது திட்டம் தோல்வியடைகிறது. அப்படிப்பட்ட அனுமானங்களில் மாற்றங்களை எதிர்பார்த்து, அம்மாற்றங்களுக்கு ஏற்ப திட்டங்களைத் தீட்டுதல் என்பது பொருளாதாரத்திட்டங்களில் பொதுவாக நடைமுறையில் இல்லை. அனுமானம் சார்ந்த இத்தகைய மாற்றங்களை எதிர்பார்த்து, அம்மாற்றங்கள் 'குறிப்பிட்ட எல்லைகளுக்குள் ஏற்படலாம்' என்பதாகக்கொண்டு திட்டங்கள் தீட்டப்படுதல் அவசியம். இத்தகைய திட்டங்கள் பல்வேறு வடிவங்களில் சாத்தியப்படலாம்: சிக்கனமான நிதித்திட்டம், மாற்றங்களை எளிதில் ஏற்கும் முறைகள், நெகிழ்வான காலவரைமுறை என்பவைபோன்ற வழிமுறைகளை உள்ளடக்கித் தயாரிக்கப்பட்ட திட்டங்களே இனிய திட்டங்களாக அமையும்.

இந்தமுறையைப் பழமைவாத முறை என்று கொள்ளமுடியாது. பழமைவாதம் என்பது, குறிப்பிட்ட அளவிற்குமேலான இடர்களை எதிர்கொள்வதைத்தவிர்க்கும்முறை. 'பாதுகாப்பின் எல்லை' என்பது, இடர்களின் அளவிற்கு ஏற்ப, வெற்றியைக் கைக்கொள்ளும்முறை. இம்முறையில், உங்கள் 'தக்கவைத்துக்கொள்ளும் தன்மை' மேம்படுத்தப்படுகிறது. இத்தகைய முறையில், 'பாதுகாப்பின் எல்லை' எவ்வளவு உயர்கிறதோ, அதற்கு நேர்விகிதத்தில், நாம் எதிர்பார்க்கும் லாபமும், பயனும் குறையும்.

3. சமச்சீரான ஆளுமை இன்றியமையாதது
(எதிர்காலத்தின் மீதான நம்பிக்கையும், அத்தகைய எதிர்காலத்தை நோக்கிச் செல்வதைத் தடுக்கும் இடர்களைக்குறித்த அச்சமும் கலந்த மனோநிலை)

நம்பிக்கை என்பது பொதுவாக நாம் நினைக்கும், திட்டமிடும் அனைத்தும் நிறைவேறும் என்று கருதும் நிலை. ஆனால்

அத்தகைய நிலை ஆதாரமற்றது. விவேகமான நம்பிக்கை என்பது, அதிர்ஷ்டம் உங்கள் பக்கம் இருக்கிறது என்றும், இடையில் பல்வேறான துயர்கள் வந்தாலும், காலவோட்டத்தில், விளைவுகள் சமச்சீரடைந்து முடிவில் நன்மையாகத்தான் ஆகும் என்று உணரும் நிலை. ஆனாலும், உங்களுக்கே தெரியும் முடிவில் அது துயரத்தில்தான் முடியப்போகிறது என்று. காலவோட்டத்தில் முடிவுகள் நன்மையில் முடியும் என்ற நம்பிக்கை உங்களுக்கு இருந்தாலும், இப்போதைக்கும் முடிவுக்கும் இடையேயான அந்தப்பாதை, எப்போதும் துயரம் நிறைந்ததே என்பதை நீங்கள் அறிந்தே இருப்பீர்கள். இந்த இரு முடிவுகளும் ஒன்றிலிருந்து ஒன்று வேறுபட்டவை அன்று.

காலவோட்டத்தின் முடிவில் நன்மையைத்தருவதாகவே மலரும் ஒன்று, இடையில் துயர் நிறைந்ததாகவே அமையும் என்னும் இந்தக்கருத்து உள்ளுணர்விலிருந்து வெளிப்படும் கருத்தாகாது. மாறாக, நாம் இயற்கையில், இயல்பாக நடைபெறும் பல்வேறு செயல்களிலிருந்து அறிந்துகொள்வதே ஆகும். மனித நரம்புகளுக்கிடையே நடக்கும் மின்துடிப்புகளின் பரிமாற்றத்தைக் கணக்கில் கொண்டால், இரண்டு வயது குழந்தையின் மூளையில் நடக்கும் பரிமாற்றத்தில் பாதியை விடக்குறைவான பரிமாற்றங்களே 20 வயது வாலிபனிடத்தில் நடக்கின்றன. இடைக்காலத்தில் தேவையற்ற நியூரல் பாதைகள் செயலிழந்து அழிந்துவிடுகின்றன. ஆனாலும், ஒரு 20 வயதுடைய சராசரி வாலிபன், இரண்டு வயதுக் குழந்தையைவிட அதிகமான புத்திக்கூர்மையுடன்தான் இருக்கிறான். எனவே வளர்ச்சியின் பாதையில், அழிவும் ஆக்கப்பூர்வமான ஒன்றென்பதும், அதுவே தேவையற்றவைகளை நீக்கும் காரணியாக அமைகிறது என்பதையும் அறிகிறோம்.

நீங்கள் உங்கள் குழந்தையின் மூளையின் உட்தோற்றத்தை நோக்கும்வல்லமைபெற்றபெற்றோர் என்றுவைத்துக்கொள்ளுங்கள். ஒவ்வொரு காலையும் நீங்கள் பார்க்கும்போதெல்லாம் நரம்புகளின் எண்ணிக்கை குறைந்துகொண்டே வரும். அது உங்களுக்குப் பயத்தை ஏற்படுத்தும். "இது முறையாகாது. குழந்தையின் மூளைக் குறைபாடு நாளுக்கு நாள் அதிகரித்துக்கொண்டே வருகிறது. நாம் இதைக் கண்டிப்பாகக் கவனிக்க வேண்டும். விரைவில் ஒரு மருத்துவருக்கு இதைக்காட்டவேண்டும்" என்று நீங்கள் கூறலாம். ஆனால் நீங்கள் அப்படிச் சொல்வதில்லை. ஏனென்றால், நீங்கள் பார்த்துக்கொண்டு வருவது, குழந்தையின் இயல்பான வெளித்தோற்ற வளர்ச்சியை மட்டுமே.

பொருளாதாரம், பங்குச்சந்தைகள், பணிகள் போன்றவையும் அப்படிப்பட்ட, அழிவுகளுடன் கூடிய வளர்ச்சியை, கொண்ட பாதையில் அமைந்தவனவாகவே உள்ளன.

கடந்த 170 ஆண்டுகளில் அமெரிக்கப் பொருளாதாரத்தின் பாதைதான் இது:

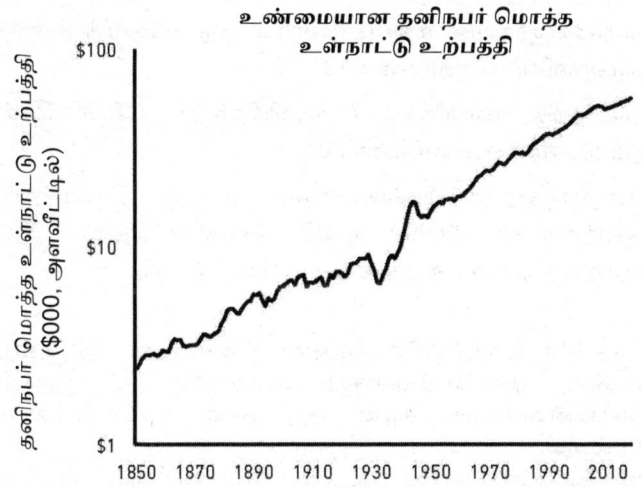

ஆனால், உங்களுக்குத் தெரியுமா இந்தக்காலத்தில் என்னவெல்லாம் ஏற்பட்டன என்று? எங்கிருந்து நாம் ஆரம்பித்தோம்?

- தொடர்ச்சியாக நடைபெற்ற போர்களில், 1.3 மில்லியன் அமெரிக்கர்கள் இறந்தார்கள்
- தொடங்கிய நிறுவனங்களில் ஏறக்குறைய 99.99 சதவிகித நிறுவனங்கள் மூடப்பட்டுவிட்டன
- அமெரிக்க அதிபர்களில் நால்வர் கொலைசெய்யப்பட்டனர்
- ஒரே வருடத்தில், ஃப்ளூ நோயின் தாக்கத்தால், 675,000 அமெரிக்கர்கள் இறந்தனர்
- 30 வெவ்வேறு இயற்கைப்பேரிடர்கள் ஒவ்வொன்றிலும் ஏறக்குறைய 400 அமெரிக்கர்கள் கொல்லப்பட்டனர்
- 33 வெவ்வேறு பொருளாதார மந்தநிலைகளின் காரணமாக, மொத்தமாக 48 ஆண்டுகள் தாக்கத்துக்குள்ளானது

- எதிர்காலத்தைக் கணித்துக்கூறும் பொருளாதார நிபுணர்கள் இதுவரை கணித்துக்கூறிய பொருளாதார மந்தநிலைக் காலங்களின் எண்ணிக்கை பூஜ்ஜியம்
- அப்போதைய மதிப்பிலிருந்து, பங்குச்சந்தைகள் 10 சதவிகித த்துக்கும் மேலாகச் சரிந்த நிகழ்வுகளின் எண்ணிக்கை 102
- பங்குச்சந்தைகளின் மதிப்பு மூன்றில் ஒரு பங்காகக் குறைந்த நிகழ்வுகளின் எண்ணிக்கை 12
- வருடாந்திர பணவீக்கம் 7 சதவிகிதத்துக்கு மேல் சென்ற ஆண்டுகளின் எண்ணிக்கை 20
- “பொருளாதார நம்பிக்கையின்மை” என்னும் சொற்றொடர் குறைந்தபட்சம் 29,000 முறை செய்தித்தாள்களில் இடம் பெற்றுள்ளது என்பதைக் கூகுள் குறிப்பிடுகிறது

கடந்த 170 ஆண்டுகளில், நமது வாழ்க்கைத்தரம் ஏறக்குறைய 20 மடங்கு முன்னேறியுள்ளது என்றாலும், பொருளாதார நம்பிக்கையின்மையற்ற சூழல் ஒரு நாள் கூட இல்லாமல் இருந்ததில்லை.

ஒரே நேரத்தில் நம்பிக்கையையும், அச்சத்தையும் கொண்ட மனோநிலையை அமைத்துக்கொள்வது என்பது அரிதான செயல். ஏனென்றால், நுட்பமான உண்மைகளை உணர்ந்து அவற்றை ஏற்றுக்கொள்வதைவிட, கறுப்பு வெள்ளையாகக் கண்களால் காண்பதை ஏற்றுக்கொள்வது மிகவும் எளிதான செயலாக இருக்கிறது. ஆனாலும் நீண்ட நாள் இருந்து, நெடுங்கால நம்பிக்கையின் பயனைத் துய்ப்பதற்காக, குறுங்கால நம்பிக்கையின்மை உங்களுக்குத் தேவையாகவே உள்ளது.

ஜெஸ்ஸி லிவர்மோர் இதை மிகவும் கடினமான முறையில் கற்றார்

அவர் கெட்ட நாட்களின் இறுதியை நல்ல நாட்களுடன் இணைத்தார். பெருமளவு வளத்தைச் சேர்க்கத்தெரிந்த அவருக்கு, அந்தக்குணமே அவர் என்றென்றும் வளமையுடன் இருப்பதை உறுதிசெய்யும் என்றும், தான் தோற்கடிக்கப்பட முடியாதவர் என்றும் எண்ணினார். முடிவில் தன்னிடம் இருந்த அனைத்தையும் இழந்த நிலையில் அவர் கூறியது:

ஒரு பங்குச்சந்தை தரகர், தனக்குத் தலைக்கனம் வராத அளவிற்குக் காத்துக்கொள்ளும் திறனைக்கற்றுக்கொள்ள, எந்த

அளவு செலவழித்தாலும் தகும் என்றே சில நேரங்களில் நான் நினைக்கிறேன். மிகப்பெரும் புத்திசாலிகளின் இமாலயத் தோல்விகள் ஒவ்வொன்றுக்குமான காரணியைத்தேடினால் அது அவர்களின் தலைக்கனம் என்றே அறியலாம்.

"இது ஒருவிதமான, அதீதச் செலவைச் செய்யத் தூண்டும் நோய்; எல்லாவிடத்திலும், எத்தகையோருக்கும்" என்கிறார் அவர்.

எதிர்கொள்ளவியலாத அதிக அளவு துன்பத்தின் மத்தியில் வளர்ச்சியை எப்படிக் காண்பது என்பது குறித்து அடுத்துக் காண்போம்.

6.

பூ விழுந்தால் உனக்கு வெற்றி!

பாதி நேரங்களில் நீங்கள் எடுத்தவை தவறான முடிவுகளாகக்கூட இருக்கலாம்; இருந்தும் வளமடைகிறீர்கள்.

"கடந்த 30 ஆண்டுகளாக, இது குறித்து விடாது யோசித்து வருகிறேன். இதன் கணக்கு என்று நான் நினைப்பது இதுதான்: சில முயற்சிகள் வெற்றியைத்தரும், சில தாரா. இவ்விரண்டு விளைவுகளுக்கும் சரியான காரணம் என்று விவாதிக்க எதுவும் இல்லை. அடுத்த நிகழ்வுக்கு நகர்ந்தபடியே இருங்கள்."

– திரைப்பட நடிகர்கள் சங்க விருதைப் பெற்ற தருணத்தில் பிரேட் பிட் குறிப்பிட்டது

ஹெயின்ஸ் பெர்க்யூயன், 1936- ஆம் ஆண்டு, நாஸி ஜெர்மனியிலிருந்து தப்பித்து வெளியேறியவர். இவர் அமெரிக்காவில் குடியேறி, யூ.சி.பெர்க்கலே பல்கலைக்கழகத்தில் இலக்கியம் பயின்றவர்.

பலருடைய கணக்கில், இவருடைய இளமைக் காலத்தில் எந்த வகையான வெற்றியையும் காணாதவர். ஆனால், 1990-களில், எவ்வகையான அளவீடுகளின் வகையிலும், எந்தக்காலத்தவரை ஒப்பிட்டாலும், பெர்க்யூயன், கலைப்பொருள் விற்பனையின் மிகச்சிறந்த தரகராக விளங்கினார்.

பிகாசோ, பிராகியுவஸ், க்லீஸ், மேட்டிஸிஸ் போன்ற கலைவல்லுனர்களின் படைப்புகளை, 2000-ஆம் ஆண்டில்,

பெர்க்யூயன் ஜெர்மனி அரசுக்கு 100 மில்லியன் ஈரோக்களைவிட அதிக மதிப்புக்கு விற்றுச் சாதனை படைத்தார். ஜெர்மானிய அரசு, அதை ஒரு நன்கொடை என்று கருதும் அளவிலான குறைந்த மதிப்பாகும். பொதுச்சந்தையில், பரிமாற்றம் செய்யப்பட்ட அந்தக் கலைப்பொருள்களின் மதிப்பு 1 பில்லியன் டாலர்களைவிட அதிகமாக இருந்திருக்கும்.

ஒற்றை மனிதரால், எப்படி அந்த அளவிலான கலைப் பொருள்களைச் சேகரிக்க இயலும் என்பது வியக்கவைக்கும் செய்தியாகும். கலை என்பது வாங்குபவரின் எண்ணத்தைப் பொறுத்து மதிப்பைப் பெறுவது. இத்தகைய கலைப்பொருள்கள் பிற்காலத்தில் மிகப்பெரிய தொகைக்கு வாங்கப்படும் என்பதைக் கணிக்கும் திறமை, ஒருவரின் இளம்வயதிலேயே தோன்றுவது எப்படிச் சாத்தியம் ஆகிறது?

நீங்கள் அதைத் 'திறமை' என்று சொல்லலாம்.

நீங்கள் அதை 'அதிர்ஷ்டம்' என்றும் சொல்லலாம்.

'ஹொரைசன் ரிசர்ச்' என்னும் முதலீட்டு நிறுவனம் அதற்கொரு மூன்றாம் விளக்கத்தைக் கொடுக்கிறது. அது முதலீட்டாளர்களுக்கு மிகவும் தொடர்புடைய விளக்கமும் கூட.

அந்த நிறுவனத்தின் கூற்றின்படி, "மிகச்சிறந்த முதலீட்டாளர்கள் மிகப்பெரும் அளவில் கலைப்பொருள்களை வாங்கிக்குவித்துள்ளனர்.[19] அத்தகைய தொகுப்புகளின் ஒரு பகுதியே பிற்காலத்தில் பெரும் முதலீடுகளாகக் கருதப்படுகின்றன. அத்தகைய சேமிப்பு மிக நீண்ட காலத்திற்குப் பாதுகாக்கப்பட்டு, அத்தொகுப்பின் மொத்த விலையுடன் கணிசமான லாபமும் பெற்றுத்தரும் விதத்தில், அந்தத் தொகுப்பிலுள்ள சில சிறந்த பொருள்கள் பெருமதிப்பைப் பெறுகின்றன. இப்படித்தான் அவை ஏற்றமடைகின்றன."

உலகின் மிகப்பெரும் கலைப்பொருள் தரகர்கள், குறியீட்டு நிதிகள் போன்று, இத்தகைய கலைப்பொருள்களை வாங்குகின்றனர். அவர்களால் எவ்வளவு இயலுமோ அவ்வளவையும் அவர்கள் வாங்குகின்றனர். அப்படி வாங்கும் பட்சத்தில், தனித்தனிப் பொருள்களாக வாங்காது, ஒரு பெரும் தொகுதியாகவே வாங்குகின்றனர். பின்னர் சில நல்ல வாடிக்கையாளர்கள் வருவரை காத்திருக்கின்றனர்.

இப்படித்தான் அவர்களது வெற்றி நிறைவேறுகிறது.

பெர்க்யூயன் போன்ற தரகரர்கள், ஒரு தொகுப்பாக வாங்கிய பொருள்களில் 99 சதவிகிதம் ஒருவேளை மிகக்குறைந்த மதிப்புடையனவாகவே இருக்கலாம். ஆனால் மிச்சமிருக்கும்

1 சதவிகிதத்தில் பிகாசோ போன்ற படைப்பாளிகளின் கலைப்பொருள்கள் இருக்கும் என்றால், இந்த 99 சதவிகிதம் ஒரு பொருட்டே இல்லை எனலாம். ஒவ்வொரு முறை விற்கும் போதும் பெர்க்யூயன் தோற்றிருக்கலாம், இருந்தாலும் கடைசியாக, அந்த 1 சதவிகிதத்தின் மூலம், பிரமாதமான வெற்றியைக் காணலாம்.

வணிகத்திலும், முதலீட்டிலும் இத்தகைய நிலை பெரும்பாலும் இருந்துவருகிறது. காத்திருப்பின் இறுதியில் விளைவுகளின் வியப்பு காட்சியளிக்கும். பொருளாதாரத்தைப் பொறுத்தமட்டில், நீண்ட காத்திருப்பின் இறுதியில், மிகச்சிறிய நிகழ்வுகள்கூட, பெரிய விளைவுகளை ஏற்படுத்தவல்லன.

நீங்கள் இந்தக் கணக்கைப்புரிந்து கொண்டிருந்தாலும், இத்தகைய நாட்கடந்த விளைவுகளுக்காகக் காத்திருப்பது என்பது கடினமான செயலாகும். பாதி நேரங்களில் ஒரு முதலீட்டாளர் தவறே செய்தாலும், செல்வத்தை ஈட்டல் முடியும் என்னும் இந்நிலை உள்ளுணர்விலிருந்து வெளிப்படுவதன்று. பெரும்பாலான முயற்சிகள் தோல்வியைத் தழுவுவதே இயல்பு என்பதை நாம் அறிந்துகொள்ளாமல் இருப்பதாலேயே ஆகும். எனவே, அத்தகைய தோல்விகள் நிகழும்போது நாம் இயல்பைவிட அதிகத் துயரத்தில் ஆழ்கிறோம்.

“ஸ்டீம்போட் வில்லீ”, வால்ட் டிஸ்னியை ஒரு சலனச்சித்திரக் காரராகவே பார்த்தது. தொழில்முறைவெற்றி என்பது வேறு விதமான கதை. டிஸ்னியின் முதல் முயற்சி திவாலாகி, தோல்வியைத்தழுவியது. அவருடைய திரைப்படங்கள் பேய்த்தனமான செலவுகளைக்கொண்டு அமைந்தவை. அனைத்து முயற்சிகளுக்கும் பேரளவில் நிதித்தேவையும் இருக்கும். 1930-ஆம் ஆண்டு வரையில் டிஸ்னி ஏறக்குறைய 400 சலனப்படங்களைத் தயாரித்து இருந்தார். அவற்றுள் பெருமளவில் குறும்படங்களாகவும், மக்களின் பாராட்டைப்பெற்றவைகளாகவுமே விளங்கின. என்றாலும், பெரும்பான்மையான திரைப்படங்கள் வணிகரீதியாக தோல்வியைத்தழுவியவையே.

“ஸ்னோ ஒயிட்டும் ஏழு குள்ளர்களும்” அந்த நிலையைப் புரட்டிப்போட்டது.

1938-ஆம் ஆண்டு, முதல் ஆறு மாதங்களில், அந்தப்படம் ஈட்டித்தந்த 8 மில்லியன் டாலர்கள், அதற்கு முன்னர் எந்த ஒரு நிறுவனமும் மொத்தமாக ஈட்டியதை விட பன்மடங்கு அதிகம் அது. அந்த ஒற்றை வெற்றி, டிஸ்னி ஸ்டூயோவின் நிலையை எங்கோ

ஏற்றிவிட்டது. நிறுவனத்தின் அத்தனைக் கடன்களும் திருப்பி அடைக்கப்பட்டன. முக்கியமான பணியாளர்கள், ஊக்கத்தொகை பெற்றனர். இன்று வால்ட் டிஸ்னி இயங்கும், பர்பேங்க் என்னும் இடத்தில், அத்தனைத் தொழில்நுட்பவசதிகளுடன் கூடிய அரங்கத்தை வாங்கியது. பின்னர் வால்ட் டிஸ்னிக்குக் கிடைத்த ஆஸ்கர் விருது, அவரைச் சாமானியரிலிருந்து, பிரபல மனிதராகவும் மாற்றியது. 1938-ஆம் ஆண்டுக்குள் அவர் பலநூறு மணிநேரம் ஓடக்கூடிய திரைப்படங்களைத் தயாரித்திருந்தார். ஆயினும், வணிகரீதியாகப் பார்க்கப்போனால், வெறும் 83 நிமிடங்களே ஓடிய ஸ்னோ ஒயிட்டின் சாதனைதான் எல்லாம்.

எப்படிப்பட்ட உயர்ந்த, லாபகரமான, பிரபலமான, செல்வாக்குடைய நிகழ்வும், ஏதோ ஓர் இறுதிக்கட்டக் காரணியின் விளைவாகவே இருக்கும். அத்தகைய வாய்ப்பு, ஆயிரத்தில் ஒன்றாகவோ அல்லது மில்லியனில் ஒன்றாகவோ இருக்கலாம். ஆயினும் நம்முடைய கவனம் அனைத்தும் அந்த உயர்ந்த, லாபகரமான, பிரபலமான, செல்வாக்குடைய நிகழ்வைச் சுற்றியே இருக்குமன்றி, அதற்குக்காரணமான அந்த இறுதிக் காரணியைக் கண்டுகொள்ளாது. நாம் பெரும்பாலும் கண்டுகொள்ளாத அத்தகைய இறுதிக்காரணிகள், எவ்வளவு வலிமையானவை என்று கணக்கிடப்படாமலேயே கடந்துவிடுகின்றன.

இப்படியான இறுதிக்காரணியால் லாபமீட்டும் துறைகளுள் சில கண்கூடாகக் காணும் விதத்தில் உள்ளன. உதாரணமாக புதுநிறுவனங்களுக்கான முதலீடு. புதுநிறுவனங்களுக்கான முதலீட்டாளர் ஒருவர், சுமார் 50 நிறுவனங்களில் தன் முதலை இடுகிறார் என்று வைத்துக்கொள்வோம். அவற்றுள் ஏறக்குறைய பாதி எண்ணிக்கையிலான முதலீடுகள் தோல்வியுறும் என்ற அனுமானத்துடன்தான் அவர் செயலில் இறங்குகிறார். மற்றவற்றில் ஒரு 10 சதவிகிதம் ஓரளவிற்கு நன்றாக செயல்படலாம், ஒன்றோ அல்லது இரண்டு நிறுவனங்களோ அவருக்கு தங்கக் கிடங்காகி, அவர் முதலிட்ட அத்தனை முதலையும் திருப்பித்தந்துவிடும். "கோரிலேஷன் வென்சர்ஸ்" என்னும் பெயரில் இயங்கிய புதுநிறுவன முதலீட்டு நிறுவனம் ஒன்று தன் முதலீட்டை அதிக அளவில் இழந்தது. 2004-ஆம் ஆண்டிலிருந்து 2014-ஆம் ஆண்டுவரையில் இந்த நிறுவனம் ஏறக்குறைய 21,000 புதுநிறுவனங்களுக்கு முதலீடு செய்துள்ளது.[20] அவற்றுள்:

65 சதவிகிதம் அத்தனை மூலதனத்தையும் இழந்துவிட்டன

2.5 சதவிகிதம் நிறுவனங்கள், 10 மடங்கிலிருந்து 20 மடங்கு லாபத்தை ஈட்டின

1 சதவிகித நிறுவனங்கள், 20 மடங்குக்கும் அதிகமாக லாபத்தை ஈட்டின.

5 சதவித நிறுவனங்கள் (21,000 நிறுவனங்களில் சுமார் 100 நிறுவனங்கள் மட்டும்) 50 மடங்கிற்கும் மேலாக லாபத்தை ஈட்டின. இத்தகைய நிறுவனங்களிலிருந்து மட்டும்தான் போட்ட முதலுக்கு லாபம் வரும்.

இந்தக் கணக்கீட்டிலிருந்து, புதுநிறுவனங்களுக்கான முதலீடுகள், எவ்வளவு இடர்பாடுகளை எதிர்கொள்கின்றன என்பது குறித்து நீங்கள் ஒருவாறு யூகிக்கலாம். புதுநிறுவனங்களில் முதலீடு செய்பவர் அனைவரும், எந்த அளவிற்கு இடர்பாடுகளை அதிகம் சந்திக்க நேரிடும் என்பதை அறிந்தே இருக்கின்றனர். மிகப்பெரும்பாலான புதுமுயற்சிகள் தோல்வியையே தழுவினாலும், வெற்றிபெறும் அந்த ஓரிரண்டு முயற்சிகளை நம்பியே உலகம் உழல்கிறது.

பாதுகாப்பானதாகவும்,அனுமானிக்கக்கூடியதாகவும்,நிலையான லாபத்தைத் திருப்பக்கூடியதாகவுமான முதலீட்டு முறையை நீங்கள் எதிர்பார்த்தால், அது மிகப்பெரிய பொது நிறுவனங்களின் பங்குகளில் முதலிடுவதே ஆகும்.

அல்லது, அப்படிப் பாதுகாப்பானதாக இருக்கும் என்பது உங்கள் சிந்தனையாகவும் இருக்கலாம்.

இறுதிக்கட்டக் காரணிகளே என்றும் வெற்றியை ஈட்டும் என்பதை மறக்காதீர்கள்.

மிகப்பெரிய பொதுநிறுவனங்களின் பங்குகளின் பரவல், காலத்திற்கு ஏற்ப அமையும். இப்பரவல், மேற்கண்ட புது நிறுவனங்களுக்கான முதலீட்டு முறைகளிலிருந்து கொஞ்சமும் வேறுபட்டதன்று.

பொது நிறுவனங்களில் மிகப்பெரும்பாலான நிறுவனங்கள் மோசமானவை; சில நன்றாகச் செயல்படும். வெகுசில நிறுவனங்களே மிகவும் திறமையாகச் செயல்பட்டு, பங்குச்சந்தையின் லாபங்களுக்கான முக்கிய காரணிகள் ஆகின்றன.

3000 வெவ்வேறு பெரிய பொதுநிறுவனங்களின், 1980-ஆம் ஆண்டிலிருந்தான லாபங்களின் பரவலைக்காட்டும் குறியீட்டு அட்டவணை ஒன்றை, ஜே.பி.மார்கன் அசெட் மேனேஜ்மெண்ட் நிறுவனம் வெளியிட்டுள்ளது.[21]

1980-ஆம் ஆண்டுக்குப்பிறகான இந்தக்காலக்கட்டத்தில், அந்த அட்டவணையில் இடம்பெற்றுள்ள 3000 நிறுவனப்பங்குகளில், 40 சதவிகிதப் பங்குகள், தங்களுடைய மதிப்பில் 70 சதவிகிதத்தை இழந்துள்ளன.

வெறும் 7 சதவிகித நிறுவனப்பங்குகளே, இந்த மாதிரி 3000 அட்டவணையின் மொத்த லாபத்துக்குக் காரணமான பங்குகளாக அமைகின்றன.

அத்தகைய லாபத்தைத்தான் நீங்கள் புதுநிறுவனங்களின் மீதான முதலீடுகளின் மூலம் பெற விழைகிறீர்கள். ஆனால் அது 3000 வெவ்வேறான நிறுவனப்பங்குகளில், அந்த 7 சதவிகிதத்தில் வருபவை எவை என்பதைக் குறித்தே அமைகிறது.

பொதுநிறுவனப் பங்குச்சந்தையின் இந்தப்போக்கு, எந்தத்துறையையும் விட்டுவைப்பதில்லை. தொழில்நுட்பம், தகவல்தொழில்நுட்பம் ஆகிய துறைகளில், பாதிக்குமேலான நிறுவனங்களின் பங்குமதிப்பு வீழ்ந்து பின்னர் எப்போதுமே சீராகவில்லை. பொதுச்சேவைத் துறைகளிலும், இத்தகைய வீழ்ச்சியின் தாக்கம் 10 சதவிகிதத்தைவிட அதிகமாகவே உள்ளது.

இதில் சுவாரசியமான தகவல் என்னவென்றால், ஒரு பொது நிறுவனமாக உயர்ந்த பின்னர், ரஸ்ஸல் 3000 பங்குகளில் ஒன்றாக உங்கள் நிறுவனம் இடம்பெற வேண்டுமென்றால், நீங்கள் ஒரு குறிப்பிட்ட அளவிலான வளர்ச்சியை அடைந்திருத்தல் அவசியம். இந்த அட்டவணையில் இடம்பெறும் நிறுவனங்கள் அனைத்தும் ஏதோ ஓரிரவில் திடீரென்று தோன்றிய புதுநிறுவனங்கள் இல்லை; பல ஆண்டுகள் தொடர்ச்சியாக வெற்றியைத் தக்க வைத்துக்கொண்டிருக்கும் நிறுவனங்கள். இருந்த போதிலும், இந்த நிறுவனங்களின் வாழ்காலம் ஆண்டுகளால் எண்ணப்படுகின்றனவே அன்றி, பல தலைமுறைகளைக் கண்டவை அன்று.

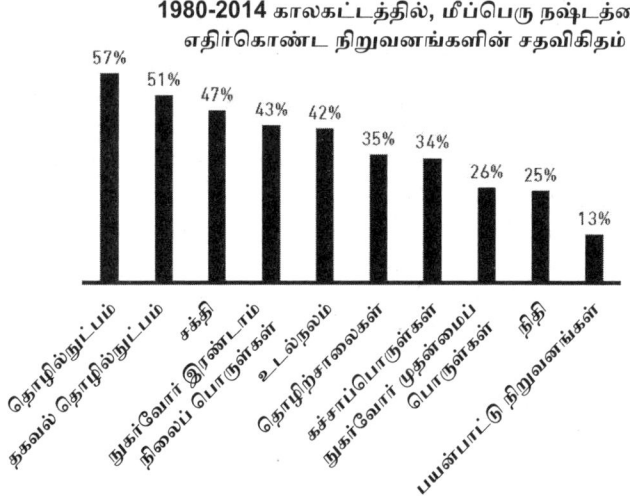

1980-2014 காலகட்டத்தில், மீப்பெரு நஷ்டத்தை எதிர்கொண்ட நிறுவனங்களின் சதவிகிதம்

உதாரணத்திற்கு, ரஸ்ஸல் 3000 அட்டவணையில் முன்னர் இடம்பெற்றிருந்த காரெல்கோ என்ற நிறுவனத்தைப் பார்ப்போம்.

ராம்போவின் முதல் மூன்று திரைப்படங்கள், டெர்மினேட்டர் 2, பேசிக் இன்ஸிடிங்க்ட், டோட்டல் ரிகால் போன்ற பிரபலமான திரைப்படங்களுடன், 1980-களிலும், 1990-களிலும் மிகப்பெரிய வெற்றிகளைக் குவித்த நிறுவனம் இது.

1987-ஆம் ஆண்டு, காரெல்கோ நிறுவனம், பொதுச்சந்தைக்குப் பங்குகளை விற்றது. அது மிகப்பெரிய வெற்றியை வாரித்தந்தது. அதைத்தொடர்ந்து, பல வெற்றிப்படங்களைத் தந்து சாதனைகளைக் கண்டது. 1991- ஆம் ஆண்டு, அரை பில்லியன் டாலர்களை வருவாயாகக் கொண்டு, பங்குச்சந்தையில் 400 மில்லியன் டாலர் மதிப்புக்கு உயர்ந்து நின்றது. இந்த உயரம், திரைப்படத்துறையைச் சார்ந்த நிறுவனங்களில் அதற்கு முன்னர் எந்த நிறுவனமும் காணாத உயரமாகும்.

பின்னர் அந்த நிறுவனம் படுதோல்வியைச் சந்திக்க நேர்ந்தது.

மெகா திரைப்படங்கள் மண்ணைக்கவ்வின; பெருத்த நிதி முதலீட்டில் எடுக்கப்பட்ட சில திரைப்படங்கள் தொடர்ந்து தோல்வியைத் தழுவின; பின்னர் 1990-களின் இடை ஆண்டுகளில் காரெல்கோ நிறுவனம் வெறும் வரலாறாகத் தேய்ந்துபோனது. 1996-ஆம் ஆண்டு, இந்த நிறுவனம் திவாலாகி, பங்குச்சந்தையில், பங்குகளின் மதிப்பு பூஜ்ஜியத்தைத் தொட்டு ஒரு பேரழிவைச் சந்தித்தது இதைப்போன்ற பேரழிவுகள், பத்தில் நான்கு பொது நிறுவனங்கள், சந்திக்கின்ற நிகழ்வுகளாகும். விரிவாகச் சொல்லும் அளவிற்கு, காரெல்கோ நிறுவனத்தின் அழிவு, தனித்தன்மை வாய்ந்ததன்று; மிகச்சாதாரணமாக நடக்கும் நிகழ்வே ஆகும்.

இந்த நிகழ்வின் மிக முக்கியமான கருத்து இதுவே: ரஸ்ஸல் 3000 நிறுவன அட்டவணைப்பங்கு, 1980-ஆம் ஆண்டிலிருந்து 73 மடங்கு பெருகியது இந்த வளர்ச்சி மிகப்பெரும் வளர்ச்சியாகும். இதுவே வெற்றி.

இந்த அட்டவணையில் இடம்பெற்ற நிறுவனங்களில் 40 சதவிகித நிறுவனங்கள், தனித்தனியாகப் படுதோல்வியைத் தழுவின. ஆனாலும் வெறும் 7 சதவிகித நிறுவனங்கள் மிகப்பெரும் அளவில் வெற்றியைக் கண்டு, தோற்ற அந்த 40 சதவிகித நிறுவனப்பங்குகளின் நஷ்டத்தையும் சரிசெய்து லாபத்தை ஈட்டித்தந்தன. மைக்ரோசாஃப்ட் அல்லது வால்மார்ட் நிறுவனத்துடன் ஹெயின்ஸ் பர்க்ருயின் நிறுவனத்தைச் சேர்த்துப்பார்த்தாலோ அல்லது பிகாஸோவுடன் மடிஸ்ஸேவைச்

சேர்த்துப்பார்த்தாலோ எப்படித் தோன்றுமோ அப்படிப்பட்ட சேர்க்கை இது.

வெற்றியைப் பெற்றுத்தந்த மிகக்குறைந்த எண்ணிக்கையிலான அந்த நிறுவனங்களிலும்கூட, இறுதிக்கட்ட வெற்றிகளே இதைச் சாத்தியமாக்க உதவியுள்ளன.

2018-ஆம் ஆண்டு, S&P-500 பங்கின் வளர்ச்சியில், அமேசான் 6 சதவிதத்தைக் கொண்டிருந்தது. அதற்கு முன்னர், ஃபையர் போன் திட்டத்திலிருந்து, சுற்றுலா முகவர் வசதிகள் வரை பல, நூற்றுக்கணக்கான திட்டங்களைக் கொண்டுவந்திருந்தாலும், அமேசான் நிறுவனத்தின் இந்த 6 சதவிகித வளர்ச்சிக்கான முக்கிய காரணிகள், இறுதிக் கட்டத்தில், அந்த நிறுவனம் கொண்டுவந்த அமேசான் பிரைம், அமேசான் வெப் சர்வீஸ் ஆகிய திட்டங்களே ஆகும்.

அதே 2018-ஆம் ஆண்டு, இந்தப் பங்கின் வளர்ச்சியில் ஆப்பிள் நிறுவனத்தின் பங்கு 7 சதவிகிதம் ஆகும். இந்த வெற்றியின் காரணமும், கடைசிக் கட்டத்தில், ஆப்பிள் நிறுவனம் அறிமுகப்படுத்திய ஐ-போன் தொலைபேசித்திட்டமே ஆகும்.

இத்தகைய நிறுவனங்களில் எத்தகையோர் பணியாற்றுகிறார்கள் என்று நீங்கள் நினைக்கிறீர்கள்? கூகுள் நிறுவனத்தின் பணிக்கமர்த்தும் விகிதம் .2^{22} சதவிகிதம்; அதாவது 1000 பேர்களை நேர்காணல்களுக்கு அழைத்து அவர்களிலிருந்து வெறும் இருவரையே தேர்ந்தெடுத்துள்ளனர். ஃபேஸ்புக் நிறுவனத்தில் இந்தச் சதவிகிதம் 0.1 ஆகும்.^{23} ஆப்பிள் நிறுவனத்தின் சதவிகிதம் 2.^{24} எனவே இறுதிக்கட்டத்தில், இறுதிக்கட்டத் திட்டங்களில் பணியாற்றும் இத்தகையோரின் இறுதிக்கட்ட வேலைவாய்ப்பு என்றும் நாம் இதைக் கருதலாம்.

இத்தகைய வகையில், குறைவான எண்ணிக்கையிலான காரணிகள், பெருத்த லாபத்தைச் சம்பாதித்துக்கொடுக்கும் என்ற கருத்தை நம்பியோ, எதிர்பார்த்தோ தேர்ந்தெடுத்த நிறுவனங்களின் பங்குகள், உங்கள் முதலீட்டு நிரலில் இருப்பதில்லை. முதலீட்டாளர் என்ற வகையில், இத்தகைய போக்கும் ஒரு பழக்கமாகவே உள்ளது.

ஒரு சிறந்த போர்வீரனைக் குறித்த நெப்போலியனின் வரையறை: "அவனைச் சுற்றியுள்ளோர் எல்லாம் ஸ்தம்பித்து நிற்கும் வேளையிலும், எவன் ஒருவன் இயல்பான நிலையில் செயல்படுகிறானோ அவனே சிறந்த போர்வீரன்".

முதலீட்டிலும் இப்படித்தான்.

பெருமளவிலான பொருளாதார ஆலோசனைகள் என்பது இன்றைய தினத்தைக் குறித்தனவாகவே இருக்கின்றன. நீ இன்றைக்கு, இப்போதைக்கு, என்ன செய்தல் வேண்டும்? இன்றைய நிலையில் எந்தப்பங்குகள் சிறப்பாகத் தெரிகின்றன?

ஆனால், பெரும்பாலான நேரங்களில் இன்று என்பது அவ்வளவு முக்கியம் வாய்ந்ததாக இராது. ஒரு முதலீட்டாளர் என்ற நிலையில், உன் வாழ்நாளில், இன்றோ, நாளையோ அல்லது அடுத்த வாரமோ நீ எடுக்கும் முடிவுகள் எல்லாம் ஒரு பொருட்டே ஆகாது. ஆனால் மற்றவர்கள் ஸ்தம்பித்து நிற்கும் அந்த நாள், நீ எடுக்கும் முடிவே வெற்றிக்கு வழிவகுக்கும் முடிவாக அமையும். முடிவெடுக்கும் அத்தகைய நாட்களின் எண்ணிக்கை, உன் வாழ்நாளில் 1 சதவிகித நாட்களைவிடக் குறைவானதாகவேகூட இருக்கலாம்.

1900-ஆம் ஆண்டிலிருந்து 2019-ஆம் ஆண்டுவரை, ஒவ்வொரு மாதமும் நீங்கள் ஒரு டாலர் மட்டும் சேமிப்பதாகக் கொள்ளுங்கள்.

அந்த ஒரு டாலரை, மாதாமாதம், நீங்கள், அமெரிக்கப் பங்குச் சந்தையில், சந்தையின் நிலைமை எவ்வாறாக இருந்தாலும், முதலிடுவதாகக் கொள்ளுங்கள். பொருளாதார வல்லுனர்கள் பங்குச்சந்தையின் அன்றன்றைக்கான நிலவரத்தைக்குறித்து, அது மந்த நிலையில் உள்ளது என்றோ, அல்லது உயர்ந்து உள்ளது என்றோ எப்படிக் கூவிக்கொண்டிருந்தாலும் உங்களுக்கு அக்கூவல் எல்லாம் ஒரு பொருட்டே இல்லை. நீங்கள் தொடர்ந்து மாதாமாதம் அந்த ஒரு டாலரை முதலிட்டுக்கொண்டிருங்கள். இத்தகைய முறையைப் பின்பற்றும் ஒரு முதலீட்டாளரின் பெயரை நாம் சூசன் என்போம்.

ஒருவேளை, பொருளாதாரம் மந்தமாக இருக்கும் காலத்தில் முதலிடுவது சற்றே அச்சமூட்டுவதாகக்கூடத் தெரியலாம். எனவே, பொருளாதாரம் மந்த நிலையில் இல்லாத காலத்தில் மட்டும், அந்த ஒரு டாலரை மாதாமாதம் நீங்கள் முதலீடு செய்யுங்கள். பொருளாதாரம் மந்தமாக இருக்கும் காலத்தில் உங்களிடம் இருக்கும் பங்குகளை விற்று, பொருளாதாரம் சரியான நிலையை அடைந்தவுடன் மீண்டும் முதலிடுங்கள். இத்தகைய முறையில் முதலிடும் ஒருவரை நாம் ஜிம் என்று கொள்வோம்.

இப்படியெல்லாம் இல்லாமல், ஒருவேளை, பொருளாதார மந்த நிலை முதல் ஓரிரண்டு மாதங்களுக்கு உங்களைப் பயமுறுத்தலாம். பின்னர், நீங்கள் நம்பிக்கைபெற்று, மீண்டும் உங்கள் முதலீட்டைத்தொடர்கிறீர்கள். மந்த நிலை இல்லாத காலங்களில் ஒரு டாலர் முதலிட்டு, ஆறு மாதங்கள் கழித்து, மந்த நிலை தொடங்கும்போது, விற்று, நிலை மீண்டும் மாறும் போது மீண்டும்

பங்குகளை வாங்குகிறீர்கள். இத்தகைய முறையில் முதலிடுபவரை நாம் டாம் என்று கொள்வோம்.

காலம் கடந்த பின்னர், இந்த மூவரும் எவ்வளவு சேமித்து இருப்பார்கள் என்று நீங்கள் எதிர்பார்க்கிறீர்கள்?

சூசனிடம் அப்போது 435551 டாலர்கள் இருக்கும்.

ஜிம்மிடம் 257386 டாலர்கள் சேரும்.

டாமிடம் 234476 டாலர்கள் சேர்ந்திருக்கும்.

சூசன் மிகப்பெரிய வெற்றியைக் கண்டுள்ளார்.

1900- ஆண்டிலிருந்து 2019-ஆம் ஆண்டுவரை மொத்தம் 1428 மாதங்கள் உள்ளன. அந்தக்காலத்தில் ஏறக்குறைய 300 மாதங்கள் பொருளாதாரம் மந்த நிலையில் இருந்தது. இந்த 22 சதவிகித மந்தநிலைக் காலத்திலும், சுசன் தன் நிலையை மாற்றாது இருந்ததால், மற்ற இருவரைக்காட்டிலும் அவள் மூன்றில் ஒரு பங்கு அதிக டாலர்களைச் சேர்த்துள்ளாள்.

இந்த கணக்கீடுக்கான சமீபத்திய உதாரணத்தைப் பார்ப்போம். ஒரு முதலீட்டாளர் என்ற நிலையில், 2008-ஆம் ஆண்டின் இறுதிவாக்கிலும், 2009-ஆம் ஆண்டின் தொடக்கத்திலும், உங்களுடைய செயல்பாடு எப்படி இருந்தது? அந்தச் செயல்பாட்டின் நிலையே, நீங்கள் 2000-ஆம் ஆண்டிலிருந்து, 2008-ஆம் ஆண்டு வரை செய்த முதலீடுகளின் மீது, அதிக அளவிலான தாக்கத்தை ஏற்படுத்தி இருக்கும்.

விமானஓட்டிகள் குறிப்பிடும் ஒரு பழைய கருத்து உள்ளது: “மணிக்கணக்கிலான சலிப்புநிலைக் காலங்களை அவ்வப்போது பிரிக்கும் அதிபயங்கர திகில்கணங்கள்!” முதலீட்டிலும் அதே நிலைமைதான். உங்களுடைய வெற்றியை நிர்ணயிப்பது, திகிலூட்டும் அத்தகைய கணங்களில் நீங்கள் எப்படிச் செயல்படுகிறீர்கள் என்பது மட்டுமே. வருடக்கணக்கில் நீங்கள் அமர்ந்தபடி வானைப்பார்த்துவந்த காலங்கள் அன்று.

சுற்றியுள்ளவர் எல்லாம் ஸ்தம்பித்திருக்கும் நிலையிலும், எப்படி ஒருவர் இயல்பாகச் செயல்படும் ஆணோ, பெண்ணோ, சிறந்த முதலீட்டாளர் ஆவார்.

தலையல்ல; மாற்றாக, இறுதிக்கட்ட வால்தான் அனைத்தையும் சாத்தியப்படுத்துகின்றது.

அமேசானின் ஃபையர் ஃபோன் திட்டத்தால் பெருத்த நஷ்டம் ஆகியிருந்தாலும் என்ன, அமேசான் வெப் சர்வீசஸ் போன்ற ஏதாவது ஒரு திட்டம் பில்லியன் கணக்கில் டாலர்களை

வாரிக்கொட்டப்போகின்றது. இறுதிக்கட்ட வெற்றி இங்கு எதையும் சாதித்துவிடுகின்றது.

நெட் ஃபிளிக்ஸ்-இன் முதன்மைச்செயல் மேலாளர் ரிட் ஹாஸ்டிங்ஸ் ஒருமுறை தங்கள் நிறுவனத்தின் பெரிய திட்டங்களில் பலவற்றை ரத்து செய்தபோது கூறியது:

> எங்கள் படைப்புகளை விரும்பிப் பார்ப்போர்களின் சதவிகிதம் மிகவும் அதிகமாக உள்ளது. நான் எப்போதுமே எங்கள் படைப்புக்குழுக்களை ஊக்கப்படுத்திக்கொண்டே இருக்கின்றேன். மேலும் அதிக அளவிலான இடர்களை எதிர்கொள்ளுதல் அவசியம். நீங்கள் எப்போதுமே பல்வேறு விதமான விபரீத முயற்சிகளைச் செய்து கொண்டே இருத்தல் அவசியம். ஏனென்றால், அப்போது தான் திட்டங்களை நிறுத்தும் விகிதம் அதிகமாகும்.

இக்கூற்றைக்கொண்டு அவர் மனத்தளவில் குழப்ப நிலையில் உள்ளார் என்றோ, அவருடைய பொறுப்பில் தோல்வியை ஒத்துக்கொள்கிறார் என்றோ எண்ணிவிட முடியாது. மாறாக, அக்கூற்றை, இறுதிக்கட்டம், எப்படியும் வெற்றியைத் தேடித்தரும் என்ற நம்பிக்கையின் வெளிப்பாடாகக் கொள்ளல் வேண்டும். ஏனென்றால், ஒவ்வொரு அமேசான் பிரைம் நிகழ்ச்சியையோ அல்லது அதில் வெளிவரும் "ஆரஞ்ச் ஈஸ் தி நியூ பிளேக்" என்னும் தொடரைக் காணவோ சிலர் இருக்கத்தான் செய்வார்கள்.

இது ஏன் நம் உள்ளுணர்வுக்குச் சில நேரங்களில் எட்டுவது இல்லையென்றால், எல்லாத் துறைகளிலும், முழுதாக படைக்கப்பட்டு வெளிவரும் பொருளைத்தான் நாம் காண்கிறோமே ஒழிய, அதற்குப்பின்னால் நிகழும் தொடர்ச்சியான தோல்விகள், எப்படி அந்த இறுதிக்கட்ட வெற்றியை இயக்குகின்றன என்பதை நாம் காண்பதேயில்லை.

தொலைக்காட்சியில் வரும் "தி கிரிஸ் ராக் 1" தொடர், நகைச்சுவை மிக்கதாகவும், தவறுகள் ஏதுமே அற்றதாகவும் நமக்குத்தோன்றும். பல கேளிக்கை விடுதிகளில், ஒவ்வொரு ஆண்டும் "தி கிரிஸ் ராக்" ஒத்திகை பார்க்கப்படுகிறது. அதுவே முறை. சிறந்த நகைச்சுவை நடிகராக இருந்தாலும், ஒவ்வொருமுறையும், தான் சொல்லப்போகும் துணுக்குகள் எப்படியான வரவேற்பைப்பெறும் என்று கணிக்கும் ஆற்றல் இருக்காது. சிறந்த நகைச்சுவை நடிகர்கள் அனைவரும் அத்தகைய துணுக்குகளை முதலில், சிறிய கேளிக்கை விடுதிகளில் முயன்ற பிறகே, பெரிய அரங்குகளில் அரங்கேற்றுவர். நடிகர் ராக்-

கிடம் ஒருமுறை, சிறு கேளிக்கை விடுதி அனுபவங்களைப் பற்றி கேட்டபோது அவர் கூறியது:

> நான் ஒவ்வொரு முறை சுற்றுப்பயணத்தை ஆரம்பிக்கும் போது, அவற்றைப் பேரரங்குகளில் ஆரம்பிப்பது இல்லை. சென்ற பயணத்திற்கு முன்னர், நான் நியூ ப்ரூவ்ன்ஸ்விக் நகரில் உள்ள “ஸ்டிரெஸ் ஃபேக்டரி” என்னும் இடத்தில் நிகழ்ச்சியை நடத்தினேன். ஒரு 40 அல்லது 50 நிகழ்ச்சிகளுக்குப் பிறகுதான், சுற்றுப்பயணத்தை ஆரம்பித்தேன்.

இத்தகைய சிறுகேளிக்கை விடுதிகளில் நடத்தப்படும் நிகழ்ச்சிகளைப் பற்றிய குறிப்பை, ஒரு செய்தித்தாள் வெளியிட்டுள்ளது. பல நிகழ்ச்சிகளில் ராக், தான் சொல்ல வேண்டிய துணுக்குகளைத் துண்டுச்சீட்டில் பார்த்துப்படித்து, தடுமாறியபடி நிகழ்ச்சிகளைக் கடத்திக்கொண்டிருந்தார் என்று அந்தச் செய்தியில் குறிப்பிட்டிருந்தது. நிகழ்ச்சியின் இடையே, “நான் இந்தத் துணுக்குகளின் எண்ணிக்கையைக் குறைக்கப்போகிறேன்” என்று கூட கூறியதாகவும் குறிப்பிடப்பட்டிருந்தது. எனவே நெட்ஜ்பிளிக்ஸில் நான் காணும் தரமான நகைச்சுவை என்பது, பல இடங்களில் பல்வேறு முறை நடந்த தோல்விகளின் இறுதிக்கட்டமே ஆகும்.

அதைப்போன்றே முதலீட்டிலும் நடைபெறுவது சாத்தியம். வாரன் பஃபெட்டின் மொத்த மதிப்பையும், அவரது ஆண்டு வருமானத்தையும் அறிவது என்பது மிகவும் எளிதான செயலாகும். ஏன், அவரது சிறந்த முதலீடுகளைப்பற்றி அறிவதும்கூட எளிதாகவே இருக்கலாம். இவைமட்டுமே ஊர் அறிந்த ரகசியங்களாக உள்ளன. மக்களால் அதிகமாகப் பேசப்படுபவையும் இவையே.

அவரது வாழ்நாளில் அவர் முதலீடு செய்த ஒவ்வொரு பங்கையும் தனித்துப் பிரித்து ஆய்தல் என்பது முடியாத காரியம் ஆகும். தேவையற்ற முதலீடுகள் குறித்தோ, சீர்கெட்ட வணிகத்தைக்குறித்தோ அல்லது மோசமான பங்குகள் வாங்கியதைக் குறித்தோ யாரும் பேசுவது இல்லை. ஆனால் அத்தகைய செயல்களே பஃபெட்டின் வாழ்க்கையில் பெரும்பான்மையாய் அமைந்தவை. இவை யாவும் இறுதிக்கட்ட வெற்றியின் எதிர்பக்கங்கள்.

2013-ஆம் ஆண்டு நடந்த பெர்க் ஷயர் ஹாத்வே பங்கு தாரர்களின் சந்திப்பில் பேசிய பஃபெட், தன் வாழ்க்கையில் மொத்தம் 400 இலிருந்து 500 நிறுவனங்களின் பங்குகள் இருந்தனவென்றும், அவற்றும் பத்து பங்குகளே பெரும்பான்மையான லாபத்தை

ஈட்டித்தந்துள்ளன என்றும் குறிப்பிட்டார். இவ்வுரையைத் தொடர்ந்து பேசிய சார்லி முங்கர், "பெர்க் ஷயரின் உச்ச பத்து பங்குகளை நீக்கிவிட்டால், அந்த நிறுவனத்தின் வளர்ச்சியை மிகவும் சாதாரணமான வளர்ச்சி என்றே கூறலாம்" என்றார்.

நாம் நம் உள்ள நாயகர்களின் வெற்றியை மட்டும் தனிப்பட்ட கவனத்தோடு பார்க்கின்றோம். அவர்களது வெற்றி என்பது மிகச்சிறிய செயல்களால் ஆனது என்பதைக் கவனிக்கத் தவறிவிடுகின்றோம். இத்தகைய நிலையால், நம் சொந்தத் தோல்விகள், நஷ்டங்கள், பின்னடைவுகள் ஆகியவை யாவும், நம் தவறுகளால் நடந்தவை என்று நினைத்துக் கொள்கின்றோம். ஒருவேளை தவறாகக்கூட இருக்கலாம்; அல்லது அத்தகைய நாயகர்கள் செய்வதைப்போல சரியானவையாகக் கூட இருக்கலாம். நமது உள்ள நாயகர்களின் செய்கை சரியானதாக இருந்தால், அதைப்போன்றே நாம் செய்தது மிகச்சரியானதாகத் தெரியும். இல்லையெனில், உங்களுடைய தவறுகளைப்போன்றே, நாயகருடைய முயற்சிகளும் தவறானவைதாம்.

ஜார்ஜ் சோரஸ் ஒருமுறை, "உங்கள் முயற்சிகள் சரியா அல்லது தவறா என்பது முக்கியமில்லை, ஆனால் நீங்கள் சரியாகச் செய்தபோது எவ்வளவு பணம் ஈட்டினீர்கள்; தவறாகச் செய்தபோது எவ்வளவு பணம் இழந்தீர்கள் என்பதே முக்கியம். உங்கள் முயற்சிகளில் சரிபாதி தோற்றாலும், நீங்கள் ஒரு பெருத்த நிதியைச் சேர்க்க இயலும்" என்கிறார்.

நம்முடைய பேரண்டத்தில் 100 மில்லியன் கோளங்கள் உள்ளன. ஆனால், நமக்குத்தெரிந்தவரை, ஒன்றில்தான் ஜீவராசிகள் வாழ்தல் இயலும்.

நீங்கள் படிக்கும் இந்த நூலே, ஒரு தொடர்ந்த முயற்சியின் இறுதிக்கட்டத்தின் விளைவு என்பதை உணர்வீர்கள்.

அது மகிழ்ச்சிக்கான ஒரு செய்தி. அடுத்து, செல்வம் எப்படி உங்களை மேலும் இன்பமாக மாற்ற உதவும் என்பதைக் காணலாம்.

7.

விடுதலை

காலத்தைக் கட்டுக்குள் வைத்திருப்பதே பணத்தால் நாம் பெறும் மிகப்பெரிய லாபம்

ஒவ்வொரு நாளும் காலையில் எழுந்தவுடன், "நான் என்ன எண்ணுகின்றேனோ அதை இன்று செய்வேன்" என்று சொல்லும் திறனே செல்வத்தின் உச்ச மதிப்பு.

மக்கள் மேலும் இன்பமாக இருக்கச் செல்வந்தர்களாக ஆக விரும்புகிறார்கள். நாம் ஒவ்வொருவரும் தனித்துவம் வாய்ந்தவர்களாக இருப்பதால், இன்பம் என்பதை வரையறுப்பது மிகவும் சிக்கலான செயலாகும். இருந்தும் மக்கள் கருதும் இன்பத்துக்குள் பொதுவான காரணி அல்லது மகிழ்ச்சியைத் தூண்டும் பொதுவான எரிபொருள் என்று ஒன்று இருக்குமேயானால் அது அவர் வாழ்க்கையைக் கட்டுக்குள் வைத்துக்கொள்ளவிழையும் விழைவே ஆகும்.

நாம் எதை விழைகின்றோமோ, எப்போது விழைகின்றோமோ, எவருடன் விழைகின்றோமோ, எவ்வளவு காலம் விழைகின்றோமோ, அதைச் சாத்தியப்படுத்துவது விலைமதிப்பற்றதாகும். அதுவே செல்வம் தரும் மிகப்பெரிய லாபம் ஆகும்.

அங்குஸ் கேம்பெல் என்பவர், மிச்சிகன் பல்கலைக்கழகத்தில், மனோதத்துவ வல்லுனராக இருந்தார். இவர் 1910-ஆம் ஆண்டு பிறந்தவர். மன இறுக்கம், மனப்பதட்டம், மனக்கோளாறு போன்ற மனிதமனத்தின் முரண்நிலைகளைக் குறித்து, மனோதத்துவக்கல்வி ஆய்வுக்குட்படுத்தப்பட்டுக் கொண்டிருந்த காலத்தில், இவரது ஆய்வு நடந்தேறியது.

மக்களை இன்புறச்செய்வது எது என்பது குறித்து கேம்பெல் தெரிந்துகொள்ள ஆரம்பித்தார். இவர் 1981-ஆம் ஆண்டில் வெளியிட்ட, "தி சென்ஸ் ஆஃப் வெல்பீயிங் இன் அமெரிக்கா" என்ற

நூலில், மனோதத்துவ வல்லுனர்கள் பொதுவாக நம்புவதைவிட மக்கள் இன்பமாகத்தான் உள்ளனர் என்று குறிப்பிட்டுள்ளார். அவர்களுக்குள்ளும் சிலர், மற்றவர்களைவிட மிகவும் இன்பமாக இருக்கின்றனர். அத்தகைய நிலையில் இருப்பவரை, நீங்கள் அவர்களுடைய வருவாய், இருக்குமிடம், கல்வித்தகுதி போன்ற காரணிகளால் தரம் பிரிக்க இயலாது. ஏனென்றால் அத்தகைய பிரிவுகளின்கீழ் உள்ளவர்களில் பலர், மனச்சோர்வால் மிகவும் பீடித்த நிலையில் உள்ளனர்.

இன்பத்துக்கான மிகவும் வலிமையான காரணியாக அவர் குறிப்பிடுவது மிகவும் எளிதான ஒன்றாகவே உள்ளது. கேம்பெல் தொகுத்துரைப்பது இதுதான்:

தமது வாழ்க்கையை மிகத்திறமையாகக் கட்டுப்படுத்தும் குணமுடையவரே, நல்வாழ்க்கைக்கான நேர்மறை எண்ணங்களை மிகவும் சரியாகக் கணிக்கக் கூடியவராக விளங்குகின்றனர். மேலும் நாம் பொதுவாகக் கருதும் பொருளாதாரம் சார்ந்த வாழ்க்கைநிலைகள் அதற்கான காரணியாக இருப்பதில்லை.

உங்கள் வருமானத்தைவிடவும், உங்கள் வீட்டின் பரந்த அளவைவிடவும், உங்கள் தொழில்தரும் கண்ணியத்தைவிடவும் இன்பத்தை நல்கக்கூடியது வேறு உண்டு. அது, நீங்கள் எதை விழைகிறீர்களோ, எப்போது விழைகிறீர்களோ, எவரோடு விழைகிறீர்களோ அவற்றின் மீதான கட்டுப்பாடே ஆகும். இத்தகைய கட்டுப்பாடே, மக்களை இன்புறச்செய்யும் மிகவும் பரந்த நிலை கொண்ட காரணியாகும்.

நாம் சேர்த்த செல்வத்தின் உள்ளார்ந்த மதிப்பென்பது, உங்கள் வாழ்க்கையின் மீதான கட்டுப்பாட்டை வழங்குவதே ஆகும். இப்படிச்சொல்வது மிகையாகாது. நம் செய்கைகளையும், செய்யும் வகைகளையும் கட்டுப்படுத்தக்கூடிய சுதந்திரத்தையும், தனித்துவத்தையும் நமக்குத் துளித்துளியாய் அளிக்க வல்லது நம்மிடம் சேரும் செல்வமே ஆகும்.

சிறியதொகைதான் ஆகட்டும், அது, உங்களுக்கு உடல்நிலை இல்லாத காலத்தில், வங்கிகளிடமிருந்து எந்தக் கடனையும் பெறாது, சில நாட்களுக்காவது பணியிலிருந்து விடுப்பெடுத்துக்கொண்டு ஓய்வுகொள்ள வைக்கக்கூடிய வழியாகிறது. அப்படியான தொகை உங்களிடம் இல்லாத பட்சத்தில், அந்தத் தொகையைச் சேர்ப்பது என்பது மிகவும் கடினமான செயலாகும்.

சுதந்திரத்தைக் கொடுக்கும் துளி என்பது இதுதான்; நீங்கள் பணியிலிருந்து நீக்கப்படும்போது, பெரிய வாய்ப்பைத்தேடி வாளா இருப்பதைவிட, கிடைத்த ஒரு சாதாரணமான பணிக்குச் சேர்ந்து, பின்னர் மாறிக்கொள்வது. யாருக்குத் தெரியும்? அந்தச் சாதாரணப் பணி, உங்கள் வாழ்க்கையையே கூட மாற்றிப்போடலாம்.

ஓர் ஆறு மாதச் செலவுக்கான தொகை உங்களிடம் இருந்தால், உங்கள் மேலாளரின் கொடுமைகளுக்கெல்லாம் அச்சப்பட வேண்டிய நிலைமை இராது. ஏனென்றால் உங்களுக்குத் தெரியும், சில மாதங்கள் நீங்கள் பணியில் இல்லாமல் இருந்தாலும், அடுத்த வேலை கிடைக்கும் வரை, உங்களிடம் உள்ள கையிருப்பு உதவும் என்று.

கூடுதலான சுதந்திரம் என்பது, சம்பளம் சற்றே குறைவாகக் கிடைத்தாலும், நீங்கள் வேண்டும் நேரத்தில் சென்று பணிசெய்ய இயலும் வகையிலான வேலையில் சேர்வது. அல்லது குறைந்த தூரத்தில் உள்ள ஓரிடத்தில் பணிபுரிவது. அல்லது உங்களுக்கு ஏற்படும் திடீர் மருத்துவச் செலவுகளை எப்படி எதிர்கொள்வது என்று எண்ணிக்கொண்டிராமல், உங்கள் கையிருப்பைப் பயன்படுத்திக்கொள்ளும் நிலையில் வாழ்வது.

எல்லாவற்றுக்கும் மேலாக, உங்களுக்குப் பணியோய்வு எப்போது என்பதை மற்றவர் தீர்மானிக்காமல் நீங்களே தீர்மானிக்கும் அந்தச் சுதந்திரத்தைப்பெறுவது.

உங்களிடம் சேர்ந்த செல்வத்தின் மூலம், நீங்கள் வாங்கமுயலும் இதர ஆடம்பரப் பொருள்களைத்தவிர, அந்தச் செல்வத்தின் மூலம் நீங்கள் சேர்க்கும் காலமும் தேர்வுகளுமே ஒப்பிடதற்கரிய பொருள்களாகும்.

நான் என்னுடைய கல்லூரி நாட்களில் ஒரு முதலீட்டாளராக வரவே கனவு கண்டுகொண்டிருந்தேன். அதற்கான ஒரே காரணம்; முதலீட்டாளர்கள் தங்களது முதலீடுகளின் மூலம் பெருத்த வளத்தைச் சேர்த்தார்கள் என்பதுதான். அத்தகைய என் எண்ணம், ஓர் உந்துதல்தான். அத்தகைய வாழ்க்கை எனதானால், அது எனக்கு முழு மகிழ்ச்சியையும் அளிக்கும் என்பதில் நான் 100 சதவிகிதம் நம்பிக்கையுடன் இருந்தேன். நான் இளநிலை படித்துக்கொண்டிருக்கும் அந்த ஆண்டின் கோடைக்கால விடுமுறையில், லாஸ் ஏஞ்சிலிஸ் நகரில் உள்ள ஒரு முதலீட்டு வங்கியில், பகுதிநேர வேலைவாய்ப்பும் எனக்குக் கிட்டியது. நான் அந்த வாய்ப்பை, என் தொழிலுக்கேற்ற வகையில் லாட்டரி கிடைத்ததைப்போல் உணர்ந்தேன். இதுமட்டும்தான் நான் என் வாழ்நாளில் வராதா என்று வேண்டிக்கொண்டிருந்தது.

அங்குபணியாற்றிய முதல் நாள்தான், அத்தகைய முதலீட்டாளர்கள் எவ்வாறு பெரும் வருவாயை அள்ளுகிறார்கள் என்பதைக் குறித்து உணர்ந்தேன். சராசரி மனிதனால் இயல்பாக பணியாற்றும் நேரத்துக்கும் அதிகமான அளவில், நீண்ட நேரத்துக்கு அவர்கள் உழைக்கின்றனர். உண்மையாகப் பார்க்கப்போனால், அவர்களுள் பெரும்பாலானோர் அந்த நீண்டநேர உழைப்பைக் கட்டுக்குள் வைக்க இயலாதவர்களே. நடுஇரவுக்கு முன்னர் வீடு திரும்புவதே மிகவும் கடினமான செயலாக இருந்தது. அந்த அலுவலகத்தில் இப்படி ஒரு பேச்சுவழக்கும் நிலவிவந்தது: "சனிக்கிழமைகளில் நீ அலுவலகம் வரவில்லை என்றால், ஞாயிற்றுக்கிழமை நீ திரும்பி வரவேண்டிய அவசியமே இல்லை." அந்தப்பணி, அறிவைத் தூண்டும்விதமாக இருந்தது. வருவாயும் நன்றாக இருந்தது. குறிப்பாக என்னை நானே மிகவும் முக்கியமானவன் என்று உணரும் வகையில் அந்தப்பணி அமைந்திருந்தது. ஆனால் விரியும் ஒவ்வொரு வினாடியும், நான் என் மேலாளரின் எதிர்பார்ப்புகளுக்கு அடிமையாகின்றேன். அந்த அடிமையுணர்வே என் வாழ்க்கையின் மிகவும் மோசமான அனுபவத்தைப் பெற்றதற்குப் போதுமான காரணியாக இருந்தது. என்னால் ஒரு மாதத்துக்கு மேல் அந்த நிறுவனத்தில் தாக்குப்பிடிக்க முடியவில்லை.

அந்த அனுபவத்தில் மிகவும் கடினமான விஷயம் என்னவென்றால், எனக்கு அந்தப் பணி மிகவும் பிடித்திருந்தது. நான் அதிகமாக உழைப்பதையும் விரும்பினேன். ஆனால், உங்கள் கட்டுப்பாட்டில் இல்லாத காலவரையறையின்கீழ், உங்களுக்குப் பிடித்த ஒரு காரியத்தைச் செய்வது என்பது உங்களுக்குப் பிடிக்காததைச் செய்வதைப்போன்றதே.

அந்த உணர்விற்கு ஒரு பெயரும் உள்ளது. மனோதத்துவயியலார் அதை எதிர்வினை என்பர். பென்சில்வேனியா பல்கலைக்கழகத்தில், பொருளாதாரப் பேராசிரியர் ஜோனா பெர்கர், இது குறித்து மிகச் செறிவான முறையில் தொகுத்துரைத்துள்ளார்:

> வாகன ஓட்டுனரின் இருக்கையில் அமர்ந்திருப்பதைப் போல, மக்கள் எப்போதுமே, எல்லாம் தங்கள் கட்டுப்பாட்டில் உள்ளது என்றே உணர்கிறார்கள். அவர்களை நாம் ஏதாவது செய்யச்செய்தால், அவர்கள் கட்டுப்பாட்டில் எதுவுமே இல்லை என்பதைப்போல் உணர்கிறார்கள். அந்த வாய்ப்பு அவர்களாகவே தேடிக்கொண்டது தான் என்பதை உணராமல், நாம்தான் ஏதோ அவர்களை அந்த நிலைக்குத் தள்ளிவிட்டோம் என்பதைப்போல் உணர்கிறார்கள்.

> இந்தக்காரணத்தால், தொடக்கத்தில், அவர்களுக்கு அப்பணியை ஏற்றுக்கொள்வதில் இன்பம் இருந்தாலும், நாம் அணுகும்போது, அவர்கள் அப்பணியைச் செய்ய முடியாது என்றுசொல்லவோ, இல்லை வேறுவிதமாகச் செய்யவோ துணிகிறார்கள்.[25]

இந்தக்கூற்று எந்த அளவுக்கு உண்மை என்று நீங்கள் உணரந்துகொண்டால், செல்வத்தை, வாழ்வியல் போக்கில் சீரமைக்கவேண்டும் என்பதை உணர்வீர்கள். அந்த உணர்வே, நாம் என்ன விழைகின்றோமோ, எப்போது விழைகின்றோமோ, யாருடன் விழைகின்றோமோ, எங்கே விழைகின்றோமோ, எவ்வளவு காலம் விழைகின்றோமோ, அந்த வகையில் மகத்தான வளத்தைச் சாத்தியப்படுத்தும்.

டெரிக் சிவர்ஸ் என்ற பெரும்வெற்றிகண்ட தொழில்முனைவர் ஒருவர், அவர் எப்படிச் செல்வந்தரானார் என்று அவரை வினவிய அவர் நண்பருக்கு பதில்கூறும்வகையில் எழுதிய கடிதத்தில் இப்படிக்கூறுகின்றார்:

> நான் மன்ஹட்டன் நகரில், ஆண்டுக்கு 20 ஆயிரம் டாலர்கள் கிடைக்கும் ஒரு சராசரி வேலையில் பணியாற்றி வந்தேன். வெளியில் விருந்துண்ணவோ அல்லது வாடகை ஊர்திகளில் பயணம் செய்யவோ இயலாத நிலை தான் அது. மாதம் ஒன்றுக்கு நான் 1800 டாலர்கள் சம்பாதித்தாலும், என்னுடைய தேவைகளைப் பூர்த்தி செய்ய, ஏறக்குறைய 1000 டாலர்கள் வேண்டியதாக இருந்தது. நான் இருவருடங்கள் இந்த நிலையில் வாழ்ந்து, 12000 டாலர்களைச் சேமித்தேன். அப்போது எனக்கு வயது 22.
>
> கையில் 12000 டாலர்கள் சேர்ந்தால், நான் என் வேலையை விட்டுவிட்டு, முழுநேர இசைக்கலைஞனாக மாற இயலும். என் மாதாந்திரத் தேவைகளைப் பூர்த்தி செய்யும் அளவிற்கு, எனக்குச் சில இசை நிகழ்ச்சிகள் கண்டிப்பாகக் கிடைக்கும் என்றும் நம்பினேன். எனவே அந்த முடிவை என்னால் எடுக்க முடிந்தது. அடுத்த ஒரு மாதத்தில் நான் என் வேலையைத் துறந்தேன். அதற்குப்பின்னர் நான் எப்போதுமே வேலைக்குச் சென்றதில்லை.

நான் இதை என் நண்பருக்குச் சொல்லிமுடித்தபோது அவர் என்னிடம், மேலும் சொல்லுங்கள் என்றார். நான் அவ்வளவுதான் என்றேன். அவர் தொடர்ந்து, "இல்லை. உங்கள் நிறுவனத்தை நீங்கள் விற்றபோது நடந்தது என்ன?" என்று வினவினார்.

இல்லை. அது என் வாழ்க்கையில் எந்தப் பெரிய மாற்றத்தையும் ஏற்படுத்தி விடவில்லை. என்னுடைய வங்கிக் கணக்கில் மேலும் பணம் சேர்ந்தது என்பது மட்டுமே மாற்றம். என் வாழ்க்கையில் மாற்றம் ஏற்பட்டது என்றால் அது என்னுடைய 22-ஆம் வயதில் தான்.[26]

உலக வரலாற்றிலேயே மிகவும் பணக்கார நாடு அமெரிக்கா. ஆனால், 1950-களில், வளமும், வருவாயும் குறைந்தே இருந்தாலும், அந்த நாளைய அமெரிக்கர் வாழ்ந்ததைப்போல், இப்போதைய சராசரி அமெரிக்கர் இன்பமாகத்தான் இருக்கிறார்கள் என்பதற்கான சான்றுகள் மிகவும் குறைவாகவே உள்ளன.

2019-ஆம் ஆண்டு, 140 நாடுகளிலிருந்து, 150,000 பேர்களைச் சந்தித்து, 'கேல்அப்' நடத்திய கருத்துக்கணிப்பில், 45% அமெரிக்கர்கள், ஒவ்வொரு நாளும், முந்தைய நாளைவிட, அதிக அளவிலான பிரச்சனைகளை எதிர்கொள்ளுகிறார்கள் என்று கூறியுள்ளனர்.[27] உலக அளவிலான இந்தச் சதவிகிதம் 39 சதவிகிதம். 55 சதவிகித அமெரிக்கர் முந்தைய தினம் தாங்கள் மிகவும் அழுத்தத்துக்கு ஆளானர் என்று குறிப்பிட்டுள்ளனர். அமெரிக்கர்களைத் தவிர ஏனையோரில் 35 சதவிகிதத்தினர் அவ்வாறே கருத்து தெரிவித்துள்ளனர்.

இந்த கருத்துக்கணிப்பிலிருந்து நாம் புரிந்துகொள்ள வேண்டியது, நாம் சேகரித்த செல்வத்தின் பெரும்பான்மையான பங்கை, முன்னைவிடப்பெரிய, முன்னைவிடச் சிறந்த பொருள்களை நாம் வாங்கச் செலவுசெய்துள்ளோம். அதே நேரத்தில், நாம் காலத்தின் மீதான நம் கட்டுப்பாட்டை இழந்து நிற்கின்றோம். எனவே இவ்விரண்டும் ஒன்றை ஒன்று இல்லையென்று ஆக்கிவிடுகின்றன.

பணவீக்கத்தின் தாக்கத்தைக் கணக்கில் கொண்டாலும், 1955-ஆம் ஆண்டில், ஒரு மத்தியத்தர, சராசரி குடும்பம் ஏறக்குறைய 29,000 டாலர்களை வருவாயாகக் கொண்டு இருந்தது. 2019-ஆம் ஆண்டில் இது 62,000 டாலர்களுக்குச் சற்று மிகையாகவே உள்ளது.[28] இந்த வருவாய் உயர்வைக் கொண்டு, 1955-இல் ஓர் சராசரி மத்தியத்தர அமெரிக்கரால் நினைத்துப்பார்க்க இயலாத

வாழ்க்கையை, நாம் வாழ்ந்து கொண்டிருக்கிறோம். 1950-ஆம் ஆண்டின் சராசரி அமெரிக்கரின் வீட்டின் பரப்பளவு 983 சதுர அடிகளாக இருந்தது; அதுவே 2018-ஆம் ஆண்டில், 2436 சதுர அடிகளாக உயர்ந்து உள்ளது. இன்றைய சராசரி அமெரிக்கரின் வீட்டில் உள்ள கழிவறைகளின் எண்ணிக்கை, அந்த வீடுகளில் வசிப்பவர்களின் எண்ணிக்கையை விட அதிகமாகவே உள்ளது. நாம் பயன்படுத்தும் சீருந்துகள் முன்னைவிட வேகமாக செல்லக் கூடியனவாகவும், அதிக திறன்கொண்டனவையாகவும் உள்ளன. நாம் பயன்படுத்தும் தொலைக்காட்சிகள் முன்னைவிட இன்னும் விலைகுறைவாகவும், திறன் மிகுந்தவைகளாகவும் உள்ளன.

அதே சமயத்தில், நமக்கென்று கிடைக்கக்கூடிய நேரத்தில், எந்தவிதமான முன்னேற்றத்தையும் கண்டதாகத் தெரியவில்லை. இவ்விளைவின் பெரும்பான்மையான காரணமாக அமைவது, நம்மில் பெரும்பாலோர் செய்யும் வேலையே ஆகும்.

ஜான் டி. ராக்ஃபெல்லர், எக்காலத்திலும் மதிக்கத்தக்க வகையில், மிகுந்த அளவு வெற்றியைக்கண்ட தொழிலதிபராகத் திகழ்ந்தவர். பெரும்பான்மையான நேரம் அவர் தனித்த நிலையில், மற்றவர்களுடன் அதிகம் பழகாதவராகவே வாழ்ந்தவர். அரிதாகப் பேசும் குணத்தைக்கொண்ட இவர், தாமாகவே, பிறர் தொடர்புகொள்ள இயலாத நிலையில், பிறர் அவரைச் சந்திக்கும்போதும், பேச்சுக்கொடுக்காத குணமுடையவராகவுமே விளங்கினார்.

ராக்ஃபெல்லருடன் அரிதாக ஓரிரு முறைகள் பேசும் வாய்ப்பினைப்பெற்ற, ஓர் எண்ணெய் சுத்திகரிப்பு ஆலையின் தொழிலாளர் ஒருவர், அவரைக்குறித்து குறிப்பிடும்போது, “அவர் மற்றவர்களைப் பேசவிட்டுவிட்டு, தான் அமர்ந்து கவனித்தபடி பேசாமலே இருப்பார்” என்கின்றார்.

அவர் ஏன் மௌனமாவகே உள்ளார் என்ற வினா, ஒவ்வொருமுறையும் அவர்முன் எழும்போதும், ராக்ஃபெல்லர் சில நேரங்களில் இந்தப்பாடலைச் சொல்லுவார்:

உயர்ந்த ஓக் மரத்திலே
ஒற்றை ஆந்தை வசிக்குது;
அதிக அளவு பார்க்குது,
அளந்தளந்து பேசுது!
குறைந்த அளவு பேசினால்
கூடிக் கேட்பர் யாவரும்!

பறவை அறிந்த உண்மையை
மனிதர் அறிவதில்லை ஏன்?

ராக்ஃபெல்லர் ஒரு வித்தியாசமான மனிதர். அவர் கண்டுபிடித்த உண்மை ஒன்று, இப்போது மில்லியன் மனிதர்களின் பழக்கத்தில் உள்ளது.

எண்ணெய்க்கிணறுகளைத் தோண்டுவதோ, இரயில் வண்டிகளில் சாமான்களை ஏற்றுவதோ அல்லது எண்ணெய்ப் பீப்பாய்களை எடுத்துச்செல்வதோ ராக்ஃபெல்லரின் வேலையன்று. நிலைமைகளைக் கவனித்து, யோசித்து, நல்ல முடிவுகளை எடுப்பதே அவருடைய வேலை. அவர் வேலையின் உற்பத்திப்பொருளாக வெளிவருவதை அவர் தன் உடலுழைப்பாலோ அல்லது அவருடைய பேச்சுச் சாமர்த்தியத்தாலோ செய்வது இல்லை. அவர் மூளைக்குள் தோன்றும் யோசனைகளே அவரது உற்பத்திப்பொருள்கள் யாவும். எனவேதான் அவர் தன்னுடைய பெரும்பான்மையான நேரத்தையும் உழைப்பையும் மூளைக்குள்ளேயே செலவழிக்கிறார். பார்ப்பவர்க்கு எல்லாம், அவர் ஏதோ வேலையில்லாமல் பொழுதுபோக்க உட்கார்ந்திருப்பது போலத் தோன்றும்விதமாய், ஒவ்வொரு நாளின் பெரும்பகுதியையும், அவர் அசைவில்லாமல் உட்கார்ந்த நிலையிலே செலவழித்தாலும், எழும் சிக்கல்களைக்குறித்து, தன் மூளைக்குள் தொடர்ந்து அவர் யோசித்துக் கொண்டுதான் இருக்கின்றார். எல்லோரும் உடலுழைப்பால் மட்டுமே பணியாற்றிக்கொண்டிருந்த அவருடைய வாழ்நாளில், அவர் செய்யும் அத்தகைய பணி, அபூர்வமான ஒன்றாகவே இருந்தது. பொருளாதார நிபுணர் ராபர்ட் கோர்டன் கணிப்பின்படி, 1870-ஆம் ஆண்டு வாக்கில், 46 சதவிகித வேலைவாய்ப்புகள் விவசாயம் சார்ந்தும், 35 சதவிகித வேலைவாய்ப்புகள் கைவினை அல்லது உற்பத்தித்தொழில்களைச் சார்ந்தும் இருந்தன. மிக அரிதாக, வெகுசில பணிகளே, மனிதனின் அறிவாற்றலைச் சார்ந்ததாக இருந்தன. அந்த நிலையில் நீங்கள் யோசிப்பதில்லை; தொடர்ந்து உழைத்தீர்கள்; அது கண்களுக்குப் பலப்படும் விதத்திலும், கணிக்கக்கூடிய விதத்திலும் இருந்தது.

இன்று அந்த நிலை தலைகீழாக மாறியுள்ளது.

38 சதவிகித வேலைவாய்ப்புகள் இப்போது, மேலாளர்கள், நிர்வாகிகள், வல்லுநர்கள் எனும் பெயர்களால் அழைக்கப்படுகின்றன. இத்தகைய பணிகள், சூழ்நிலைக்கு ஏற்ப கணித்து, சரியான முடிவுகளைத் தேர்ந்தெடுக்கக்கூடிய பணிகள் ஆகும். அடுத்து 41 சதவிகித வேலைவாய்ப்புகள், உங்கள் மூளையாலும், உடலாலும்

சரிசமமாகப் செய்யக்கூடிய, நுகர்வோர்சேவை சார்ந்த பணிகள் ஆகும்.

நம்மில் பெரும்பான்மையானோர் ஏறக்குறைய ராக்ஃபெல்லரைப்போன்றே, பணியாற்றுபவர்கள். நாம் 1950-களில் உழைப்பாளிகள் ஈடுபட்டதைப்போன்ற பணிகளில் ஈடுபடுபவர் அல்லர். அதாவது, மாலை, பணியிடத்திலிருந்து வெளியேறியதும், அன்றைய பணிகள் முடிந்துவிட்டன என்று கொள்ளும் நிலையில் நாம் இல்லை. நாம் தொடர்ந்து நம் மூளைக்குள் உழைத்துக்கொண்டே இருக்கின்றோம். இதனால் நாம் செய்யும் பணி முடிவுபெற்றதாக நாம் நினைப்பதற்கே இடமில்லை.

நீங்கள் சீருந்துகளை உற்பத்திசெய்யும் பணியில் இருந்தால், அந்த பணியிடத்தில் நீங்கள் இல்லாதபோது, நீங்கள் அந்தப்பணிக்காகச் செய்யவேண்டியதென்று ஏதும் இருக்காது. பணியிடத்தைவிட்டு வெளியேறும்போது, பணியில் பயன்படுத்திய கருவிகளோடு, உங்களையும் அந்தப் பணியிலிருந்து விலக்கிக்கொள்கிறீர்கள். ஆனால் ஒரு குறிப்பிட்ட பொருளைச் சந்தைப்படுத்த நீங்கள் ஒரு திட்டத்தைத் தீட்டுகிறீர்கள் என்றால் - அதாவது உங்களின் அறிவாற்றலைப் பயன்படுத்தி, சில முடிவுகளை எடுக்கும் வகையில் உங்கள் பணி இருக்குமாயின் - உங்கள் மூளையே உங்கள் கருவியாகிறது; அது உங்களை விட்டு எப்போதுமே விலகுவதில்லை. நீங்கள் பயணம் செய்யும்போதும், இரவு உணவை உண்ணும்போதும், உங்கள் குழந்தைகளைப் படுக்கவைக்கும்போதும், பணியழுத்தத்தின் காரணமாக, அதிகாலை மூன்று மணிக்கெல்லாம் நீங்கள் விழித்துக்கொள்ளும் போதும், நீங்கள் உங்கள் பணியின் திட்டத்தைப் பற்றி நினைத்தவண்ணமே இருப்பீர்கள். 1950-ஆம் ஆண்டு நீங்கள் இருந்திருந்தால் பயணிப்பதைவிட, காலத்தின் ஓட்டத்தோடு நீங்களும் பயணித்தபடியே இருப்பீர்கள். இது உங்களை ஒரு நாளின் 24 மணி நேரமும் பணியாற்றுவதைப்போல் உணர வைக்கின்றது.

இதையே “தி அட்லேண்டிக்” இதழில், டெரிக் தாம்சன், ஒருமுறை இவ்வாறாக விளக்கியுள்ளார்:

> 21-ஆம் நூற்றாண்டின் தொழிற்சாலை இயந்திரம் என்பது உடன் எடுத்துச்செல்லத்தக்க சிறிய வடிவிலானால், ‘நவீன தொழிற்சாலை’ என்னும் சொற்றொடர், தொழில் நடைபெறும் ஓர் இடத்தைக் குறிக்காது. அது ஒரு நாளையே குறிக்கும். இன்றைய கணினியியல் சாதனைகள், உற்பத்தித்திறனுக்கான கருவிகளுக்கு, தொழிற்சாலையிலிருந்து விடுதலை அளித்து விட்டன.

> அறிவுசார் பணியிலிருப்போரில் பெரும்பாலானோர், தர்கரீதியாக, தங்களுடைய அலுவலகத்தில், மதியம் 2 மணிக்கு பணியாற்றலாம் அல்லது அதிகாலை 2 மணிக்கு, டோக்கியோ நகரிலோ, அல்லது நடு இரவில், இருக்கையின் மீது கவிழ்ந்த படியோ கூடப் பணியாற்றலாம். ஏனெனில் அவர்கள் பயன்படுத்தும் மடிக்கணினிகளும், கைபேசிகளும் மற்ற ஊடக வசதிகளும், எங்கும் எடுத்துச் செல்லக்கூடிய அல்லது கிடைக்கக்கூடிய பொருள்கள் ஆகும்.[29]

உங்கள் முன்னோர்களோடு ஒத்துப்பார்த்தால், நேரத்தைக் கட்டுப்படுத்தும் திறனை இழந்தவர்களாகவே நீங்கள் உள்ளீர்கள். நமது வாழ்க்கையின் அனுபவிக்கும் இன்பம், நாம் நேரத்தைக் கட்டுப்படுத்தும் திறனைப் பொறுத்தே இருப்பதால், பொதுவாக, நாம் எப்போதையும் விட வசதியாகவும் வளமாகவும் இருக்கும்போதிலும், இன்பத்தை உணர முடிவதில்லை. இம்முடிவு நமக்கு அதிர்ச்சியூட்டுவதாக இருந்தாலும் இதுவே உண்மை நிலை.

அதற்காக நாம் என்ன செய்யப்போகின்றோம்?

நாம் ஒவ்வொருவரும் தனிப்பட்டவகையில், ஏதோவோர் தனித்துவத்துடன் இருப்பதால், நிலையை மாற்றி அமைப்பதற்கான வழி என்பது அவ்வளவு எளிதாகக் கிடைக்கப் போவதில்லை. எனவே நாம் செய்யக்கூடிய முதல் செயல், பொதுவாக எல்லோருக்கும் இன்பம் அளிப்பது எது, எல்லோருக்கும் இன்பத்தை மறுப்பது எது என்பதை உணர்தலே ஆகும்.

“வாழ்வதற்கான 30 வழிகள்” என்னும் தன்னுடைய நூலில், மூப்பியல் வல்லுநரான கார்ல் பில்லிமெர், ஆயிரத்துக்கும் மேலான அமெரிக்க முதியோர்களுடன் நேர்காணல் மேற்கொண்டு, அவர்களுடைய வாழ்நாளில், அவர்கள் கற்ற, மிகவும் குறிப்பிடத்தக்க படிப்பினைகளாக, அவர்கள் எவற்றைக் கருதுகிறார்கள் என்பதைக் குறித்து எழுதியுள்ளது இது:

அந்த ஆயிரம் முதியோர்களில் ஒருவர் கூட, எவ்வளவு இயலுமோ அவ்வளவு கடினமாக உழைத்துச்சம்பாதித்து, வேண்டிய பொருள்களை வாங்குவதே வாழ்வில் இன்பமாக இருப்பதற்கான வழி என்று குறிப்பிடவில்லை.

அந்த ஆயிரம் முதியோர்களில் ஒருவர் கூட, குறைந்தபட்சம், உங்களைச் சுற்றி உள்ளோரிடம் இருக்கும் அளவேனும் உங்களிடம் செல்வம் இருத்தல்வேண்டும் என்றோ, ஒருவேளை அவர்களைவிட

அதிக செல்வம் உங்களிடம் இருந்தால் அதுவே உண்மையான வெற்றியென்றோ குறிப்பிடவில்லை.

அந்த ஆயிரம் முதியோர்களில் ஒருவர் கூட, பின்னாளில், உங்களுக்குப் பெரும் செல்வத்தைச் சேர்த்துக்கொடுக்கும் திறன்கொண்ட பணிகளைத்தாம் நீங்கள் தேர்ந்தெடுத்தல் வேண்டும் என்று குறிப்பிடவில்லை.

தரமான நட்பு, தங்களைவிட உயர்ந்தவற்றோடு தொடர்பில் இருத்தல், தரமாகச் செலவழிக்கும் பழக்கம், குழந்தைகளோடு எவ்விதக் காலவரையறையற்ற நிலையில் நேரம் செலவழித்தல் போன்றவற்றையே அந்த முதியவர்கள் மதிப்புமிக்கச் செயல்களாகக்குறிப்பிட்டுள்ளனர். "உங்கள் குழந்தைகள், உங்களை, உங்கள் அண்மையை, எந்த அளவிற்கு எதிர்பார்க்கிறார்களோ அந்த அளவிற்கு, உங்களிடம் பணத்தை எதிர்பார்ப்பதில்லை. (அல்லது உங்கள் பணத்தால் கிடைக்கும் பொருள்களை எதிர்பார்ப்பதில்லை). குறிப்பாக, நீங்கள் அவர்களுடன் சேர்ந்து இருப்பதையே விரும்புகின்றார்கள்."

வாழ்க்கையில் அனைத்துமாக வாழ்ந்து கடந்த அவர்களிடமிருந்து இந்தக்கருத்தை நீங்கள் எடுத்துக்கொள்ளுங்கள்: நேரத்தைக் கட்டுப்படுத்தும் திறனே, நாம் சேர்க்கும் செல்வம் ஈட்டித்தரும் மிகப்பெரிய லாபம் ஆகும்.

இப்போது, செல்வத்தினால் கிட்டும் மிகக்குறைந்த லாபம் ஒன்றைக்குறித்து ஒரு சிறிய அத்தியாயத்தில் காண்போம்.

8.

தோற்ற முரண்கள்

உங்கள் உடமைகளால் நீங்கள் ஈர்க்கப்படும் அளவிற்கு, வேறெவரும் ஈர்க்கப்படுவதில்லை.

வாகன ஓட்டுநராக இருப்பதன் முக்கிய பயன், மிக அரிதான வாகனங்களை ஓட்டும் வாய்ப்புகளைப்பெறுதலே ஆகும். ராஜகம்பீரமாக, விருந்தாளிகள் ஓட்டிக்கொண்டுவரும், ஃபெராரி, லம்பார்கினி, ரோல்ஸ்-ராயல்ஸ் போன்ற மிக உயர்ரக வாகனங்களை ஓட்டுதல் என்பது அரிய வாய்ப்பே.

இத்தகைய வாகனங்களைப்போன்ற ஒன்றை வாங்க வேண்டும் என்பது என்னுடைய கனவாகவே இருந்தது. ஏனென்றால், என்னுடைய எண்ணப்படி, நான் சாதித்துவிட்டதற்கான குறியீடாக அது மற்றவர்களுக்குத் தென்படும் என்பதால் மட்டுமே. நீங்கள் திறமைசாலி, நீங்கள் செல்வந்தர், நீங்கள் உயர்ந்த ரசனையுள்ளவர், நீங்கள் முக்கியமானவர்.

ஆனால் இதில் முரண் என்னவென்றால், நான் அப்படிப்பட்ட வாகனங்களைக் காணும்போதெல்லாம் அதை ஓட்டி வருபவர் அந்த வாகனத்தின் சொந்தக்காரர் இல்லை, மாறாக வாடகை ஓட்டுநரே.

நீங்கள் மிக அரிதான, அழகான வாகனம் ஒன்றை ஒருவர் ஓட்டிச்செல்வதைப் பார்க்க நேரிட்டால், “ஓ! அந்த வாகனத்தை ஓட்டிச் செல்பவன் அதிர்ஷ்டக்காரன்!” என்று நினைப்பதில்லை. மாறாக, “ஓ! நான் அந்த வாகனத்தை ஓட்டும் நிலையில் இருந்தால், நான் அதிர்ஷ்டக்காரன்!” என்பதே. உள்ளணர்வோ என்னவோ, இப்படித்தான் பெரும்பாலானோர் நினைக்கின்றனர்.

இத்தகைய போக்கில் ஒரு முரண் உள்ளது. உங்கள் செல்வத்தின் மூலம் கிடைக்கும் விளம்பரத்தால், மற்றவர்களால் நீங்கள், விரும்பப்படுவீர்கள் என்றோ அல்லது மதிக்கப்படுவீர்கள் என்றோ நினைக்கின்றீர்கள். ஆனால் உண்மையில், உங்களை மதித்தபடியே

கடந்து செல்லும் ஒவ்வொருவரும், உங்கள் செல்வத்தை மதிப்பதில்லை; மாறாக, அவர்கள் உங்கள் செல்வத்தின் அளவை, தாங்கள் மதிக்கப்படுதல் வேண்டும், விரும்பப்படுதல் வேண்டும் என்ற பேராசையின் இலக்காகவே அவர்கள் கொள்கின்றனர்.

என் பிள்ளை பிறந்தபின்னர் நான் எழுதிய ஒருகடிதத்தில், "ஒரு விலைமதிப்புமிக்க வாகனம், ஒரு ஆடம்பரமான கைக்கடிகாரம், ஒரு விசாலமான வீடு போன்றவை, உனக்குத் தேவை என்று நீ நினைக்கலாம். ஆனால் உனக்கு நான் சொல்கிறேன்; அப்படியெல்லாம் எண்ணாதே. மற்றவர்களிடமிருந்து மரியாதையும், மதிப்புமே உனக்குத் தேவையானவை. உன்னிடம் விலைமதிப்புமிக்க பொருட்கள் இருந்தால் இவை கிடைத்துவிடும் என்று நீ எண்ணுகின்றாய். அப்பொருட்கள், நீ எதிர்பார்ப்பதைத் தரப்போவதில்லை; குறிப்பாக நீ யாரிடமிருந்து மதிப்பையும் மரியாதையையும் எதிர்பார்க்கிறாயோ அவர்களிடமிருந்து!"

தங்களுடைய ஃபெராரி வாகனத்தில், உணவகத்தின் முன்னர் வந்திறங்கும் ஒவ்வொருவரையும் நான் வெறித்துப் பார்ப்பதாக எண்ணிப்பார்க்கும்போது, நான் அவர்களை, வாகன ஓட்டுநர்களாகத்தான் உணர்கின்றேன். அவர்கள் எந்த இடத்திற்கெல்லாம் செல்கிறார்களோ அங்கும் அப்படித்தான், மக்கள் அவர்களை வெறித்துப் பார்ப்பார்கள். அப்படிப்பார்ப்பதை அவர்கள் விரும்புகிறார்கள் என்றும் நான் நம்புகின்றேன். தாங்கள் மதிக்கப்பட்டோம் என அவர்கள் உணர்வார்கள் என்றும் நான் கண்டிப்பாகச் சொல்வேன்.

ஆனால், நான் வாகனத்தை ஓட்டும் அவர்களை ஒரு பொருட்டாகவே மதிக்கவுமில்லை, கவனிக்கவும் இல்லை என்பது அவர்களுக்குத் தெரியுமா? நானே அந்த வாகனத்தின் ஓட்டுநர் இருக்கையில் அமர்ந்திருப்பதாகக் கற்பனை செய்தபடி, அந்த வாகனத்தை மட்டும் தான் வெறித்துப்பார்த்தேன் என்பது அவர்களுக்குத் தெரியுமா?

அவர்களுக்கு மதிப்பும் மரியாதையும் கிட்டும் என்ற எதிர்பார்ப்பில்தான் அவர்கள் ஃபெராரி வாகனத்தை வாங்கியிருப்பார்களா? நானும், என்னைப்போன்றே பலரும், வாகனத்தின் தோற்றத்தால்தான் ஈர்க்கப்படுகிறோமே ஒழிய, வாகனத்தை ஓட்டி வரும் அவர்களால் ஈர்க்கப்படுவதில்லை என்பதை அவர்கள் ஒருகணமாவது சிந்தித்திருப்பார்களா?

இந்த வகையான எண்ணம், பெரிய, மாளிகை போன்ற வீடுகளில் வசிப்போர்க்கும் பொருந்துமா? கண்டிப்பாகப் பொருந்தும்.

நகைகளுக்கும், துணிமணிகளுக்கும்? ஆம் அவற்றுக்கும்தாம்.

இங்கே நான் சொல்லவருவது, பணம் ஈட்டும் எண்ணத்தை நாம் கைவிடுதல் வேண்டும் என்பது அன்று; அதைப்போன்றே நவீன வாகனங்களை வாங்கக்கூடாது என்பதும் அன்று. இரண்டையும் நான் விரும்புகின்றேன்.

பொதுவாக மக்கள் பிறரால், மதிக்கப்படுவதையோ அல்லது மரியாதை தரப்படுவதையோ விரும்புகிறார்கள் என்பதை நான் ஒருவாறு ஒப்புக்கொள்கிறேன். ஆனால், பணத்தைக் கொண்டு வாங்க நினைத்தால், எவ்வளவு எதிர்பார்க்கிறீர்களோ அதைவிட மிகவும் குறைவானதே கிட்டும். உங்களுக்கு மரியாதையும் மதிப்பும்தாம் இலக்குகள் என்றால், அவற்றை எப்படிப் பெறஇயலும் என்பதில் கவனமாக இருங்கள். இரக்கம், அன்பு, கருணை போன்றவை வாகனங்களை விட அதிக அளவிலான மதிப்பையும் மரியாதையையும் பெற்றுத்தரும்.

ஃபெராரி வாகனங்களைப் பற்றிப் பேசுவதை இதோடு முடித்துவிடவில்லை. அதிவேக வாகனங்கள் குறித்த முரண்களைப் பற்றிய கதையே நம்முடைய அடுத்த அத்தியாயம்.

9.

காட்சிக்கு வராததே வெற்றி

உங்களிடம் எவ்வளவு செல்வம் உள்ளது என்பதைக் காட்டுவதற்காகச் செய்யப்படும் செலவுகளே, உங்கள் செல்வத்தை எளிதில் இழக்கச்செய்யும் செயல்கள்.

செல்வம் பல முரண்களை உள்ளடக்கியது. அத்தகைய முரண்களுள் ஒன்று: எது காட்சிக்கு வரவில்லையோ அதுவே செல்வம்.

2000-ஆம் ஆண்டை அடுத்த சில ஆண்டுகள் நான் லாஸ் ஏஞ்சிலஸில், ஓட்டுநராக இருந்தபோது, உள்ளிழுக்கும் மூச்சைத்தவிர, விலைமதிப்பைப் பொறுத்தே ஒவ்வொருபொருளும் முன்னுரிமை பெறுகின்றன என்பதைக்கண்டேன்.

ஒரு ஃபெராரி வாகனம் உங்களுக்கு அருகில் செல்கின்றது என்றால், அதை நீங்கள் அவ்வளவாகப் பொருட்படுத்தவில்லை என்றாலும், அதை ஓட்டுபவர் மிகவும் செல்வந்தராக இருத்தல் வேண்டும் என்ற எண்ணமே உங்கள் உள்ளத்துள் எழும். ஆனால், அத்தகையோருள், எனக்குத் தெரிந்த ஒருசிலர் அவ்வாறாகச் செல்வத்தில் மிதப்பவர் அல்லர் என்பதை உணர்ந்திருக்கின்றேன். பெரும்பான்மையானர் நடுத்தரவர்க்கத்தைச் சார்ந்தவர்தாம் என்றாலும், தங்கள் வாகனத்துக்காக, தங்களுடைய வருவாயின் பெரும்பகுதியைச் செலவழிப்பரே ஆவர்.

எனக்கு ஒருவரை நினைவிருக்கின்றது; அவர் பெயரை ரோஜர் என்று கொள்வோம். அவர் என் வயதை ஒத்தவர். அவர் என்ன தொழில்புரிகின்றார் என்பதை நான் அறியவில்லை. ஆனாலும், அவர் ஒரு போர்ஷ் வாகனத்தைத்தான் பயன்படுத்துவார்,

என்றாலும் அது மற்றவர்கள் வாயைப்பிளந்தபடி காணும் அளவிற்கு ஆடம்பரமானது.

ஆனால் ஒரு நாள் ரோஜர் ஒரு பழைய ஹோண்டா வாகனத்தில் வந்தார். அதைத்தொடர்ந்து இரு வாரங்களாகியும் அவர் ஹோண்டாவில்தான் வந்துகொண்டிருந்தார்.

"உங்களுடைய போர்ஷ் வாகனத்துக்கு என்னவாயிற்று?" என்று நான்அவரைவினவினேன்.வாகனக்கடனின்மாதந்திரத்தொகையைச் சரியாகத் திருப்பிக் கட்டாததால், அந்த வாகனம் வங்கியால் பரிமுதல் செய்யப்பட்டுவிட்டது என்றார். அவர் முகத்தில் வெட்கம் என்று ஏதும் இல்லை. ஏதோ விளையாட்டில் அடுத்த கட்டம் என்ன என்பதைக் கூறுவதைப்போல அவர் கூறினார். அவரைப் பொறுத்த உங்களின் ஒவ்வொரு கணிப்பும் தவறானவைதாம். அத்தகைய ரோஜர்கள், லாஸ் ஏஞ்சிலிஸில் ஏராளமாக உள்ளனர்.

100,000 டாலர்கள் மதிப்புள்ள ஒரு வாகனத்தை ஓட்டிக்கொண்டு வருபவர் வேண்டுமானால் செல்வந்தராகத் தோன்றலாம். ஆனால் அவரிடம் முன்னர் இருந்த செல்வத்திலிருந்து 100,000 டாலர்கள் குறைவான செல்வமே இப்போது அவரிடம் இருக்கும் (அல்லது 1000,000 டாலர்கள் மேலும் கடன் சேர்ந்திருக்கலாம்) என்பதே நீங்கள் உணர்ந்துகொள்ளும் உண்மையாக இருக்கும். இவ்வளவுதான் உங்களுக்கு அவரைப்பற்றித் தெரிய வாய்ப்புள்ளது.

எதை நாம் கண்கூடாகக் காண்கின்றோமோ அதை மட்டும் வைத்தே ஒருவரின் செல்வத்தை நாம் மதிப்பிடும் வழக்கம் உள்ளது. ஏனெனில், நமக்கெதிரில் அந்தச் செய்தி ஒன்றே கணிப்பதற்கான காரணியாகக் கிடைக்கின்றது. மக்களின் வங்கிக்கணக்கையோ அல்லது அவர்களுடைய மூலதனத்தின் விவரங்களையோ நாம் பார்க்க இயலாது. எனவேதான், வாகனங்கள், வீடுகள், இன்ஸ்டாகிராமில் அவர் பதியும் புகைப்படங்கள் போன்ற புறத்தோற்றங்களை மட்டுமே வைத்து ஒருவருடைய செல்வத்தைத் தீர்மானிக்கின்றோம்.

மக்கள் இத்தகையவகையில் தங்கள் செல்வம் குறித்துப் போலித்தனமாகப் பறைசாற்றிக்கொள்ள, நவீன முதலாளித்துவம் அவர்களுக்கு உதவியாக இருக்கின்றது. இத்தகைய நிலை அவர்கள் உண்மையாகவே அத்தகைய செல்வத்தைப் பெறும்வரை தொடர்ந்து நடக்கிறது.

ஆனால் உண்மை இதுதான்; செல்வம் என்பது நீங்கள் காணாதது; காட்சிக்கு அகப்படாதது.

செல்வம் என்பது, வாங்காத வாகனங்களில் உள்ளது; வாங்கிக் குவிக்காத வைரங்களில் உள்ளது. அணியாத கைக்கடிகாரங்களிலும் துணிமணிகளிலும் உள்ளது. பயணங்களின்போது, முதல் வகுப்புக்கு

இருக்கையை மாற்றிக்கொள்ளாதபோது சேர்வது. செல்வம் என்னும் பொருளாதார அளவீடு, கண்ணுக்குத் தெரியும் பொருள்களை எல்லாம் வாங்கிக்குவிக்காமல் இருப்பதில் வளர்வதே.

ஆனாலும் செல்வத்தைப்பற்றி நாம் அப்படிச் சிந்திப்பதில்லை. அதற்குக்காரணம், எது காட்சிக்கு அகப்படவில்லையோ அதன் மதிப்பு என்றும் சிந்தனைக்கு வருவதே இல்லை.

தொடர்ந்து வரம்பில்லாமல் செலவுசெய்துகொண்டிருந்ததால், பாடகர் ரிஹானா, ஒரு கட்டத்தில், திவாலாகும் விளிம்பு நிலைக்குத் தள்ளப்பட்டார். அந்நிலையில் அவர் தன்னுடைய பொருளாதார ஆலோசகர்மீது வழக்குத் தொடுத்தார். அதற்கு விளக்கம் அளித்த ஆலோசகர்: "பொருள்களை வாங்கிக் குவித்துக்கொண்டேயிருந்தால், கையில் இருக்கும் செல்வம் குறைந்து, பொருள்களே நிறைந்து கிடக்கும் என்பதைக்கூட நான் அவருக்குச் சொல்லித்தான் தெரியவைக்க வேண்டுமா என்ன?" என்றார்.[30]

நீங்கள் அந்த பதிலைக்கேட்டுச் சிரிக்கலாம்; சிரித்துக் கொள்ளுங்கள். ஆனால் மக்களுக்குச் சொல்லித்தான் தெரியவைக்கவேண்டும். தாங்கள் மில்லியனேர் ஆக வேண்டும் என விழையும் நபர்களில் பெரும்பாலானோர் உண்மையில் விழைவது, "நான் மில்லியன் டாலர்களைச் செலவு செய்ய விழைகிறேன்" என்பதே. ஆனால், அது உண்மையில், மில்லியனராய் இருப்பதற்கு எதிர்மறையானது.

முதலீட்டாளர் பில் மான் ஒருமுறை குறிப்பிடும்போது, "நல்ல பொருள்களை வாங்கிக் குவிப்பதைவிட, துரிதமாகச் செல்வச்செழிப்பை உணரும் வழிமுறை வேறில்லை. ஆனால், உங்களிடம் இல்லாத செல்வத்திலிருந்து செலவுசெய்வது சரியான வழியாகாது. உங்களிடம் இருக்கும் செல்வத்திலிருந்து செலவுசெய்வதேநீங்கள் செல்வந்தராகத் தொடர்ந்து இருப்பதற்கான வழிமுறையாகும். அது மிகவும் எளிதானதே." என்கிறார்.[31]

இது மிகச்சிறந்த கருத்தாகத் தெரியலாம், ஆனால், நீண்ட நாட்களுக்கு இந்நிலை தாக்குப்பிடிக்காது. உங்களிடமிருக்கும் செல்வத்தைச் செலவுசெய்யாமல் இருக்கும் முறையே, நீங்கள் செல்வந்தராகத் தொடர்ந்து இருப்பதற்கான ஒரே வழியாகும். அது செல்வம்எப்படித்தன்னைத்தானேபெருக்கிக்கொள்கிறதுஎன்பதைக் குறித்ததல்ல; அதுவே செல்வம் என்பதன் வரையறையாகும்.

வசதியான வாழ்வு, செல்வம் என்னும் இவ்விரு நிலைகளுக்குள்ளான வித்தியாசத்தை நீங்கள் கவனித்து வரையறுத்தல் முக்கியம். இந்த வரையறை, மொழியியலுக்கு உட்படாதவரையறையாகும். அந்த வித்தியாசத்தை உணராதிருத்தல்

என்பதே பணம் குறித்த பல்வேறு தவறான முடிவுகளுக்கு மூலமாக அமைகிறது.

வசதியான வாழ்வு என்பது மாத வருவாய் போன்றது. 100,000 டாலர்கள் மதிப்புமிக்க ஒரு வாகனத்தை ஒருவர் ஓட்டிச்செல்கிறார் என்றால், அதைக் கண்டிப்பாக வசதியான வாழ்வு எனலாம். காரணம், அவர் அந்த வாகனத்தைக் கடனில் வாங்கியிருந்தாலும், ஒவ்வொரு மாதமும் ஒரு குறிப்பிட்ட வருவாய் இருந்தால் தான் அது சாத்தியப்படும். பெரிய விசாலமான வீடுகளில் வாழ்வோரின் நிலையும் அப்படித்தான். வசதியாக வாழ்பவர்களைக் கண்டுபிடிப்பது என்பது அரிதில்லை. பெரும்பாலும், அவர்கள் எப்படியாவது, தாங்கள் வசதியானவர்கள் என்பதைக் காட்டிக் கொள்வார்கள்.

ஆனால் செல்வம் என்பது கண்களுக்குத்தெரியாதது; மறைந்திருப்பது. அது செலவழிக்கப்படாத வருவாய். பிற்காலத்தில் எதையாவது வாங்குவதற்கான முறையை இன்னும் தேர்ந்தெடுக்காத நிலை. செல்வத்தின் மதிப்பு, அது நம்முன்னர் நீட்டும் வகைவகையான வழிகள், பல்வேறு வழிகளுக்கு நெகிழ்ந்துகொடுக்கும் தன்மை, எவற்றை நாம் இன்று வாங்க இயலாதோ அவற்றைவிட அதிகமான பொருள்களைப் பிற்காலத்தில் நாம் வாங்கும்படியாக வளர்தல், ஆகிய குணாதிசயங்களைக் கொண்டது.

சீரான உணவும், உடற்பயிற்சியும் ஓர் ஒப்புமையை நமக்கு உணர்த்துகின்றன. உடற்பளுவைக் குறைத்தல் என்பது மிகவும் கடினமான செயலாகும். மிகையான உடற்பயிற்சி செய்பவருக்குக் கூட கூட, அது கடினமாகவே உள்ளது. அதற்கான காரணத்தை "தி பாடி" என்னும் தன்னுடைய நூலொன்றில், பில் பிரைசன் விளக்குகின்றார்:

அமெரிக்காவில் நடத்தப்பட்ட ஓராய்வில், தினம் செய்யும் உடற்பயிற்சிகளால் கரையும் கேலரிகளின் அளவு நான்கு மடங்குகளுக்கும் மேலாக மிகைப்படுத்தப்பட்டு கூறப்படுகின்றது என்கிறது. கூடவே, தாங்கும் இழக்கும் காலரிகளைப்போல இரண்டு பங்கு அளவிற்கான உணவையும் அவர்கள் உட்கொள்கிறார்கள். இது மெய்யானால், மிகையான உணவையும் உட்கொண்டு, நீங்கள் மிகையாக உடற்பயிற்சி செய்வதை நிறுத்திவிடலாம். அதைத்தான் நம்மில் பலரும் செய்துவருகிறோம்.

உடற்பயிற்சி என்பது வசதியாக வாழ்வதைப்போன்றது. "நான் உடற்பயிற்சி செய்துவிட்டேன், அதனால் அதற்கான வெகுமதியாய் எனக்கு நானே விருந்து கொடுத்துக்கொள்ளப்போகிறேன்" என்று

எண்ணுகிறீர்கள். செல்வம் என்பது அந்த உணவைச் செரிக்கச்செய்து, காலரியாக மாற்றிக் கழிப்பதைப் போன்றது. அது மிகவும் கடினமான காரியம் ஆகும், அதற்கு நம்மை நாமே கட்டுப்படுத்திக்கொள்ளும் முறை தேவை. ஆனால், நம்மால் என்ன செய்ய இயலும் என்பதற்கும், என்ன செய்ய விழைகின்றோம் என்பதற்குமான அந்த வித்தியாசம்தான், நாட்கணக்கில் சேர்க்கையாகச் சேர்கிறது.

நம்மில் பலருக்கு, வசதியாக வாழ்பவரைக் கண்டுகொள்ளுதல் என்பது மிகவும் எளிதான செயலாகின்றது. ஆனால், மெய்யான செல்வந்தர்களைக் கண்டுகொள்ளுதல் என்பது அரிதாகவே உள்ளது. ஏனெனில், செல்வம் என்னும் அந்த வரையறையின்படி அது கண்களுக்குப் புலப்படாமல், மறைந்தே இருக்கின்றது.

மிகையாகச் செலவுசெய்து, பொருள்களை வாங்கிக்குவிக்கும், மெய்யான செல்வந்தர்களும் உள்ளனர். அந்த நிலையிலும் நாம் அவர்களின் செல்வத்தைக்காண இயல்வதில்லை; மாறாக அவர்களின் வசதியான வாழ்க்கைமுறையையே காண்கின்றோம். அவர்கள் தேர்வுசெய்யும் வாகனங்களைப் பார்க்கின்றோம், அவர்கள் தங்கள் குழந்தைகளை அனுப்பும் பள்ளிகளின் தேர்வைப் பார்க்கின்றோம். அவர்களுடைய சேமிப்பையோ, ஓய்வூதிய கணக்கையோ அல்லது முதலீட்டு நிரல்களையோ நாம் பார்ப்பதில்லை. அவர்கள் வாங்கி வசிக்கும் வீடுகளை மட்டுமே பார்க்கின்றோமே அன்றி, அவர்கள் இன்னும் சற்று முயன்று, தங்கள் தேவையற்ற செலவுகளைக் குறைத்துக்கொண்டு, வாங்கியிருக்கக்கூடிய வீடுகளைப் பார்ப்பதில்லை.

இந்தப்போக்கில் அபாயகரமான ஒன்று என்னவென்றால், என் கணிப்பின்படி, பெரும்பான்மையானோர், உள்ளுணர்வில், தாங்கள் செல்வந்தர்களாக ஆகவேண்டும் என்றே நினைக்கின்றனர். அவர்கள் விழைவது சுதந்திரத்தையும், போக்குக்கேற்ப நெகிழும்தன்மையையும். இவையிரண்டையும், கையிருப்பில் உள்ள செல்வத்தால் இன்னும் வாங்காத பொருள்களாலேயே கொடுக்க இயலும். ஆயினும், பணத்தை நாம் பெறுவது செலவுசெய்வதற்காகத்தான் என்னும் கருத்து நம் எண்ணங்களில் மிக ஆழமாகப் பதிந்துள்ளது. அதன் காரணமாக நம்மால் உண்மையில் செல்வத்தைச் சேமிக்க இயல்வதில்லை. மேலும், நாம் கண்களால் காணாத ஒன்றைப் பற்றி அறிய, நமக்கு மிகவும் அரிதாக இருக்கின்றது என்பதால்தான்.

மற்றவர்களின் செய்கைகளைப் பார்த்துப் பின்பற்றுவதில் மக்கள் மிகவும் திறமையானவர்கள். ஆனால், செல்வத்தின் அந்த மறைமுகத்தன்மையால், அதைக் கொண்டிருப்பவரிடமிருந்து நம்மால், நேரிடையாக, அவர்களுடைய வழிமுறைகளைப்

பின்பற்ற இயல்வதில்லை. அவருடைய மரணத்திற்குப்பிறகு ரொனால்ட் ரீட், பலருக்குப் பொருளாதார முன்மாதிரியாக விளங்கினார். ஊடகங்களில் அவர் சிங்கத்தைப்போல் ஏற்றத்தைப் பெற்றும், சமூக வலைத்தளங்களில் அவர் பெருத்தபுகழ்பெற்றும் விளங்கினார். ஆனால், அவருடைய வாழ்நாளில், அவர் யாருக்கும் முன்மாதிரியாக இருந்ததில்லை; அதற்குக் காரணம், அவரை மிக நெருங்கியவர்களுக்குக்கூடத் தெரியாத முறையில் அவர் சேமித்த ஒவ்வொரு காசும் மறைபொருளாய் இருந்ததே ஆகும்.

நினைத்துப்பாருங்கள், புகழ்பெற்ற எழுத்தாளர்களின் படைப்புகளைப் படிக்காமல் இருந்தால், எழுதுகலையைக் கற்றுக்கொள்வது என்பது எத்தகைய அரிய செயலாக இருந்திருக்கும். யார் உங்கள் முன்மாதிரியாக இருந்திருப்பார். யாரை நீங்கள் மரியாதைசெய்திருப்பீர்கள்? யாருடைய நுணுக்கமான குறிப்புகளையும் தந்திரங்களையும் நீங்கள் கடைப்பிடித்திருப்பீர்கள்? இத்தகைய உதவி ஏதும் இல்லாது, நாம் அறியவேண்டிய ஒன்று கடினமானதாக இருந்தால், நாம் அறிய முற்படும்போது, அது மேலும் கடினமானதாக ஆகியிருக்கும். நம்மால் எவற்றைக் கண்கூடாகக் காண முடிவதில்லையோ அவற்றைக் கற்பது கடினமான செயலே ஆகும். செல்வத்தை சேர்க்க நாம் ஏன் கற்க முடிவதில்லை என்பதற்கான காரணங்களும் இவையே ஆகும்.

நேரில் பார்க்கும்போது, மிகவும் சாதரணமாகத்தெரிந்தாலும், உண்மையில் பெருஞ்செல்வந்தர்களாக உள்ள மக்களைப் பெரும்பான்மையாகக்கொண்டது இவ்வுலகம். அதே நேரத்தில், பார்ப்பதற்கு மிகச்செல்வந்தர்களாகத்தெரிந்தும், திவாலாகப்போகும் விளிம்பு நிலையில் உள்ளவர்களையும் கொண்டது இவ்வுலகு. மற்றவர்களை எடைபோடும்போதும், உங்கள் இலக்குகளை நீங்கள் தேர்வுசெய்யும்போது, இதை நீங்கள் நினைவில் கொள்ளுங்கள்.

செலவழிக்க இயலாததுதான் செல்வம் என்றால், அதனால் என்னபயன்? சரி, இருந்தும் உங்களுக்குச் சேமிப்பின்பால், நம்பிக்கையை ஏற்படுத்தும் விதமாக மேலும் முற்படுகிறேன்.

10.

சேமியுங்கள்!

அந்த ஒப்பற்றவைகளுள் ஒன்றை விளைவிக்கத் தேவையான அந்த ஒற்றைக் காரணி. எவ்வளவு அற்புதம்!

செல்வத்தை நீங்கள் சேமிப்பதற்கு நான் முனையுறுத்துகின்றேன்.

அது அவ்வளவு காலம் ஆகாது.

இருந்தாலும், ஒருவிதத்தில் சொல்லப்போனால், அது ஒரு வழக்கமில்லாத செயல், இல்லையா?

மக்களைச் சேமிக்க வைக்க அவர்கள் முன்னுறுத்தப்பட வேண்டுமா?

என்னுடைய கணிப்பின்படி, மக்களில் பலருக்கு அதற்கான தேவை இருக்கின்றது.

ஒரு குறிப்பிட்ட வருவாயை அடைந்த பின்னர், மக்கள் மூன்று விதமாக செயல்பட ஆரம்பிக்கின்றனர்: சேமிப்பவர்கள், அவர்களால் சேமிக்க இயலாது என்ரு நினைப்பவர்கள், அவர்கள் சேமிக்கத் தேவையில்லை என்று நினைப்பவர்கள்.

இதோ, கடைசி இரண்டு வகையினருக்கான ஒரு கதை:

எளிமையானதும், எளிதில் கவனத்துக்கு வராததுமான ஒரு வழி எதுவென்று தெரியுமா? வளத்தைக் கூட்டுவது என்பது உங்கள் வருவாயின் அளவினாலோ அல்லது அது ஈட்டிக்கொடுக்கும் வட்டியினாலோ ஆவதன்று; மாறாக உங்கள் சேமிப்பின் சதவிகிதத்தைப் பொறுத்தது என்பதே.

திறமையின் வலிமை குறித்த கதை ஒன்றைக்காண்போம்.

1970-களில், உலகம், பொருளாதார ரீதியாக பறந்து கொண்டிருந்தது. அதன் தாக்கத்தைக் கணக்கிடுவது என்பது அரிதான செயலில்லை. உலகின் பொருளாதாரம் மிகப்பெரிய அளவில் கச்சா எண்ணெயை உறிந்துகொண்டு, பிரம்மாண்டமாக வளர்ந்துவரும் வேளையில், நாம் எடுக்கும் கச்சா எண்ணெய், அந்தப் பொருளாதார வளர்ச்சிக்கு ஈடு கொடுக்க இயலவில்லை,

நல்லவேளையாக, கச்சா எண்ணெய் இல்லாமல் நாம் பின்னடையவில்லை. அதற்குக்காரணம், தேவைக்கான கச்சா எண்ணெய் இருப்பை நாம் கண்டுபிடித்துவிட்டோம் என்பதிலோ அல்லது, அதை மண்ணுக்குள்ளிருந்து உறிந்து எடுத்துவிட்டோம் என்பதிலோ அல்ல.

கச்சா எண்ணெய்ப் பிரச்சனையை நாம் சமாளித்ததற்கான காரணம், நாம் பயன்படுத்தும் வாகனங்கள், தொழிற்சாலைகள், வீடுகள் ஆகியவற்றை மென்மேலும் திறப்படுத்தி, எரிபொருளின் பயன்பாட்டை மட்டுப்படுத்திவிட்டோம் என்பதுதான். இன்றைய நிலையில், அமெரிக்கா, ஒரு டாலர் ஜி.டி.பி. மதிப்புக்கு, 1950-ஆம் ஆண்டைவிட, 65 சதவிகிதம் குறைந்த எரிபொருளையே பயன்படுத்துகின்றது. மொத்த வாகனங்களின் சராசரி ஓடுதூரம், 1975-ஆம் ஆண்டு இருந்ததைவிட, கேலனுக்கு இரு மடங்கு கூடுதலாக உள்ளது.[32] 1989-இல் இருந்த ஃபோர்ட் டாரஸ் சீருந்து வாகனம் ஒரு கேலன் எரிபொருளுக்கு 18.0 மைல்கள் ஓடியது. 2019-இல் ஷெவ்வி ஸபர்பன் (மிகப்பெரிய வாகனம்), ஒரு கேலன் எரிபொருளுக்கு 18.1 மைல்கள் ஓடுகின்றது.

உலகம் தன்னிடம் இருந்த மொத்த எரிபொருள் சக்தியின் இருப்பளவை, பெருக்கியதால் வளர்க்கவில்லை; மாறாக, தேவையைச் சுருக்குவதன் மூலம் வளர்த்தது. அமெரிக்காவின் எண்ணெய் மற்றும் நிலவாயு உற்பத்தியின் அளவு, 1975-ஆம் ஆண்டைவிட 65% அதிகரித்துள்ளது. அதே நேரத்தில், பயன்பாட்டுத்திறனை, இருமடங்குக்கும் மேலாக அதிகரித்துள்ளது. எனவே, உற்பத்தி, பயன்பாட்டுத்திறன் இவ்விரண்டில் எது முக்கியமானது என்பதை நாம் எளிதாக உணரலாம்.

இதின் நாம் முக்கியமாகக் கவனிக்கவேண்டியது என்ன வென்றால், உற்பத்திக்கான மூலங்களைக் கண்டுபிடிப்பது என்பது நமது கட்டுப்பாட்டில் இல்லை. ஏனென்றால், அது நிலவியல், புவியியல், தட்பவெட்பநிலை, புவிசார்ந்த அரசியல் ஆகிய காரணிகளின் மிகவும் குழப்பமான குழைவாக இருப்பதால், நிச்சயமற்றதாய், மூடுபொருளாய் உள்ளது. ஆனால், கிடைத்த

சேமியுங்கள்!

எரிபொருளின் பயன்பாட்டுத்திறனை அதிகரிப்பது என்பது, பெருமளவில், நம் கட்டுக்குள் வருவது. எளியவகை வாகனத்தையோ அல்லது இருசக்கர ஊர்திகளையோ வாங்குவதன் மூலம், நாம் 100 சதவிகிதம், எரிசக்தியின் பயன்பாட்டுத்திறனைக் கட்டுப்படுத்த இயலும். அந்த முடிவு, நமது கையில்தான் உள்ளது.

பணத்துக்கும் இதே கருத்து பொருந்தும்.

முதலீடுகளின் லாபங்கள் உங்களைச் செல்வந்தராக ஆக்கலாம். ஆனால், முதலீட்டுக்காக நாம் தீட்டும் திட்டம் பயன்தருமா? எவ்வளவு காலம் அது பயன் தரும்? சந்தை அதற்குத்துணை தருமா? போன்ற இத்தகைய கேள்விகள், நம்முள் ஐயப்பாடுகளாகவே உள்ளன. வெற்றிபெறுவதற்கான சாத்தியம், நிச்சயமற்றதாய், மூடுபொருளாகவே உள்ளது.

தனிமனிதனின் சேமிப்பு, சிக்கனம் இவ்விரண்டையும், பொருளாதாரத்தின் சேமிப்பாகவும், பயன்பாட்டுத்திறனாகவும் காணலாம். இவை இரண்டும் செல்வந்தனாக மாற்றும் முறைகளில், உங்கள் கட்டுப்பாட்டுக்குள் இருக்கும் வழிகள் ஆகும். மேலும் இவை இரண்டும் இன்றைய நிலையில் எந்த அளவு பயன்பாட்டுத்திறனைக் கொண்டுள்ளனவோ அதே அளவு, எதிர்காலத்திலும் 100 சதவிகிதப் பயன்பாட்டுத்திறனைக் கொண்டவையாகவே இருக்கும்.

கையிருப்பில் அதிகமான பணம் இருப்பதையும், அல்லது மிகப் பெரிய அதிக அளவிலான லாபத்தைப் பெறுவதையும் மட்டுமே, செல்வத்தைப் பெருக்குவதற்கான வழிகளாக எண்ணியிருந்தால், அது அவநம்பிக்கையையே ஏற்படுத்தும். இந்த நிலை, 1970-களில், கச்சா எண்ணெய் தீர்ந்து போய்விட்டால் நொடித்துப் போய்விடுவோம் என்று எண்ணிக் கொண்டிருந்தவர்களின் நிலையையே ஒத்திருக்கும். எதிர்காலப்பாதை, மிகவும் கடினமானதாகவும், நம் கட்டுப்பாட்டில் அடங்காததாகவுமே தோன்றும்.

உங்கள் சேமிப்பையும், சிக்கனத்தையும் உங்கள் எதிர் காலப்பாதையோடு பொருத்திப்பார்த்தால், எதிர்காலத்தின் விதி உங்களுக்குத் தெளிவாகப்புரிய ஆரம்பிக்கும்.

உங்கள் வருவாயிலிருந்து, உங்கள் செலவுகள் போக, விட்டுப்போன அந்த மிகைகளின் மொத்தமே உங்கள் செல்வம்.

அதிக வருவாய் இல்லாத நிலையிலும் உங்களால் சேமிக்க இயலும்; ஆனால் அதிக சேமிப்பு விகிதம் இல்லாமல் உங்களால் சேமிக்க இயலாது. இவ்விரண்டிலிருந்து, எது முக்கியம் என்பதை நீங்கள் உணரக்கூடும்.

உங்கள் செல்வத்தின் மதிப்பு, உங்கள் விழைவோடு நேர் விகிதத்தொடர்புடையது என்பது மிகவும் முக்கியமான ஒன்றாகும்.

உதாரணமாக, நீங்களும் நானும் ஒரே மதிப்புடைய செல்வத்தைப்பெற்றுள்ளோம் என்று கொள்ளுங்கள்.

நீங்கள் என்னைவிடத் திறமையான முதலீட்டாளர் என்றும் கொள்வோம். என்னால் ஆண்டுக்கு, 8 சதவிகித லாபத்தை ஈட்ட இயலும். அதே நேரம், உங்களால், 12 சதவிகித லாபத்தை ஈட்ட இயலும் என்றும் கொள்வோம்.

ஆனால், நான் என் பணத்தை அதிக பயன்பாட்டுத்திறனோடு பயன்படுத்துகின்றேன். எனக்கு அதில் பாதியளவு பணமிருந்தாலே காலத்தை இன்பமாகக் கழிப்பேன். ஆனால் உங்களுடைய வாழ்க்கைமுறைசார்ந்த செலவு, உங்கள் செல்வத்தின் ஏற்றத்தைப் போலவே, ஏறுமுகத்தில் உள்ளது.

நான் உங்களைவிடத் திறமைகுறைந்தவனாக இருந்தாலும், உங்களைவிட அதிகம் சேமிப்பேன். என்னுடைய லாப சதவிகிதம் குறைவானதாக இருந்தாலும், என்னுடைய முதலீடுகளிலிருந்து வரும் தொகை அதிகமானதாகவே இருக்கும்.

வருவாய்க்கும் இந்த நிலை பொருந்தும். குறைந்த பணத்தில் நிறைவாக வாழும் முறை, உங்களிடம் உள்ள செல்வத்துக்கும், உங்கள் விழைவுக்கும் இடையேயான வித்தியாசத்தை அதிகரிக்கும். அந்த வித்தியாசம், உங்கள் வருவாய் அதிகரிக்கும்போது ஏற்படுத்தும் வித்தியாசத்தைப் போன்றதே. ஆயினும் நிறைவாக வாழும்முறை எளிதாகவும், உங்கள் கட்டுப்பாட்டிலும் இருக்கும் முறையாகும். வருவாய் அதிகரிப்பு உங்கள் கட்டுப்பாட்டில் அமையாதது.

அதிக சேமிப்புச்சதவிகிதம் என்பது, உங்களுடைய செலவுகளைக் குறைத்துக்கொள்ளுதல் என்றாகும். உங்கள் செலவுகளைக் குறைத்துக்கொண்டு நீங்கள் சேமிக்கும் தொகை, நீங்கள் செலவழித்திருந்தால் ஆகும் தொகையைவிட அதிகமாக வளரும் சக்தி வாய்ந்தது.

இப்படியோசித்துப்பாருங்கள். முதலீடுகளின் மூலம், ஆண்டுக்கு 0.1 சதவிகித லாபம் பெற, ஆராய்ச்சியாளர்கள் எவ்வளவு நேரம் உழைக்கவேண்டிவரும். மில்லியன் மணிகளுக்கு மேல் உழைத்து, பல பில்லியன் டாலர்கள் செலவழிக்கப்படவேண்டும். இதன்மூலம், எது முக்கியமானது என்றும் அல்லது எதை இலக்காகக் கொள்ளல் வேண்டும் என்பதற்கான தெளிவு எளிதாக ஏற்படும்.

சேமியுங்கள்!

தற்போது வரும் லாபத்தைவிட, வெறும் 0.1 சதவிகிதம் மிகைலாபத்தைப்பெற, வாரத்துக்கு 80 மணி நேரங்களுக்கு மேல் செலவுசெய்யும் முதலீட்டாளர்களும் இருக்கத்தான் செய்கின்றனர். தங்களுடைய வாழ்க்கைமுறையில், இரண்டு அல்லது மூன்று சதவிகிதங்களுக்கு மேலான தேவையற்ற செலவுகளைக் குறைக்க, ஆராயும் நேரம் அதை விடக் குறைவாக இருக்கும் என்பதை அறியாமலும் இருக்கின்றனர்.

முதலீடுகளிலிருந்து வரும் பெருமதிப்பு லாபங்கள், மிகையான மாதவருவாய்ஆகிய இருமுறைகளும் மிகவும் மகிழ்ச்சிகரமானவைதாம். சிலர் அவற்றை அடையவும் செய்கின்றனர். ஆனால், உண்மையில், மிகப்பெரும் அளவிலான உழைப்பு, வருவாயின் ஒருதரப்பில் மட்டும் குவிக்கப்படுகின்றது. மறுதரப்பில் மிகவும் குறைவான கவனமே இருப்பதால், சிலருக்கு அதுவே பெருத்த வாய்ப்பாகின்றது.

ஒரு குறிப்பிட்ட வருவாயை அடைந்த பிறகு, உங்களுக்குத் தேவையானது, உங்களது தற்பெருமைக்குள் எவ்வளவு அடங்குகிறதோ அவ்வளவே.

ஒவ்வொருவருக்கும் அடிப்படைத் தேவைகள் அவசியமானவை. அவற்றை அடைந்த பின்னர், அடுத்த நிலையில், வசதிக்கான தேவைகள் வருகின்றன. அவற்றையும் கடந்த பின்னர், உயர்வசதிகள், பொழுதுபோக்கு, அறிவுத்தேடல் ஆகியவை சார்ந்த தேவைகள் வருகின்றன.

அது குறைந்த அளவே ஆயினும், தேவைக்கு அதிகமான வசதிகளுக்காகச் செலவுசெய்தல் என்பது தற்பெருமையின் வெளிப்பாடே ஆகும். அத்தகைய செயல், நாம் பெற்ற அல்லது பெறப்போகும் செல்வத்தை மற்றவர்களுக்குக் காட்டத்துடிக்கும் தற்பெருமையே ஆகும்.

இப்படிச் சிந்தித்துப் பாருங்களேன்; உங்களுடைய சேமிப்பை அதிகரிக்கக்கூடிய வழிகளில் வலிமையான வழியாக வருவாய் அதிகரிப்பு என்றுமே ஆகாது. உங்களுடைய தன்னடக்கத்தை அதிகரிப்பதின் மூலமாகவே சேமிப்பின் அதிகரிப்பு சாத்தியப்படும்.

உங்கள் தற்பெருமைக்கும் உங்கள் வருவாய்க்கும் இடையிலான இடைவெளி தான் உங்கள் சேமிப்பு என்று நீங்கள் வரையறுக்கும்போது, ஒரு நல்ல வருமானம் இருந்தும், ஏன் பலரால் சேமிக்கமுடிவதில்லை என்பதை நீங்கள் உணரலாம். அடுத்தவர்

செய்யும் செலவுகளைப் பார்த்து, தாமும் அவ்வாறு செய்ய வேண்டும் என்ற நோக்கில், தன் தகுதிக்கு மீறிய நிலையில், தன்சிறகை விரிக்கும் மயிலைப்போல், தங்கள் உள்ளுணர்வுகளையும் மீறி, தினம் தினம் திண்டாடும் நிலைதான் அது.

நீடித்த சுயபொருளாதார வெற்றியைக்கண்டவர்கள், மற்றவர்கள் தங்களைப் பற்றி என்ன நினைப்பார்களோ என்றெல்லாம் பொருட்படுத்தாத மனநிலையைக் கொண்டவர்களாகவே இருப்பர். உயர்வருவாய் கொண்டவர்கள் அப்படி இருப்பார்கள் என்று சொல்வதற்கில்லை.

மக்களின் சேமிப்புத்திறன், அவர்கள் நினைக்கும் அளவைவிட, அதிகக் கட்டுப்பாட்டில்தான் இருக்கின்றது.

குறைவாகச் செலவுசெய்தால் சேமிப்பு சாத்தியப்படும்.

உங்கள் ஆசையைக் குறைத்தால், உங்கள் செலவும் குறையும்.

மற்றவர் நம்மை எப்படி நினைப்பார்களோ என்பதைப் பற்றிக் கவலைப்படாமல் இருக்கும் குணத்தால், உங்கள் ஆசையும் குறையும்.

நான் இந்நூலில் பெரும்பான்மையான இடங்களில் என் வாதமாக வைப்பது, “பொருளாதாரத்தைவிட மனோ நிலையைப் பொறுத்தே பணம் அமைகிறது” என்பதே.

நீங்கள் சேமிக்க எந்தவொரு சிறப்பான காரணமும் தேவையில்லை.

சிலர் சேமிப்பதன் காரணமே, அவர்கள், மொத்தமாக விலை கொடுத்து, ஒரு வீட்டை அல்லது புதிய வாகனத்தை வாங்கவோ அல்லது தங்களுடைய ஓய்வுகால உதவிக்காகவோ ஆகும்.

அது மிகவும் சிறப்பானதுதான்.

ஆனால், குறிப்பிட்ட எதையோ ஒன்றை வாங்குவதற்காக மட்டுமே, சேமிக்க வேண்டும் என்று இல்லை.

சேமிப்பதற்கென்றே நீங்கள் சேமிக்கலாம். அப்படித்தான் நீங்கள் செய்தல் வேண்டும். ஒவ்வொருவரும் அப்படித்தான் செய்தல்வேண்டும்.

சேமியுங்கள்!

எதிர்பார்ப்புகள் நிறைந்த இந்த உலகத்தில், எதையோ ஒன்றை வாங்க விரும்பி சேமிக்கும் முறையே அறிவார்த்தமான முறையாகக் கருதப்படுகின்றது. ஆனால் உங்களுடைய நிலை அப்படியில்லை. வாழ்க்கையில் உங்களை நிலைகுலையச்செய்யும் தவிர்க்கமுடியாத, மிகவும் கோரமான தருணங்களில், உங்களுக்கான வேலியாக அமைவது சேமிப்பே ஆகும்.

வெறும் செலவுகளை மட்டுமே இலக்காகக் கொள்ளாத சேமிப்பின் மற்றுமொரு பயன், ஏழாம் அத்தியாயத்தில் நாம் ஏற்கனவே விவாதித்ததாகும். அது உங்கள் காலத்தை உங்கள் கட்டுப்பாட்டுக்குள் வைத்திருக்கும் பயனாகும்.

பணத்தினால் வாங்கப்படக்கூடிய கண்கூடான பொருள்களை எவரும் அறிவர். ஆனால், அந்த மறைவான பொருள்கள் மட்டும், உங்கள் அறிவுக்கு எட்டக் கடினமானதால், அவை பார்வைக்கு அகப்படாது போகின்றன. கண்களுக்குப் புலப்படாத அத்தகைய பயன்களே, மிகவும் மதிப்புமிக்க, இன்பத்தை அதிகரிக்கச்செய்யும் திறன்கொண்டவைகளாக அமைகின்றன. ஆனாலும், கண்ணால் அறியும் பொருள்களின் பயன்களே நம்முடைய முக்கிய இலக்குகளுக்கான தோற்றத்தை அளிக்கின்றன.

செலவுக்கென்று குறிப்பிட்ட இலக்கேதும் இல்லாது சேமிக்கும் முறை, உங்களுக்குப் பல வழிமுறைகளையும், உங்கள் திட்டங்களுக்கேற்ற நெகிழ்வுத்தன்மையையும், வாய்ப்பை எதிர்பார்த்து காத்திருந்து இலக்கை வசமாக்கும் தன்மையையும் அளிக்கின்றது. நீங்கள் யோசிக்க அது தேவையான காலத்தையும் அளிக்கின்றது. உங்களுடைய திட்டத்தை, தேவைக்கேற்ப, இடையிடையே மாற்றிக்கொள்வதற்கான வாய்ப்புகளையும் அது அளிக்கின்றது.

சேமிப்பின் ஒவ்வொரு துளியும், என்றோ, எவரோ, உங்களுக்காக வாங்கிவைத்த ஒன்றை, அவராகவே உங்களுக்குத் திருப்பித் தருவதற்காக. எதிர்காலத்தில் உங்களுக்குக் கிடைக்க இருக்கும் வாய்ப்புக்கணமே ஆகும்.

உங்கள் திட்டங்களுக்கேற்ற நெகிழ்வுத்தன்மையையும், காலத்தின் மீதான உங்கள் கட்டுப்பாடுமே, நீங்கள் சேர்க்கும் செல்வம் அளிக்கும், கண்களுக்குப் புலப்படாத லாபங்கள் ஆகும்.

வங்கியில் வைத்திருக்கும் தொகையின் மாற்றாக நீங்கள் நினைப்பது எந்த வாய்ப்பை? பணிமாற்றமா? சீக்கிரம் ஓய்வடைவதா? இல்லை, கவலையிலிருந்து விடுதலையா?

அதைக்கணக்கிடமுடியாது என்றே நான் சொல்வேன்.

அதை இரண்டு வகைகளில் கணக்கிட முடியாது என்று என்னால் வாதிட இயலும். வாய்ப்புகள் ஒவ்வொன்றும் மிகப்பெரியவை, அதனால் அவற்றை நாம் மதிப்பிட இயலாது. மற்றுமொன்று, அவை லாபத்தின் சதவிகிதம் போல அளவீடுகளால் அறிய முடியாதவை. எவற்றை நாம் அளவிட முடியாதோ, அவற்றை நாம் அலட்சியப்படுத்தியபடி கடந்துவிடுகின்றோம்.

காலத்தின் மீது, உங்கள் கட்டுப்பாடு இல்லையென்றால், எத்தகைய துரதிர்ஷ்டம் உங்கள் வழியில் வந்து வீழ்கின்றதோ அதை ஏற்றுக்கொள்ளும் நிலைக்குத் தள்ளப்படுகிறீர்கள். ஆனால், உங்கள் திட்டம் நெகிழ்வுகளைக் கொண்டதாக இருந்து, காத்திருக்க உங்களுக்கு நேரமும் இருந்தால், கண்மூடித்தனமாக, வாய்ப்புகள் தானாகவே உங்கள் மடியில் வந்து விழும். இதுவே சேமிப்பு நமக்கு அளிக்கும் கண்களுக்குப் புலப்படாத லாபம்.

வங்கியில் உள்ள உங்கள் சேமிப்பு, உங்களுக்கும் வெறும் 0 சதவிகிதம் வட்டியே தருகிறது என்றே கொள்வோம். ஏதோ ஒரு சிறப்பான இலக்கை எட்டுவதற்காக, நீங்கள் தற்போது இருக்கும் வேலையை விட்டுவிட்டு, அதைவிடக் குறைந்த ஊதியத்தில் மற்றொரு வேலையில் சேர்வதற்கான தைரியத்தை அந்தச் சேமிப்பு உங்களுக்குத் தருகின்றது. அல்லது, காத்திருக்கும் வாய்ப்பற்ற நிலையில், மோசமான வழியில் முதலிடும் நிலைக்கு உங்களைத் தள்ளாது, நல்லவொரு முதலீட்டு வாய்ப்புக்காக உங்களைக் காத்திருக்கச் சாத்தியப்படுத்துகிறது.

கண்களுக்குப்புலப்படாத அந்த லாபமே மிகவும் முக்கியமானதாகின்றது.

உலகம் மிகவும் சிறியதாகவே இருந்துவந்திருக்கின்றது. வரலாற்று ஆய்வாளர் ராபர்ட் கார்டன், "ஒரு நூறு ஆண்டுகளுக்கு முன்னர், 75 சதவிகித அமெரிக்கர்கள், தொலைபேசியையோ அல்லது இயல்பான அஞ்சல்தொடர்பையோ பெற்றிருக்க வில்லை." என்கின்றார். அதனால் வாய்ப்புகள் அந்தச் சுருங்கிய உலகத்துக்குள்ளாகவே இருந்துவந்தன. சராசரி அறிவாற்றல் உடைய தொழிலாளி ஒருவர் அந்த ஊரின் மிகச்சிறந்த அறிவாளராகக் கருதப்பட்டார். அடுத்த நகர்களில் உள்ள மற்ற தொழிலாளிகளோடு போட்டியிடவேண்டிய நிலை இல்லாத காரணத்தால், அந்த ஒருவரே கொண்டாடப்பட்டார்.

அந்த நிலை இப்போது மாறிவிட்டது.

இன்று தொழில்நுட்பத்தால் உலகம் சுருங்கிய காரணத்தால், அன்று ஒரு நூறு அல்லது ஆயிரம் மனிதர்களுக்கிடையே இருந்த அந்தப்போட்டி, இப்போது உலகின் பல்வேறு இடங்களில் உள்ள மில்லியன் அல்லது பில்லியன் மனிதர்களுக்கு இடையே நடக்கின்றது. உடலைக்கொண்டு செய்யும் பணிகளைவிட, இது மூளையைக்கொண்டுசெய்யும் பணிகளுக்கு மிகவும் பொருந்தும் உண்மையாகும். கல்வி, சந்தைப்படுத்துதல், ஆராய்ச்சி, தொழில் ஆலோசனை, கணக்கியல், கணினியியல், இதழியல், மருத்துவம் என பல்வேறு துறைகளில், உலகின் ஒட்டுமொத்த திறமையுடையர்களுடன் போட்டியிட வேண்டியதாக உள்ளது. கணினிமயமாக்கல், இன்று புவியியல் எல்லைகளை உடைத்தெறிந்து கொண்டிருக்கும் வேளையில், இன்னும் அதிக அளவிலான துறைகள் இம்முறைக்கு மாற வேண்டிய காட்டாயம் வரும். புதுநிறுவனங்களுக்கான முதலீட்டாளரான மார்க் ஆன்ட்ரீசான் இதுகுறித்து, "மென்பொருள் உலகைத் தின்றுகொண்டு வருகிறது" என்கின்றார்.

போட்டியின் இந்தப் பரவல் அதிகரித்துக்கொண்டு வரும்வேலையில், ஒரு கேள்வி உங்களுக்குத் தோன்றலாம், "எப்படி நான் நின்று வெல்வது?"

"நான் புத்திசாலி" என்பது நாளுக்கு நாள் மிகவும் முட்டாள்தனமாகத் தெரியும் பதிலாகும். ஏனென்றால் உலகில் கணக்கற்ற புத்திசாலிகள் உள்ளனர். ஏறக்குறைய 600 பேர் எஸ்.ஏ.டி. தேர்வில் தேர்ச்சிபெறுகிறார்கள். மேலும் ஒரு 7000 பேர், இலக்குக்கு மிக அருகிலான புள்ளிகளைப் பெற்று வருகிறார்கள். "வெல்பவர்க்குத்தான் எல்லாம்" என்னும் இன்றைய நிலையில், எல்லைகள் உடைந்த இவ்வுலகில், இத்தகையோரே, உங்கள் நேருக்கு நேரான போட்டியாளர்கள்.

சுருங்கிக்கிடக்கும் நம்முடைய இன்றைய உலகில், அறிவாற்றல் மட்டுமே நம்பத்தகுந்த அனுகூலம் ஆகாது.

ஆனால் திட்டங்களுக்கேற்ற நெகிழ்வுத்தன்மை அப்படியான ஒரு காரணியாகும்.

மீப்பெரும் போட்டிக்கு உள்ளாகும் அறிவாற்றலைக் கொண்ட இந்த உலகில், முந்தைய பல்வேறு தொழில்நுட்பங்கள், தானியங்கிகளாக மாற்றப்பட்டுவிட்டன. இந்த நிலையில் போட்டி என்பது, தொடர்பு கொள்ளும் முறை, பரிவு, நெகிழ்வுத்தன்மை போன்ற மென்திறன்களுக்கும், மிகவும் செறிந்த நுண்ணறிவுக்கும் மாறிவிட்டது.

தகவமைத்துக்கொள்ளும் அந்த நெகிழ்வுத்தன்மை இருந்தால், உங்கள் வேலைவாய்ப்புக்காகவும், உங்கள் முதலீட்டுக்கும், நல்ல வாய்ப்புகளுக்காக நீங்கள் காத்திருக்கலாம். தேவை என்று வரும்போது, புதிய திறமைகளைக் கற்றுக்கொள்ளும் வாய்ப்புகளையும் நீங்கள் பெறலாம். நீங்கள் செய்ய இயலாத பணிகளைச் செய்யத்தகுந்த போட்டியாளர்களுடன் எதிர்த்துப் போட்டியிடுவதைவிட, கொஞ்சம் இடம்விட்டு, உங்கள் விழைவுக்கும், திறமைக்கும் ஏற்ற பணியை, உங்கள் வழியில் தேடிக்கொள்ளலாம். மிதமான கதியில், ஒரு புதிய செயல்முறையில் உங்களை ஈடுபடுத்திக்கொண்டு, வாழ்க்கையைப் புதிய அனுமானங்களோடு அணுகலாம். மற்றவர் செய்ய இயலாத ஒன்றைச் செய்யத்தகுந்த அந்த தனித்துவம், உங்களை மற்றவர்களிடமிருந்து வேறுபடுத்திக்காட்டும் சில குணங்களில் ஒன்றாகும். இன்றைய நிலையில் அறிவாற்றல் என்பது தொடர்ந்து பயன்படுத்தக்கூடிய திறமையாகாது.

காலத்தின் மீதும், உங்களுக்கான வாய்ப்புகளின் மீதும் நீங்கள் கொண்டிருக்கும் அதிக அளவிலான கட்டுப்பாடு, உலகின் மிகவும் மதிப்புமிக்க செல்வமாக மாறிவருகிறது.

எனவேதான், மேலும் மேலும் மக்கள் சேமிக்கமுடியும்; மேலும் மேலும் மக்கள் சேமித்தல்வேண்டும்.

அவர்கள் இன்னும் என்ன செய்தல் வேண்டும் என்று உங்களுக்குத் தெரியுமா? உங்கள் மூளையைப் பிசைந்து கொள்ளாதீர்கள். அதைத்தான் நான் சொல்ல இருக்கின்றேன்.

11.
ஏற்றுக்கொள்ளக் கூடியதா? புரட்சிகரமானதா?

புரட்சிகரமான ஒன்றைப் படைக்க முயல்வதைவிட ஏற்புநிலை முறையில் அமைந்தவற்றைக் குறியாகக்கொள்வதே சிறந்தது.

நீங்கள் கணக்கிடும் எந்திரத்தனமான கணிதப்பொறி அல்லர்; நீங்கள் மனிதர்; விளைவுகளால் வஞ்சிக்கப்பட்ட மனிதர்.

இதை நான் தெரிந்துகொள்வதற்குச் சிறிது அவகாசம் தேவைப்பட்டது. ஆனாலும், இதை நான் புரிந்துகொண்டதும், பொருளாதாரத்தின் முக்கிய காரணிகளை நான் கண்டுகொண்டேன். சில நேரங்களில் தெளிவாகத் தெரிவதைக்கூட நாம் கவனிக்கத்தவறி விடுகிறோம். பொருளாதார முடிவுகளை எடுக்கும்போது, அதீத புரட்சிகரமாக யோசிக்க ஆரம்பிக்காதீர்கள். ஏற்றுக்கொள்ளக்கூடியவகையில் அதை யோசிக்க முனையுங்கள். ஏற்றுக்கொள்ளக்கூடிய முறையே வாழ்வில் நடக்கக் கூடியதும் ஆகும். அதை நீண்ட நாட்களுக்கு நீங்கள் கடைபிடிக்கவும் இயலும். பணம் சேர்க்க உதவும் வழிகளுக்கு இந்த முனைப்பே முக்கியமானது.

நான் என்ன நினைக்கிறேன் என்பதை உங்களுக்குத் தெளிவுபடுத்த, மலேரியாவினால் மேகநோயைக் குணப்படுத்த முயன்ற ஒருவரது கதையை உங்களுக்குக் கூறுகிறேன்.

ஜூலியஸ் வேக்நர் ஜவ்ரெக் என்பவர் 19-ஆம் நூற்றாண்டில் வாழ்ந்த ஒரு உளவியல் மருத்துவர். அவரிடம் இரு தனித்துவமான குணங்கள் இருந்தன. மற்றவர்களுக்கு முட்டாள்தனமாகத் தெரியும் சில அவருக்கு வேறாய்த் தெரியும். அவர் படிவங்களை ஆராய்வதில் வல்லவர்.

அந்தக்காலத்தில், சிகிட்சை முறை கண்டுபிடிக்கப்படாத, மிகவும் கொடிய நோயாகக் கருதப்பெற்ற நரம்பு சம்பந்தமான மேகநோயைக் குணப்படுத்துவதில் அவர் ஈடுபட்டுக்கொண்டிருந்தார். தன்னிடம் வரும் நோயாளிகளைக் கவனித்து அவர் ஒரு படிவத்தைக் கண்டுபிடித்தார். அதாவது, மேகநோய் உள்ளவர்கள்,தொடர்ச்சியாக ஜுரம் வரப் பெற்றிருந்தால், அவர்கள் நலமடைவார்கள் என்பதுதான் அது.

நாள்பட்ட ஜூரம், நோயாளிகளின் மேகநோயைக் குணப்படுத்திவிடும் என்னும் இந்தக்கருத்து, சில நூற்றாண்டுகளாக ஒரு கோட்பாடாகவே இருந்துவந்தாலும், மருத்துவர்களுக்கு அது புரியாத புதிராகவே இருந்துவந்தது.

எனவே ஜூலியஸ் வேக்நர் இந்த விஷயத்தில் ஒரு முடிவுக்கு வந்தார்.

1990-களில், வேக்நர், சில மேகநோய் தாக்கிய நோயாளிகளுக்கு, டைபாயிட், மலேரிய, மற்றும் பெரியம்மை நோய்களுக்கான கிருமிகளைக் குறைந்த அளவில் உட்புகுத்தி, ஜூரம் வர வைத்து, அந்த ஜுரத்தின் வலிமையால் மேக நோய் குணமாகும் வண்ணம் முயன்றார். இதைப் படிக்கும்போது நாம் நினைப்பதைப்போலவே இது மிகவும் பயங்கரமானதாகும். இத்தகைய சிகிட்சை முறையில் சில நோயாளிகள் இறந்தும் போயினர். இந்த ஆய்வினல், ஜூலியஸ், மேகநோயைக் குணப்படுத்த ஒருவார மலேரியாவைத் துணைகொள்ளும் முறையை முடிவாகக்கொண்டார். ஒருவார மலேரியாவை, குவனைன் மருந்து கொண்டு தீர்க்க முடியும் என்பதால் இந்த முடிவை அவர் எடுத்தார்.

சில அபாயகரமான முயற்சிகளுக்குப் பிறகு, இம்முறை நடைமுறைக்கு ஏற்றவகையில் வந்தது. வேக்நர் தன்னிடம் வரும் மேகநோய் பாதிக்கப்பட்ட பத்து நோயாளிகளில் ஆறு பேருக்கு, இவருடைய மலேரியா முறை சிகிச்சை பயனளிக்கிறது என்பதை வெளியிட்டார். அந்த பத்துப்பேரில் மூன்று பேர், மற்றவர்களிடமிருந்து ஒதுக்கி வைக்கப்பட்டிருந்தனர் என்பதும் ஒரு செய்தி. வேக்நரின் இந்தக் கண்டுபிடிப்பிற்காக 1927-ஆம் ஆண்டு நோபல் பரிசையும் அவர் பெற்றார். அந்த நிறுவனம் தற்போது வெளியிட செய்திக்குறிப்பில், “வேக்நர் தன் வாழ்நாள் முழுதும்,

கொடுமையான அந்த மேகநோயைக் குணப்படுத்த மலேரியாவை உண்டாக்கித் தீர்வை அளித்தார்" என்று குறிப்பிடுகிறது.[33]

ஆனால் பென்சிலின் கண்டுபிடிக்கப்பட்ட பிறகும், மலேரியாதெரபி என்றழைக்கப்பட்ட இம்முறை மேகநோய்க்கான தீர்வாக இருப்பதிலிருந்து முடிவுற்றது. ஆனாலும், ஜூலியஸ் வேக்நர் ஒருவரே, ஜுரம் மனித உடலில் நோய்த்தடுப்புச் சக்தியை அதிகரிக்கும் என்பதையும், அதையே சிகிட்சையாகப் பயன்படுத்திய முதல் மருத்துவரும் ஆவார்.

மர்மமாக இருந்ததால், ஜுரம் எப்போதுமே மக்களை பயமுறுத்தியநோயாகும்.ஜுரம்என்பதுஏதோஒருவிபத்தைப்போல் வந்துபோகும் நோயல்ல; அவை மனித உடலில் தடுப்புச்சக்தியைத் தூண்டக்கூடியவை ஆகும். இப்போதைய அறிவியலின்படி, இத்தகைய ஜுரங்கள் எப்படி, உடலின் நோய்த்தடுப்புச்சக்தியைத் தூண்டும் என்பதை நாம் அறிவியல் ரீதியாக நாம் அறிகின்றோம். மனித உடலின் வெட்பநிலையை ஒரு டிகிரி அதிகரிப்பதன் மூலம், வைரஸ்களின் பரவல் விகிதத்தை 200 மடங்கு குறிக்க இயலும். என்.ஐ.எஸ். ஆய்வு அறிக்கை ஒன்று, "நோயாளிகளிடம் ஜுரத்தின் தாக்கம், பெரிய அளவில் காணப்படுவதாக பல மருத்துவர்கள் தெரிவித்துள்ளனர்" என்கிறது.[34] சியாட்டல் சிறார் மருத்துவமனையின் இணையதளத்தில் வெளியிடப்பட்டுள்ள அறிக்கையில் தங்கள் குழந்தையின் ஜுரம் குறித்து வேதனைப்படும் பெற்றோர்களுக்குச் சொல்லும் விதமாக, "ஜுரம், நம் உடலின் நோய்த்தடுப்புச் சக்தியை அதிகரிக்கும். அது நாம் உடலில் உண்டாகும் நோய்த்தொற்றை எதிர்க்கும். 100 லிருந்து 104 பேரன்ஹீட் வரையிலான ஜுரம், நோய்வாய்ப்பட்ட சிறார்களின் நோய்த்தடுப்புச் சக்தியை அதிகரிக்கும்" என்கிறது.[35]

ஆனால், அங்குதான் அறிவியல் நிறைவடைந்து இயல்புநிலை ஆரம்பிக்கிறது.

பொதுவாக, ஜுரம் என்பது மிகவும் கொடுமையான நோயாகவே பரவலாகக் கருதப்படுகின்றது. அத்தகைய ஜுரங்கள் விரைவில் குணமடைய பல்வேறு மருந்துகள் பயன்படுத்தப்படுகின்றன. பல மில்லியன் ஆண்டு பரிணாமத்தின் விளைவாக, நம் உடலில் தோன்றிய ஜுரம் என்னும் அத்தகைய நோய்த்தடுப்புச் சக்தி பற்றி, எந்தப் பெற்றோரும், எந்த நோயாளிகளும், எந்த மருத்துவர்களும், குறிப்பாக எந்த மருந்து உற்பத்தியாளர்களும் அறிந்துகொண்டதாகத் தெரியவே இல்லை. மாறாக அதை ஒரு துர்பாக்கியமான நிலையாகக் கருதி அதைத் தவிர்க்கவே பார்க்கின்றனர்.

இத்தகைய மனப்பான்மை, தெரிந்த அறிவியல் உண்மைக்குப் புரம்பானது. ஓர் ஆய்வறிக்கை இதை மிகவும் தெளிவாகக் குறிப்பிடுகிறது:[36] “இண்டன்சிவ் கேர் யூனிட்டில், ஜுரத்துக்கு மருந்து கொடுத்துத் தீர்ப்பது என்பது மிகவும் சாதாரணமாகச் செய்யப்படும் ஒரு நிலையே உள்ளதே தவிர, தரவுகளின் அடிப்படையில் கண்டுபிடிக்கப்பட்ட அறிவியல் உண்மைகள் தள்ளிவைக்கப்படுகின்றன.” மருத்துவ வரளாற்று மையத்தின் இயக்குநர், ஹோவர்ட் மார்கல் இது குறித்துக் குறிப்பிடும்போது, “நம்மைத்தாக்கும் கொடுமையான தொற்று நோய்களைப்போலவே, இத்தகைய புத்தியற்ற கலாச்சாரம் பரவி வருகிறது.”[37]

ஏன் இப்படி நடக்கிறது? ஜுரம் மனிதனுக்கு உதவும் என்றால், ஏன் நாம் உலகரீதியாக அதைத் தடுக்க முயல்கின்றோம்?

அதற்காக காரணத்தை அறிதல் என்பது அவ்வளவு கடினம் இல்லை; “ஜுரம் மனிதனை வேதனைப் படுத்தும். மனிதன் தான் வேதனைப் படுவதை விரும்புவதில்லை.”

அதுதான் காரணம்.

ஒரு மருத்துவரின் இலக்கு, நோயைத் தீர்ப்பது மட்டுமே இல்லை. மனிதனுக்கு ஏற்றவகையில், அவனால் தாங்கக்கூடிய அளவில், ஏற்றுக்கொள்ளக்கூடிய வகையில், நோய்களைத் தீர்த்தலே ஆகும். மனிதனின் தொற்று நோய்களை ஜுரம் ஓரளவிற்கு தடுக்கலாம், இருந்தாலும் ஜுரம் மனிதனை வேதனைப்படுத்தும். நான் ஒரு வேதனையிலிருந்து விடுபடவே ஒரு மருத்துவரிடம் செல்கிறேன். ஜுரத்தின் தாக்கத்தால் அவதியுறும்போது, கண்மூடித்தனமான அந்த நோய்த்தீர்ப்பு முறைகளைப் பற்றி எனக்குக் கவலை இல்லை. ஜுரத்தைத் தவிர்க்கக்கூடிய ஒரு மருந்து உங்களிடம் இருந்தால், அதை இப்போது எனக்குக் கொடுங்கள்.

தொற்று நோயால் பாதிக்கப்படும்போது, ஜுரம் தேவை என்னும் கருத்து புரட்சிகரமானதுதான். இருந்தாலும், அது பொறுத்துக் கொள்ளக்கூடியதாக இல்லை.

“புரட்சிகரமான ஒன்றைவிட ஏற்றுக் கொள்ளக்கூடியதே சிறந்தது” என்னும் அந்தத் தத்துவத்தையே, பொருளாதாரம் குறித்த முடிவுகளை எடுக்கும்போது மக்கள் கருதவேண்டிய ஒன்றாகும்.

ஆய்வுமுறை அறிவியல், கணக்கியல் ரீதியாக மிகச்சிறந்த முதலீட்டு முறைகளை வகுத்துக்கொடுக்கிறது. என்னைப் பொருத்த வரையில், இயல்பான வாழ்க்கை நிலையில், மக்கள், கணக்கியல் ரீதியில்

பெறப்பட்ட முறைகளைப் பயன்படுத்த விழைவதில்லை. இரவின் தூக்கத்தை அதிகரிக்கும் வகையில் அமையும் முறைகளையே அவர்கள் விரும்புகிறார்கள்.

இடர்களையும் வருவாயையும் கணக்கியல் முறைகளின்படி, எப்படிச் சமமாகச் சமாளிப்பது என்பது குறித்த ஆய்விற்காக, நோபல் பரிசைப் பெற்றவர் ஹேரி மார்கோவிச். தன்னுடைய பொருளாதாரப் படிவங்களை முதன்முறையாக வெளியிட்டகாலத்தில், தன்னுடைய சேமிப்பை 1950-களில், எவ்விதமாகத் திட்டமிட்டார் என்று ஒருமுறை கேட்கப்பட்டப்தோது அவர் கூறியது:

> “பங்குசந்தை ஏற்றம் பெறும்போது, நான் அதில் பங்கு கொள்ளாததைக் குறித்த என் வருத்தத்தையும், பங்குசந்தை மிகவும் நொடிந்து விழும்போது, நானும் அந்தச் சமயத்தில் பங்குகொள்வதைப் போன்றும் நான் நினைத்துப்பார்த்தேன். என் எதிர்கால வருத்தத்தை குறைப்பதற்கான ஒரு திட்டமாகவே அதை நான் கருதினேன். எனவே எனது சேமிப்பை நான் சரிபாதியாக, பங்குகளிலும், பத்திரங்களிலும் முதலிட திட்டமிட்டேன்.”

மார்கொவிச் பின்னர், தன்னுடைய சேமிப்புத் திட்டத்தை இரண்டிலுமாக மாற்றி அமைத்தார். இங்கே இரு விஷயங்களை நாம் கவனிக்க வேண்டியுள்ளது

“எதிர்கால வருத்தத்தை குறைப்பது” என்பதைக் கணக்கியல் மூலம் சொல்லவருவது அவ்வளவு எளிதான செயலாகாது; ஆயினும், இயல்பு வாழ்க்கை வழியில் அது மிகவும் எளிதாகப் புரியக்கூடிய ஒன்றாகும். புரட்சிகரமான முதலீட்டாளர், கணக்கியல் ரீதியாகத் தன் முதலீட்டைத் தீர்மானிப்பார். ஆனால் ஏற்றுக்கொள்ளக்கூடிய வகையில் முதலிடும் முறையை மேற்கொள்பவர், தன் அலுவலக அறையில் சூழ அமர்ந்திருக்கும் தன்னுடைய பணியாளர்களின் மேலும், ஒருபோதும் விட்டுக்கொடுக்க விரும்பாத தன்னுடைய வாழ்க்கைத்துணைவரின் மேலும் முதலிட விரும்ப மாட்டார். தன்னைத் துச்சமாகக் கருதும் தன்னுடைய வணிக எதிராளிகளாக இருக்கும் தன்னுடைய உறவினைர்களையும், தன்னுடைய சொந்தக் கடன்களையும் கூட அவர் எண்ணிப்பார்த்த பிறகே முதலிடுவார். பொருளாதாரத்தின் கணக்கியல் கண்ணாடியின் வழியாகப் பார்க்கும்போது, முதலீட்டின் போது முதன்மையானது சமூகம்சார்ந்த நிலை என்பதைக் கவனிக்காமலேயே விட்டு விடுகின்றோம்.

"இது போதும்" என்பதே இரண்டாவது ஆகும். மார்க்கோவிச்-ஐ, ஜேசன் ஷ்விக் நேர்காணல் காணும் போது, மார்கோவிச் குறிப்பிட்டது:

"என்னைப்பொறுத்த வரையில் மக்கள் முழுதுமாக புரட்சி மனப்போக்கு உடையவரும் இல்லை, இல்லாதவரும் இல்லை. நாம் எவ்வளவு யோசிக்க வேண்டுமோ அவ்வளவு ஆழமாக யோசிப்பது இல்லை. நிறைவில்லாத ஆசைகளும் விழைவுகளும் நம்மிடம் எப்போதுமே உள்ளன. அந்த நோக்கில் பார்க்கும்போது, பங்குசந்தை முதலீட்டைப் பற்றிய ஆய்வை முதன்முதலாக வடிவமைத்த நான், அந்த முறையை என்னுடைய சொந்த முதலீட்டுக்குப் பயன்படுத்தவில்லை என்பது ஆச்சரியமாக இல்லை. அதை நானே பின்னர் மாற்றிக்கொண்டேன் என்பதும் ஆச்சரியமான விஷயம் இல்லை"[38]

மார்க்கோவிச் முழுதுமாக புரட்சி மனப்போக்கு உடையவரும் இல்லை, இல்லாதவரும் இல்லை. அவர் ஏற்றுக்கொள்ளக்கூடிய மனப்பான்மையுடையவர்.

பொருளாதாரத்தில் பெரும்பாலும் கவனிக்கப்படாத ஒன்று இதுதான்: கணக்கியல் முறையில் உண்மையான ஒன்று, இயல்பு முறையில் சம்பந்தமே இல்லாத ஒன்றாக இருப்பதே ஆகும்.

2008-ஆம் ஆண்டு, யேல் பல்கலைக்கழகத்தின் சார்பாக இரு ஆய்வாளர்கள் சேர்ந்து ஓர் ஆய்வறிக்கையை வெளியிட்டார்கள். அதன்படி, புதிதாக முதலீடு செய்ய வரும் இளைஞர்கள், பங்குகளை வாங்கும்போது, அவர்களுடைய ஓய்வூதிய கணக்கில், இரண்டுக்கு ஒன்றுஎன்றவிகிதத்தில்முதலீடுசெய்யவேண்டும்என்பதே. அதாவது, கையிருப்பில் உள்ள ஒவ்வொரு டாலருக்கும் இரண்டு டாலர் கடன் தொகையைக் கொள்வது. இந்த ஆய்வின்படி, முதலீட்டாளர்கள் தங்களுடைய இளைய வயதில், அதிகப்படியாகவும், தங்களுடைய முதிய வயதில் குறைந்த அளவிலாகவும் இடர்களை எதிர்கொண்டு தங்கள் முதலீட்டை மேற்கொள்ளல் வேண்டும் என்பதே.

தொடக்க காலத்தில் அதிக நஷ்டம் அடைந்தாலும் (இரண்டுக்கு ஒன்று என்ற விகிதத்தில், 50 சதவிகிதம் பங்குசந்தை வீழ்ச்சி எல்லா முதலீட்டையும் அழித்துவிடும்), இந்த இரு ஆய்வாளர்களின் கணிப்பின்படி, முதலீட்டாளர்கள் தொடர்ந்து ஈடுபடுவதால், நிறைவாக லாபமே அடைவார்கள் என்பதாகும்.

ஏற்றுக்கொள்ளக் கூடியதா? புரட்சிகரமானதா?

இது கணக்கியல் ரீதியாக உருவான புரட்சிக் கொள்கை.

ஆனாலும், இது ஏற்றுக்கொள்ள இயலாத முட்டாள்தனமான கருத்தாகும்.

எந்த இயல்பான மனிதரும் தன்னுடைய ஓய்வூதிய கணக்கில் உள்ள அத்தனைப் பணமும் காற்றாகிப் போவதைக் குறித்துக் கவலைப்படாமல், தொடர்ந்து முதலீட்டில் ஈடுபட்டுக்கொண்டிருக்க மாட்டார்கள். முதலீட்டை விட்டு விட்டு வேறு முறைகளைப் பின்பற்றவே அவர்கள் நினைப்பார்கள். ஒருவேளை, அவர்கள் தங்களுடைய பொருளாதார உதவியாளரின் மீது வழக்கு கூடப்போடலாம்.

அந்த இரு ஆய்வாளர்களும், "ஓய்வூதியத்தின் இறுதி நாள் தொகை என்பது மற்ற முதலீடுகளைவிட 90 சதவிகிதமாக வளர்சியுறும்" என்பதை அடிப்படையாகக் கொண்டு அவர்களுடைய முறையை வழங்கியுள்ளனர். அந்த எதிர்பார்ப்பு கூட 100 சதவிகிதம் ஏற்றுக்கொள்ள இயலாதது.

ஏற்புநிலை முறைகள் என்று கருதக்கூடிய முடிவுகளையும் சரி என்று கூறும் அளவில், புரட்சிக் காரணம் ஒன்று உள்ளது.

அப்படியானது இது: நீங்கள் உங்கள் முதலீடுகளின்மீது பெருத்த நம்பிக்கை கொண்டுள்ளீர்கள் என்போம்.

இது ஒரு மரபுவழியில் வந்த அறிவுரை அன்று. தங்கள் முதலீடுகளுடன் தங்களை எப்போதுமே பந்தப்படுத்திக் கொள்ளதில்லை என்று கூறிக்கொள்பவர்களுக்கு, இவை கௌரவச்சின்னங்கள் போன்றவையே.

ஆயினும், உங்கள் முதலீடுகளின் மீதும், அதுகுறித்த அணுகுமுறைகளின் மீதுமான உங்கள் ஈடுபாடு நெகிழ ஆரம்பித்தால், அது கடினமாகத் தெரியும் வேளையில் நீங்கள், அதிலிருந்து விலகத்தொடங்குவீர்கள். பின்னர் அதுவே உங்களுக்குக் கடனாக மாறக்கூடும்.

இயல்பு நிலையில் உள்ள ஒரு முதலீட்டாளர், அவரது அணுகுமுறை சரியற்றதாகவே இருந்தாலும், அதன் மீது அவர் ஈடுபாடு கொண்டிருப்பார் என்றால், அந்த நாள்பட்ட ஈடுபாடே அவருக்குத் துணையாய் நின்று வெற்றியைத்தேடித் தரும்.

ஸ்திரமான ஈடுபாட்டை விட, வளர்ச்சியோடு இணைப்புடைய இரு காரணிகள் உள்ளன: அவை, வளர்ச்சியின் விகிதம், ஒரு குறிப்பிட்ட காலகட்டத்தில் அதை அடையும் நிலை என்னும்

இவ்விரண்டுமே ஆகும். அமெரிக்க புள்ளியியல் குறிப்புகளின் படி, பங்குசந்தையின் வெற்றியின் விகிதங்கள், ஒரு நாளில் 50/50 ஆகவும், ஒரு வருடத்தில் 68 சதவிகிதமாகவும், பத்தாண்டுகளில் 88 சதவிகிதமாகவும், 20 ஆண்டுகளில் 100 சதவிகிதமாகவும் உள்ளன. ஏதோ அணுகுமுறை உங்களை பங்குசந்தையில் நிலையாக வைத்திருந்தாலே, மதிக்கக்கூடிய அளவிலான லாபம் வருவது உறுதி.

"உனக்கு எது பிடிக்கிறதோ அதையே செய்" என்பது உங்களுடைய வாழ்வின் தாரக மந்திரமாக அமையும் என்றால், அது ஏதோ வெற்றுப்பேச்சாகவே தோன்றும். ஆனால், நீண்ட காலத்துக்கு நிலையாக இருக்கக்கூடிய உறுதியை அது தந்து அதன்மூலம் உங்களுக்கு லாபம் கிடைக்கும் என்று நீங்கள் எண்ணினால், அதுவே உங்கள் வாழ்வின் மிகச்சிறந்த பொருளாதார அணுகுமுறையின் முக்கிய பங்கு வகிக்கும்.

மிகச்சிறந்த ஒரு நிறுவனத்தின் பங்குகளில் முதலிட்டு, பின்னர் அது குறித்து நீங்கள் கவலைப்படாமல் இருக்கலாம். எல்லாம் நல்லபடியாக சென்று கொண்டிருந்தால் நீங்கள் அந்த முதலீட்டைப் பற்றி எண்ணி மகிழலாம். ஆனால் அலை திரும்புமேயானால், நீங்கள் கவலைப்படாத அந்த முதலீடு, உங்களுக்கு நஷ்டத்தைக் கொடுக்கும். இத்தகைய நிலை இரட்டைச்சுமையைக் கொடுக்கக்கூடியது. அந்த நஷ்டத்திலிருந்து வெளிபட உதவும் ஒரே பாதை, அதிலிருந்து வெளியேறுவதே ஆகும். நீங்கள் ஒரு நிறுவனத்திடம் உங்கள் மனத்தைப் பறிகொடுக்கிறீர்கள். முதலில், நோக்கம், வழிமுறைகள், உற்பத்திப்பொருள்கள், பணியாளர்கள், தொழில்நுட்பம் என இவை போன்றவற்றிடம் மனத்தைப் பறிகொடுக்கிறீர்கள். ஒருவேளை அந்தப் பங்கு மிகவும் சரிந்து உங்களுக்கு நஷ்டத்தை ஏற்படுத்திக்கொடுத்தாலும், அந்த நிறுவனத்தின் ஒரு பாகமாக நீங்கள் இருந்துள்ளீர்கள் என்னும் அந்த நினைப்பேனும் உங்களைச் சாந்தப்படுத்தும். அத்தகைய எண்ணமே, உங்களை நிலைப்படுத்தி, விட்டு விடாமல், மீண்டும் உங்களைப் பயணத்தில் தொடரச்செய்யும்.

இதைப்போன்றே ஏராளமான நேரங்களில், இயல்புக்குப் புறம்பாக இருப்பதை விட, ஏற்புநிலையை எதிர்கொள்வதே முதலீட்டில் முக்கியமானதாகும்.

"எனது நாடு" என்னும் சிந்தனையின்பாற்பட்டு, பல முதலீட்டாளர்கள், தாங்கள் வசிக்கும் நாட்டின் நிறுவனங்களை மிகவும் மதித்து முதலீடு செய்யும் நிலையும், வேற்று நாட்டின் நிறுவனங்களை 95 சதவிகிதத்துக்கும் மேலாகப்

ஏற்றுக்கொள்ளக் கூடியதா? புரட்சிகரமானதா?

புறக்கணித்தும் வரும் போக்கு உள்ளது என்பதை ஆய்வுரீதியாக உறுதிசெய்துள்ளனர்.

பரிச்சயமில்லாத வேற்று நாட்டு நிறுவனங்களின் பங்குகளில் முதலீடு செய்வது என்று முடிவுசெய்யும்வரை அதுவும் இயல்புக்குப் புறம்பானதுதான். ஆனாலும், தெரிந்தவர் ஆகும் பட்சத்தில் முதலீட்டாளர்களுக்கு, அத்தகைய வேற்று நாட்டவரின் நிறுவனங்களின் பங்குகளில் முதலீடு செய்வது இயல்பானது தான்.

தினச்சந்தையில் விளையாடுவதும், உதிரிப் பங்குகளைத் தெரிவுசெய்வது என்பது இயல்புக்குப் புறம்பானதுதான். அதன் சூழல் அத்தகைய முதலீட்டாளர்களின் வெற்றிக்கு நேரானதுதான். ஆனாலும், அத்தகைய நிலையிலும், உங்கள் சேமிப்பில் ஒரு சிறிய பகுதியை அதற்கென்று ஒதுக்கி வைத்துக்கொண்டால் அது இயல்பானதுதான்.

கூட்டுத்தொகைப் பங்குகளைப் பரிந்துரை செய்யும் ஜோஷ் பிரௌன் என்னும் முதலீட்டாளர் கூறுகின்றார்: "நான் உதிரிப் பங்குகளை வாங்க விரும்புவதில்லை; காரணம் நான் மிகுந்த லாபத்தை விரும்புபவன். நான் கூட்டுத்தொகை பங்குகளையே விழைகிறேன். ஏனெனில் அவை என்னிடம் என்னுடைய 20 வயதிலிருந்து இருக்கின்றன. அது என் பணம். அதை நான் எப்படி வேண்டுமானாலும் பயன்படுத்தலாம்." உண்மை என்றேபடுகிறது.

பொருளாதாரத்தைக் குறித்தும் பங்குசந்தையைக் குறித்த பெரும்பாலான, எதிர்காலக்கணிப்புகள், மிகவும் மோசமானதாகவே உள்ளன. என்றாலும், அத்தகைய கணிப்புகளை செய்வது என்பது இயல்பான செய்கைதான். அன்று என்ன நடக்கப்போகிறது என்பது புதிர்தான் என்பது உண்மையே ஆனாலும், இன்று ஏதாவது அசம்பாவிதம் நடந்துவிடுமோ என்று எண்ணியபடியே காலையில் எழுவது என்பது கடினமான காரியம்தான்.

முதலீடு குறித்த கணிப்புகளின்படி செயல்படுவது என்பது மிகவும் அபாயகரமானதாகும். இருந்தாலும், மக்கள் ஏன் அடுத்த வருடம் நடக்கப்போவதை முன்கூட்டியே யோசிக்கிறார்கள் என்பதை என்னால் புரிந்துகொள்ள முடிகிறது. அது மனித இயல்பு. இயல்பான அனிச்சைச் செய்கை.

வேன் கார்ட் நிறுவனத்தின் மறைந்த ஜேக் பாக்லே, குறைந்த மதிப்புடைய குறு பங்குகளின் மீதான முதலீட்டை முன்னேற்ற, தன்னுடைய வாழ்நாள் அனைத்தையும் செலவழித்தார். அவருடைய மகன் கூட்டுத்தொகை பங்குகளை மையமாகக்கொண்டு தன் தொழிலை மேற்கொண்டார் என்பதை எல்லோரும் வியப்புடன் பார்த்தனர். "பெருமதிப்புடைய கூட்டுத்தொகை பங்குகள்

கணக்கியலின் விதிகளுக்குப் புறம்பானவை" என்று கூறிய பாக்லே, தன்னுடைய சேமிப்பின் ஒரு பகுதியை, அவருடைய மகனின் கூட்டுத்தொகை பங்குகளில் முதலீடு செய்தார். இச்செயலுக்கு விளக்கம் என்னவாக இருக்கும்?

அதுகுறித்து பாக்லே, "வால் ஸ்ரிட் ஜர்னல்" இதழுக்கு அளித்த பேட்டியில், "சில வேலைகளில், நாம் சில காரியங்களை நம்முடைய குடும்பச் சூழலுக்காகச் செய்கின்றோம். அத்தகைய செய்கைகள், நம் கருத்துக்கு உகந்தவையாக இல்லாமல் கூட இருக்கலாம். வாழ்க்கை எப்போதும் ஒரே மாதிரியாக இருப்பது இல்லையே!" என்றார்.[39]

ஆம், அது அரிதான உண்மைதான்!

12.

ஆச்சரியம்

வரலாறு என்பது மாற்றங்கள் குறித்த ஆய்வே; முரணாக அது எதிர்காலத்தின் வரைபடமாகவே பார்க்கப்படுகின்றது.

ஸ்டேன்ஃபோர்ட் பேராசிரியர் ஸ்காட் சேகன், ஒருமுறை குறிப்பிடும்போது, பொருளாதாரம் மற்றும் முதலீடு குறித்த பார்வையுடையோர் தங்கள் சுவர்களில், "அதுவரை எப்போதுமே நடந்திராத நிகழ்வுகளே, ஒவ்வொரு முறையும் நிகழ்கின்றன" என்ற பொன்மொழி எழுதப்பட்ட பதாகைகளை, மாட்டிவைத்துக்கொள்ளுதல் வேண்டும் என்றார்.

வரலாறு என்பது ஆச்சரியமான நிகழ்வுகள் குறித்து ஆயும் கலையே ஆகும். ஆனால், அதை, பெரும்பான்மையான முதலீட்டாளர்களும், பொருளாதார நிபுணர்களும், எதிர்காலத்துக்கான வழிகாட்டியாகவே கொள்கின்றனர்.

இந்த முரணை நீங்கள் உணர்கிறீர்களா?

இந்தச் சிக்கலை நீங்கள் புரிந்துகொண்டீர்களா?

பொருளாதாரம், முதலீடு ஆகியவற்றின் வரலாற்றை ஆழமாக அறிந்து அதனை உள்வாங்கிக்கொள்வது என்பது மிகவும் விவேகமான செயல்தான். வரலாறு, நம் எதிர்பார்ப்புகளை அளவிட உதவுகிறது. மக்கள் எப்படியெல்லாம் தவறாக முடிவெடுக்கிறார்கள் என்பதை நமக்குச் சொல்லித்தருகிறது. ஓரளவிற்கு எது சரியாக நடக்கும் என்பதற்கான வழிகாட்டியாகவும் உள்ளது. ஆனால், அது எந்த வகையிலும், எதிர்காலத்தின் வரைபடம் ஆகாது.

பெரும்பான்மையான முதலீட்டாளர்கள் மாட்டிக்கொள்ளும் பொறி என்னவென்றால், வரலாற்று அறிஞர்களை ஆருடம் பார்ப்பவர்களாக அடையாளம்காண்பதே. "வரலாற்று ஆருடம்" என்று நான் குறிப்பிடும் அந்த மயக்கநிலை இதுதான்: நவீனமயமாக்கலும்,

மாற்றங்களுமே முதன்மையாக இருக்கப்போகும் எதிர்காலத்தின் சூழல்களின் வலிமையை, கடந்த காலத்து புள்ளியியல் தரவுகளைக் கொண்டு அறிய விழைதல்.

இந்தமுறையைப் பின்பற்றும் முதலீட்டாளர்களை மட்டுமே குறைசொல்ல இயலாது. முதலீடு என்பதை முழுக்க முழுக்க அறிவியல் பாடமாகவே நாம் கருதினால், வரலாறே அதற்கான மிகப்பொருத்தமான வழிகாட்டியாய் அமையக்கூடும். புவியியல் வல்லுனர்கள், பில்லியன் ஆண்டுகளுக்கு முந்தைய தரவுகளின் அடிப்படையிலேயே, பூமி எப்படியெல்லாம் இருக்கும் என்பதைக் குறித்து படிமங்களை வரையறுக்கிறார்கள். வானவியல் வல்லுனர்களும் அப்படித்தான் செயல்படுகிறார்கள். மருத்துவர்களும் அப்படியே. 1020-ஆம் ஆண்டில் எப்படிச் செய்யப்பட்டதோ, அதே வழிமுறையில்தான் 2020 ஆம் ஆண்டிலும் சிறுநீரக அறுவைச் சிகிச்சையைச் செய்கிறார்கள்.

ஆனால் முதலீடு என்பது அறிவியல் துறையாகாது. அது மிக அதிக அளவிலான மக்கள், தங்கள் வாழ்வாதார நிலையையே தாக்குதலுக்குட்படுத்தும் காரணிகளைக்குறித்த மிக மிகக் குறைந்த அளவிலான தரவுகளைக்கொண்டு, முடிவுகளை மேற்கொள்ளும் துறையாகும். அத்தகைய நிலை, அறிவுடையோர்களையே பதட்டம், பேராசை, பயம் ஆகிய நிலைகளுக்குள் தள்ளக்கூடியது.

மூத்த இயற்பியல் வல்லுனரான ரிசர்ட் பென்மேன் ஒருமுறை குறிப்பிடும்போது, "கற்பனை செய்து பாருங்களேன்: எலக்ட்ரான்களுக்கு உணர்வு என்று ஒன்று இருந்திருந்தால், இயற்பியல் எவ்வளவு கடினமாக இருந்திருக்கும் என்று" என்கிறார். ஆம், முதலீட்டாளர்களுக்கு அவர்களுக்கேயான உணர்வுகள் உள்ளன. அவர்களுள் ஒருசிலருக்காவது. அதனால்தான், அடுத்து அவர்கள் என்ன செய்யப்போகிறார்கள் என்பதை நம்மால் அறுதியிட்டு நம்மால் கூற இயலவில்லை. பெரும்பான்மையாக அவர்கள், அதற்கு முன்னர் என்ன செய்தார்கள் என்பதைப்பொறுத்து அவர்களுடைய அணுகுமுறை அமைகின்றது.

பொருளாதாரத்தின் அடிப்படை "மாற்றம் என்பதே மாறாதது" என்பதுதான். ஏனென்றால் கண்ணுக்குப் புலப்படாத இயற்கை, எந்த ஒன்றையுமே, நல்லதாகவோ அல்லது கெட்டதாகவோ தொடர்ந்து, கால எல்லை இல்லாமல் இருக்க விடுவதில்லை.

முதலீட்டாளர் பில் போர்னர் ஒருமுறை சந்தை எப்படி என்பது குறித்துக்கூறும்போது, "அது வேலை நேரத்தில் முதலாளித்துவத்தைப் பற்றிக்கொண்டும், டி-சர்ட்டை அணிந்துகொண்டும், பெரிய சம்மட்டியைக் கையில் ஏந்தியபடியும் இருக்கும் விசித்திரப்பிறவி!"

என்கிறார். சில குணங்கள் தொடர்ந்து நீண்ட காலப் பழக்கமாகவே இருக்கலாம். எனவே வரலாற்று வல்லுனர்களை நாம் ஆருடம் சொல்பவர்களாகக் கருதக்கூடாது.

பொதுவாக, மக்கள் தங்களுக்காகச் சொல்லிக்கொள்ளும் கதைகளும், பொருள் குறித்த அவர்களுடைய விழைவுகள் ஆகியவையே பணத்தோடு சம்பந்தப்படுத்தப்படும் காரணிகளாக அமைகின்றன. இத்தகைய காரணிகள் இன்னும் குறைந்தபாடில்லை. கலாச்சாரத்துக்கும் தலைமுறைகளுக்கும் ஏற்ப, இவை மாறிக்கொண்டே இருக்கின்றன. எப்போதும் அவை மாறித்தான் வந்துகொண்டிருக்கின்றன; எதிர்காலத்திலும் மாற்றத்தைத் தான் அடையும்.

பணம் சம்பந்தப்பட்டது என்றால், சில மனிதர்களைத் தலைக்கு மேல் தூக்கிவைத்துக்கொள்வது என்பது நமக்கு வாடிக்கையாகிவிட்டது. சில அனுபவங்களை அடைவதால் மட்டுமே, எதிர்காலத்தில் என்ன ஏற்படும் என்பதைக் கணிக்கும் திறமை நமக்கு வந்துவிடாது. உண்மையாகச் சொல்லப்போனால், அப்படி எப்போதுமே நிகழ்வதில்லை. ஏனென்றால், அனுபவங்கள் ஒருவருக்கு, தேவைக்கு அதிகமான நம்பிக்கையை வளர்த்துவிடுகிறதே தவிர, எதிர்காலத்தைக் கணிக்கும் திறமையை அல்ல.

முதலீட்டாளர் மைக்கல் பட்னிக் இது குறித்து ஒருமுறை மிகத்தெளிவாகக் கூறியுள்ளார்.

40 ஆண்டுகளுக்கும் மேலாக, வட்டிவிகிதத்தில் ஏதும் மாற்றம் இல்லை. இதுவரை வட்டிவிகித ஏற்றத்தைக் காணாத வேறு சில முதலீட்டாளர்கள் முன்வைத்த, இது குறித்த சர்ச்சை ஒன்றில், பட்னிக், அத்தகைய வட்டிவிகித ஏற்றம் தேவையற்றது என்றும், வட்டிவிகித ஏற்றத்தின் முந்தைய அனுபவமோ அல்லது, அதனால் கடந்த காலத்தில் ஏற்பட்ட மாற்றங்கள் குறித்த ஆய்வுகளோ, எதிர்காலத்தில், அப்படியான ஏற்றத்தால் லாபம் கிடைக்கும் என்பதை அறுதியிட்டுக்கூற இயலாது என்கிறார்.

> “அதனால் என்ன? இப்போதைய வட்டிவிகித ஏற்றம், முந்தையது போன்றாகுமா அல்லது அதற்கும் முந்தையது போலாகுமா? வெவ்வேறு வகையான முதலீடுகள் ஒரே மாதிரியான ஏற்றத்தையும் வளர்ச்சியையும் பெறுமா அல்லது எதிர்மறையாக நிகழுமா?”
>
> “இதற்கு எதிர்மறையாய், 1987, 2000, 2008 ஆகிய ஆண்டுகளில் நிகழ்ந்த சரிவுகளில், தொடர்ந்து முதலீடு

செய்தவர்கள் ஒவ்வொரு முறையும் வெவ்வேறான சந்தை நிலைகளைத்தான் எதிர்கொண்டார்கள். இத்தகைய அனுபவங்கள், தேவைக்கு அதிகமான நம்பிக்கையை ஏற்படுத்த வாய்ப்புகள் உள்ளன இல்லையா? நீங்கள் தவறு செய்தீர்கள் என்பதை ஒப்புக்கொள்ள மறுக்கிறீர்களா? இல்லை முந்தைய அனுபவங்களை ஆதரித்துப் பேசுகிறீர்களா?"

முதலீடுகள் குறித்த எதிர்கால கணிப்புகளுக்கு, வரலாற்றின் மீது அதீதமான நம்பிக்கை கொள்வது, இரு வேறு பயங்கரமான விளைவுகளுக்கு நம்மை ஆட்படுத்தும்.

1. வெற்றியின் நூலை, தொலைதூரத்திலிருந்து மிகையாகத் தூண்டும் காரணிகளை நீங்கள் கவனிக்கத் தவறி விடுவீர்கள்.

வரலாற்றுத் தரவுகளிலிருந்து மிகவும் முக்கியமானதாக அமைவது தொலைதூரத்தூண்டல்களாக அமையும் வரலாறு படைக்கும் நிகழ்வுகள். அந்த நிகழ்வுகளே பொருளாதாரம், பங்குச்சந்தை ஆகியவற்றின் நூலை முன்னுக்கு நகர்த்துகின்றன. பெருத்த பங்குசந்தை வீழ்ச்சி, இரண்டாம் உலகப்போர், டாட் காம் தோல்வி, செப்டம்பர் 11-ஆம் தேதி, 2000-களில் நிகழ்ந்த சரிவு. இப்படியான சில குறிப்பிட்ட நிகழ்வுகளே தொலைதூரக் காரணிகளாக அமைந்து மேலும் பல நிகழ்வுகளைத்தூண்டி, இறுதியில் அத்தகைய சூழல்களை ஏற்படுத்துகின்றன.

19-ஆம் நூற்றாண்டிலும், 20-ஆம் நூற்றாண்டிலும் மட்டும், 15 பில்லியன் மக்கள் பிறந்துள்ளனர். ஆயினும், பொதுவான பொருளாதாரம், அல்லது இந்த உலகம், கீழ்க்கண்ட நபர்கள் இல்லையென்றால் எப்படிப்பட்ட நிலைமையைச் சந்தித்து இருக்கும் என்பதைக் கற்பனை செய்து பாருங்கள்:

- அடால்ஃப் ஹிட்லர்
- ஜோசப் ஸ்டேலின்
- மாவோ சே துங்
- கவ்ரிலோ பிரின்சிப்
- தாமஸ் எடிசன்

- பில் கேட்ஸ்
- மார்ட்டின் லூதர் கிங்

இந்த நிரல் நிறைவானது என்று நான் நினைக்கவில்லை. ஆனால், இன்றைய உலகத்தில் நிகழும் ஒவ்வொன்றும் - பூகோள எல்லைகள், தொழில்நுட்பம் சமூக நியதிகள் -

இந்த ஏழு நபர்கள் தங்கள் தடங்களைப் பதிக்காதிருந்தால், வேறுபட்டதாக இருந்திருக்கும். இதையே வேறுவிதமாகச் சொல்வதென்றால், 0.00000000004 சதவிகித நபர்கள், ஒன்றுபட்ட மனிதகுலம் வாழும் இன்றைய உலகின் நிலையை மாற்றியவர்கள் எனலாம்.

இதைப்போன்றே, திட்டங்களையும், நவீன மயமாக்கங்களையும், நிகழ்வுகளையும் நாம் கருதலாம். கீழ்க்கண்ட இவை இல்லாத சென்ற நூற்றாண்டைக் கற்பனை செய்து பாருங்களேன்:

- பெருத்த பங்குசந்தை வீழ்ச்சி
- இரண்டாம் உலகப்போர்
- மன்ஹறட்டன் திட்டம்
- தடுப்பு ஊசிகள்
- ஆண்டி பயாடிக் ஸ்
- ARPA நெட்
- செப்டம்பர் 11 ஆம் தேதி
- சோவியத் யூனியனின் வீழ்ச்சி

20-ஆம் நூற்றாண்டில் எத்தனை திட்டங்களும் நிகழ்வுகள் நடந்துள்ளன? பில்லியன்? டிரில்லியன்? யாருக்குத்தெரியும்? ஆனாலும் அந்த எட்டு நிகழ்வுகள் மட்டுமே, மற்ற நிகழ்வுகளைவிட மிக அதிக மடங்கிலான அளவில், உலக நிலையைத் தாக்கத்துக்கு உள்ளாக்கியுள்ளன

தொடராக அமைந்துவரும் நிகழ்வுகளில், கடைசி நிகழ்வு எப்படியான மாற்றங்களை எப்படி நாம் கவனிக்கத் தவறுகிறோமோ அப்படியே, கூட்டுத்தொகைகளின் தாக்கத்தையும் நாம் கவனிக்கத் தவறுகின்றோம். எப்படி? உதாரணமாக, 9/11 நிகழ்வு, அரசின்

வட்டிவிகிதக் குறைப்புக்கு வழிகோலியது. அதன் விளைவாக, வீட்டுத்திட்டத் தோல்வி, பின்னர் நிகழ்ந்த பொருளாதாரச் சீரழிவு, அதன் காரணமாக அமைந்த வேலைவாய்ப்பின்மை. அதன் மூலம் ஆயிரக்கணக்கானோர் கல்லூரிப்படிப்பை மேற்கொள்ளுதல், அதன் விளைவாக 10.8 சதவிகித வட்டியில் அமைந்த 1.6 டிரில்லியன் மதிப்பிலான கல்விக்கடன், அதற்காக, 19 நபர்கள் விமானத்தைக் கடத்திய நிகழ்வை, கல்விக்கடனோடு சேர்த்துக்கூற இயலாது. ஆனாலும், சில குறிப்பிட்ட தொலைதூரக்காரணிகளால், இப்படியான தொடர் விளைவுகளைத்தான் உலகம் சந்திக்கிறது என்பது மட்டும் யதார்த்தம்.

இன்றைய உலகப்பொருளாதாரத்தில் நடக்கும் பெரும் பான்மையான நிகழ்வுகளின் காரணங்களாக, கடந்த காலத்தில் நடந்த சில நிகழ்வுகளை நாம் இணைக்க இயலும். ஆனால் அத்தகைய கடந்த கால நிகழ்வுகளை நடப்பதற்கு முன்னரே கண்டுபிடிப்பது என்பது சாத்தியமற்றது.

பொருளாதார வரலாற்றின் மிகப்பொதுவான நிலை என்பது அது எதிர்கொள்ளும் ஆச்சரியமான நிகழ்வுகளே. அத்தகைய ஆச்சரியமான நிகழ்வுகள் நடப்பது என்பதற்கான காரணம், நம்முடைய திட்டங்கள் தவறானவை என்றோ, நம்முடைய அறிவாற்றல் குறைவானது என்றோ கொள்ளவியலாது. அடால்ஃப் ஹிட்லர் பிறக்க ஒன்பது மாதத்துக்கு முந்தைய ஓரிரவில், அவரது பெற்றோர் சண்டையிட்டுக்கொண்டதும் அடால்ஃப் ஹிட்லர் கருவுற்றதும் ஒரே தினம் என்று சொல்வதைப் போன்றது இது. ஜோனஸ் சால்க் போலியோ நோய்க்கான மருந்தைக் கண்டுபிடிக்கும் முயற்சியைக் கைவிட்டிருந்தால், பில் கேட்ஸ் போலியோவால் இறந்திருக்கலாம். அத்தகைய ஒரு சூழலில், இன்றைய தொழில்நுட்பம் எப்படி இருந்திருக்கும் என்று யூகிக்க இயலுமா?

மாணவர்களின் கல்விக்கடன் அதிகரிப்பின் காரணத்தை நம்மால் கண்டுபிடிக்க முடியாததற்குக் காரணம், 9/11 அன்று, விமான நிலையத்தின் ஒரு காப்பாளர், அந்த விமானக்கடத்தியிடம் இருந்த கத்தியைக் கண்டுபிடித்ததால்கூட இருக்கலாம். அப்படியாகக்கூட இருக்கலாம்.

எதிர்கால முதலீடுகளின் வருவாய்க்குறித்து நாம் யோசிக்கும் போதெல்லாம், பெருத்த பங்குசந்தை வீழ்ச்சியையோ அல்லது இரண்டாம் உலகப்போரையோ மட்டுமே பெரிய எதிர்மறை நிகழ்வுகளாகக்கொள்கிறோம். அவற்றின் மூலம் நமது வழிமுறையை அளவிடுவதே நமது பிரச்சனை.

ஆனால் அத்தகைய பெரிய நாசத்தை உண்டாக்கிய நிகழ்வுகள் நடைபெற்றபோது, அந்த நிகழ்வுகளுக்கு முன்மாதிரிகள் என்று எந்த நிகழ்வுகளும் இல்லை. எனவே எதிர்காலத்தைப் பற்றி ஆருடம் சொல்பவர் எல்லாம், அத்தகைய கடந்த கால கோர நிகழ்வுகளை (நல்ல நிகழ்வுகளை) வைத்து, எதிர்கால கோர நிகழ்வுகளை (நல்ல நிகழ்வுகளை) கோத்துப்பார்க்கிறார்கள். அவர்கள் வரலாற்றைச் சரியாக அணுகுவதில்லை. கடந்த வரலாற்றில், அதற்குமுன்னர் ஏற்படாத நிகழ்வுகள், எதிர்காலத்தில் நிகழாது என்று அவர்களாகவே தவறாக கணித்துக்கொள்கின்றனர்.

நஸ்ஸிம் தாலப் தன்னுடைய 'Fooled by Randomness' என்ற தன்னுடைய நூலில், குறிப்பிடுவது:

> எகிப்து நாட்டில் கிடைக்கப்பெற்ற தொன்மையான செய்திகளில், வெள்ளக்காலத்தில், நைல் நதியின் நீர்மட்டம் குறிக்கப்பட்டு, அது எதிர்கால இடர்களைக் கணிக்கப் பயன்படுத்தப்பெற்றது என்று உள்ளது. இத்தகைய ஒரு செய்தியை 2011-ஆம் ஆண்டு சுனாமியால் மிகப்பெரிய இடரை எதிர்கொண்ட ஃபுகுஷீமா அணு நிலையத்திலும் காணலாம். அந்த நிலையத்தைச் சுற்றி, அதுவரை நிகழ்ந்த மிகவும் கோரமான நில நடுக்கத்தின் அளவையும் தாங்கும் வகையில், சுவர் எழுப்பப் பட்டிருந்தது. ஆனால், அதைவிட கோரமான இடரைச் சந்திக்க வேண்டியிருக்கும் என்று எதிர்பார்க்கவில்லை. இயற்கையின் எந்த ஒரு பேரிடர் நிகழும்போதும், அதற்கு முன்னர் இல்லாத வகையில்தான் நிகழ்கிறது.

இது நாம் செய்யும் கணிப்புகளின் தோல்வி என்று சொல்லிவிட முடியாது. இது நம் கற்பனையின் தோல்வி எனலாம். எதிர்காலம், கடந்தகாலத்தில் நிகழ்ந்தது போலவே நிகழும் என்னும் தனித்துவம் வாய்ந்த கருத்து, பொருளாதார வல்லுனர்களால் பெரிதாகப் பார்க்கப்படுவதில்லை.

நியூயார்க் நகரில், 2017-ஆம் ஆண்டு, நான் கலந்துகொண்ட ஒரு இரவு விருந்தில், அங்கு வந்திருந்த டேனியல் கஹனேமன் என்னும் முதலீட்டாளரிடம், எதிர்காலக் கணிப்புகள் பொய்க்கும்போது, முதலீட்டாளர்கள் அந்த சூழ்நிலையை எவ்வாறு எதிர்கொள்ளுதல் வேண்டும் என்ற கேள்வி எழுப்பப்பட்டது. அவர் அதற்கு பதிலாகச் சொல்லியது:

"எப்போதெல்லாம் நாம் அதிர்ச்சிக்குள்ளாகிறோமோ, நாம் செய்த தவற்றை நாம் ஒத்துக்கொண்டாலும், 'ஓ! அந்தத் தவற்றை மீண்டும் நான் செய்யப்போவதில்லை' என்றே கூறுவோம்." ஆனால், எதிர்பாராத வகையில், நாம் தவறுகளைச் செய்யும்போது, நாம் உண்மையாகத் தெரிந்துகொள்ளவேண்டியது என்னவென்றால், உலகம் என்பது எதிர்பாராவிதமானது என்பதுதான். அதுவே நாம் எதிர்கொள்ளும் அதிர்ச்சிகளிலிருந்து தெரிந்துகொள்ள வேண்டியது. உலகம் என்பது அதிர்ச்சி அடைய வைப்பது.

அதிர்ச்சிகளிலிருந்து நாம் தெரிந்துகொள்ள வேண்டிய சரியான பாடம், உலகம் அதிர்ச்சிக்குள்ளாக்குவது என்பதுதான். இதற்குப்பொருள், கடந்தகால அதிர்ச்சிகளை, எதிர்காலத்தின் எல்லைகளுக்கான வழிமுறையாகக் கொள்வது இல்லை. எதிர்காலத்தில் என்ன நடக்கும் என்பது புதிர்தான் என்ற உண்மையை உணர்தலே கடந்த கால அதிர்ச்சிகளின் அனுபவங்களால் நாம் அடையும் பயன் ஆகும்.

முக்கியமான எதிர்காலப் பொருளாதார நிகழ்வுகளைப்பற்றி, வரலாறு எந்தவித குறிப்புகளையும் கொடுப்பதில்லை. நடக்கும் அத்தகைய ஒவ்வொரு நிகழ்வும், இதற்குமுன்னர் நிகழாதவையே ஆகும். முன்னர் நிகழாதவை என்னும் காரணத்தினாலேயே, அதை எதிர்கொள்ள நாம் தயார் செய்துகொள்வது என்பது சாத்தியம் இல்லை. நான் தயார் நிலையில் என்ற அந்தக் காரணத்தினாலேயே, அத்தகைய நிகழ்வுகளின் தாக்கம் பெரிதாக நமக்குப் புலனாகிறது இத்தகைய விளைவு, போர் மற்றும் பொருளாதாரச்சரிவு போன்ற பயமுறுத்தும் நிகழ்வுகளுக்கும், நவீனமயமாக்கல் போன்ற வரவேற்கத்தக்க நிகழ்வுகளுக்கும் பொருந்தும் உண்மையாகும்.

என்னுடைய இந்தக்கணிப்பை நான் முழுவதுமாக நம்புகிறேன். ஏனென்றால், மிகச்சரியாக ஆச்சரியங்களைக் கணிக்கும் ஒருசில கணிப்புகள், வரலாற்றின் ஒவ்வொரு கணத்திலும் இருந்து கொண்டுதான் இருக்கின்றன.

2) இன்றைய சூழலுக்கு ஏற்ப அமைந்த கட்டமைப்பு மாற்றங்களை உள்ளடக்கமாகக் கொள்ளாதிருப்பதால், எதிர்காலப் பொருளாதாரம், பங்குச்சந்தை குறித்த தெளிவற்ற வழித்தடத்தையே பங்குச்சந்தை வரலாறு எடுத்துக்கூறும்.

நிகழ்ந்த மிகப்பெரும் நிகழ்வுகளைக் காண்போம்:

401(K) திட்டம் 42 ஆண்டுகள் பழமையானது. ரோத் IRA திட்டம் 1990-ஆம் ஆண்டு தொடங்கப்பட்ட புதிய திட்டம். எனவே, இன்றைய நாட்களில், அமெரிக்கர் தங்களின் ஓய்வுகாலத்துக்காக எப்படிச் சேமிக்கிறார்கள் என்பது குறித்த சுய பொருளாதார ஆலோசனை மற்றும் ஆய்வுகள், நெடுங்காலத்துக்கு முன்னர் தொடங்கப்பெற்ற இத்தகைய திட்டங்களின் பகுதியாக அமைந்திருக்க வாய்ப்பில்லை. இன்று நமக்கு பல வழிமுறைகள் உள்ளன. மாற்றங்கள் வசதியை ஏற்படுத்தியுள்ளன.

உதாரணத்துக்கு, புதுத்தொழில் முதலீடுகள் குறித்து ஆய்வோம். இந்த முறை கடந்த 25 ஆண்டுகளாக மட்டுமே நிகழும் ஒரு முறை. இன்றைய சூழலில், ஒற்றைப் புதுத்தொழில் முதலீட்டு நிதியங்கள் உள்ளன. அத்தகைய நிதியங்கள், முந்தய காலத்தின் மொத்த தொழிற்சாலைகளின் மதிப்பைவிட அதிக மதிப்பைக் கொண்டவை.[40] நைக் நிறுவனத்தின் நிறுவனர் ஃபில் நைட், நினைவு கூர்கிறார்:

> "புதுத்தொழில் முதலீடு என்றெல்லாம் அப்போது கிடையாது. ஒரு திடமான மனம்கொண்ட தொழில் ஆர்வலர், தொழிலைத் தொடங்க நிதி திரட்ட வேண்டுமானால், அவருக்கு ஒருசில வாய்ப்புகளே இருந்தன. அவையும் எதிர்காலம் குறித்த நம்பிக்கை ஏது அற்ற, இடர்களைக்குறித்து பயந்து கொண்டிருக்கும் வாய்ப்புகளே இருந்தன. அதாவது, வங்கிகளே அத்தகைய வாய்ப்புகள்."

இதன் மூலம் நாம் அறியும் செய்தி: சில தலைமுறைகளுக்கு முன்னர், புதுத்தொழில் தொடங்க எண்ணும் தொழில் ஆர்வலர்களுக்குத் தேவையான பொருளாதார முதலீட்டு வாய்ப்பு முறைகள் மிகவும் புராதனமானவைகளாகவே இருந்தன. இன்றைய நிலையில், நாம் அறிந்துகொள்ள நினைக்கும், முதலீட்டுச் சுழற்சி மற்றும், புதுத்தொழில் முனைவுத் தோல்விகள் போன்றவற்றைக் குறித்து ஆழமான வரலாறுகள் இல்லை. ஏனென்றால், இன்றைய நிலையில் நிறுவனங்கள் பெறும் நிதி அமைப்புமுறை என்பது மிகவும் வரலாறு படைக்கும் புரட்சிகரமான ஒன்றாகும்.

இல்லையென்றால் பொதுச் சந்தையை உதாரணமாக எடுத்துக்கொள்ளுங்கள்: S&P-500 குறியீட்டுத்திட்டம், 1976-ஆம் ஆண்டுவரை நிதிப் பங்குகளைச் சேர்த்துக்கொணடதில்லை. ஆனால், இன்றைய நிலையில் நிதிப்பங்குகளின் பங்கு

ஏறக்குறைய 16 சதவிகிதம். தொழில்நுட்பப் பங்குகள் என்பவை 50 ஆண்டுகளுக்கு முன்னர் அறவே அறியப்படாதவைகளாகவே இருந்தன. இன்றைய நிலையில் அவை, குறியீட்டுத்திட்டத்தில் ஐந்தில் ஒரு பங்கைப் பெற்றுள்ளன.கணக்கியல் முறைகளும் காலத்திற்கு ஏற்ப மாற்றங்களைக் கண்டுள்ளன. அதைப்போலவே, முதலீட்டாளர்களின் கணக்குக்காட்டும் முதலீடுகள், தணிக்கை முறை, சந்தையின் பணப்பெருக்கம் ஆகியவையும் பெருத்த மாற்றங்களைப் பெற்றுள்ளன. காலத்துக்குக் காலம் மாற்றங்கள் தொடர்கின்றன.

பொருளாதார மந்தநிலையில் அமெரிக்கா

அமெரிக்க தொழில் மந்தநிலைகளின் பரவல், கடந்த 150 ஆண்டுகளில், மிகப்பெரும் அளவில் மாற்றத்தைக் கண்டுள்ளது.

1800-களில் இருந்த சாராசரி தொழில் மந்தநிலை இரண்டு ஆண்டுகளாக இருந்தது. அது கடந்த 20-ஆம் நூற்றாண்டில் தொடக்கத்தில் ஐந்தாண்டாக இருந்தது. தற்போது, கடந்த அரை நூற்றாண்டாக அது, 8 ஆண்டுகளாக உள்ளது.

நான் இந்த நூலை எழுதும்போது, 2007-ஆம் ஆண்டு தொடங்கிய மந்தநிலையை அடுத்து 12 ஆண்டுகளுக்குப் பிறகான மந்தநிலையைக் காண்கிறோம். இதுவே வரலாற்றின் மிக நீண்ட இடைவெளிக்குப்பின் ஏற்படும் மந்தநிலையாகும்.

மந்தநிலைகளுக்கிடையேயான இடைவெளி ஏன் அதிகரித்துக்கொண்டேவருகிறதுஎன்பதுகுறித்தபலகோட்பாடுகள்

உள்ளன. அவற்றுள் ஒன்று மையஅரசு தொழிற்சுழற்சிகளை நிர்வகிப்பதில், அவற்றைத் நீட்டிக்கச்செய்வதில் திறமையாகச் செயல்படுகின்றது. மற்றொரு உண்மை, கனரகத் தொழில்கள் இத்தகைய தொழிற்சுழற்சிகளின் தாக்குதல்களுக்கு அதிகம் உட்படுகின்றன; ஆனால் கடந்த ஐம்பதாண்டுகளில், சேவை நிறுவனங்களே பெரும்பங்காற்றுகின்றன. நாம் கொண்டிருக்கும் நம்பிக்கையற்ற பார்வை, பொருளாதார மந்தநிலைகள் அரிதாகவே வருகின்றன என்பதாகும். ஆனாலும், அவை மையும்போது, அதுவரையில் இல்லாத தாக்கத்தை ஏற்படுத்தக்கூடியதாகவே அமைகின்றன. நம்முடைய வாதத்திற்கு, அத்தகைய மாற்றங்களின் காரணங்கள், மூலங்கள் குறித்த தேவை இல்லை. மாற்றங்கள் ஏற்படுகின்றன என்பதுதான் நம் வாதத்திற்குத் தேவை.

இத்தகைய நிகழ்வுகள், எப்படி வரலாறு படைக்கும் மாற்றங்களை ஏற்படுத்துகின்றன என்பதைக் காட்ட, எல்லோராலும் ‘அதிக திறமைகொண்ட முதலீட்டாளர்’ என்று கருதப்படும், பெஞ்சமின் கிரஹாம் குறித்துக் காண்போம்.

கிரஹேம் எழுதிய “The intelligent Invester” என்ற நூல் ஆய்வு என்பதை விட மேலானது. அது முதலீட்டாளர்கள், சில அர்த்தமுள்ள பொருளாதார முடிவுகளை எடுக்க உதவ, செயல்முறைப்படுத்தும் வகையில் அமைந்த சில சூத்திரங்களையும் எடுத்துக்கூறுகிறது.

நான் இளைஞனாக இருக்கும்போது, என்னுடைய முதல் முதலீட்டுக்காக, கிரஹேம் எழுதிய அந்த நூலைப் படித்திருக்கிறேன். அந்த நூலில் அளிக்கப்பட்டிருந்த சூத்திரங்கள் யாவும் என்னைக் கவர்ந்தன. ஏனென்றால் அவை ஒவ்வொன்றும், எப்படி படிப்படியாக நாம் செல்வந்தராக ஆகலாம் என்பதற்கான சூத்திரங்கள். அவற்றை அப்படியே பயன்படுத்தலாம். அவ்வளவு எளிதான ஒன்றாகவே அது என் பார்வைக்குப்பட்டது.

அந்தச் சூத்திரங்களை நாம் பயன்படுத்ததொடங்கினால் சில உண்மைகள் தெரியவரும். அவற்றுள் சில கண்டிப்பாக எதிர்பார்த்த பலன்களைத் தருகின்றன.

ஒரு நிறுவனத்தின் மொத்த சொத்துகளின் மதிப்பைவிட, குறைவான மதிப்பில் விற்கப்படும் பங்குகளை வாங்க அந்த நூல் பரிந்துரைக்கிறது. அதாவது, வங்கிகளில் இருக்கும் பணமதிப்பிலிருந்து அந்த நிறுவனத்திற்கு இருக்கும் கடன்களைக் கழித்துவிட்டுப் பெரும் மதிப்பு. இது மிகவும் சரியாகத்தான் தெரிகிறது. ஆனாலும் சில பங்குகள் அத்தகைய குறைந்த மதிப்பில் விற்கப்படுவதில்லை. இதில் புள்ளியியல் குற்றங்களில் ஈடுபடும், ‘பென்னி பங்குகள்’ என்றழைக்கப்படும் பங்குகள் கணக்கில் வராது.

கிரஹாம் இன்னொரு கோட்பாட்டின்படி, மரபுவழியில் முதலீடு செய்யும் முதலீட்டாளர்கள், அதன் கணக்குமதிப்பைவிட 1.5 மடங்கு அதிக மதிப்பில் விற்கப்படும் பங்குகளை வாங்கக்கூடாது என்று பரிந்துரைக்கிறார். இந்தக் கோட்பாட்டை நீங்கள் பயன்படுத்தியிருந்தால், கடந்த பத்தாண்டுகளில், காப்பீடு மற்றும் வங்கிப் பங்குகளைவிட வேறெந்தப் பங்குகளையும் நீங்கள் சேர்த்திருக்க இயலாது. 'இதுதான் சரி' என்னும் முத்திரை இங்கு எதற்கும் இல்லை.

'தி இண்டெலிஜெண்ட் இன்வெஸ்டர்' என்னும் நூல் முதலீடு குறித்து வெளிவந்த நூல்களிலேயே மிகவும் சிறந்த ஒன்றாகும். என்றாலும், கிரஹாம் கொடுத்த சூத்திரங்களைப் பயன்படுத்தி முதலீடு செய்து வெற்றிபெற்றதாகக்கூறும் எந்த ஒரு முதலீட்டாளரையும் நான் இதுவரை சந்தித்ததில்லை. வேறெந்த நூலிலும் சொல்லப்படாத கருத்துகளைக்கொண்டு, அந்த நூல் அறிவார்ந்த தரவுகளை உள்ளடக்கியதுதான். ஆனாலும் எப்படி முதலிடலாம் என்பதற்கான வழிமுறை என்பது எப்போதுமே கேள்விக்குறிக்குள்ளாகும் ஒன்றுதான்.

நடப்பது என்ன? கிரஹாம் வெறும் வாய்ச்சொல்வீரர்தானா? அவருடைய சூத்திரங்கள் பயனற்றவையா? அப்படியெல்லாம் இல்லை. அவரே மிகப்பெரும் வெற்றியடைந்த முதலீட்டாளர்.

ஆனாலும் அவர் நடைமுறைக்கேற்றவாறு முடிவெடுப்பவர். அவர் ஒரு உண்மையான முரணாளி. அவர் தன்னோடு ஒட்டிக்கொள்ளும் அளவிற்கு, தன்னுடைய முதலீட்டு முறைகளைக் கையாண்டவர் அல்லர். அவர் கோட்பாடுகளைப் பின்பற்றும் பலர், அந்தக்கோட்பாடுகளை மிகவும் பிரபலப்படுத்தும் அளவிற்கு தங்கள் முடிவெடுக்கும் திறமையை இழந்தவர்கள். அந்த நூலின் புதிய பதிப்பில் கிரஹாம் குறிப்பிடுவதாகக் கூறும் ஜேசொன் ஷ்விக்:

> கிரஹாம் தன்னுடைய கோட்பாடுகளைத் தொடர்ந்து பரிசோதனைகளுக்கு உள்ளாக்கி, மீண்டும் மீண்டும் அந்தக் கோட்பாடுகளில் அவர் கொண்டிருந்த அனுமாங்களைச் சோதித்து, அதன்மூலம் எது செய்கைக்கு உதவும் என்பதைக் குறிப்பிடுகிறார். எது நேற்று பயன்பட்டது என்பதை அன்று, எது இன்று பயனுக்குரியது என்பதை மட்டுமே அவர் குறிப்பிடுகிறார். 'தி இண்டெலிஜெண்ட் இன்வெஸ்டர்' நூலின் ஒவ்வொரு திருத்திய பதிப்பிலும், முந்தைய பதிப்பில் தான் கூறிய சூத்திரங்களை மறுத்து, புதிய சூத்திரங்களைத்

ஆச்சரியம்

தந்திருக்கிறார் கிரஹாம். மேலும், "முன்சொன்னவை இனிமேல் காரியத்துக்கு உதவாது என்றோ, அல்லது, எப்படி முன்னர் அவை பயன்பட்டனவோ அப்படி இனிமேலும் பயனுக்காகாது என்றோ குறிப்பிடுகிறார். அந்தப்பதிப்பில் வழங்கும் சூத்திரங்கள் யாவும் அப்போதைக்குப் பயனளிக்கக்கூடியன" என்பதையும் பிரகடனப்படுத்துகின்றார்.

கிரஹாம் குறித்த சர்ச்சைகளில் பொதுவாக அவர்மீது வைக்கப்படும் குற்றச்சாட்டு, "1972 ஆம் ஆண்டு பதிப்பில் இடம்பெற்ற அத்தனைச் சூத்திரங்களும் பயனற்றவை" என்பதே. அத்தகைய குற்றச்சாட்டுகளுக்குச் சரியான பதில், "ஆம்! அவை அப்படித்தான்! அவை 1965 ஆம் ஆண்டுபதிப்பில்இருந்த சூத்திரங்களை மாற்றியமைத்தன. அது, அதற்கு முந்தைய 1954 ஆம் ஆண்டுப் பதிப்பில் வந்த சூத்திரங்களை மாற்றி எழுதியவை. அவை, அதற்கு முன்னர், 1949 ஆம் ஆண்டின் பதிப்பில் தான் வெளியிட்ட சூத்திரங்களின் மாற்ற வடிவுகளே. இவை யாவும், 1934 ஆம் ஆண்டு, 'Security Analysis' என்ற சஞ்சிகையில் முதன் முதலாகப் பதிவுசெய்த சூத்திரங்களின் மாற்றங்களே" என்பதுதான்.

1976 ஆம் ஆண்டு கிரஹாம் மறைந்தார். அவருடைய சூத்திரங்கள் 1934 ஆம் ஆண்டிலிருந்து 1972 ஆம் ஆண்டுவரை ஐந்து முறைகள் திருத்தப்பட்டுள்ளன என்றால், அந்தச் சூத்திரங்கள் 2020 ஆம் ஆண்டுக்குப் பொருத்தமானவைகளாக இருக்கும் என்று நீங்கள் கருதுகிறீர்களா? இல்லை 2050 ஆம் ஆண்டுக்கும் பொருந்துமா?

அவருடைய மறைவுக்கு முன்னர், அவருடைய வலிமையாக கருதப்பட்ட உதிரிப் பங்குகள் குறித்த ஆய்வுகள் அவருடைய முதலீடுகளுக்குத் திட்டமாக இருந்ததா என்ற எழுப்பப்பட்ட கேள்விக்கு அவர் பதிலளிக்கையில் இவ்வாறு கூறுகிறார்:

பொதுவாக, நான் இல்லை என்றே கூறுவேன். உதிரிப்பங்குகள் குறித்த பேராய்வுகள் மற்றும் உத்திகளை தற்போதைய நிலையில் நான் பரிந்துரைக்க மாட்டேன். இந்த நூல் பதிப்பிக்கப்பட்ட போது, 40 ஆண்டுகளுக்கு முன்னர் அது மிகவும் லாபகரமான ஒரு செயலாக இருந்தது.

ஆனால், அப்போதைய சூழல்களிலிருந்து இப்போதைய சூழல் பெருத்த மாற்றங்களுக்கு உட்பட்டுள்ளது."[41]

எத்தகைய மாற்றங்கள் வந்துள்ளன: வாய்ப்புகள் பொதுவாக எல்லோருக்கும் தெரியவந்ததால், போட்டி அதிகரித்துள்ளது. தரவுகளைச் சேகரிக்க தொழில்நுட்பம் வெகுவாகப் பயன்படுத்தப்படுகின்றது. பொருளாதாரம் தொழிற்துறையிலிருந்து தொழில்நுட்பத்துறைக்கு மாறியதால், சந்தையில் வித்தியாசங்கள் ஏற்பட்டுள்ளன. வித்தியாசமான தொழிற்சுழற்சிகளும், மூலதனப் பயன்பாடுகளும் இப்போது அமைந்துள்ளன.

நிறையவே மாற்றங்கள் நிகழ்ந்துள்ளன.

முதலீட்டு வரலாற்றின் மிகப்பெரிய திருப்புமுனையாக அமைந்திருப்பது இதுதான்: நீங்கள் எவ்வளவு பின்னோக்கி வரலாற்றைப் பார்க்கிறீர்களோ, அவ்வளவு அளவிற்கு அந்த வரலாற்றுச் சூழல்கள், இன்றைய சூழல்களுடன் பொருத்தமற்றே அமைகின்றன. பல முதலீட்டாளர்களும், பொருளாதார நிபுணர்களும், தங்களுடைய ஆய்வுகளின் அடிப்படை கடந்த சில தலைமுறைகளின் தரவுகளைக்கொண்டோ அல்லது கடந்த நூறு ஆண்டுகளின் தரவுகளைக் கொண்டோ அமைந்துள்ளன என்று பெருமைப்பட்டுக்கொள்கிறார்கள். ஆனால், பொருளாதாரம் மாறிக்கொண்டே வருவதால், பெரும்பாலும், சமீபத்திய தரவுகளே, எதிர்கால நடைமுறைக்கு வழிகாட்டியாக அமையும். ஏனென்றால், நிகழ்காலத் தரவுகளே, நிகழ்காலச் சூழல்களின் அடிப்படையில் அமைந்தவை. அவையே எதிர்காலத்துக்கு ஓரளவு சரியானவைகளாக அமையும்.

முதலீடுகளில், பெரும்பாலும் கேலியாகப் பயன்படுத்தப்படும் சொற்றொடர் "இப்போது நடக்கும் முறை வித்தியாசமானது" என்பதுதான். எதிர்கால நிகழ்வுகள், கடந்தகால நிகழ்வுகளைப் பிரதிபலிக்காது என்று எவராவது கூறினால், அவரை மடக்கும் விதமாக நாம் சொல்ல முன்வருவது, "ஓ! அப்படியா? அப்போது இம்முறை வித்தியாசமாக இருக்கும் என்கிறீர்கள் இல்லையா?" என்பதுதான். ஜான் டெம்பிள்டன் இதே கருத்தை வலியுறுத்தி, "முதலீடு வரலாற்றில் மிகவும் பயங்கரமான நான்கு வார்த்தைகள் இவைதாம்: இந்த முறை வித்தியாசமாக உள்ளது!" என்கிறார்.

டெம்பிள்டன் அத்தகைய மாற்றங்கள் காலத்தின் அடிப்படையில் ஏறக்குறைய 20 சதவிகிதம் மாறுதலுக்கு உட்படுகின்றன என்கிறார். உலகம் மாறுகிறது. ஆம் மாறிக்கொண்டேதான் வருகிறது. அந்த மாற்றங்கள் யாவும்,

ஒருகாலத்தில் மிகவும் கொண்டாடப்பட்டவைதாம். இதுகுறித்து மைக்கல் பட்னிக் குறிப்பிடுவது "முதலீட்டில் மிகவும் அபாயகரமான பன்னிரண்டு சொற்கள் இவைதாம்: "முதலீடு வரலாற்றில் மிகவும் பயங்கரமான நான்கு வார்த்தைகள் இவைதாம்: இந்த முறை வித்தியாசமாக உள்ளது!"

அப்படியென்றால் நாம் முதலீட்டின் வரலாற்றை முற்றிலுமாகப் புறக்கணிக்க வேண்டும் என்ற அர்த்தமில்லை. அதில் ஒரு நுட்பம் இருக்கின்றது. நீ எவ்வளவுக்கு எவ்வளவு கடந்த காலத்தின் தரவுகளைத் தேடுகிறாயோ அவ்வளவுக்கு அவ்வளவு, பொதுவான தரவுகளைத் தேர்ந்தெடுத்தலே சரியானது. பேராசை, பயம் போன்ற மக்களின் குணாதிசயங்கள், அழுத்தத்தை எப்படி அவர்கள் எதிர்கொள்கிறார்கள், சீரான வருவாயை அவர்கள் எப்படி ஏற்கிறார்கள் என்பது போன்ற பொதுவான தரவுகளைத் தேடிக்கொள்ளுதல் வேண்டும். பொருளாதாரம் குறித்த வரலாற்றில் அத்தகைய தரவுகளே முக்கியமானவை.

ஆனால், நடைமுறைப்போக்குகள், குறிப்பிட்ட வர்த்தகங்கள், குறிப்பிட்ட துறைகள், குறிப்பிட்ட சந்தைத் தரவுகள், பணத்தை வைத்துக்கொண்டு மக்கள் என்ன செய்யவேண்டும் போன்றவை அனைத்தும் காலத்துக்கு ஏற்ப மாறக்கூடியவை. வரலாற்று வல்லுனர்கள் ஆருடம் சொல்பவர்கள் அல்லர்.

அப்படியானால், நமக்குள் ஏற்படும் கேள்வி இதுதான்: "எதிர்காலத்தைப் பற்றி எவ்வாறு யோசிப்பது, எவ்வாறு திட்டமிடுவது?" அது குறித்து அடுத்த அத்தியாயத்தில் காண்போம்.

13.

தப்பாத தவறுகள்

ஒவ்வொரு திட்டத்திலும் மிக முக்கியமான பகுதி, அத்திட்டம், திட்டமிட்டபடி நடக்காமல் போவதைத் தடுக்க எப்படித் திட்டமிடுவது என்பதே.

சேமிப்பைக்குறித்த மிக அறிவார்த்தமான குணாதிசயங்களைக் கொண்டசிறந்தஉதாரணங்கள்கிடைக்கும்இடம்வித்தியாசமானது; அது லாஸ் வெகஸ் நகரில் உள்ள கேஸினோக்கள் தாம்.

ஆனால், அது அங்கு வந்து விளையாடும் எல்லோரிடமிருந்தும் இல்லை. பிளேக்ஜேக் என்னும் விளையாட்டை விளையாடும் ஒரு குறிப்பிட்ட குழுவினரிடமிருந்துதான். அவர்கள் அங்கு தரப்படும் அட்டைகளை எண்ணும் முறை, சாதாரண மக்களுக்கு, பணம்செய்யும் கலைக்கான மிகப்பெரிய உத்தியை எடுத்துக்கூறும். அந்த உத்தி, தவறுகள் நேர்வதன் இயல்பு குறித்த முக்கியத்துவம்.

பிளேக்ஜேக் அட்டை விளையாட்டின் அடைப்படை விதிகள்:

- அட்டையை விநியோகிப்பவர் எந்த அட்டையை அடுத்து தரப்போகிறார் என்பது விளையாடுபவர் எவர்க்கும் தெரியாது
- ஆனாலும், ஏற்கனவே விநியோகிக்கப்பட்ட அட்டைகளைக் கவனிப்பதன் மூலம், இன்னும் எந்த அட்டைகள், கட்டில் உள்ளன என்பதை நாம் யூகிக்க இயலும்.
- அப்படி யூகிக்கும் போது, விநியோகம் செய்பவர் எந்த அட்டையை விநியோகிக்கிறார் என்பதன் வாய்ப்பு நிலையை அறிதல் இயலும்

அந்த விளையாட்டில் விளையாடுபவராக நீங்கள் இருந்தால், அடுத்து விநியோக்கிக்கப்படும் அட்டை உங்களுடையதாக இருக்க வாய்ப்பிருந்தால் நீங்கள் அதிகமாக பணயம் வைப்பீர்கள்; அதுவே அது உங்களுடைய அட்டையாக இருக்க வாய்ப்பில்லை என்றால் குறைவாகப் பணயம் வைப்பீர்கள்.

இதை எப்படி அவர்கள் ஆடுகிறார்கள் என்பது நம் விவாதத்துக்குத் தேவையில்லாத ஒன்று. ஆனாலும், தேவையானது, அங்கு நடைபெறும் ஆட்டம் வரும் அட்டைகளின் கணிப்பின் மீது தானே ஒழிய, எந்த அட்டை வரும் என்பது நிச்சயமில்லை. ஒவ்வொரு ஆட்டத்திலும் அவர்களுக்குச் சாதகமான சூழல் ஏற்படலாம் என்பதை அவர்கள் உணர்ந்தாலும், எந்த அளவிற்குச் சாதகமில்லை என்பதையும் அவர்கள் உணர்ந்திருக்கிறார்கள். அவர்களுடைய தொழிலைச் சார்ந்த வகையில், அது பொருத்தமில்லாத ஒன்றாக இருக்கலாம். இருந்தாலும், அவர்களுடைய திட்டம் பொறுத்திருப்பதிலேயே இருக்கின்றது. அடுத்து என்ன வரும் என்பதை அறியாமல், அறிந்து கொள்ளும் வாய்ப்பில்லாமல், பொறுத்திருந்து விளையாடுவதே அந்த விளையாட்டின் நோக்கம். அட்டைகளை எண்ணும் முறை, அவர்களது யூகங்களுக்குப் பயன்படும். கணிப்பின் அடிப்படையில் அதிகமாகப் பணயம் வைத்தாலும் ஆபத்துதான். ஏனென்றால், உங்களது கணிப்பு தவறென்றால், நஷ்டம் அதிகமாக இருக்கும். அதனால் உங்கள் பணத்தை இழந்து, நீங்கள் தொடர்ந்து ஆடும் வாய்ப்பையும் இழக்க நேரிடும்.

அந்த ஆட்டத்தில் நீங்கள் கணிப்பதுதான் மிகவும் சரியானது என்றும் அதன்படி, உங்களிடம் இருக்கும் அத்தனை காசையும் பணயம் வைக்கும் நிலையும் வரவே வராது. இயற்கை அப்படிப்பட்டது அல்ல - அது எப்போதும் ஒரே விதமான வாய்ப்புகளைக் கொடுத்திருப்பது இல்லை. தவறுகள் நடைபெறும் என்பதை நீங்கள் ஒப்புக்கொள்ளத்தான் வேண்டும். ஒவ்வொரு திட்டத்திலும் மிக முக்கியமான பகுதி, அத்திட்டம், திட்டமிட்டபடி நடக்காமல் போவதைத் தடுக்க எப்படித் திட்டமிடுவது என்பதே.

அட்டை கணிப்பதில் வல்லவரான கெவின் லீவீஸ், தன்னுடைய “Bringing Down the House” என்ற நூலில், இந்தத் தத்துவத்தைப் பற்றி பெரிதும் குறிப்பிட்டுள்ளார்.

“அட்டைகளைக் கணக்கிடும் முறை அறிவியல் பூர்வமான, புள்ளியல் முறைதான் என்றாலும், ஆட்டத்தின் ஒவ்வொரு முறையும் நாம் வென்றுவிட இயலாது. ஏன் நீங்கள் கேஸினோ வந்து செல்லும் ஒவ்வொரு முறையும் கூட வென்றுவிட முடியாது. அதிர்ஷ்டம் நமக்கு எதிராக வேலை செய்யும் போது, நம்மிடம்

தேவையான பணம் நம்மிடம் இருக்கும் அளவிற்கு நம்மைத் தயார் செய்து கொள்ளுதல் அவசியம்."

"நாம் இப்படி யோசிப்போம், வெல்வதில் உங்களுக்கு கேசினோவை விட 2 சதவிதம் வாய்ப்புகள் அதிகம் உள்ளது என்று கொள்வோம். அப்படி என்றாலும் கேசினோவுக்கு வெல்வதற்கான வாய்ப்புகள் 49 சதவிகிதம் உள்ளது. எனவே எதிர்வரக்கூடிய தோல்விகளைச் சந்தித்து ஆட்டத்தின் கடைசிவரை ஈடுகொடுக்கும் அளவிற்கு உங்களிடம் பணம் இருத்தல் அவசியம். அந்த விதியின் படி, உங்களிடம் குறைந்த பட்சம், 100 புள்ளிகள் இருந்தாக வேண்டும். பத்தாயிரம் டாலர்களுடன் நீங்கள் ஆட்டத்தை ஆரம்பிக்கிறீர்கள் என்று கொண்டால், நீங்கள் 100 புள்ளிகள் தொடர்ந்து வசதியாக விளையாடலாம்."

வரலாற்றில் ஏராளமாக குப்பைகள்போல் நிறைந்து கிடக்கும் தேவையற்ற யுக்திகளின் மத்தியில், மிக அரிதாகச் சில நல்ல யுக்திகளும் புதைந்து கிடக்கின்றன. தவறுகளை ஏற்றுக்கொள்ளும் பக்குவம் என்பது, நிச்சயமற்ற தன்மை, சீரற்ற தன்மை, வாய்ப்புகள் (புதிர்கள்) ஆகியவற்றை கண்டுகொண்டு, அதன்படி அனுசரித்து வாழ்தலே ஆகும். அத்தகைய சூழல்களை எதிர்கொள்ளும் ஒரே வழி, நாம் எதை நடக்கும் என்று எதிர்பார்க்கிறோமோ அதற்கும், எது இயல்பாக நடக்கிறதோ அதற்கும் இடையேயான இடைவெளியை அதிகரித்தலே ஆகும். எப்படியும் எதை விட்டீர்களோ அதைப்பெற நாளை உங்களிடம் இருக்கத்தான் போகிறது.

பாதுகாப்பின் எல்லை குறித்த கருத்தமைப்பின் சிறந்த அறிஞராகக் கருதப்படுபவர் பெஞ்சமின் கிரஹாம். அதுகுறித்து அவர் மிகவும் விரிவாகவும், கணக்கியல் முறைகளைப் பயன்படுத்தி விளக்கியும் உள்ளார். ஆனாலும், எனக்குப் பிடித்தமான ஒரு விஷயத்தின் தொகுப்பை, அவர் ஒரு நேர்காணலில் அளித்த கருத்துகளிலிருந்து உங்களுக்குத் தருகிறேன். "பாதுகாப்பின் எல்லை என்பதன் பயன்பாடு, எதிர்காலத்தைப் பற்றிய கண்ணோட்டங்கள் தேவையற்றன என்று ஆக்குவதுதான்."

இந்த ஓர் எளிய வாக்கியத்தில், எவ்வளவு சக்தி உள்ளது என்பதை எடுத்துக்கூறுவது இயலாத காரியம்.

'பாதுகாப்பின் எல்லை' அல்லது இதனை நீங்கள் 'தவறுகளுக்கு இடம்கொடுக்கும் நிலை' என்றோ 'மிகையான கையிருப்பு' என்றோ கொள்ளலாம். நிலையில்லாது, இடர்களை மட்டுமே கொண்ட இவ்வுலகத்தில், இது ஒன்றே சற்று பாதுகாப்பாக நம்மை இருக்க

வைக்கும் முறையாகும். பணம் குறித்த அத்தனை செய்களும் இந்த மாதிரியான உலகத்தில்தான் இருக்கின்றன.

துல்லியமாக எதிர்காலத்தைக் கணிப்பது என்பது ஆகாத காரியம். இது அந்த பிளேக்ஜேக் ஆட்டத்தின் அட்டைகளைக் கணிக்கும் நிலையை ஒத்தது. எந்த நேரத்தில் எந்த அட்டை, கட்டிலிருந்து எடுக்கப்படும் என்பது யாரும் அறியாத ஒன்று. இது "அடுத்த பத்தாண்டுகளில் பங்குசந்தையில் மாதச்சராசரிவருமானம் எவ்வளவாக இருக்கும்?" என்றோ, அல்லது "எந்த நாளில் நான் ஓய்வு எடுத்துக்கொள்ள இயலும்?" என்றோ கேட்பதற்கு ஒப்பாகும். இரண்டும் ஒரே விதமான கேள்விகளே. நம்மால் அதிகப்படியாகச் செய்யக்கூடியது, வாய்ப்புகளைக் கணிப்பதே ஆகும்.

இந்த உலகை ஒட்டுமொத்தமாக வெள்ளை என்றோ அல்லது கறுப்பு என்றோ, எதிர்காலத்தைத் துல்லியமாகக் கணிக்கக்கூடும் என்றோ அல்லது அது வெறும் புரட்டுச்செய்தி என்றோ பார்க்காமல் இருப்பதற்கான எளிய வழியேகிரஹாமின் இந்த "பாதுகாப்புஎல்லை" தத்துவம். சாத்தியமாகக்கூடியவற்றை நோக்கி நம் செய்கைகளை நகர்த்துதல் என்பதே சரியான வழியாகும். மேற்சொன்ன இரண்டு நிலைகளுக்கு இடைப்பட்ட நிலையில், சாத்தியங்களைச் சந்தித்தல் என்பதே வெற்றிக்கான வழியாகும்.

பணம் குறித்த எல்லா வாழ்முறைகளிலும், பொதுவாக மக்கள், இந்த 'தவறுகளுக்கு இடம்கொடுக்கும் நிலை' என்னும் கோட்பாட்டைக் குறைவாக மதிப்பிடுகிறார்கள். பங்குச்சந்தைத் தரகர்கள் தங்களுடைய வாடிக்கையாளர்களுக்கு இலக்காக ஒரு குறிப்பிட்ட தொகையைத்தான் கூறுகிறார்களே ஒழிய, ஒரு குறிப்பிட்ட வீச்சைக் கூறுவதில்லை. பொருளாதார நிபுணர்கள், எதிர்காலத்தைத் துல்லியமான எண்களைக்கொண்டு கணிக்கிறார்களே ஒழிய, ஒரு பரந்த வாய்ப்புநிலையைக் காட்டுவதில்லை. மிகத்துல்லியமான எண்களைக் காட்டிப்பேசும் விற்பன்னர்கள் பிரபலமடைகிறார்களே ஒழிய, "முழுவதும் சாத்தியம்தான் என்று கூறுவதற்கில்லை" என்றும், வாய்ப்புகள் உள்ளன என்றும் கூறுபவர்கள் பிரபலமடைவதில்லை.[42]

பொருளாதாரம் சார்ந்த எல்லா நிலைகளிலும் நாம் இப்படிப்பட்ட நிலையில்தான் இருக்கின்றோம்; குறிப்பாக நம்முடைய சொந்த முடிவுகளை எடுக்கும் பட்சத்திலும் அப்படித்தான். ஆக்ஸ்ஃபோர்ட் உளவியல் வல்லுனர், மார்க்ஸ் பேசர்மேன் இப்படிப்பட்ட ஒன்றைக் குறிப்பிட்டுள்ளார். "மற்றவர்கள் தங்கள் வீட்டைப் புதுப்பிக்கும் திட்டத்துக்கான செலவைக்கணிக்கும்போது, பொதுவாகஎல்லோரும் 25 சதவிகிதத்திலிருந்து 50 சதவிகிதம் அதிகமாகவே ஆகும் என்று

கணக்கிடுகிறார்கள்.[43] அதே தங்கள் வீட்டுக்கான திட்டம் என்று வரும்போது, மக்கள், தங்கள் திட்டம் குறிப்பிட்ட மதிப்புக்குள்ளும், குறிப்பிட்ட நேரத்துக்குள்ளும் முடிந்துவிடும் என்றே கூறுவார்கள். இதுதான் கணிப்பின் நிதர்சனம்!"

'தவறுகளுக்கு இடம்கொடுக்கும் நிலை' என்னும் கோட்பாட்டைத் தவிர்ப்பதற்கான இரண்டு காரணங்கள் உள்ளன. முதலாவது, எதிர்காலம் மோசமாகிவிடுமோ என்று கவலைகொண்டு, அதிலிருந்து தப்பிக்க, யாருக்காவது எதிர்காலத்தைப் பற்றிய துல்லியமான கணிப்பு இருந்தே தீரும் என்று நம்பும் நிலை. இரண்டாவது, வரப்போகும் எதிர்காலச் சூழல்களுக்கு ஏற்ப உங்கள் திட்டங்களை வழிவகுக்காது, எவறோ சொன்னார் என்பதற்காக, அவர் சொன்ன வழிகளைக் கண்மூடித்தனமாகக் கடைபிடிப்பது.

ஆயினும் 'தவறுகளுக்கு இடம்கொடுக்கும் நிலை' என்பது குறைத்து மதிப்பிடப்படுவதாகவும், தவறாகப் புரிந்து கொள்ளக் கூடியதாகவுமே இருக்கிறது. அல்லது, இது ஏதோ மரபுவழி நோக்கம் என்றும், அதிக இடர்களை எதிர்கொள்ளும் மனப்பான்மை கொண்டோர் பின்பற்றும் வழியென்றும், அல்லது தங்கள் முடிவின் மீது நம்பிக்கையற்றவர்களின் வழிமுறையென்றும் நினைக்கக் கூடிய சூழல் உள்ளது. ஆனால், இதைச் சிறந்த முறையில் செயலாக்கினால், விளைவுகள் வித்தியாசமானவைகளாகவே அமையும்.

'தவறுகளுக்கு இடம்கொடுக்கும் நிலை' என்னும் கோட்பாடு, பல்வேறு வகையிலான விளைவுகளிலிருந்து நம்மைத் தகவமைத்துக் கொள்ள உதவுவதாகவும், அத்தகைய தகவமைப்பு, வெற்றியின் வாய்ப்புகள் உங்கள் பக்கம் சாயும்வரை உங்களைக் காத்திருக்க வைப்பதற்கான காரணியாகவும் அமைகின்றது. மிகப்பெரிய லாபங்கள் அவ்வளவு எளிதாக அமைவனவன்று. காரணம், அவை அடுத்தடுத்து வருவனவன்று; மேலும் தம்மைப் பெருக்கிக்கொள்ள அவை அதிக காலம் எடுத்துக்கொள்கின்றன. முதலீடு குறித்த திட்டத்தில், தவறுகளுக்கு இடம்கொடுக்கும் நிலையைக் கடைபிடிப்பவன், தோல்வியின் போது, துவண்டு, அனைத்தையும் இழந்து இருப்பவனைவிட மேலானவன்.

பில் கேட்ஸ் இதை அறிந்திருந்தார். மைக்ரோசாஃப்ட் வளரும் நிலையில் அவர் மிகவும் மரபுசார்ந்த நிலைகளையே கடைபிடித்துவந்தார். வருமானமே இல்லாத நிலையிலும், குறைந்த பட்சம் ஒரு வருடத்திற்குத் தேவையான சம்பளத்தொகை வங்கியின் கணக்கில் இருப்பது அவசியம் என்றே அவர் விரும்பினார்.

வாரன் பஃபெட்டும், 2008-ஆம் ஆண்டு பெர்க் ஷையர் ஹாத்வே பங்குதாரகளின் கூட்டத்தில் உரையாற்றும்போது, இதைப்போன்றே

ஒரு நிலையைக் குறிப்பிடுகின்றார்: "நான் உங்களுக்கு உறுதியளிக்கிறேன். பெர்ஷைஷயர் எப்போதுமே தேவையான தொகையைத் தன்வசம் வைத்திருக்கும். அப்படியில்லை என்றொரு நிலை வந்தால், நான் என்னுடைய ஒவ்வொரு நாள் தூக்கத்தையும் அதற்காகப் பயன்படுத்துவேன்."[44]

முதலீட்டாளர்கள் 'தவறுகளுக்கு இடம்கொடுக்கும் நிலை' கோட்பாட்டை எங்கெல்லாம் பயன்படுத்தலாம் என்று இருக்கிறது.

முதலாவது நிலையற்ற தன்மை. உங்களுடைய பங்குகளின் மதிப்பு 30 சதவிகிதத்துக்கும் கீழாக வந்தாலும் உங்களால் ஈடுகொடுக்க முடியுமா? கணக்குப்புத்தகத்தில் வேண்டுமென்றால் 'ஆம்' என்றுஇருக்கலாம். ஆனால், மன அளவில்? 30 சதவிகித நஷ்டம் உங்கள் மனத்துக்கு எவ்வளவு வேதனையை அளிக்கும் என்பதை நீங்கள் மதிப்பிட முடியாது. இந்த நஷ்டம், உங்களுக்கு பின்னர் வாய்ப்புகள் வரும்போதெல்லாம், உங்கள் நம்பிக்கையை இழக்கச் செய்யும். நீங்களும் உங்கள் வாழ்க்கைத்துணைவரும், வேறு முதலீட்டு முறைகளையோ அல்லது புதிய பணியையோ நாடக்கூடும். நஷ்டமடைந்த உடன், சந்தையிலிருந்து விலகிக்கொள்ளும் பல முதலீட்டாளர்களை நான் அறிந்துள்ளேன். உடல்ரீதியாகவும், மன ரீதியாகவும்அவர்கள்பாதிப்புக்குள்ளாகின்றனர்.கணக்குப்புத்தகங்கள் எல்லாம், எப்போது லாபம் வரும், வராது என்பதைச் சொல்லலாம். தவறான முதலீட்டு முடிவை எடுத்துவிட்டு, வீட்டில் உங்கள் பிள்ளைகள் உறங்கும்போது, அவர்களின் எதிர்காலத்தின் கதியை நீங்கள் நினைத்துப்பார்க்கும் அந்த கோர நிலையைக் கணிக்கும் திறன் அந்தக் கணக்குப் புத்தகங்களுக்குக் கிடையாது. கணக்குரீதியாக எவ்வளவு நஷ்டத்தை நீங்கள் தாங்குவீர்கள் என்பதற்கும், மன அளவில் தாங்குவது என்பது எவ்வளவு சாத்தியம் என்பதற்கும் இடையேயான அந்த இடைவெளியே 'தவறுகளுக்கு இடம்கொடுக்கும் நிலை' என்றாகிறது.

இரண்டாவது, ஓய்வுக்கான சேமிப்பு. வரலாற்றின் தரவுகளை நாம் பார்க்கும்போது, 1870-களிலிருந்து, அமெரிக்கப் பங்குச்சந்தை, ஆண்டொன்றுக்கு சராசரி லாபமாக 6.8 சதவிகிதம் ஈட்டி வருகிறது. ஓய்வுக்காக நாம் சேமிக்கும்போது, பல்வேறுபட்ட உங்கள் பங்குகளின் வருவாயைக் கணக்கிடுவது என்பது அத்தியாவசியமான செயலாகவே ஆகிறது. உங்கள் இலக்கென்னும் பொன்முட்டையைப் பெற, நீங்கள் இந்தக் கணக்குடன், ஒவ்வொரு மாதமும் நீங்கள் எவ்வளவு சேமிக்க வேண்டி வரும் என்பதைக் கணக்கிடுதல் அவசியம்.

ஆனால், எதிர்காலத்தில் வருவாய் விகிதம் குறைந்தால் என்னாவது? நீண்ட கால வரலாற்றின் அடைப்படையில் அமைந்த மதிப்பீடு, ஒருவேலை நீண்ட கால திட்டத்துக்குச் சரியானதாக இருக்கலாம். ஆனால் 2009-ஆம் ஆண்டு நிகழ்ந்தபடி, உங்கள் ஓய்வுக்காலம் மிகச் சீக்கிரமாகவே வந்துவிட்டால் என்னசெய்வது? ஒருவேளை வருங்காலத்தில் நீங்கள் சந்தையில் மதிப்பிழந்து சந்தையிலிருந்தே விலகுகிறீர்கள் என்றால் என்னாவது? ஒருவேளை, முப்பதிலிருந்து நாற்பது வயதுக்குள்ளாகவே, ஏதோ ஒரு மருத்துவச்செலவுக்காக நீங்கள் உங்கள் ஓய்வுகால சேமிப்பிலிருந்து பணம் எடுக்க நேர்கிறது என்றால் என்ன ஆகும்?

இத்தனைக் கேள்விகளுக்குமான ஒரே பதில்: "நீங்கள் எதிர்பார்த்தபடி, சீக்கிரமாகவே உங்களால் ஓய்வு எடுக்க இயலாது" என்பதே. அது ஒருவேளை பேரிடராகக்கூட அமையலாம்.

தீர்வு மிகவும் எளிதானது. எதிர்காலத்தைப் பற்றி நீங்கள் மதிப்பீடு செய்யும்போது, தவறுகளுக்கு இடம்கொடுக்கும் நிலையைப் பின்பற்றுங்கள். இதை அறிவியல் என்பதைவிட கலை என்றே சொல்லலாம். இருபதாம் அத்தியாயத்தில், என்னுடைய முதலீடுகளைக் குறித்துச் சொல்லப்போகிறேன். அதில் நான் என்னுடைய மொத்த வாழ்நாள் வருவாயை, வரலாற்றுத்தரவுகளின் அடிப்படையில்வந்தவருவாயைவிடமூன்றில்ஒருபங்குகுறைவாகவே கருதியுள்ளேன். எனவே, கடந்த காலத்தைப்போன்றே எதிர்காலமும் அமைந்தால், நான் எதிர்பார்ப்பதைவிட அதிகமான வருவாயைப் பெறுவேன். அதுவே என்னுடைய 'தவறுகளுக்கு இடம்கொடுக்கும் நிலை'. எதிர்காலம், ஒருவேளை, கடந்தகாலத்தைவிட மூன்றில் ஒரு பங்கு குறைவாக இருக்கலாம். ஆனால் எந்த விதமான நிலையும் முழுதும் தவறற்றதாக இருக்க இயலாது. ஆனாலும், அந்த மூன்றில்-ஒரு-பங்கு, என்னை இரவு நேரத்தில் அமைதியாகத் தூங்கவைக்கும். ஒருவேளை, எதிர்காலம், கடந்தக் காலத்தைப் போன்றே இருக்கும் என்றால், அது ஓர் இன்ப அதிர்ச்சியாகவே எனக்கு அமையும். சார்லி முங்கர் சொல்வதைப்போல், "பாராட்டை முழுதுமாக அடைய விரும்பினால், மிகக்குறைத்த அளவில் அதனை எதிர்பாருங்கள்" அற்புதம்!

தவறுகளுக்கு இடம்கொடுக்கும் நிலையை ஒட்டிய இன்னொன்று, "நம்பிக்கையின்பால் இடர்களை எதிர் நோக்கும் தன்மை" அல்லது "ரஷ்யாவின் ரௌலட் சக்கரம் புள்ளியல்படிதான்

சுழலுதல்வேண்டும்" போன்றது. இது நாம் விழையும் ஒன்று நடப்பதற்கு மொத்தமாக வாய்ப்பே இல்லை என்ற நிலையிலும், நம் விழைவை மாற்றிக் கொள்ளாதிருப்பது. ஒருவிதமான இது ஒரு மன நோயை ஒத்தது.

நசீம் தாலப் கூறுகின்றார்: "நீங்கள் இடர்களைச் சந்திப்பதை நேசிப்பவர்களாக இருக்கலாம்; இருந்தாலும் அதனால் ஏற்படும் அழிவை வெறுப்பவராகஇருத்தல் அவசியம்" ஆம். அதைப்போல்தான் நீங்கள் இருத்தல் வேண்டும்.

இதன் பொருள், நீங்கள் வெற்றிபெற விரும்பினால், இடர்களைச் சந்தித்தே ஆதல்வேண்டும். இருந்தாலும், அவ்விடர்கள், உங்களையே அழித்துவிடும் அளவிற்கு இருக்குமாயின் அத்தகைய இடர்களை எதிர்கொள்ளுதல் சரியானதன்று. ரஷ்ய ரௌலட் விளையாட்டில் உங்கள் பக்கம் சாதகமாகவே இருக்கலாம். இருந்தாலும், தோல்வி நிச்சயம் என்றாகும்போது அத்தகைய இடர்களை எதிர்கொள்வது சரியாகாது. 'தவறுகளுக்கு இடம்கொடுக்கும் நிலை' என்பது இடர்களைக் களைவதற்குத் துணைபுரியாது.

பணம் குறித்த நோக்கும் அப்படிப்பட்டதே. பல்விதமான முதலீட்டு முறைகள் உங்கள் பக்கம் சாதகமானதாகவே இருக்கலாம். நிலைச்சொத்துகளின் மதிப்பு அந்த ஆண்டில் ஏறிக்கொண்டே இருக்கலாம். உங்களுடைய வருமானம் மாதாமாதம் தவறாமல் வந்துகொண்டிருக்கலாம். எந்தவிதமான முறையாகினும் அது வெற்றிபெறும் வாய்ப்புகள் 95 சதவிகிதமும், தோல்வியுறும் வாய்ப்புகள் 5 சதவிகிதம் இருந்தாலும், உங்கள் வாழ்க்கையில் எப்போதாவது அதில் நீங்கள் சறுக்கத்தான் வேண்டும். அப்படிப்பட்ட சறுக்கல், ஒரு பேரிடராக அமையுமாயின், அதன் வெற்றிவாய்ப்புகள் 95 சதவிகிதம் என்றாலும், அதை ஏற்றுக்கொள்ளுதல் உகந்தது ஆகாது.

இடர்களை மேலும் மேலும் ஏற்றல் தீங்கு ஆகும். முதலீடுசெய்ய கடன் வாங்குதல் போல, இருக்கும் இடர்களைச் சரிக்கட்ட மேலும் மேலும் இடர்களை உண்டாக்கிக்கொள்ளுதல் என்பது, பேரழிவை நோக்கி நம்மைத் தள்ளிவிடும். இதில் அபாயகரமான ஒரு விஷயம் என்னவென்றால், சில நேரங்களில், நமக்குள் தோன்றும் துணிவுகரமான முனைவுகள், எதிர்வர இருக்கும் பேரழிவை நம் பார்வையிலிருந்து மறைத்துவிடும். அதன் விளைவாக, நாம் திட்டமிட்டே, இடர்களை சாதாரணமாக எடைபோட்டுவிடுகிறோம். சென்ற பத்தாண்டுகளில், வீடுகளின் விலைகள் 30 சதவிகிதத்துக்கும் மேலாகச் சரிந்தன. சில நிறுவனங்கள் தங்கள் கடன்களைத் திருப்பித்தர இயலாமல் போயின. அதுதான் முதலாளித்துவம்.

அப்படியும் நடக்கத்தான் செய்கிறது. அதிக அளவு இடர்களை ஏற்ற நிறுவனங்கள், இருமடங்கு விளைவுகளை எதிர்கொண்டன. அத்தகைய நிறுவனங்கள் திவால் ஆனதோடு மட்டுமல்லாமல், மீண்டும் சூழல் சாத்தியவசப்படும்வேளையில் இந்த நிறுவனங்கள் தொழிலை எதிர்கொள்ள இயலவில்லை. 2009-ஆம் ஆண்டில் சூறையாடப்பட்ட ஒருவர், 2010-ஆம் ஆண்டு, நிலவிய மிகச்சரிந்த விலையில் கிடைக்கூடிய வீடுகளை வாங்கும் நிலையை இழந்திருந்தார். லேமேன் சகோதரர்கள் நிறுவனம், 2009-ஆம் ஆண்டு நிலவிய சூழலைக் கைப்பற்றக்கூடிய நிலையில் இல்லை. அந்த நிறுவனம் முற்றிலுமாக அழிந்துபோனது.

இதைக்குறித்து மேலும் விவாதிக்கும்போது, நான் என்னுடைய சொந்த முதலீடுகளைக் குறித்தும் யோசிக்கிறேன். அது இருமுனைகளை உடையதாகவே இருக்கிறது. ஒருமுனையின் நான் ஏற்கும் இடர்களும், மறுமுனையில் என்னுடைய அச்சமும் உள்ளன. அத்தகைய நிலை நிலையற்றதாக இல்லை. ஆனாலும் பணம்சார்ந்த உளவியல் நிலை அப்படித்தான் நம்மை நம்பவைக்கிறது. நான் எடுக்கும் இடர்கள் எனக்குச் சாதகமாக அமையும்வரை நான் தொடர்ந்து இருக்க வேண்டிய நிலையை உருவாக்க வேண்டிய கட்டாயத்தில் இருக்கின்றேன். நீங்கள் வெற்றிபெற வேண்டுமென்றால், தொடர்ந்து பொறுத்திருத்தல் அவசியம். இந்த நூலில் நான் பலமுறை கண்ட ஒரு கருத்தை நான் மீண்டும் குறிப்பிட நினைக்கின்றேன்: நீங்கள் நினைத்த ஒன்றை, எப்போது தொடங்க விரும்புகிறீர்களோ அப்போது தொடங்கி, நீங்கள் நினைக்கும் காலம்வரை தொடர்ந்து செய்ய உங்களுக்கு முடிந்தால், அதன்மூலம், உங்களுக்கு முடிவில்லா வருவாய் வந்துகொண்டே இருக்கும்.

'இடர்களுக்கு இடம்கொடுக்கும் நிலை' என்னும் கோட்பாட்டை ஏற்றால், அது உங்களுடைய இலக்கை இன்னும் விரிவுபடுத்தி விடுகின்றது. நீங்கள் அதுவரை யோசித்திருக்காத புதிய இடர்களையும் அது தீர்க்கும் வழியைக் கொடுக்கிறது. எதிர்பார்க்காத இத்தகைய இடர்கள், எதிர்பார்க்கும் இடர்களைவிட ஆபத்தானவை.

இரண்டாம் உலகப்போரின்போது, நடைபெற்ற ஸ்டாலின்கிராட் சண்டைதான், வரலாற்றின் மிகப்பெரிய சண்டை ஆகும். அந்தச் சண்டையில் எப்படிப்பட்ட இடர்களை மக்கள் சந்தித்தார்கள் என்பது குறித்த பல சம்பவங்கள் பதிவுசெய்யப்பட்டுள்ளன.

1942-ஆம் ஆண்டு, ஜெர்மனியின் பீரங்கிப்படை, நகரின் புறத்தே ஒரு புல்வெளித்திடலின் வெறுமனே மையம் இட்டு

இருந்தது. போர்முனையில் பீரங்கிகளின் தேவை மிகுதியாக இருக்கும் வேளையில், இங்கே ஒரு சேனையின் பிரிவு வெறுமனே இருப்பது திகைப்பை ஏற்படுத்தியது. அந்தச் சேனையில் எவரும் எந்தப் பணியும் செய்யாமல் வெறுமனே இருந்தனர்.

104 பீரங்கிகளைக்கொண்ட அந்த சேனைப்பிரிவில், 20 பீரங்கிகளே பயன்பாட்டுக்கு உகந்தவைகளாக இருந்தன. பொறியாளர்கள் பிரச்சனை என்னவென்று கண்டுபிடித்தனர். வரலாற்றியலார் வில்லியம் கிரேக் இதுகுறித்து எழுதுகிறார்: "போர்முனையில் இல்லாது பின்பகுதியில் இந்தச் சேனையின் பிரிவு தங்கும்போது, காட்டெலிகள் அந்த பீரங்கிகளின் உள்ளே தங்கள் வலைகளை அமைத்துக்கொண்டன. மேலும், பீரங்கியின் உள்ளிருக்கும் மின்சார வயர்களின் காப்புத்துணிகளை அரித்துத்தின்றுவிட்டன."

ஜெர்மானியர்கள்தாம் உலகின் மிகச்சிறந்த இராணுவத் தொழில்நுட்பத்தைக் கொண்டிருந்தார்கள். இருந்தும் அவர்கள் காட்டெலிகளால் தோற்கடிக்கப்பட்டார்கள்.

அவர்களுடைய கையறுநிலையை நீங்கள் கற்பனை செய்து பாருங்கள். இத்தகைய ஒரு இடர் அவர்கள் எப்போதும் யோசிக்காத ஒன்றாகத்தான் இருந்தது. பீரங்கியை வடிவமைக்கும் ஒரு பொறியாளர், எப்படித்தான் காட்டெலிகளைப் பற்றி அறிந்திருக்க வாய்ப்பிருக்கும்? நம்பக்கூடியதாக இல்லை. பீரங்கிகளைப் பற்றி ஆய்வு செய்யும் எவரும் கூட அறிந்திராத ஒரு செய்தி இது.

ஆனாலும், இதுபோன்ற பல விஷயங்கள், எப்போதும் நடந்துகொண்டுதான் இருக்கின்றன. நீங்கள் கற்பனை செய்யும் ஒவ்வொரு இடருக்கும் நீங்கள் வழிமுறை காணலாம், ஆனாலும், கற்பனையையும் மீறி சில இருக்கத்தான் செய்கின்றன. அத்தகைய முட்டாள்தனமான இடர்களே மிகுந்த சேதத்தைச் சேர்க்கின்றன. ஏனென்றால், நீங்கள் நினைப்பதைவிட அதிக எண்ணிக்கையில் அவை நடக்கின்றன; அத்தகைய இடர்களைக் களைவதற்கான எந்தவொரு திட்டமும் உங்களிடம் இருப்பதில்லை.

2006-ஆம் ஆண்டு, வாரென் பஃபெட், தனக்குப்பின் தன்னுடைய சொத்துகளைக் காப்பாற்ற ஒருவரைத் தேடி விளம்பரம் செய்தார். அவரது விளம்பரத்தில் அவர், "மிகத்தீவிரமான இடர்களை, குறிப்பாக இதுவரை எதிர்கொள்ளாத இடர்களைத் தவிர்க்கும் வழிகளைக் கண்டுகொள்ளும் திறனை மரபுரீதியாகப் பெற்ற ஒருவர் தேவை" என்கிறார்.[45]

நான் என்னுடைய "Collaborative Fund" நிறுவனத்தின் மூலமாக பயன்பெறும் ஒரு புதுத்தொழில் நிறுவனத்தில், நான் அத்தகைய

திறனைக் கண்டிருக்கிறேன். அத்தகைய நிறுவனங்களின் நிறுவனரிடம் நான் அவர்கள் எதிர்கொள்ளும் இடர்களைப் பட்டியல் இடுமாறு கேட்பது வழக்கம். பொதுவாக, சாதாரண விஷயங்களே அந்தப் பட்டியல்களில் காண்பது வழக்கம். சாதாரணமாக நிலவும் இடர்களுடன், கீழ்க்கண்ட வகையிலானவையும் நாங்கள் சந்திப்பது வழக்கம்:

- தண்ணீர்க்குழாய் உடைந்து, வெள்ளம் பெருக்கெடுத்து, நிறுவனத்தின் அலுவலக அறைகள் சேதமடைதல்
- ஒரு நிறுவனம் தொடர்ந்து மூன்றுமுறை திருடர்களால் சூறையாடப்பட்டது
- பணிமனையினால், ஒரு நிறுவனம் அங்கிருந்து வெளி யேற்றப்பட்டது
- வேறொரு வாடிக்கையாளர் நாயுடன் அந்தக் கடைக்குள் வருவது தனக்குப் பிடிக்கவில்லை என்று ஒரு வாடிக்கையாளர் அரசின் சுகாதாரத்துறைக்கு முறையீடு செய்ய அந்தக் கடை மூடப்பட்டது.
- நிறுவனத்தின் தலைவர் அனுப்பிய மின்மடல் ஒன்று கேலிக்காக எல்லோருக்கும் அனுப்பப்பட்டது
- ஒரு நிறுவனத்தின் தலைவர் மனமுறிவுக்குள்ளானது

இவற்றுள் பல நிறுவனங்களின் எதிர்காலத்துக்கான படிப்பினைகள். இருந்தாலும் அத்தகைய அனுபவங்கள் ஏற்கனவே ஏற்பட்டவை அன்று. எவராலும் அறியப்பட்டதும் அன்று. அவை யாவும் அதுவரை அறியப்படாத செய்திகள்.

இத்தகைய தெரியாத இடர்களைத் தெரிந்து களைவது என்பது ஏறக்குறைய இயலாத காரியமே. தெரியாத ஒன்றுக்காக உங்களை நீங்கள் தாயார் செய்துகொள்ள இயலாது.

இவையொத்த இடர்களின் தாக்கத்திலிருந்து நம்மைக் காத்துக்கொள்ள வழி இருக்குமேயாயின், அது ஒற்றைவழித் தோல்வியைத் தவிர்ப்பதுதான் வழியாக இருத்தல் இயலும்.

உலகவழக்கில் பெரும்பான்மைக்கான பொதுவிதி, எது நடக்கவேண்டுமோ அவை ஒருகாலத்தில் நடந்தேதான் ஆகும். எனவே, பல்வேறு நிகழ்வுகள், இயங்கும் ஒரு நிகழ்வைப்

பொறுத்து அமைந்திருந்தால், அந்த ஒரு நிகழ்வு முறியும்போது, ஒரு பேரழிவை நாம் சந்திக்க வேண்டியிருக்கும். அதற்குப்பெயர்தான் ஒற்றைவழித்தோல்வி.

சில மனிதர்கள் குறிப்பிடும் அளவிற்கு, ஒற்றைவழித் தோல்விகளைக் கண்டுகொள்ளும் திறனைப் பெற்றவர்களாக இருக்கிறார்கள். விமானத்தின் முக்கியமான கருவிகள் அனைத்துக்கும் வேறு மாற்று இருக்கும். அந்த மாற்று வசதிகளுக்கும் வேறோர் மாற்றுவசதியும் இருக்கும் நவீன ஜெட் விமானங்கள் நான்கு மின்னியல் சுற்றுகளைக் கொண்டுள்ளன. ஒற்றை சுற்றைக்கொண்டு நீங்கள் அந்த விமானத்தை இயக்கலாம். தொழில்நுட்பரீதியாக, அதுகூட இல்லாது நீங்கள் அந்த விமானத்தைத் தரையிறங்க வைக்கலாம். ஒவ்வொரு ஜெட் விமானமும், எஞ்சின்களின் எதிர்சுற்று இல்லாமலேயே, பிரேக் அமைப்பின் மூலம் ஓடுதளத்தில் நிறுத்த இயலும் வண்ணம் அமைக்கப்பட்டவையே. தொங்குபாலங்களும் அதைத் தாங்கிப்பிடிக்கும் பல இணைப்புகள் துண்டித்தபின்னும் விழாது நிற்கும்படி அமைக்கப்பட்டவையே.

பணம் குறித்த மிகப்பெரிய ஒற்றைவழித்தோல்வி, நம் செலவுகளைச் சந்திக்க, நாம், மாத சம்பளத்தை எதிர்பார்க்கும் நிலைதான். சேமிப்பு இல்லாத நிலையில், இன்றைய செலவுகளுக்கும் எதிர்கால செலவுகளுக்குமான இடைவெளியை எதிர்கொள்வது என்பது கடினமான செயலாகிறது.

நாம் பத்தாவது அத்தியாயத்தில், மிகப்பெரும் செல்வந்தர்களாலும் குறைவாக மதிக்கப்படும் ஒரு யுக்தியைக் கண்டோம். சேமிக்க நமக்கு ஏதும் பெரிதாக காரணம் வேண்டியிருக்காது என்பதை நாம் உணர்தல் என்பதே அது. ஒரு காருக்காகவோ, இல்லை வாழும் இல்லத்துக்காகவோ அல்லது நம்முடைய ஓய்வுக் காலத்துக்காகவோ நாம் சேமிப்பதில் தவறொன்றுமில்லை. ஆனால், அதே முறையில், நாம் எதிர்கொள்ள வேண்டிய, அறிய இயலாத, திட்டமிடப்படாத இடர்களுக்கும் நாம் சேமிக்க வேண்டியது அவசியமாகிறது. அவை அந்த பீரங்கிகளைச் செயலிழக்கச் செய்த காட்டெலிகளைப் போன்ற பொருளாதார நிர்பந்தங்களுக்காகவே அவசியமாகிறது.

நாம் எதிர்காலத்தில் எத்தகைய பணச் செலவுகளுக்கு உள்ளாவோம் என்பதை எவரும் அறிய இயலாது. அப்படி யொருகால் யுகிக்க முடியும் என்றால், உங்கள் சேமிப்பைக் குறித்து நீங்கள் திட்டமிட இயலும். நான் நிறையவே சேமிக்கிறேன். ஆனால் எதிர்காலத்தில் அந்தச் சேமிப்பை எதற்கெல்லாம் பயன்படுத்துவேன் என்று எனக்குத்தெரியாது. தெரிந்த இடர்களுக்காக செய்யப்படும்

சில பொருளாதாரத் திட்டங்கள், தேவையான காப்புறுதியையும் நமக்களிக்கின்றன.

உண்மையைச்சொல்லப்போனால், ஒவ்வொரு திட்டத்திலும் மிக முக்கியமான பகுதி, அத்திட்டம், திட்டமிட்டபடி நடக்காமல் போவதைத் தடுக்க எப்படித் திட்டமிடுவது என்பதே.

இப்போது, அது எப்படி உங்களுக்கு உதவப்போகின்றது என்பது குறித்துக் கூறுவேன்.

14.

நீங்கள் மாறுவீர்கள்!

காலத்தைப்பொறுத்து, மக்களின் இலக்குகளும், விழைவுகளும் மாறிக்கொண்டே இருப்பதால், நாம் நினைப்பதைவிட, நீண்ட நாள் சேமிப்பைத் திட்டமிடுவது என்பது கடினமானது.

இளம்வயதில் என்னோடு பழகிய நண்பர் ஒருவர் இருந்தார். அவர் மேட்டுக்குடியில் பிறந்தவரோ அல்லது இயற்கையிலேயே அறிவார்ந்தவரோ அல்லர். ஆனாலும் நான் இதுவரை சந்தித்த, மிகவும் கடினமாக உழைக்கும் ஒருவர் அவரே. இத்தகைய மனிதர்களிடமிருந்து நாம் கற்கவேண்டியது நிறைய உள்ளது. ஏனென்றால், அவர்களிடம்தான் வெற்றிப்பாதையின் ஒவ்வொரு அடியின், தணிக்கையற்ற புரிதல் இருக்கும்.

நண்பருடைய வாழ்நாள் இலக்கும் கனவும், தான் ஒரு மருத்துவர் ஆக வேண்டும் என்பதே. ஆனால் சூழல்கள் அனைத்தும் அவருக்கு எதிராகவே இருந்தன. இயல்பாகச் சிந்திக்கக்கூடிய எந்தவொருவரும், அந்தச் சூழலில், அது சாத்தியப்படும் என்று நினைக்கமாட்டார்.

ஆயினும் அவர் விடாது உழைத்தார். பின்னர் அதன் விளைவாக, தன்னைவிட பத்தாண்டுகள் குறைந்த வயதுடைய மாணவர்களுக்கு மத்தியில் அவரும் மருத்துவரானார்.

அந்த வெற்றி எந்த அளவிற்கு என்பதைப் பாருங்கள். ஒன்றுமே இல்லாத வாழ்க்கையில் ஆரம்பித்து, உங்கள் முயற்சியினால் முட்டி மோதி, மருத்துவக்கல்லூரியின் முதல் மாணவனாய்த் தேர்ச்சி பெற்று, மருத்துவர் என்னும் உன்னதப் பணி புரிபவராய் மாறுவது என்பது அசாத்தியமான செயலாகும்.

சில ஆண்டுகளுக்கு முன்னர், நான் அவரோடு தொடர்பு கொண்டு பேசினேன். அதன் உரை இது:

நான்: பேசியே நீண்ட நாட்கள் ஆகிவிட்டன. எப்படி இருக்கின்றீர்கள்?

அவர்: ம், மோசமான தொழில்.

நான்: ஹஹஹஹ... இருந்தாலும்...

அவர்: அட போப்பா மோசமான தொழில் இது

எங்கள் உரை ஒரு பத்து நிமிடம் போய்க்கொண்டிருந்தது. பணியழுத்தமும், காலவரையற்ற வேலையும் அவரை வெகுவாக தாக்கியிருத்தல் வேண்டும். 15 ஆண்டுகளுக்கு முன்னர் முட்டி மோதி எப்படியாவது இந்த நிலைக்கு வரவேண்டும் என்று தீர்மானித்து வந்தவர், இன்று தன் நிலையைக் குறித்து ஏமாற்றம் அடைந்துள்ளார்.

இதன் பின்னால் காணப்படும் உளவியல் கருத்து இது தான்: மக்கள் தங்களுடைய எதிர்காலத்தைக் கணிப்பதில் தேர்ச்சியற்றவர்கள்.

இலக்கைக் கற்பனையாகச் சுமந்து கொண்டு அதை நோக்கி நகர்வது எளிதானதும் விளையாட்டுத்தனமானதும்கூட. போட்டிகள் மலிந்து கிடக்கும் இவ்வுலக வாழ்க்கையின் சூழலில் அதே இலக்கை, கற்பனைசெய்தல் என்பது முற்றிலும் வேறானது.

நம்முடைய எதிர்காலப் பொருளாதார இலக்குகளை நோக்கிய திட்டங்களை வகுக்கும்போது, மேற்கூறிய முறை மிக அதிக தாக்கத்தை ஏற்படுத்தும்.

ஒவ்வொரு ஐந்து வயது சிறுவனும், தான் பெரியவன் ஆனதும் டிராக்டர் ஓட்ட வேண்டும் என்றே விரும்புகிறான். “ர்ர்ர்ர் ர்ர்ர்ர், பீப்... பீப்..., பெரிய டிராக்டர், வரேன்” என்பதில் ஆரம்பித்து முடிந்துவிடுகிறது அந்தச் சிறுவர்களின் விழைவு. அவர்களுடைய கண்ணோட்டத்தில் அதுவே சிறந்த தொழில்.

வளரும் அவர் பின் நாட்களில், டிராக்டர் ஓட்டுவது பெரிய தொழில் ஆகாது என்பதை உணரத்தொடங்குகின்றனர். மிகுந்த கௌரவமானதாகவோ அல்லது அதிக பணம் ஈட்டக் கூடியதாகவோ தோன்றும் வேறு தொழில்களில் அவர்கள் ஈடு பட ஆரம்பிக்கிறார்கள்.

எனவே, பதின்ம பருவத்தில் அவர்கள், வழக்கறிஞராக விரும்பத்தொடங்குகிறார்கள். அவர்களுக்கு இப்போது தெரியும்; அவர்களுடைய திட்டம் இறுதியானது என்று. அதைத்தொடர்ந்து சட்டக்கல்லூரிகள், அதற்கான கட்டணங்கள் எனத் தொடர்கின்றன.

நீங்கள் மாறுவீர்கள்!

வழக்கறிஞர்கள் ஆனபின்னர், மிக நீண்ட பணிநேரங்களுக்கு மத்தியில் அவர்கள் தங்கள் குடும்ப வாழ்க்கையை இழப்பதை உணரத்தொடங்குகிறார்கள்.

எனவே அவர்கள், குறைந்த சம்பளத்தில், குறைந்த நேரம் பணியாற்றக்கூடிய பணிகளில் அமர்கிறார்கள். பின்னர்தான், குழந்தைகளை வளர்ப்பது என்பது மிக அதிக அளவு செலவாகும் ஒரு விஷயம் என்பதையும், தங்கள் சம்பளத்தில் ஒரு பெரும்பகுதியை அது எடுத்துக்கொள்கிறது என்பதையும் உணர்கிறார்கள். பின்னர் வீட்டில் இருந்து தாங்களே குழந்தைகளைப் பார்த்துக்கொள்ள ஆரம்பிக்கிறார்கள். இறுதியாக, அதுதான், சரியான வழி என்று முடிவெடுக்கிறார்கள்.

அவர்களுடைய 70 வயதுகளில், நாள்முழுக்க வீட்டில் இருந்த காரணத்தால், அவர்களுடைய ஓய்வைக்குறித்து அவர்கள் திட்டமிடவில்லை என்பதை உணர்கிறார்கள்.

நம்மில் பலர், இத்தகைய வாழ்க்கைச் சுழற்சியைத்தான் பெற்றுள்ளோம். அரசின் ஓர் ஆய்வறிக்கை, கல்லூரிப்படிப்பில் தாங்கள் எடுத்துக்கொண்ட முதன்மை பாடத்தைப் பொறுத்த பணிகளில் அமர்பவர் வெறும் 27 சதவிகிதமே என்று கூறுகிறது.[46] வீட்டில் தங்கி குழந்தைகளைப் பராமரிக்கும் பெற்றோர்களில் 29 சதவிகிதத்தினர் பட்டதாரிகள். சிலர் தங்களுடைய பட்டம் வாங்கியதே வீணென்று நினைக்கிறார்கள்.[47]

பதின்ம வயதில், இளைஞர்கள் தங்களுடைய எதிர்கால திட்டங்களைத் தீர்மானிக்கும்போது, கற்பனைகூட செய்துபார்க்க இயலாத அளவிற்கு, பெற்றோர்கள் தங்களுடைய 30-களில், அவர்களுடைய வாழ்க்கை இலக்குகளைப் பற்றித் தீர்மானிக்க வேண்டியிருக்கும் என்பதை நாம் ஒப்புக்கொண்டே ஆகவேண்டும்.

நீண்ட கால பொருளாதாரத் திட்டம் அவசியமான ஒன்றுதான். ஆனால் மாற்றங்கள் நிகழ்ந்துள்ளன; நம்மிலும், நம்மைச் சுற்றியுள்ள உலகிலும்; உங்கள் இலக்குகளிலும், ஆசைகளிலும். ஒன்றை நாம் சொல்லவேண்டித்தான் இருக்கிறது: "எதிர்காலம் நமக்காக என்ன வைத்திருக்கிறது என்பதை நாம் ஒருபோதும் கணிக்கயிலாது." இரண்டாவதாக இன்னொன்றையும் நாம் ஒத்துக்கொண்டே ஆக வேண்டும். நாளை உங்களுக்கு என்னவகையான தேவைகள் இருக்கும் என்று நீங்களே இன்று முடிவெடுக்கவும் இயலாது. ஆனால் உண்மை இதுதான்: நம்மில் சிலர் அத்தகைய முடிவெடுக்கும் ஆற்றல் படைத்தவராக உள்ளனர். நெகிழாது நிலைக்கும் நீண்ட காலத் திட்டங்களை முடிவெடுப்பது என்பது மிகவும் அரிய செயல்தான். எதிர்காலத்தில் உங்கள் விருப்பங்கள் எப்படியெல்லாம் மாறும்

என்பதை நினைக்கும் போது, அதுகுறித்து இன்று திட்டமிடுவது என்பது உண்மையிலேயே அரிதான செயல்தான்.

மக்கள் தங்களுடைய கடந்தகாலத்தில் எவ்வளவு மாறியுள்ளார்கள் என்பதைத் தெரிந்துகொள்வதில் காட்டும் ஆர்வத்தின் அளவிற்கு தங்களுடைய எதிர்காலம் குறித்துக் காட்டுவதில்லை. எதிர்காலத்தில் தங்களுடைய தோற்றத்தில், வாழ்க்கைமுறையில், ஆசைகளில், இலக்குகளில் எவ்வாறான மாற்றங்கள் வரும் என்பது குறித்து அவர்கள் குறைவாகவே மதிப்பிடுகிறார்கள். இத்தகைய நிலையை, உளவியல் வல்லுனர்கள், "வரலாற்று மாயையின் இறுதி" என்று அழைக்கிறார்கள்.

ஹார்ட்வேர்டின் உளவியல் நிபுணர் ஒருமுறை இதுகுறித்து:

> "நம்முடைய வாழ்வின் ஒவ்வொரு கட்டத்திலும், நாம் எடுக்கும் முடிவுகள், நம்முடைய எதிர்காலத்தில் நாம் எப்படி இருக்கப் போகிறோம் என்னும் நிலையில் தாக்கத்தை ஏற்படுத்துகின்றன. நாம் எடுத்த முடிவுகள் குறித்து ஒவ்வொரு முறையும் நாம் பெருமைப்படுவதில்லை. பதின்ம வயதில் பணம்கொடுத்து தங்கள் உடலில் பச்சைக் குத்திக்கொண்டதை, தங்களுடைய வாலிப வயதில், பணம் கொடுத்து நீக்கப்பார்க்கின்றனர். இளம்வயதினர் திருமணம் செய்துகொள்ள விரையும்போது, மூத்தோர், திருமணவிலக்குகள் குறித்து முடிவுகளை எடுக்கின்றனர். வயதான இளைஞர்கள் அதிகம் உழைத்து, பெற்றதை இழந்துகொண்டிருக்கும்போது, இளம் வயதினர், லாபம் அடைய அதிக உழைதுக் கொண்டிருக்கிண்றனர். மீண்டும் மீண்டும் மீண்டும் இதே நிலைதான் எங்கேயும்."[48]

அவர் மேலும் சொல்கிறார்: "நாம் எல்லோரும் ஒரு மாயையுடன் வலம்வந்து கொண்டிருக்கின்றோம். நம்முடைய பழைய வரலாறு முடிந்துவிட்டது என்றும், இப்போதுதான் நாம் விழைந்த, எதிர்பார்த்த வாழ்க்கையை நாம் தொடங்குகிறோம். இந்த நிலை இனி, தவறாது தொடரும் என்பதுதான் அந்த மாயை."

இதை நாம் புரிந்துக்கொள்ள மறுக்கின்றோம். கில்பர்ட்டின் ஆய்வின் அடிப்படையில், "மக்கள், 18 வயதிலிருந்து, 68 வயதுவரை, எதிர்காலத்தில் அவர்கள் எவ்வாறு மாற்றத்தை அடைவார்கள் என்பது குறித்துக் குறைவாகவே மதிப்பிடுகின்றனர்" என்பதுதான் உண்மை.

இத்தகைய போக்கு, நீண்ட காலப் பொருளாதாரத் திட்டத்தை எவ்வாறு பாதிக்கும் என்பதை நீங்கள் கணித்துப்பார்க்கலாம். கூட்டுத்தொகை வருவாய் குறித்துக் குறிப்பிடும் சார்லி முங்கர், "கூட்டுத்தொகை வருவாய்த்திட்டத்தின் முதல்விதி, அதைத் தேவையில்லாமல் மாற்றிக்கொண்டே இருக்காதீர்கள்" என்பது தான்.

நம் வாழ்வில் சில முக்கிய மாற்றங்களை நாம் பெற நினைக்கும் போது, தொழிலில் முன்னேற்றம், முதலீடுகள், செலவுகள், வரவு செலவுத்திட்டங்கள், என இவை யாவற்றையும் எப்படி மாற்றாமல் இருக்க இயலும்? அது கடினமான செயல்தான். நாம் இந்த நூலில் ஏற்கனவே கண்டதைப்போல், சில மனிதர்கள், ரொனால்ட் ரீட், வாரன் பஃபெட் போன்றோர் வெற்றிகரமான முதலீட்டாளர்களாய் ஆனதற்கான காரணம், இவர்கள், விடாப்பிடியாய், தொடர்ச்சியாய்ப் பல ஆண்டுகள், தங்கள் கொள்கையிலிருந்து மாறாமல், பிசகாமல், இருந்ததால் தான் கூட்டுத்தொகை லாபம் அவர்களைச் செல்வந்தர்களாக ஆக்கியது. ஆனால் நம்மில் பலர், ஒரே மாதிரியான செயலை, பல ஆண்டுகளாகத் தொடர்ந்து, இறுதிவரை, செய்வதை விரும்புவதில்லை. இறுதிவரை இல்லை யென்றாலும், நீண்ட காலத்துக்கும் தொடர விரும்புவதில்லை. எனவேதான், சராசரியாக 80 வருட வாழ்க்கை இருந்தாலும், நம்முடைய சேமிப்புகள் குறிப்பிட்ட 20 ஆண்டு கால இடைவெளிகளுக்குள் சிக்கிக்கொள்கின்றன.

மிகவும் குறைந்த வருவாய் பெறுபவராய் இருந்தாலும், மிக எளியமுறையில் வாழ்ந்து, தங்கள் வாழ்க்கையைக் கழிக்கும் பல இளைஞர்களை நான் அறிவேன். அவர்கள் மிகவும் மகிழ்ச்சியாகவே வாழ்கிறார்கள். இன்னும் சிலர் கடுமையாக உழைத்து, மிகவும் ஆடம்பரமான வாழ்க்கையை வாழ்கிறார்கள். அவர்களும் மகிழ்ச்சியாகத்தான் வாழ்கிறார்கள். இருவருக்கும் எதிர்காலத்தில் இடர்களை காத்திருக்கின்றன. முதலில் குறிப்பிடப்பட்டவர், தன்னுடைய குடும்பச் செலவுகள் மற்றும் ஓய்வுகாலத் திட்டத்துக்கு ஏதும் செய்ய இயலாதவராய் இருக்கின்றனர். இரண்டாவதாகக் குறிப்பிடப்பட்டவர், தங்களுடைய வாலிபத்தையும் இளமையையும், சிறிய அறைகளிலேயே கழித்துவிட்டு பின்னர் கவலையுறுகின்றனர்.

இதற்கான எளிதான முடிவென்று ஏதும் கிடையாது. அந்த ஐந்து வயது சிறுவனிடம் சொல்லித்தான் பாருங்களேன், அவன் டிராக்டர் ஓட்டுனராக வரக்கூடாது, வழக்கறிஞராகத்தான் வரவேண்டுமென்று. அவன் உடலின் ஒவ்வொரு செல்லும் நீங்கள் சொல்வதை எதிர்க்கும்.

ஆனால் நீண்ட காலத்திட்டம் என்று நீங்கள் எடுக்கும் ஒவ்வொரு முடிவுகளிலும் இரண்டு விஷயங்களை நீங்கள் யோசிக்க வேண்டியிருக்கும்.

பொருளாதாரத்திட்டங்களில், இருதுருவங்களை, அதீத நிலைகளை, நீங்கள் தவிர்த்துத்தான் ஆகவேண்டும். உங்களுடைய குறைந்த வருவாயிலும் நீங்கள் மகிழ்ச்சியுடன் இருக்கலாம், அல்லது அதிக வருவாய் பெற, அயராது உழைத்துக்கொண்டே இருக்கலாம். இவ்விரு வழிகளிலும், இறுதியில் ஒரு அதிருப்தியைத்தான் நீங்கள் உணரவேண்டி வரும்.

"வரலாற்று மாயையின் இறுதி" என்னும் நிலைக்கு எண்ணெய் ஊற்றி விடும் காரணி, சூழல்களுக்குஏற்பத் தகவமைத்துக் கொள்ளும் மக்களின் தன்மையே ஆகும். எனவே, எதையுமே சாதாரணமாக எடுத்துக்கொண்டு, எதுவுமே இல்லாமல் வாழும் மிக எளிமை நிலையும், எல்லாவற்றையும் அனுபவித்து ரசிக்கும் நிலையுமான இவ்விரண்டு குணங்களினால், அதீத நிலைகளுக்காகத் தயாரிக்கப்பட்ட திட்டத்தின் பயன் தேய்ந்து போய்விடுகின்றது.

இந்த முரணான இரு நிலைகளுக்கு இடையில், ஓய்வுக்காலத்தின் செலவுகளை எதிர்கொள்ள முடியாத நிலை, பணத்தைத் துரத்தித் துரத்தி வாழ்க்கையை இழந்து நிற்கும் நிலை, ஆகிய இரண்டும் எப்போதுமே துயரத்துக்குரிய வருத்தங்கள் ஆகிவிடுகின்றன.

ஒரு திட்டத்தை நடுவில் கைவிட்டுவிட்டு, வேறொரு திட்டத்தைப் பற்றிக்கொண்டு, விட்ட நேரத்தை எட்டிப்பிடிக்க, இரண்டு மடங்கு வேகத்துடன் ஓடும் நிலை, மிகுந்த துயரத்தைத் தரக்கூடியதாக அமைந்துவிடுகின்றது.

நீண்ட காலம் நிலைத்திருந்து, வருவாயைப்பெருக்கும் வண்ணம் திட்டமிடப்பட்ட கூட்டுத்தொகை வளர்ச்சிமுறைகள் எப்போதுமே கைவிடுவதில்லை. இம்முறை, சேமிப்புக்கு மட்டுமல்லாமல், தொழில்முன்னேற்றத்துக்கும், உறவு முறைகளுக்கும் கூட உண்மையாகப் பொருந்தும். நிலைத்திருத்தல் என்பதே இதற்கான அச்சாணியாகும். மேலும், காலத்தின் போக்கில், மாறும் நம் மனநிலையைக் கணித்து, அதற்கேற்ப, அவ்வப்போது திட்டத்தைத் திருத்திவடிவமைத்தல் என்பதே நமது வழிமுறையாக அமைதல் வேண்டும்.அத்தகைய வழிமுறையே, எதிர்காலத்தில் நமக்கு ஏற்படப்போகும் வருத்தத்தைக் குறைப்பதோடு, நம்முடைய நிலைப்புத்தன்மையையும் அதிகரிக்கும்.

ஆண்டு வருவாய், நமக்காகச் செலவிடும் நேரம், பயண ஏற்பாடுகள், குடும்பத்துடன் செலவழிக்கும் நேரம் போன்ற வாழ்வின் பல்வேறு கூறுகளின் இயல்பு நிலைகளைக் கணித்து, அதன்படி,

நீங்கள் மாறுவீர்கள்!

இவைகுறித்து பின்னால் நாம் கவலையுறாமல் இருக்கும்படியான வாய்ப்புகளை அதிகரிக்கும் வண்ணம், நாம் ஒரு திட்டத்தைக் கைவசம் கொள்ளுதல் அவசியம். அப்படியில்லாமல், மேற்கூறிய பல்வேறு கூறுகளின் அதீத துருவங்களை அடைய ஆசைப்பட்டுத் திட்டங்களைத் தீட்டினால், அத்திட்டங்கள் யாவும் தோல்வியையே சந்திக்கும்.

நம்முடைய மனம் மாறிக்கொண்டே இருக்கும் என்னும் உண்மையையும் நாம் ஒத்துக்கொண்டே ஆதல் வேண்டும்.

தங்களுடைய 18-ஆம் வயதில், கல்லூரிப்பருவத்தில், தாங்கள் படித்த படிப்புக்கு ஏற்ப, அப்போது ஒத்துக்கொண்டு, பணியாற்றத்தொடங்கிய அதே வேலையில் தொடர்ந்து உழன்று கொண்டிருக்கும் மனவமைதியற்ற பணியாளர்களை நான் சந்தித்துள்ளேன். 'வரலாற்று மாயையின் இறுதி' என்னும் கோட்பாட்டை உணரத்தொடங்கினால், மதுவருந்தக்கூட இன்னும் வயதுவராத அந்தக்காலத்தில் உங்களுக்கான பணியை நீங்கள் தேடிக்கொண்டிருக்கிறீர்கள் என்பதை உணரத்தொடங்குவீர்கள். அது எத்தகைய குறைந்த அளவிலான சமூகப்பாதுகாப்பை அளிக்கும் என்பதையும் நீங்கள் அறிந்துகொள்வீர்கள்.

மாற்றத்தின் உண்மையை உணர்ந்துகொண்டு, அங்கிருந்து எவ்வளவு விரைவாக இயலுமோ அவ்வளவு விரைவாக, புதுத்திசையில் பயணம் செய்யும் யுக்தியே தான் முக்கியமானது.

"வால் ஸ்டிரீட் ஜர்னல்" சஞ்சிகையின் முதலீடுகள் குறித்த கட்டுரைகளை எழுதும் எழுத்தாளர் ஜேஸான் ஷ்விக், தன்னுடைய "Thinking, Fast and Slow" என்னும் நூலுக்காக உளவியல் நிபுணர், டேனியல் கஹ்னேமன் என்பவருடன் சேர்ந்து பணியாற்றினார். கஹ்னேமன் குறிப்பிட்ட ஒரு மனோதத்துவ நிலை தனக்கு மிகவும் பயன்பட்டதாக ஷ்விக் குறிப்பிடும்போது, "டேனியலின் வேறெந்த குணமும் என்னை அவ்வளவாகக் கவர்ந்ததில்லை; அப்போதுதான் உரையாடி முடிவெடுத்த ஒன்றை அவர் அடுத்து நொறுக்கி உடைக்கும் முறைதான் என்னை மிகவும் கவர்ந்தது."

ஷ்விக் எழுதுகிறார். நானும் கஹ்னேமனும் ஒரு அத்தியாத்துக்காக மட்டுமேகூட முடிவின்றி உரையாற்றிக் கொண்டிருத்தல் இயலும், ஆனால், அடுத்து அவர் (கஹ்னேமன்) என்னசெய்வார் என்றால், ஒரு புதிய நகலை அனுப்புவார், அது அறிந்துகொள்ளவியலாத நிலையில், முற்றிலுமாய் மாறுபட்டதாக இருக்கும். அது வேறுவிதமாக ஆரம்பிக்கும்; வேறுவிதமாக முடியும்; அதுவரை நீங்கள் நினைக்காத கோணத்தில் உள்ள பல துணுக்குகளையும் தரவுகளையும் கொண்டதாக இருக்கும். நான்

அதுவரை கேள்விப்படாத ஆய்வுகளின் குறிப்புகளும் அதில் இருக்கும்.

"நம்முடைய முந்தைய வரைவில் நாம் எழுதாத விஷயங்களைச் சேர்த்து, எப்படி அப்படி உங்களால் மீண்டும் மீண்டும் புதிதாக எழுத முடிகிறது?" என்று நான் டேனியைக் கேட்டேன். அதற்கு அவர் கூறிய பதிலை என்னால் மறக்கமுடியாது. அவர் கூறியது: "என்னிடம் வாராக் கடன் இருக்காது."⁴⁹

"வாராக் கடன்" என்பது, ஏற்கனவே செலவு செய்யப்பட்டு அவற்றுக்கான பயன்பெறாத நிலையாகும். முன் எப்போதோ எடுத்த முடிவுகளில் இன்னும் முடங்கிக்கொண்டிருக்கும் ஒரு நிலை அது. ஆனால் மனிதர்கள் காலத்துக்கு ஏற்ப மாறிக்கொண்டே இருப்பார்கள். "வாராக் கடன்", எதிர்கால நம்மை, கடந்தகால கைதிகளாக்கி, நம்மை நமக்கே வேறாய்க் காட்டும் ஒரு நிலை. அது நம்முடைய வாழ்க்கையின் முக்கியமான முடிவுகளை, ஏதோவோர் அடையாளம் தெரியாத நபர் முடிவெடுப்பது போன்றதாகும்.

இந்தக் கருத்தை நாம் ஏற்றுக்கொண்டால், மூச்சுக்கு ஆக்சிஜனை ஏற்றிக்கொண்டு, வாழ்க்கையை இழுத்துக் கொண்டிருப்பதைவிட, நீங்கள் வேறோர் மனிதராய் இருக்கும்போது முடிவெடுத்த பொருளாதார இலக்குகளை, கருணை ஏதுமின்றி கைவிடுதல் மேலென்று ஆகிறது. அதுவே எதிர்காலத்தில் நமக்கு அதிக வருத்தம் விளைவிக்காத வழிமுறையாய் அமையும்.

இதை எவ்வளவு சீக்கிரமாகச் செய்கிறீர்களோ, அவ்வளவு சீக்கிரமாக நீங்கள் கூட்டுமுறைச் சேமிப்புமுறைக்கு வந்து விடுவீர்கள்.

அடுத்ததாக நாம், கூட்டுமுறைச் சேமிப்பை ஏற்றுக்கொள்வதினால் ஏற்படும் பயன்களைப் பார்க்கலாம்.

15.

எதுவும் இலவசம் இல்லை

ஒவ்வொன்றுக்கும் ஒரு விலை உண்டு; ஆயினும் எல்லா விலைகளும் பட்டியலில் வருவதில்லை.

ஒவ்வொன்றுக்கும் ஒரு விலை உண்டு. ஆனாலும், அந்த விலை எவ்வளவு, அந்தப்பொருள் எவ்வளவு மதிப்பு பெறும் என்பதைக் கணிப்பதே பணம்சார் பொருள்களுக்கான குணாதிசயாகும்.

இதில் ஒரு சர்ச்சைக்குரிய விஷயம் உள்ளது. அவற்றை நாம் பயன்படுத்துவதற்கு முன்பாக, பெரும்பாலான பொருள்களின் விலை நமக்கு புரிவதில்லை. நமக்குப் புரியவரும் நேரம் பெரும்பாலும், அது கடனாய் நம் முன்னர் வந்து நிற்கும்போதுதான்.

0.3 டிரில்லியன் டாலர்கள் மதிப்புடன், 2004-ஆம் ஆண்டின் மிகப்பெரிய நிறுவனம் ஜெனரல் எலெக்ட்ரிக் நிறுவனம். கடந்த பத்தாண்டுகளில், ஒவ்வொரு வருடமும், அது முதலாவதாகவோ அல்லது இரண்டாவதாகவோ வரிசையில் வரும் இந்த நிறுவனம் கார்பொரேட் நிறுவனங்களின் அடையாளச் சின்னமாகவே இருந்துவந்திருக்கிறது.

பின்னர் அத்தனையும் நொறுங்கிவிழுந்து பொடியானது.

2008-ஆம் ஆண்டு பொருளாதார வீழ்ச்சியின்போது, இந்நிறுவனத்தின் மொத்த வருவாயில் பாதிக்கும் மேலான வருவாயைக் கொடுத்துவந்த முதலீட்டுப் பிரிவு வீழ்ந்தது. பின்னர் அந்தப் பிரிவு அடிமாட்டு விலைக்கு விற்கப்பட்டது. அதைத்தொடர்ந்து, கச்சா எண்ணெய் மற்றும் ஆற்றல் துறைகளில் இந்த நிறுவனத்தின் முயற்சிகள் யாவும் பேரிடராக மாறி, பில்லியன் கணக்கில் திவாலாகி விட்டது. 2007-ஆம் ஆண்டில் 40 டாலர்கள்

மதிப்பிலிருந்த இந்த நிறுவனத்தின் பங்குமதிப்பு, 2018-இல் 7 டாலர்களுக்கு வீழ்ந்துவிட்டது.

2001-ஆம் ஆண்டிலிருந்து இந்த நிறுவனத்தைத் தலைமைப் பொறுப்பேற்று நடத்திவந்த ஜெஃப் இம்மெல்ட் மீது பழி ஏறியது. அவருடைய ஆளுமைத்தன்மை, அவர் தொடங்கிய முதலீட்டு முயற்சிகள், பங்குகளுக்கான டிவிடெண்ட் பிரித்த முடிவு, பணியாளர்கள் நீக்கம், படுவீழ்ச்சி அடைந்த பங்கின் மதிப்பு ஆகியவற்றைப்பற்றி, குறை கூறலானார்கள்.ஒரு விதத்தில் இதுவும் சரிதான். எல்லாம் நல்லபடியாகச் சென்றுகொண்டிருந்தபோது, ராஜபோகச் சுகங்களை அனுபவித்தவர்கள், அனைத்தும் வீழ்ந்து நொறுங்கும்போது அதற்கான பொறுப்பை ஏற்றாகவேண்டும் இல்லையா? 2017-ஆம் ஆண்டு அவர் பதவியிலிருந்து நீங்கினார்.

ஜெஃப் இம்மெல்ட் வெளியேறும்போது, ஒரு முக்கிய நுட்பமான கருத்தைக் கூறிச்சென்றார்:

“அவருடைய வழிமுறைகள் அனைத்தும் தவறானவை என்றும், அவர் எப்படிச் செய்திருத்தல் வேண்டும் என்பது எல்லோருக்கும் தெரிந்த ஒன்றுதான்” என்று குறைகூறியவர்களின் வாதத்துக்கு பதிலளிக்கும் விதமாக, அவரிடமிருந்து பொறுப்பேற்றவருக்குச் சொல்வதுபோல், “எந்தவொரு செயலும் எளிதாகத்தான் தோன்றும், அதைச் செய்வது நாமாக இல்லாத பட்சத்தில்” என்றார்.

செய்வது நாமாக இல்லாத பட்சத்தில் எந்தவொரு செயலும் எளிதாகத்தான் தோன்றும், ஏனென்றால், ஒருவர் களத்தில் எதிர்கொள்ளும் சவால்கள், பெரும்பாலும் எதிரே நிற்கும் கும்பலில் உள்ளவர்களின் கண்களுக்குப் புலனாவதில்லை.

நிறுவனத்தின் பரந்தநிலை காரணமாகத் தோன்றும் முரண்பட்ட எதிர்பார்ப்புகள், குறுகியகால முதலீட்டாளர்கள், தணிக்கைகள், தொழிலாளர் சங்கங்கள், வேரூன்றிக்கிடக்கும் அதிகாரத்துவம் போன்றவற்றை சாமாளிப்பது அவ்வளவு எளிதான காரியம் ஆகாது. மேலும், நேராகச் செயலில் இறங்காவிட்டால், எதிர்வரும் விளைவுகளின் தீவிரத்தை அளவிட முடிவதில்லை. இம்மெல்ட்டிடமிருந்து பொறுப்பேற்றவரும் அடுத்த 14 மாதங்களுக்குள்ளாகவே இது குறித்து அறிந்துகொண்டார்.

பெரும்பாலானவை, கொள்கையளவில் இருக்கும்போது எளிதாகத்தெரிந்தாலும்,செயலாக்கமுற்படும்போதுகடினமாகின்றன. சிலசமயங்களில், இதற்கான காரணமாக அமைவது, நம்மீதான அளவுக்கு அதிகமான நம்பிக்கை. பெரும்பான்மையான நேரங்களில் அதற்கான காரணம், வெற்றிக்கான விலையை, நம்மால் தீர்மானிக்க

இயலாத நிலைமையே ஆகும். அத்தகைய நிலை, அந்த விலையைத் தரவிடாது நம்மைத் தடுக்கின்றது.

S&P-500 குறியீடு, கடந்த ஐம்பதாண்டுகளில், 2018-ஆம் ஆண்டுவரை, கூட்டுத்தொகையால் 119 மடங்கு உயர்ந்துள்ளது. நீங்கள் செய்திருக்கவேண்டியவை எல்லாம். முதலீடு செய்துவிட்டு, ஹாயாக உட்கார்ந்து இருப்பதுதான். ஆனால், உண்மையில், நீங்கள் ஈடுபடாதபோது மட்டுமே, முதலீடு வெற்றிகரமாகத் தெரியும்.

"பங்குகளை நீண்ட காலத்துக்கு வைத்திருங்கள்" என்பதைத் தான் நீங்கள் கேட்பீர்கள். அது நல்ல ஆலோசனையும்தான்.

ஆனால், பங்குச்சந்தை விழும்போது, எப்படி நீண்ட காலம் பங்குகளைக் காப்பாற்றுவது என்பது உங்களுக்குத் தெரிந்திருக்க வாய்ப்பில்லை.

மற்றவை போலவே, வெற்றிகரமாக முதலீடு செய்வதற்கும் ஒரு விலை உள்ளது. ஆனால் அதன் மதிப்பு பணத்தால் அறியப்படுவதில்லை. அதன் நிலையற்றதன்மை, அச்சம், சந்தேகம், வருத்தம் போன்றவற்றைக் கொண்டது. நேருக்கு நேர் எதிர்கொள்ளாதவரை, இவை அனைத்தையும், நீங்கள் மிக எளிதாகப் புறம்தள்ளலாம்.

முதலீட்டுக்கும் ஒரு விலை உள்ளது என்பதை நாம் உணராத நிலையில்தான், கையில் எதுவுமே இல்லாது, எதையோ நீங்கள் பெற விழைகிறீர்கள். அது கடைகளில் திருடுவது போன்றது; எப்போதுமே நடக்காத ஒன்று.

உங்களுக்கு ஒரு புதிய கார் வேண்டும் என்று கொள்வோம். புதிய காரின் விலை 30,000 டாலர்கள். உங்களிடம் மூன்று வழிகள் உள்ளன: 1) 30,000 டாலர்கள் செலவழிக்கலாம், 2) ஏற்கனவே பயன்படுத்தப்பட்ட பழைய கார் ஒன்றைப் பார்க்கலாம், அல்லது 3) திருடலாம். இந்த உதாரணத்தில் 99 சதவிகிதத்தினர் மூன்றாவது வழியைத் தேர்வு செய்ய மாட்டார்கள். ஏனென்றால், திருடுவதால் வரும் விளைவுகள் பயங்கரமானவை.

ஆனால், உங்கள் ஓய்வுத்திட்டமாக, அடுத்த முப்பதாண்டுகளில், 11 சதவிகித ஆண்டு வருவாய் உங்களுக்குக் கிடைக்கவேண்டும் என்று விழைகிறீர்கள் என்று கொள்வோம். அத்தகைய பரிசு, நீங்கள் விலைகொடுக்காமல் கிடைத்துவிடுமா என்ன? கண்டிப்பாக இல்லை. உலகம் எப்போதுமே அத்தகைய நிலையில்

சாதகமாக இருப்பது இல்லை. ஏதோ ஒரு விலை அதோடு சேர்ந்து உள்ளது; கண்டிப்பாக நாம் செலுத்தியே ஆக வேண்டும். இந்த விஷயத்தில், சந்தையிடமிருந்து எப்போதுமே ஒருவிதமான குத்தல் இருந்துகொண்டே இருக்கும். பெருத்த வருவாயைத் தந்துவிட்டு, மிகக்குறுகிய அவகாசத்தில் நம்மிடமிருந்து எல்லாவற்றையும் வழித்தெடுத்துக் கொள்ளும். ஈவுத்தொகை கூட திருப்பிச் செலுத்தவேண்டிய கட்டாயம் உள்ளது. "Dow Jones Industrial Average" 1950-ஆம் ஆண்டிலிருந்து, 2019-ஆம் ஆண்டுவரை ஆண்டொன்றுக்கு 11 சதவிகிதம் திருப்பித் தந்துள்ளது. ஆயினும் அந்தக் காலக்கட்டத்தில் வெற்றிக்கான அந்த விலை மிகவும் அதிகமானது. கீழ்க்கண்ட படத்தில், கடந்த மிகவதிக மதிப்பைவிட எப்போதெல்லாம் குறைந்தது 5 சதவிகிதமாவது குறைவாகஉள்ளது அந்த ஆண்டுகள், பழுப்பு நிறக் கோடுகளால் குறிப்பிடப்பட்டுள்ளன.

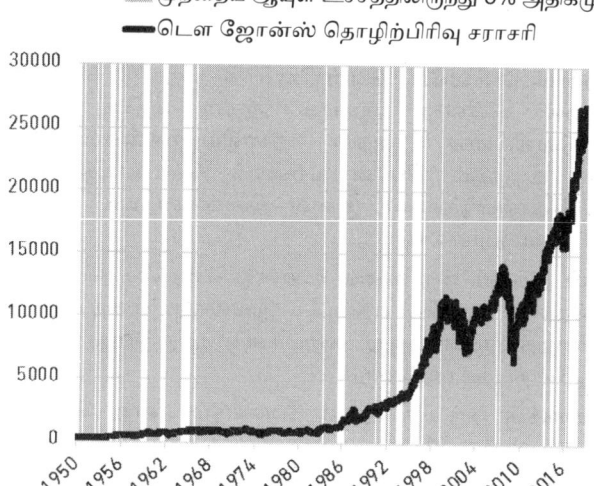

இதுவே சந்தை வருமானத்திற்காக நாம் கொடுக்கும் விலையாகும். சேவைக்கட்டணம், ஒப்புக்கொள்வதற்கான விலை. அது நம்மை வெகுவாக காயப்படுத்துகிறது.

மற்ற பொருட்களைப்போலவே, வருவாய் அதிகமானால், கொடுக்கும் விலையும் அதிகமாகத்தான் இருக்கும். 2002-ஆம் ஆண்டிலிருந்து 2018-ஆம் ஆண்டுவரை, நெட்ஃபிளிக்ஸ் பங்கு, 35,000 சதவிகிதம் திருப்பித்தந்துள்ளது. இருந்தும், அதற்கு

முன்னர் இருந்த மிக அதிக மதிப்பிலிருந்து 94 சதவிகிதம் நாட்கள் குறைவாகவே வர்த்தகம் நடந்துள்ளது.

இதுதான் முக்கியமான செய்தியாகும்: உங்கள் காரைப்போன்றே உங்களிடம் சில வழிகள் உள்ளன. நிலையற்றதன்மையையும், எழுச்சியையும் ஏற்றுக்கொண்டு, அதற்கான விலையைத் தரலாம். இல்லையென்றால், வேறேதேனும் நிலைச்சொத்தைத் தேர்வு செய்து, பழைய காரை வாங்குவது போன்று, அதில் உங்கள் முதலீட்டைச் செய்து இருக்கலாம். அல்லது, காரைத் திருடுவதுபோன்று இதைச்செய்யலாம்: நிலையற்றதன்மையைப் புறக்கணித்து விட்டு, வரும் வருவாயை மட்டும் கணக்கில் கொள்ளலாம்.

முதலீடு செய்யும் பெரும்பாலானவர், அந்த மூன்றாவது முறையைத்தான் பின்பற்றுகின்றனர். நல்ல நடத்தையுடனும், அரசின் விதிகளை மதிப்பவருமாய் இருந்தாலும், காரைத் திருடுபவர் போன்று, விலையே கொடுக்காமல், சில புரட்டுவேலைகளையும், திட்டங்களையும் கொண்டு பணம் ஈட்ட விழைகிறார்கள். வாங்கியும் விற்றும் வர்த்தகம் செய்கிறார்கள். அடுத்த சரிவு வருவதற்கு முன்னர், தன்னுடைய பங்குகளை விற்க முனைகிறார்கள். அடுத்த உயர்வு வருவதற்கு முன்னர் வாங்கவும் விழைகிறார்கள். மிகக்குறைந்த அளவு அனுபவம் உடைய முதலீட்டாளர்களும், சந்தையில் நிலையற்றதன்மை என்பது சகஜமானது என்பதை அறிவார்கள். இருந்தாலும் பெரும்பாலோர், அடுத்த தர்க்கரீதியான முனைவை எடுக்கிறார்கள் அது, நிலையற்றதன்மையைப் புறக்கணிக்கும் நிலை.

விலையைத் தராமலேயே, விளைவுகளை எதிர்பார்க்கும் அவர்களுக்கு தெய்வங்களும் துணைபோவதில்லை. சில கார்திருடர்கள் வேண்டுமானால் பிடிபடாமல் போகலாம்; ஆனால், பெரும்பான்மையான திருடர்கள் கைதாகி, சிறையில் அடைக்கப்படுகிறர்கள்.

முதலீட்டிலும் அவ்வாறேதான்.

மார்னிங் ஸ்டார் ஒருமுறை குறிப்பிட்ட பரஸ்பர நிதித்திட்டங்களின் வளர்ச்சியைக் ஆய்ந்தது. அது, பங்குகளிலும், பத்திரங்களிலும் மாறி மாறி, சாதகமான நேரங்களில் முதலீடு செய்யும் திட்டம். அதன்மூலம் சந்தையின் வருவாயை, மிகக்குறைந்த இடர்களுடன் அதிகரிக்கத் திட்டம் இட்டது.[50] அவர்கள், விலைகொடுக்காமல் வருவாய் அடைய முயன்றார்கள். அந்த ஆய்வு, 2010-ஆம் ஆண்டின் மத்தியிலிருந்து, 2011-ஆம் ஆண்டின் இறுதிவரை மேற்கொள்ளப்பட்டது. அப்போதுதான்

அமெரிக்கப் பங்குசந்தை, மிகுந்த வீழ்ச்சிக்குள்ளாகி, மந்த நிலையை அடையும் காலம். S&P-500 குறியீடு மேலும் 20 சதவிகிதத்தை இழந்தது. எதிர்பார்க்கப்பட்ட தருணம். அது அவர்களுக்கான பேரொளிக் காலம்.

அந்தத் தருவாயில், மார்னிங் ஸ்டாரின் கணக்கின்படி, மொத்தம் 112 பரஸ்பர நிதிகள் இருந்தன. அவற்றுள் ஒன்பது மட்டுமே, 60-40 பங்கு-பத்திர விகிதத்தில் முதலீடு செய்யப்பட்டு, இடர்கள் குறைந்திருந்த நிதிகள். 25 சதவிகித நிதிகளுக்கு, குறைந்த மதிப்புடையனவாக இருந்தன. மார்னிங் ஸ்டார் தன்னுடைய செய்தியில், “சில விலக்குகள் நீங்கலாக, வருவாய் குறைவான, அதீத நிலைத்தன்மையற்ற, சரியும் இடர்களைச்சார்ந்த நிதிகளாகவே உள்ளன.” என்று வெளியிட்டது.

தனிப்பட்ட முதலீட்டாளர்களும் இதைப்போன்றே, தங்களுடைய முதலீடுகளையும் செய்ய ஆரம்பித்தார்கள். மார்னிங் ஸ்டார் செய்தியின்படி, சராசரி பரஸ்பர நிதி முதலீட்டாளர்கள், ஆண்டொன்றுக்கு அரை சதவிகிதம் வீதம், முதலீடுகளைத் தவிர்த்தார்கள். அதன் விளைவாக வாங்கி இருப்பில் வைத்துக் கொள்ளவேண்டிய நிதிகள், விற்று வாங்கும் வர்த்தகத்துக்கு உள்ளாயின.[51]

முரண் என்னவென்றால், விலை கொடுப்பதைத் தவிர்க்க நினைத்த முதலீட்டாளர்கள், இருவிலை கொடுத்து வாங்கவேண்டிய நிலையாயிற்று.

மீண்டும் ஜெனரல் எலக்ட்ரிகல்ஸ் உதாரணத்துக்கு வருவோம். அதன் பல்வேறு தோல்விகளுள் ஒன்று, ஜேக் வெல்ட்ச் நிறுவனத்தின் தலைமைப்பொறுப்பில் இருந்தபோது ஆரம்பமானது. நிறுவனத்தின் பங்குவருவாய், வால் ஸ்டிரீட் செய்யும் அனுமானத்தைவிட அதிகம் வரும்படியாகச் செய்வதில் பெயர் போனவர் அவர். அவர் அந்த சூக்குமத்தின் பேராசான். வால் ஸ்டிரீட், நிறுவனத்தின் பங்குவருவாயை ஒரு பங்குக்கு 0.25 டாலர் என்று அனுமானித்தால், வணிக நிலை எப்படியென்றாலும், பொருளாதர நிலை எதுவாகினும், ஜேக் வெல்ட்ச் அந்த மதிப்பு 0.26 டாலர் வரும்படியாக அமைப்பார். கணக்குகளை இப்படியும் அப்படியுமாகச் சரிசெய்து அத்தகைய எண்ணை அவர் வரவழைப்பார். பெரும்பாலும், வரும் காலாண்டுகளின் வருவாயைப் பயன்படுத்தி, தனக்கு வேண்டியபடி அதனை மாற்றி அமைத்துக்கொள்வார்.

போர்ப்ஸ் அதுகுறித்த பல உதாரணங்களிலிருந்து ஒன்றை வெளியிட்டுள்ளது. “ஜெனரல் எலட்க்ரிகல்ஸ், தொடர்ந்து இரு வருடங்களாக, பயன்பாட்டாளர்களுக்கு விற்காது,

பெயரிடப்படாத பொருளாதாரக் கூட்டாளிகளுக்கு இரயில் எஞ்சின்களை விற்றுள்ளது.அதன் மூலம், எழும் இடர்களின் மொத்த விளைவுகளுக்கும் அந்த நிறுவனமே பொறுப்பாகிறது."[52]

வெல்ட்ச் இதை என்றுமே மறுத்ததில்லை. அவர் "Straight from the Gut" என்னும் தன்னுடைய நூலில், இதுகுறித்து இவ்வாறு எழுதியுள்ளார்:

"வணிக தலைமைப்பொறுப்பில் உள்ளவர்கள், நடந்த இடருக்கு எதிர்செயலாக மேற்கொண்ட நடவடிக்கை இந்த நிறுவனத்தில் எப்போதும் நடக்கக்கூடிய வழிமுறைகளைப் பின்பற்றியதுதான். அந்தக் காலாண்டின் கணக்குகள் முடிந்திருந்தாலும், வருவாயில் இருந்த இலக்கைத் தொட பலர் எங்களுக்கு உதவத் தயாராக இருந்தனர். சிலர் தங்கள் வர்த்தகத்தைவிட, 10 மில்லியன் டாலர்கள், 20 மில்லியன் டாலர்கள் ஏன் 30 மில்லியன் டாலர்கள் கூட அதிகம் தர தயாராக இருந்தது ஆச்சரியம்."

இதன் மூலம், வால்ட்ச் தலைமைப் பொறுப்பேற்று இருந்தவரை, பங்குதாரர்கள் விலைதர வேண்டிய கட்டாயம் இல்லை. அவர்களைப் பொருத்தமட்டில், பங்குகளின் மதிப்பு, கணிக்கக்கூடியதாகவும், நிலையானதாகவும் இருந்தது. அதன் மூலம், எந்தவிதமான நிலையற்ற ஆச்சரியங்களை எழச்செய்யாது, அந்த நிறுவனத்தின் பங்குமதிப்பு, ஆண்டுக்கு ஆண்டு உயர்ந்துகொண்டே வந்தது. எப்போதும் நடப்பதைப்போல, பின்னர் அந்த மசோதா வந்தது. ஏறக்குறைய பத்தாண்டு காலத்துக்கு, கணக்கின் மூலம் மறைக்கப்பட்டிருந்த மிகப்பெரிய இழப்பை, அந்த நிறுவனத்தின் பங்குதாரர்கள் எதிர்கொள்ள ஆரம்பித்தார்கள். வெல்ட்ச் தலைமையின்கீழ் அவர்கள் கண்ட ஒற்றைப் பென்னி லாபங்கள் எல்லாம், இப்போது டைம் அளவு நஷ்டமாக நிலவுகிறது.

இதைப்போன்றே மிகவும் விபரீதமான மற்றோர் உதாரணம் உள்ளது.அது ஃபிரெட்டி மேக், ஃபென்னி மே அடமான நிறுவனம் பற்றியது. 2000 ஆம் ஆண்டு வாக்கில், பில்லியன் டாலர்கள் மதிப்பைக் குறைத்து மதிப்பிட்டதாகக் கூறப்பட்டது. அதற்கான காரணம், அந்த காலாண்டின் வருவாயை, அடுத்துவரும் காலாண்டுகளில் விரவச்செய்ததே அது. அதன்மூலம் பங்குதாரர்கள் வளர்ச்சியைக் காட்டுவதாகவும், கணிக்கக்கூடியதாகவும் ஒரு மாயையை உருவாக்கியது.[53] விலை கொடுக்காதிருக்க ஏற்படுத்தப்பட்ட மாயை அது.

கேள்வி இதுதான்: தங்களுடைய காருக்காகவும், வீட்டுக்காகவும், உணவுக்காகவும், விடுமுறைப் பயணங்களுக்காகவும் விலை கொடுக்கத் தயங்காத மக்கள், நல்ல முதலீட்டு முறைகளுக்கு மட்டும் விலை கொடுப்பதை ஏன் அவ்வளவு கடுமையாக நிராகரிக்கிறார்கள்?

அதற்கான எளிய விடை இதுதான்: முதலீட்டுக்கான விலையின் ஆதாயம் உடனே வெளியில் தெரிய வருவதில்லை. விலைக்கான அட்டை தெரிவதில்லை. அதனால், விலைககான ரசீது வரும்போது, அது ஒரு நல்ல திட்டத்துக்கான விலை என்பதை மனம் ஏற்க மறுக்கிறது. அது ஏதோ செய்யக் கூடாதததற்கான அபராதம் போன்று தெரிகிறது. பொதுவாக மக்கள் கட்டணங்களைக் கட்டினாலும், அபராதங்களிலிருந்து விலகி இருக்கவே பார்ப்பார்கள். நீங்கள் முன்னதாகவே முடிவுசெய்து அபராதங்களிலுருந்து விலகி இருக்கவே பார்ப்பீர்கள். சாலைவிதிகளும், வருமான வரிகளும் குறித்து நீங்கள் ஏதேனும் தவறாக செய்தால், உடனடியாக அபராதம் விதிக்கப்படுகிறது. தங்கள் சேமிப்பு குறையும்போதோ, அல்லது அத்தகைய குறைவை அபராதம் என்று காணும் போதோ, எல்லோருக்கும் இயல்பாக, உடனடிப் பதிலாக அமைவது, அதற்கான எதிர்கால அபராதங்களைத் தவிர்ப்பதே ஆகும்.

இது மிகச்சாதாரணமானதாகத் தெரியலாம். ஆனாலும், சந்தையின் ஏற்றத்தாழ்வுகளுக்கு உட்படுவது அதற்காக நாம் கொடுக்க வேண்டிய கட்டணமே தவிர, அது அபராதம் ஆகாது என்னும் கோணத்திலான பார்வை முக்கியமானது. அதுவே உங்களை மிக நீண்ட காலத்துக்கு, நிலைக்கச்செய்து, உங்கள் முதலீடுகளிலிருந்து வருவாயைப் பெற வழிசெய்யும்.

சில முதலீட்டாளர்கள் இந்த மனநிலையில் இருக்கலாம்: “என் சேமிப்பிலிருந்து 20 சதவிகிதம் நான் இழக்கிறேன் என்றாலும் பரவாயில்லை.” இது புதிதாக முதலீடு செய்பவர்களுக்கு இருமடங்கு உண்மையானதாக இருக்கும். ஏனென்றால், அவர்கள் 20 சதவிகிதச் சரிவைக் கண்டிருக்க மாட்டார்கள்.

ஆனால், நீங்கள் சந்தையின் ஏற்றத்தாழ்வுகளைக் கட்டணமாகப் பார்த்தால், விஷயம் வேறுவிதமாகப் புலப்படும்.

டிஸ்னி லேண்ட் நுழைவுக்கட்டணத்தின் மதிப்பு 100 டாலர்கள். ஆனாலும் நீங்கள் உங்கள் குழந்தைகளுடன் முழுநாள் அனுபவிக்கும் அந்த கேளிக்கையை மறக்க மாட்டீர்கள். கடந்த ஆண்டில் ஏறக்குறைய 18 மில்லியன் மக்கள், இந்த நுழைவுக்கட்டணம் அந்த மதிப்புடையதுதான் என்று உணர்ந்தனர். வெகுசிலரே அந்த 100 டாலர் கட்டணம் என்பதை தண்டனையாகவோ அல்லது அபராதமாகவோ

பார்த்தனர். எதை இழந்து, எதைப் பெறுகிறீர்கள் என்று நீங்கள் உணர்வதின் மூலம், நீங்கள் வாங்கும் பொருளின் மதிப்பு அமைகிறது.

முதலீட்டிலும் அப்படித்தான்; சந்தையின் ஏற்றத்தாழ்வு என்பது ஒருவகையான கட்டணமே, அது அபராதம் ஆகாது.

சந்தையின் வருவாய் என்பது எப்போது விலையில்லாமல் கிடைத்தது இல்லை; கிடைக்கப்போவதும் இல்லை. டிஸ்னி லாண்டில் அந்தக் கட்டணத்தைச் செலுத்தியாக வேண்டும் என்ற கட்டாயம் உள்ளது போன்று பங்குச்சந்தையிலும் அந்தக் கட்டணத்தைச் செலுத்த வேண்டிய கட்டாயம் உள்ளது. நீங்கள் உங்கள் இடத்தில் நடக்கும் பொது நிகழ்ச்சிகளுக்குப் போகலாம், அங்கே கட்டணம் வெறும் பத்து டாலர்களாக இருக்கலாம். அல்லது விலையேதும் தராமல் வீட்டுக்குள்ளேயே இருக்கலாம். இருந்தாலும் நீங்கள் உங்கள் நேரத்தை நன்றாகத்தான் செலவழிக்கப்போகிறீர்கள். ஆனாலும், பொதுவாக, எவ்வளவு செலவழிக்கிறீர்களோ அதற்குத்தகுந்தபடி உங்களுக்குக் கிடைக்கும். சந்தையும் அதைப்போன்றதுதான். ஏற்றத்தாழ்வு, நிலையற்றதன்மை இவற்றுக்கான கட்டணம், விழைவுகளைப் பெறுவதற்கான விலையே ஆகும். அதிலிருந்து வரும் வருவாய், கையிலிருக்கும் பணம் அல்லது பத்திரங்களிலிருந்து வருவதைக் காட்டிலும் அதிகமானதே.

சந்தைக்கான கட்டணம், மதிப்புமிக்கது என்பதை உணர்தலே வெல்வதற்கானவழிமுறையாகும். ஏற்றத்தாழ்வு, நிலையற்றதன்மை ஆகியவற்றை முறையாக சமாளிக்க உதவும் ஒரே வழி, - அதோடு மல்லுக்கு நிற்பது அல்ல - அது விழைவுகளைப் பெறுவதற்கான கட்டணம் என்பதை உணர்தலே ஆகும்.

அது நடக்கும் என்பதற்கு எந்த உத்தரவாதமும் இல்லை. சில நேரங்களில் டிஸ்னி லேண்டில் மழையும் பெய்யத்தான் செய்கிறது.

நுழைவுக் கட்டணத்தை , அபராதம் என்று நினைத்தால், அந்த ஜாலத்தை என்றுமே நீங்கள் அனுபவிக்க இயலாது.

அதற்கான விலையைக் கண்டுபிடியுங்கள். பின்னர் அதைச் செலுத்துங்கள்.

16.

நீங்களும் நானும்

உங்கள் வழிமுறைகளிலிருந்து வேறுபட்ட விதத்தில் முதலீடு செய்பவர்களிடமிருந்து பொருளாதார உத்திகளைப் பெறும்போது கவனமாக இருங்கள்.

2000-ஆம் ஆண்டின் தொடக்கத்தில் வெடித்த டாட்.காம் வீழ்ச்சியின் போது, அசையாச்சொத்துகளின் மதிப்பு $6.3 டிரில்லியன் அளவுக்குச் சரிவை அடைந்தது.

அதைத்தொடர்ந்து வந்த அசையாச்சொத்துகள் வீழ்ச்சி, இன்னுமொரு 8 டிரில்லியன் டாலர்களை வழித்தெடுத்துக் கொண்டது.

இத்தகைய தொடர்ச்சியான பொருளாதார வீழ்ச்சிகள் எந்த அளவுக்குத் தாக்கத்தை ஏற்படுத்தும் என்பதைச் சரியாக கணித்துச் சொல்லிவிட இயலாது. அவை வாழ்க்கையே நாசமாக்ககூடியவை.

ஏன் இவைபோன்று நிகழ்கின்றன?

இவை ஏன் திரும்பத் திரும்ப வந்துகொண்டே இருக்கின்றன?

நம்மால் ஏன் அவற்றிலிருந்து பாடங்களைக் கற்றுக்கொள்ள முடிவதில்லை?

இவற்றுக்கான பொதுவான விடை இதுதான்: மக்கள் பேராசை பிடித்தவர்கள். மனித சமூகத்தின் மாற்ற இயலாத குணாதிசயம் பேராசை.

அது உண்மையாகக்கூட இருக்கலாம். அது பெரும்பான்மையான விளைவுகளுக்கு ஒரு பொருத்தமான விடையாகக்கூட இருக்கலாம். இருந்தும் நாம் ஒன்றாம் அத்தியாயத்தில் கண்டதை நினைவு கூர்வோம். எந்த ஒருவரும் முட்டாள் இல்லை. எதிர்காலத்தில் வருந்தத்தக்கவிதமான முடிவுகளை மக்கள் எடுக்கிறார்கள். வேண்டிய

தரவுகள் இல்லாததாலும், தர்க்கரீதியாக பொருத்தமில்லாமலும்தான் பெரும்பாலும் அத்தகைய முடிவுகளை அவர்கள் எடுக்கிறார்கள். ஆனாலும் அத்தகைய முடிவுகள் எடுக்கப்படும் கணத்தில், அவை பொருத்தமானதாகவே கருதப்படுகின்றன. வீழ்ச்சிகளைக் குறை கூறிக்கொண்டு, வாழ்க்கையின் முக்கியமான பாடங்களை நாம் இழந்து நிற்க இயலாது. மேற்பார்வையாக பார்க்கப்பட்டால் அவை பேராசைகளின் விளைவுகள்போல் தோன்றினாலும், அத்தகைய பாடங்களை மக்கள் எத்தகைய காரணங்களுக்காகச் செய்கிறார்கள் என்பது தெரியவரும்.

அத்தகைய வீழ்ச்சிகளிலிருந்து நாம் ஏன் பாடம் கற்பதில்லை என்பதற்கான ஒரு காரணம், அவை புற்று நோயைப் போன்றவை அல்ல. எலும்பு மஜ்ஜையை ஆராய்வதன் மூலம், புற்று நோய் வருவதற்காக அறிகுறிகளைக் கண்டுகொள்ளலாம். ஆனால் வீழ்ச்சிகள் அத்தகையன ஆகா.

அரசியல் கட்சியின் எழுச்சியும் வீழ்ச்சியும் மிகவும் ஒத்தவை அவை. விளைவுகள் கண்ணெதிரே தெரிந்தாலும், காரணங்களும் குறைகளும் எப்போதுமே ஒத்துக்கொள்ளப்படுவதில்லை.

முதலீட்டிலிருந்து வருவாயைப் பெறுவதற்கான போட்டி மிகவும் பயங்கரமானது. யாரோ ஒருவர், ஒவ்வொரு கணத்திலும், ஒவ்வொரு சொத்தையும் தனதாகத்தான் கொண்டிருப்பார். அப்படியென்றால், வீழ்ச்சி என்று கருத்தாக்கம் சர்ச்சைக்குரிய விஷயமாகவே ஆகிறது. ஏனெனில் எவரும், குறைத்து மதிப்பிடப்படும் ஒரு சொத்தைத் தமதாகச் சொல்லிக்கொள்ள விரும்புவதில்லை. அதன் விளைவாக, பாடங்களைக் கற்பதை விட்டு விட்டு, நாம் மற்றவர்களை குறை கூறிக்கொண்டிருக்கிறோம்.

இத்தகைய வீழ்ச்சிகள் ஏன் நிகழ்கின்றன என்பதற்கான காரணத்தை எவராலும் அறுதியிட்டுச் சொல்ல இயலாது என்றே நான் நினைக்கிறேன். இது, உலகில், போர்கள் ஏன் நடைபெறுகின்றன என்று கேட்பதைப்போன்றது. போர்கள் பல்வேறு காரணங்களால் ஏற்படுகின்றன. பல காரணங்கள் முரண்பட்டவை. அவை ஒவ்வொன்றும் சச்சரவுக்குள்ளானவை.

ஓர் எளிய விடையில் அடைக்கவியலாத சிக்கலான ஒரு விஷயம் ஆகும் அது.

இருந்தும் நான் ஒரு காரணத்தை உங்களுக்குச் சொல்கிறேன். அந்தக் காரணத்தை நீங்கள் ஒத்துக்கொள்ளவும் கூடும், மறுத்து விலக்கவும் கூடும். முதலீட்டாளர்கள் பெரும்பாலும், ஆலோசனைகளைப் பிற முதலீட்டாளர்களிடமிருந்தே பெறுகி

ன்றனர். ஆனால் யாரிடரிருந்து ஆலோசனைப் பெறுகிறார்களோ அவர், வேறுபட்ட சூழல்களில்தான் முதலிடுகின்றனர்.

பொருளாதாரத்தில் அத்தகைய ஒன்று அப்பாவித்தனத்தனமாகத் தெரிந்தாலும், மிகவும் பெரிய அளவிலான நஷ்டத்தை ஏற்படுத்தக் கூடியது.

உலகின் சொத்துகள் ஒவ்வொன்றும் ஒற்றை மதிப்புடையவையே என்று கருதப்படுகின்றது. இருந்தாலும் முதலீட்டாளர்கள் வெவ்வேறு இலக்குகளையும், காலவரையறைகளையும் கொண்டவராக உள்ளனர்.

நீங்கள் கேட்டுக்கொள்ளுங்களேன்: இன்றைக்கு வாங்கு வதாயிருந்தால், கூகுள் பங்குகளை எவ்வளவு விலை கொடுத்து நீங்கள் வாங்குவீர்கள்?

அதற்கான விடை, நீங்கள் யாரென்பதைப் பொருத்தே அமையும்.

உங்களிடம் 30 வருட காலம் இருக்கிறதா? ஆமென்றால், அடுத்த 30 வருட காலத்துக்கு, கூகுளிலிருந்து பெறக்கூடிய வருவாயைக் கணக்கிட்டு, அதற்குத்தகுந்தபடி, இன்றைய விலையைத் தீர்மானிக்கலாம்.

பத்து வருடங்களுக்குள் அந்தப்பங்கைக் காசாக்க விரும்புகிறீர்களா? அப்படியானால், கூகுளின் இன்றைய விற்பனைப்பொருள்களைக் கண்காணித்து, அதற்கான சந்தை மிகுமா என்பதைக் கணியுங்கள்.

நீங்கள் தின வர்த்தகரா? அப்படியானால், அதன் விலையைப் பற்றி "யார் கவலைப்படப்போகிறார்கள்?". ஏனெனில், நீங்கள் ஓரளவு பணத்தை அதிலிட்டு, இப்போதிலிருந்து, மதிய உணவு நேர காலத்துக்குள், எவ்வளவு காசை ஈட்ட முடியும் என்பதைத் தான் பார்ப்பீர்கள்.

இப்படி ஒவ்வொரு முதலீட்டாளரும், வெவ்வேறான இலக்குகளுடன், அவரவருக்கு ஏற்ற காலவரைமுறையில், ஒவ்வொரு பங்கையும் கருதத்தொடங்கினால், ஒருவருக்கு சரியாகத் தெரியும் மதிப்பு, வேறொருவருக்குத் தவறாகவும் தெரியலாம். ஏனென்றால், இவ்வேறுபட்ட முதலீட்டாளர்கள் முக்கியத்துவம் காட்டும் காரணிகள் வெவ்வேறானவை.

1990-களில் நடந்த டாட்.காம். வீழ்ச்சியை எடுத்துக்கொள்வோம்.

1999-ஆம் ஆண்டு யாஹூ பங்கின் மதிப்பைப் பார்ப்பவர்கள், "இது பைத்தியக்காரத்தனமானது. ஜில்லியன் மடங்கு வருவாயா! பங்குகளின் மதிப்பு என்பதற்கு அர்த்தமே இல்லாமல் இருக்கிறது" என்றார்கள்.

ஆனால், 1999-ஆம் ஆண்டு யாஹூ பங்குகளை வாங்கியவர்களுள் பெரும்பாலானோர். அவர்களது காலவரையறை மிகவும் குறைவாகத் தெரிந்ததால், முட்டாள்தனமான அந்த விலையைக் கொடுக்கத் தயாரான மனநிலையில் இருந்தார்கள். தின வர்த்தகருக்கு, யாஹூ பங்கின் மதிப்பு 5 டாலர்கள் என்றாலும் இல்லை 500 டாலர்கள் என்றாலும் பெருத்த வேறுபாடு இல்லை. அன்றைய நாளைப் பொறுத்தவரையில் அதன் மதிப்பு ஏறுமுகத்தில் இருத்தல் வேண்டும், அவ்வளவே. அப்படித்தான் இருந்தது. தொடர்ச்சியாக ஐந்து வருடங்களுக்கு!

பொருளாதாரத்தின் திண்மையான விதி இதுதான்: பணம் என்பது, அவ்வளவு இயலுமோ அவ்வளவு தூரத்துக்கு, வருவாயைத் துரத்திக்கொண்டே இருக்கும். நிலைச்சொத்துகளின் மதிப்பு, ஒரு குறிப்பிட்ட காலம் வரை ஏறுமுகத்தில் இருக்கும். ஆனால், அத்தகைய வளர்ச்சி தொடர்ந்துகொண்டே இருக்கும் என்று நம்புகின்ற அளவிற்கு குறுங்கால முதலீட்டாளர்கள் முட்டாள்கள் அல்லர். குறைந்த காலத்துக்காகவே அவர்கள் அத்தகைய வளர்ச்சியை எதிர்பார்ப்பார்கள். அத்தகைய ஓட்டம் குறுங்கால முதலீட்டாளர்களுக்குச் சாதகமாகவே அமையும்.

பின்னர் அது பந்தயத்திலிருந்து விலகும்.

கொப்பளித்து எழும் இத்தகைய திடீர் எழுச்சிகள், நெடுங்கால முதலீட்டாளர்கள் ஒட்டுமொத்தமாக, குறுங்கால முதலீட்டாளர்களாக மாறி முதலிடுவதால் ஏற்படுவது ஆகும்.

இந்தச் சுழற்சி தனக்குத்தானே எழுச்சியை ஏற்படுத்திக் கொள்கிறது. சில தரகர்கள் குறுங்கால முதலீடுகளில் தொடர்ந்து ஈடுபட்டால், அதைத்தொடர்ந்து வேறு முதலீட்டாளர்களும் அவ்வாறே செய்யத்தொடங்குவார்கள். இது நடக்க நீண்ட காலம் ஆகாது.

இத்தகைய திடீர் எழுச்சிகள், பொதுவாக மதிப்பை ஒருங்குபடுத்தி உயர்த்துவதில்லை. அது பின்னால் ஏதோ ஒன்று வரப்போகிறது என்பதற்கான மணியோசைதான். மேலும் மேலும் வர்த்தகர்கள் குறுங்கால முதலீட்டுக் களத்தில் விளையாட வரும்போது, காலவரையறை மேலும் சுருங்க ஆரம்பிக்கிறது.

எதிர்காலத்தின் மீதான சாத்தியமற்ற நம்பிக்கையின் விளைவுதான் டாட்.காம் எழுச்சி என்று பொதுவாகச் சொல்லிவிட

இயலும். ஆனால், அந்த காலத்தின் தலைப்புச் செய்திகளாய் வந்த ஒரு விஷயம் என்னவென்றால், அது வரலாறு படைத்த வர்த்தகத்தின் பங்கு எண்ணிக்கை. ஒரே நாளில் பல்வேறு முறை விற்று வாங்கப்படும் பங்குகளால், இத்தகைய ஒரு நிலையே ஏற்படும். இத்தகைய தின வர்த்தகத்தில் ஈடுபடும் வர்த்தகர்கள்தாம் இந்தப் பங்குகளுக்கான விலையை நிர்ணயிக்கிறார்கள். அவர்களுக்கு நீண்ட காலத்தைப் பற்றி, குறைந்த பட்சம் அடுத்த 20 ஆண்டுகளைக் குறித்து, எண்ண வேண்டிய தேவை ஏதும் இருப்பதில்லை. 1999-ஆம் ஆண்டில் பரஸ்பர நிதிகளின் சராசரி ஆண்டு வர்த்தகம் 129 சதவிகிதத்தைக் கொண்டிருந்தது. ஏனென்றால், அவர்கள், அதிக பட்சமாக, அடுத்த எட்டு மாதங்களை மட்டுமே கணக்கில் கொண்டிருந்தனர். பரஸ்பர நிதிப் பங்குகளை வாங்கிய தனிப்பட்ட முதலீட்டாளர்களும் அத்தகைய முறையையே கடைப்பிடித்தனர்.

மேகி மஹர் தன்னுடைய "Bull" என்னும் நூலில் குறிப்பிடுகிறார்:

"90-களின் இடைக்காலத்தில், ஆண்டறிக்கையைப் பதிப்பதை விட்டுவிட்டு, பத்திரிகைகள், மூன்று மாதங்களுக்கு ஒருமுறை வெளியிடப்படும் அறிக்கைகளைப் பதிப்பிக்க ஆரம்பித்துவிட்டது. இந்த மாற்றம், முதலீட்டாளர்களைத் தூண்டி, அவர்களை அந்த அறிக்கைகளில் முதலில் வரும் நிதிகளின் பங்குகளை வாங்க எண்ணவைத்தது. இங்கு நாம் எண்ண வேண்டிய ஒன்று, அந்தப் பங்குகள், அதன் மதிப்பு மிக அதிகமாக இருக்கும் காலத்தில், அதிகமாக வாங்கப்பட்டன என்பதுதான்."

அது தின வர்த்தகத்துக்கான காலம். குறுங்கால திட்டங்களை, சந்தையின் மிகத்துல்லியமான வேறுபாடுகளைக் கூடச் சாதகமாக்கிக் கொள்ளக்கூடிய காலம். உங்களது நெடுங்கால திட்டங்களில், அத்தகைய முறைகளை நீங்கள் பின்பற்ற மாட்டீர்கள்.

2000-களில் ஏற்பட்ட குடியிருப்பு எழுச்சியிலும் அப்படிப்பட்ட நிலையே ஏற்பட்டது.

ஃபுளோரிடாவின் ஓரத்தில், அடுத்த பத்தாண்டுகளுக்கு உங்கள் குடும்பம் வசிக்க, இரண்டு படுக்கையறைகளைக் கொண்ட ஒரு வீட்டை வாங்க 700,000 டாலர்கள் தரவேண்டியுள்ளது என்பது ஜீரணிக்கமுடியாத ஒரு விஷயம். ஆனால் அதே வேளையில், வீட்டைச் சில மாதங்களுக்கு விட்டுவிட்டு, அந்தத் தொகையை சந்தையில் இட்டு திடீர் லாபத்தைப் பெற்றுவிடலாம் என்பதும் சரியானதாகவே படுகிறது. 2000-இல் நடந்த குடியிருப்பு எழுச்சியில், இதைத்தான் பலர் செய்தனர்.

குடியிருப்பு நிலைச்சொத்துகளின் விபரங்களையும் தரவுகளையும் சேமிக்கும் நிறுவனம் "Attom". மேற்கூறியபடி,

இருக்கும் வீடுகளை விற்று மீண்டும் வாங்கும் அந்த நிலை குறித்து ஆய்ந்துள்ளது. அதன்படி, அமெரிக்காவில், 12 மாதங்களுக்குள் விற்று வாங்கப்பட்ட வீடுகளின் எண்ணிக்கையைக் கணக்கிட்டுள்ளது. அந்த எண்ணிக்கை, குடியிருப்பு எழுச்சியின் போது ஐந்து மடங்கு அதிகரித்துள்ளது என்கிறது அந்த ஆய்வு. 2020-ஆம் ஆண்டின் முதற்காலாண்டில், 20,000 ஆக இருந்த எண்ணிக்கை, 2004-ஆம் ஆண்டின் முதற்காலாண்டில், 100,000-க்கும் மேலாக உயர்ந்துள்ளது.[54] எழுச்சி அடங்கியபின்னர், இந்த எண்ணிக்கை, ஒவ்வொரு காலாண்டும் 40,000 என்ற எண்ணிக்கையைத் தொட்டது. ஏறக்குறையே அதே எண்ணிக்கையே, தற்போதும் தொடர்கிறது.

இந்தக்காலத்தில் விற்று, வாங்கியோர், வீட்டு விலைக்கும், வீட்டு வாடகைக்குமான விகிதம் குறித்து, யோசித்து இருப்பார்கள் என்று நீங்கள் நினைக்கிறீர்களா? அல்லது அவர்கள் கொடுத்த விலையைச் சரிக்கட்டும் வகையில் நீண்ட கால வருவாய் ஆதாரம் இருக்குமா? கண்டிப்பாக இருக்காது. அந்த எண்கள் எல்லாம் அவர்களுடைய விளையாட்டுக்கு முக்கியமில்லை. இத்தகையோருக்கு ஒன்றே ஒன்றுதான் முக்கியமாக இருக்கும்; அது வீட்டின் இந்த மாத விலையை விட அடுத்த மாத விலை அதிகமாக இருக்கும். அது அப்படித்தான் பல ஆண்டுகளுக்கு இருந்தது.

இத்தகைய முதலீட்டாளர்களைப் பற்றி நீங்கள் நிறைய பேசலாம். நீங்கள் அவர்களை, சந்தர்ப்பவாதிகள் என்று கூட அழைக்கலாம். பொறுப்பற்றவர்கள் என்று கூட சொல்லலாம். அவர்கள் பெரிய இடர்களை எதிர்கொள்ளத் துணியும்போது, நீங்கள் வேகமாகத் தலையை ஆட்டலாம்.

ஆனால், அவர்கள் எல்லோரையும் ஒட்டுமொத்தமாக, சிந்தனையற்றவர்கள் என்று நீங்கள் சொல்லமாட்டீர்கள் என்றே நான் நினைக்கிறேன்.

சிந்தனையின்றி நீண்ட கால முதலீடுகளில் ஈடுபடும் இத்தகைய மக்கள், திடீர் எழுச்சிக்கான காரணிகளாக மாட்டார்கள். தனக்குத்தானே ஏற்றிக்கொண்டு, வளர்ச்சியைக் காணும் குறுங்கால முதலீடுகளின் ஏறுமுகத்தின் போதெல்லாம், துணிந்து அதை நோக்கிச் செல்லும் அந்த முதலீட்டாளர்கள்தான் அத்தகைய திடீர் எழுச்சிக்கான காரணிகளாக அமைவார்கள்.

குறுங்கால முதலீடு, அதிகப்படியான வருவாயை ஈட்டுத் தரும் சூழல் ஏற்பட்டால், மக்கள் என்ன செய்வார்கள் என்று எதிர்பார்க்கிறீர்கள்? பொறுமையாக அமர்ந்தபடி அதைக் கவனித்துக்கொண்டிருப்பார்களா? எப்போதும் இருக்க மாட்டார்கள்.

அப்படி இருப்பது உலக வழக்கு இல்லை. லாபங்கள் எப்போதுமே துரத்தப்படுகின்றன. நீண்ட கால முதலீட்டின் விதிகள் (குறிப்பாக பங்கின் மதிப்பு) புறக்கணிக்கப்படும் சூழலில், குறுங்கால முதலீட்டாளர்கள் விளையாடுவார்கள். ஆனால் அவர்கள் விளையாட்டு இந்தச் சூழலுக்கு ஒவ்வாதது.

அங்குதான் நிலைமை மிகவும் சுவாரசியமானதாகிறது. அங்கிருந்துதான் பிரச்சனை தொடங்கவும் செய்கிறது.

அத்தகைய எழுச்சிச் சூழலில், குறுங்காலத் தரகர்களின் விளையாட்டிலிருக்கும் போது, நீண்ட கால முதலீட்டாளர்கள் தங்கள் வழியைத் தேர்ந்தெடுக்கிறார்கள்.

CISCO நிறுவனம், 1999-ஆம் ஆண்டு, ஒரு பங்குக்கு 60 டாலர்கள் என்ற மதிப்பில், 300 சதவிகிதம் வளர்ச்சியைக் கண்டது. அந்த மதிப்பீட்டின்படி, அந்த நிறுவனத்தின் மதிப்பு 600 பில்லியன்கள் என்று மதிப்பிடப்பட்டது. இது முட்டாள்தனமானச் செயலாகும். சில அந்த மதிப்பு உண்மையாகவே சரியானதுதான் என்றுகூட நினைத்தார்கள். தின வர்த்தகர்கள் தங்கள் வியாபாரத்தில் ஆனந்தமடைந்தார்கள். பொருளாதார நிபுணர், பர்ட்டன் மல்கியல் ஒருமுறை குறிப்பிடும்போது, இந்த முறையில் CISCO நிறுாவனத்தின் மதிப்பைக் கணக்கீடு செய்தால், 20 ஆண்டுகளுக்குள், அதன் மதிப்பு, அமெரிக்கப் பொருளாதாரத்தின் மொத்த மதிப்பையே தாண்டிவிடும் என்றார்.

ஆனால், நீங்கள் 1999-ஆம் ஆண்டில், நீங்கள் நீண்ட கால முதலீட்டாளர் என்றால், 60 டாலர்கள் தான் அந்த பங்கை வாங்குவதற்கான விலையாக இருக்கும். அந்த விலையில்தான் பலர் அந்தப் பங்கை வாங்கவும் செய்தார்கள். எனவே உங்களுக்கு நீங்களே இவ்வாறு சொல்லிக்கொள்ளலாம்: "ஓ! எனக்குத் தெரியாத ஒரு விஷயம், இந்த முதலீட்டாளர்களுக்குத் தெரிந்திருக்கிறது". நீங்களும் அதைப் பின்பற்றியிருக்கலாம். அதை நீங்கள் செய்ததை சாதனையாகவும் கருதலாம்.

எதை நீங்கள் உணர மறுக்கிறீர்கள் என்றால், அந்தப் பங்கின் விலையை உயர்த்திக்கொண்டே இருக்கும் அந்த குறுங்காலத் தரகர்கள், வேறு விதமான முறையைப் பின்பற்றுகிறார்கள் என்பதைத்தான். உங்கள் முறைவேறு, அவர்கள் பின்பற்றும் முறை வேறு. அந்தத் தரகர்களுக்கு ஒரு பங்கின் விலை 60 டாலர்கள் என்பது சகஜமான ஒரு விலைதான். ஏனென்றால், அவர்கள் அந்தப் பங்கை அந்த நாள் இறுதிக்குள், அதன் விலை அதிகமாகும்போது, விற்றுவிடத் திட்டமிடுகிறார்கள். ஆனால் அந்த 60 டாலர்கள் என்பது உங்களுக்கு பேரிடரைக் கொண்டுவரக்கூடிய

விலையாகும். ஏனென்றால், நீங்கள் பங்குகளை நீண்ட காலம் வைத்திருக்க திட்டமிடுகிறீர்கள்.

இவ்விருவிதமான முதலீட்டாளர்களும், ஒருவரை ஒருவர் அறிந்திராத நிலையில்தான் இருப்பார்கள். ஆனாலும் அவர்கள் இருவரும், அதே தளத்தில், ஒருவர் மற்றவரை நோக்கி ஓடிக்கொண்டிருப்பார்கள். அவர்கள் குருட்டுத்தனமான பாதைகள் மோதிக்கொள்ளும் போது, இருவருள் ஒருவருக்குப் பலத்த சேதம் இருக்கும். பல்வேறு பொருளாதார முதலீட்டுத்திட்டங்கள் என்பது பொதுவாக, மற்றவர் செய்வதை அப்படியே நகலாகக்கொண்டோ, அல்லது அவர்களுக்கு நேரெதிராகவோ செயல்படுத்துவதே ஆகும். ஆனால், அவர் ஏன் அப்படிச் செயல்படுகிறார் என்பதைப் புரிந்து கொள்ளாத பட்சத்தில், அவர் எவ்வளவு காலம் அந்த விதத்தில் செயல்பட்டுக்கொண்டே இருப்பார் என்பது உங்களுக்குத் தெரியாது. அவர்களின் அத்தகைய போக்கை எது மாற்றும் என்பதும், அவர்கள் எப்போதாவது தங்கள் படிப்பினையை உணர்வார்களா என்றும் தெரியாது.

CNBC நிறுவனத்தின் ஒரு வர்ணணையாளர், “நீங்கள் இந்தப் பங்கை வாங்கவேண்டும்” என்று குறிப்பிடும்போது, இதை நீங்கள் நினைவில் வைத்துக்கொள்ளுங்கள்: சொல்லும் அவருக்கு உங்களைப் பற்றித் தெரியாது. நீங்கள் விளையாட்டாகப் பங்குகளை வாங்கும் ஒரு பதின்ம வயதினரா? ஒரு குறிப்பிட்ட தொகையைவைத்துக்கொண்டு வாங்கும் கணவனை இழந்த மூதாட்டியா? காலாண்டுக் கணக்கை முடிக்க, பங்குகளை அவசரமாக வாங்கிக்குவிக்கும் நிதி மேலாளரா? இந்த மூன்று நபர்களும் ஒரே மாதிரியான இலக்கைத் தான் கொண்டிருப்பார்கள் என்று நாம் தீர்மானிக்க வேண்டுமா? அந்த குறிப்பிட்ட பங்கு, அந்த மதிப்பில் வர்த்தகமாகிறது என்பது இம்மூவருக்குமே பொருத்தமாக இருக்குமா?

முட்டாள்தனமானது அது.

மற்ற முதலீட்டாளர்கள் ஒவ்வொருவரும், நம்முடைய இலக்குகளிலிருந்து வேறுபட்ட இலக்குகளைத் தான் வைத்திருப்பார்கள் என்பதை உணர்ந்து கொள்வது சற்று சிரமமாகத் தான் இருக்கிறது. ஏனென்றால், வேறுபட்டு சிந்திக்கும் மனிதர்கள், நீங்கள் பயன்படுத்தும் கண்ணாடியைப்போல் அல்லாமல் வேறு வேறு கண்ணாடிகளைத்தான் பயன்படுத்துவார்கள் என்பதை உளவியல் அறிஞர் உணரமுற்படுவதில்லை,

விலையேற்றம் என்றுமே முதலீட்டாளர்களை துரிதப்படுத்தும். அது ஒருவிதமான போதைப்பொருளைப் போன்றது; மதிப்பின்

மீது பார்வையிருக்கும் முதலீட்டாளர்களையும், பனிப்படலம் படர்ந்த கண்களை உடையவர்களாக மாற்றிவிடும். அவர்களது முறையல்லாது, மாறுபட்ட முறையில் விளையாடும் வேறொருவரின் வழிகளைப் பின்பற்றச்செய்து, அவர்களின் சுயத்தையே மாற்றிவிடும்.

வேறுவிதமாக விளையாடும் சிலரது செய்கைகள், உங்களைத் திசைதிருப்பி, நீங்கள் உங்கள் பணத்தை எப்படிச் செலவுசெய்தல் வேண்டும் என்பதையும்கூட மாற்றிவிடும். குறிப்பாக வளர்ந்த நாடுகளில், ஒருவர் எப்படிச் செலவு செய்தல் வேண்டும் என்பதும் கூட, சமூக மாற்றமாகத்தான் நிகழ்கிறது. நீங்கள் ரசிக்கும் ஒருவர் மூலமாக உங்களை உள்ளூரத் தூண்டிச் செயல்படுகிறது. ஏனென்றால், நீங்கள் மற்றவர் உங்களை ரசிக்க வேண்டும் என்று உள்ளூர விழைகிறீர்கள்.

ஆனால், கார்கள், வீடு, துணிகள், விடுமுறை என மற்றவர்கள் செலவு செய்வதை நேரடியாகப் பார்க்க இயலும் நமக்கு, அவர்களுடைய இலக்குகள், கவலைகள், ஆசைகள் குறித்து அறியவருவதில்லை. ஒரு பிரபலமான சட்ட நிறுவனத்தில் பொறுப்பான பணியில் சேர விழையும் ஒரு வழக்கறிஞர், தன் தோற்றத்தில் கவனம் செலுத்தும் அளவிற்கான கவனம், ஒரு சாதாரண பேண்ட் சட்டை அணிந்துகொண்டு பணிபுரியும் எழுத்தாளரான எனக்குத் தேவையில்லை. ஆனால், அத்தகைய ஒருவரின் செலவுகள், என்னுடைய எதிர்பார்ப்புகளாக அமையும்போது, நான் ஏமாற்ற நிலையில் பயணித்துக்கொண்டிருப்பேன். அதற்குக்காரணம், அவருடைய தொழிலில் கிடைக்கும் முன்னேற்றம் ஏதும் எனக்குக் கிட்டாத நிலையிலும், நான் செலவு செய்துகொண்டிருப்பேன். எங்கள் இருவருக்கும் வெவ்வேறு ஆளுமைகள் என்றுகூட இல்லாமல் இருக்கலாம். நாங்கள் இருவரும் வெவ்வேறு வகையாக எங்கள் விளையாட்டுகளில் ஈடுபடுகிறோம். இந்த உண்மையை நான் உணர்ந்துகொள்ள, எனக்குச் சில ஆண்டுகள் தேவைப்பட்டன.

இதிலிருந்து நாம் எடுத்துக்கொள்ள வேண்டிய கருத்து என்னவென்றால், நம்மிலிருந்து வேறுவிதமான சூழலில் செயல்படும் சிலருடைய செயல்களுக்கும், குணாதிசயங்களுக்கும் வசப்படாது, நம் செயல்களை நம்வழியில் செய்வதுதான் முறை.

வித்தியாசமாக முயன்று, நீங்கள் எவ்விதமான முறையைப் பின்பற்றுகிறீர்கள் என்பதைக் கண்டுகொள்ளுங்கள என்பதைத் தான் நான் முதன்மையானதாக உங்களுக்குப் பரிந்துரை செய்வேன்.

நம்மில் சிலர் அவ்வாறு எப்படிச் செய்கிறார்கள் என்பதைக் கண்டுகொண்டால் வியப்பாக இருக்கும். கூடைப்பந்து வீரர்கள் போல, ஒரே விதமான விளையாட்டை, ஒரே விதமான விதிகளுட்பட்டு, நாம் அனைவரும் ஆடிக் கொண்டிருக்கின்றோம். நான் பணத்தை முதலீடு செய்யும் எல்லோரையும் "முதலீட்டாளர்கள்" என்று சொல்லிக் கொண்டிருக்கின்றோம். இந்த முறை முற்றிலும் தவறான முறை என்று நீங்கள் உணர்தல் வேண்டும். நீங்கள் எந்த வகையான விளையாட்டை விளையாடிக் கொண்டிருக்கிறீர்கள் என்பதைக் கண்டுபிடிப்பது எவ்வளவு முக்கியம் என்பதை உணர்தலே முக்கியம். என்னுடைய முதலீட்டை நான் எப்படித் திட்டமிடுகிறேன் என்பது குறித்து இருபதாம் அத்தியாயத்தில் குறிப்பிட்டுள்ளேன். ஆனால் சில ஆண்டுகளுக்கு முன்னர் நான் இப்படிக் கூறியுள்ளேன்: "உண்மையான பொருளாதார வளர்ச்சியை ஊக்குவிக்கக்கூடிய திறனமைந்த உலகின் மீது நம்பிக்கையுள்ள ஒரு எதிர்வினை புரியாத முதலீட்டாளராக என்னைக் குறிப்பிட்டுள்ளேன். வரும் முப்பதாண்டுகளில், உண்டாகும் வளர்ச்சி, எனக்கான சேமிப்பைத் தேடிக்கொடுக்கும் என்பதில் நான் நம்பிக்கையுடன் உள்ளேன்."

அது வித்தியாசமானதாக்கூடத் தெரியலாம். ஆனால், அப்படியான ஒரு இலக்கை நாம் முறைப்படுத்திக் கொண்டோமானால், எவையெல்லாம் அதனுடன் சம்பந்தம் இல்லையோ அவை நான் விளையாடாத விளையாட்டின் பாகம் என்பதை உணரத்தொடங்குவீர்கள். இந்த ஆண்டில் சந்தை எப்படி இருக்கிறது, அடுத்த ஆண்டு ஒருவேளை, பொருளாதார மந்த நிலை இருக்குமா போன்றவை நான் கொண்ட இலக்கின் பாகமாய் இல்லை. அதனால் இவை போன்றவைக்கு நான் முக்கியத்துவம் தருவதில்லை. அதனால் அத்தகைய விளைவுகளால் நான் தூண்டப்படுவேன் என்ற ஐயமும் இல்லை.

அடுத்ததாக அவநம்பிக்கை குறித்து உரையாடுவோம்.

17.
அவநம்பிக்கையின் மீதான ஈர்ப்பு

நம்பிக்கை என்பது ஏதோ சந்தைப்படுத்தப் பயன்படுத்தப்படும் சொல்போல் தொனிக்கிறது. அவநம்பிக்கை என்பது, யாரோ உங்களுக்கு உதவுவது போன்று தொனிக்கிறது.

"உலகம் சீரிழந்து நரகமாக ஆகிக்கொண்டிருக்கிறது என்று கேட்பதையே மக்கள் விழைகிறார்கள். இதற்கான காரணத்தை என்னால் புரிந்துகொள்ள இயலவில்லை."
– வரலாற்று ஆய்வாளர் டைடிரீ மெக்லோஸ்கி

பெரும்பாலான மக்கள், பெரும்பாலான நேரங்களில், அவர்களுடைய வாழ்க்கை மேம்பாடு அடைவதையே காண்பதால், நம்பிக்கை என்பதே அவர்களுடைய சார்பாக இருக்கிறது. இருந்தாலும், அவநம்பிக்கை அவர்களது இதயத்தில் ஒரு சிறப்பிடத்தைப் பெற்றுத்தான் இருக்கிறது. அவநம்பிக்கை என்பது நம்பிக்கை போன்று அவ்வளவு பொதுவானது அல்ல. ஆனால், அதுவும் சரியான முறையாகத்தான் அவர்களுக்குத் தெரிகிறது. அவநம்பிக்கை அறிவார்த்தமாக ஒருவரை கவர்வதாகவும், அது அதிக கவனம் ஈர்ப்பதாகவும் உள்ளது. அந்தக் காரணத்தினாலேயே அது, மிகவும் மறக்கக்கூடியதாகவும் உள்ளது.

இதுகுறித்து நாம் மேலும் விவாதிப்பதற்கு முன்னர், நம்பிக்கை என்றால் என்னவென்று நிறுவுவோம். உண்மையான நம்பிக்கையாளர்கள், வரும் ஒவ்வொன்றும் சிறந்ததாகவே இருக்கும் என்றுகணிப்பதில்லை. நம்பிக்கை என்பது, இடையில் நம் பாதையில் இடர்கள் பல வந்தாலும், காலம் மாறும்போது நம்வழியில், நாம்

நினத்தபடியே நடக்கும் என்ற எண்ணத்தைக் கொண்டிருப்பதே ஆகும். காலையில் எழும்போதே, வரக்கூடும் இடர்களை எண்ணிக் கொண்டிருக்காமல், செய்யும் செய்கைகளைச் சற்றளவேனும் சிறந்த படியாகவும், பயனுள்ளதாகவும் செய்ய நினைத்தபடி எழும் அந்த எளிய எண்ணமே நம்பிக்கையின் அடித்தளம் ஆகும். அது மிகவும் சிக்கலானதுதான். அது முழுதுமாக சாத்தியப்படும் என்றும் சொல்வதற்கில்லைதான். இருந்தாலும் அத்தகைய மனோநிலை, பல நேரங்களில், பலருக்குச் சார்பாக அமையும் ஒன்றாகும். மறைந்த புள்ளியியல் மேதை, ஹேன்ஸ் ரோஸ்லிங், இதையே வேறு விதமாகக் குறிப்பிடுகின்றார்: "நான் ஒரு நம்பிக்கையாளன் அல்லன். நான் ஒரு மிகையான சாத்தியவாதி."

இப்போது நாம் நம்பிக்கையின் கூடவே பிறந்த அவநம்பிக்கை குறித்து ஆராய்வோம்.

டிசம்பர், 29-ஆம் தேதி, 2008.

நவீன உலகத்தின் மிகவும் துயரமான பொருளாதார வீழ்ச்சியைக் கண்ட ஆண்டு முடியும் தறுவாய் அது. உலகின் எல்லா நாடுகளின் பங்குச் சந்தைகளும் சரிந்து மிகப்பெரும் வீழ்ச்சியைச் சந்தித்தன. உலகளாவிய பொருளாதாரச் செயலமைப்பு, ஒவ்வொரு நாளும் வீழ்ச்சியைச் சந்தித்துக்கொண்டிருந்தது. வேலைவாய்ப்பின்மை மிகவும் அதிகமாக காணப்பட்டது.

அந்தச் சூழலில், அதைவிடத் துயரமாக இருக்கச் சாத்தியமில்லாத நிலை நிலவியது. 'தி வால் ஸ்டிரீட் ஜர்னல்', நாம் எதிர்கொள்ளவேண்டியதை முழுதுமாக இன்னும் பார்க்கவே இல்லை என்று ஒரு கட்டுரையைப் பதிப்பித்தது. முதல் பக்கத்தில், ருஷ்யாவின் பேராசிரியர் ஐகோர் பனரின் என்பவர் எழுதிய கட்டுரையைப் பிரசுரித்தது. அந்தக் கட்டுரை, விஞ்ஞானப் புனைவுகளுடன் போட்டிப்போடும் நிலையில் கருத்துகளை முன்வைத்தது.

அந்தப் பத்திரிகையில் அவர் கூறுவது:

"2010-ஆம் ஆண்டின், ஜூன் மாத இறுதியிலோ, அல்லது ஜூலை மாதத்தின் தொடக்கத்திலோ, அமெரிக்க ஐக்கிய நாடு, ஆறு துண்டுகளாகப் பிரிந்து, அலாஸ்கா மீண்டும் ரஷ்யாவின் கைக்குள் வரும். கலிஃபோர்னியா, 'தி கலிஃபோர்னியன் ரிபப்ளிக்' என்ற பெயரில்,

சீனாவின் ஒரு பகுதியாகவோ அல்லது சீனர்களின் வசத்திலோ அமையும். டெக்சஸ், 'தி டெக்சஸ் குடியரசு' எனும் பெயரில், மெக்சிகோவின் ஒரு பகுதியாகவோ, அல்லது மெக்சிகோவின் ஆளுமைக்கு உட்பட்ட பகுதியாகவோ மாறும். வாஷிங்டன் டி.சி., நியூ யார்க் ஆகிய பகுதிகள், 'அட்லாண்டிக் அமெரிக்கா' என்ற பெயரில், ஐரோப்பிய யூனியனுடன் சேரலாம். கனடா சில வடக்கு மாநிலங்களைக் கைப்பற்றிக்கொள்ளும். அதன் பெயர் 'மத்திய வடக்கு அமெரிக்க குடியராசு' என்றாகும். .ஐகோர் பனரின் கூற்றின் படி, ஹவாய்த்தீவுகள், ஜப்பான் அல்லது சீனாவின் கைப்பிடிக்குள் அமையும். அலாஸ்கா ரஷ்யாவின் ஒரு பகுதியாக மாறும் என்கிறார்."[55]

இது ஏதோ நான்கு பேருக்கு மத்தியில் நடந்த ஓர் உரையாடலோ அல்லது செய்தியோ அல்ல. உலகின் மிகவும் பிரசித்தமான பொருளாதாரப் பத்திரிகையின் முதல் பக்கத்தில் பதிவான கட்டுரை ஆகும்.

பொருளாதாரம் குறித்து அவநம்பிக்கையுடன் இருப்பதில் தவறில்லை. உலகின் இறுதி ஊழ் குறித்த செய்தியாகவும் இருக்கலாம். குறிப்பிட்ட நாடுகளில் நிலவும் பொருளாதார மந்தநிலை பற்றி மட்டுமே அல்ல, மாறாக அவை எப்படி உடைந்து விடுகின்றன என்பதைச் சொல்லும் விதமாகவே வரலாறு உள்ளது.

பனரின் கட்டுரையைப் போன்ற புனைவுகளின் மூலம் தெரியவரும் சுவாரசியமான ஒரு செய்தி என்னவென்றால், அதைப் போன்றே - அதற்கு முற்றிலும் எதிர்மறையான, நம்பிக்கையை நிலைநிறுத்தும் முன்னறிவிப்புகள், அதே அளவிலான தீவிரத்துடன் எடுத்துக் கொள்ளப் படுவதில்லை.

1940- களின் ஜப்பானை எடுத்துக்கொள்வோம். இரண்டாம் உலகப்போரின்போது, பொருளாதார ரீதியாகவும், கலாச்சார ரீதியாகவும், தொழில்ரீதியாகவும், சமூகரீதியாகவும், எல்லா விதங்களிலும் அது பொடிப்பொடியாக்கப்பட்டது. 1946- ஆம் ஆண்டின் ஒரு கொடிய குளிர்காலத்தில், ஒவ்வொரு குடிமகனும், நாளுக்கு 800 கலோரிகளைவிடக் குறைவான உணவில் வாழும் நிலைக்கு அந்த நாடு தள்ளப்பட்டது.

ஜப்பான் நாட்டின் ஒரு கல்விமான் எழுதிய இந்த செய்தித்தாள் கட்டுரையை நீங்கள் கற்பனை செய்து பாருங்கள்:[56]

எழுந்திருங்கள் எல்லோரும்! இந்தப்போர் முடியும்போது இருந்த பொருளாதார நிலையை விட குறைந்த பட்சம் 15 மடங்காவது நம்முடைய பொருளாதார நிலை உயர்வடைவது நாம் நம் வாழ்நாளுக்குள் காணமுடியும். நம்முடைய வாழ்நாள் ஏறக்குறைய இருமடங்காகும். நம்முடைய நாட்டின் பங்குச்சந்தை, வேறெந்த நாட்டிலும் இதுவரை இல்லாத அளவிற்கு வளர்ச்சியைத்தொடும். நம்முடைய 40 வயதுவரை வேலைவாய்ப்பின்மை என்பது வெறும் 6 சதவிகிதத்துக்கும் கீழாகவே இருக்கும். மின்னியல் துறையிலும், பெருநிறுவன மேலாண்மைத் துறையிலும் நாம் உலகின் முதன்மையானவர்களாக ஆகப்போகிறோம். வெகு சீக்கிரத்தில், நாம் மிகுந்த செல்வந்தர்களாகி, அமெரிக்காவின் விலையுயர்ந்த நிலைச்சொத்துகளை நாம் வாங்குவோம். அமெரிக்கர்கள் நம்முடன் நெருக்கமாகி, நம்முடைய பொருளாதார வழிகளைப் பின்பற்ற ஆரம்பிப்பார்கள்.

அந்த அறைக்கு வெளியே இதுகுறித்து கிண்டலுடன் யாவரும் நகைத்திருக்கக்கூடும். இப்படிச் சொன்னவரை, மருத்துவரைப் பார்த்தால் நல்லது என்று பரிந்துரை செய்திருக்கவும் கூடும்.

மேற்சொன்ன இந்த செய்தி, ஜப்பானில் அப்போதுதான் போரினைச் சந்தித்த ஒரு தலைமுறையினரிடம் சொல்லப்பட்ட உண்மையான செய்தி. இதைப் பார்க்கும்போது, இதற்கு எதிர் மறையாக புனையப்பட்ட பனரின் கட்டுரை அபத்தமாகத் தெரிகிறது. அவர் நடக்கப்போவதாகக் கூறிய அபத்தமும் நடக்கவில்லை.

அவநம்பிக்கை என்பது நம்பிக்கையைவிட, அறிவார்த்தமான தாகும், நம்பத்தகுந்ததாகவும் தோன்றும்.

நீங்கள் யாரிடமாவது போய், எல்லாம் நன்றாக நடக்கும் என்று கூறிப்பாருங்களேன்; அவர் உங்களை முறைத்துவிட்டு, உங்களிடமிருந்து நழுவப்பார்ப்பார். யாரிடமாவது, நீங்கள் ஆபத்தான கட்டத்தில் இருக்கிறீர்கள் என்று சொல்லிப்பாருங்கள். அவர் உங்களை, நீங்கள் சொல்வதை உற்றுப் பார்ப்பார்,

எவரேனும் ஒருவர், என்னிடம் வந்து ஒரு குறிப்பிட்ட பங்கின் மதிப்பு, அடுத்த வருடத்தில் பத்து மடங்குகளுக்கும் மேலாக ஏற்றமடையும் என்று என்னிடம் கூறினால், நான் அவரை முட்டாள் என்று ஒதுக்கித்தள்ளிவிடுவேன்.

அவநம்பிக்கையின் மீதான ஈர்ப்பு

எவரேனும் ஒருவர், எதையெதையோ பேசிக்கொண்டு, நான் வாங்கிவைத்திருக்கும் பங்கின் மதிப்பு, பொருளாதாரக் குற்றத்தால், வீழ்ச்சியடையப்போகிறது என்று கூறினால், நேரம் ஒதுக்கிக் கொண்டு, அவர்கள் சொல்லும் ஒவ்வொரு வார்த்தையையும் உற்றுக் கேட்பேன்.

நாம் மிகப்பெரிய பொருளாதார மந்தநிலையை எதிர்கொள்ளப் போகிறோம்என்றுசொல்லிப்பாருங்களேன்; உங்களைப்பேட்டிகாண செய்தித்தாள்கள் அழைப்பு விடுக்கும். அதையே, நாம் எப்போதும் போல சராசரி வருவாயைத்தான் அடையப்போகிறோம் என்று கூறிப்பாருங்கள். எவரும் அது குறித்துக் கவலைப்படமாட்டார்கள். அடுத்த மாபெரும் வீழ்ச்சியைப் பார்க்கப்போகிறோம் என்று கூறுங்களேன்; நீங்கள் தொலைக்காட்சிகளில் வருவீர்கள். ஆனால், எதிர்காலம் நல்லவிதமாகத்தான் இருக்கும், சந்தை இன்னும் வளர வாய்ப்பு இருக்கிறது, அல்லது அந்த நிறுவனம் பெருத்த வளர்ச்சியை அடைய நிறைய சாத்தியங்கள் உள்ளன, என்றெல்லாம் நீங்கள் கூறினால், ஆய்வாளர்களும், பார்வையாளர்களும், பொதுவாக, உங்களை ஒரு விற்பனையாளர் என்றோ அல்லது இடர்களையே பார்க்காத கோமாளி என்றோ எள்ளி நகையாடுவர்.

முதலீடு குறித்த ஆய்வறிக்கைகளை வெளியிடுவோர் இந்த உண்மையை நெடுங்காலமாக அறிந்தாலும், இக்காலத்தில், பேரழிவுகளைக்குறித்து ஆருடம் சொல்லும் தீர்க்கதரிசிகள் நிறைந்ததாகவே உள்ளது. ஆனால் உண்மை என்பதோ எதிர்மறையானது. சென்ற நூற்றாண்டில் மட்டும் (லாபம் உள்பட), பங்குச் சந்தையின் மதிப்பு 17,000 மடங்குகள் அதிகரித்து உள்ளது என்பதே அந்த உண்மை.

பொருளாதாரத்தை விட இது உண்மையானதாகும். மேட் ரிட்லி "The Rational Optimist" என்னும் தன்னுடைய நூலில், இவ்வாறு குறிப்பிடுகிறார்:

> அவநம்பிக்கையின் பேரிகை மெல்ல மெல்ல வெற்றிசூடும் எண்ணத்தைப்போல் தேய்ந்துபோய்விடுகிறது. உலகம் முன்னேறிக் கொண்டு வருகிறது என்று நீங்கள் கூறினால், உங்களை உலகம், அனுபவம் அற்றவர் என்றோ, சூழலைக் கணிக்கத்தெரியாதவர் என்றோ பெயரிட்டு ஒதுக்கித் தள்ளும். உலகம் கண்டிப்பாக முன்னேறும் என்று நீங்கள் கூறினால், நீங்கள் பரிகாசத்துகுரிய வகையில் முட்டாளாகப் பார்க்கப்படுவீர்கள். அதையே வேறு விதமாக, உலகம் மிகப்பெரிய பேரிடரைச் சந்திக்க

இருக்கிறது என்று நீங்கள் கூறினால், நீங்கள் மேக் ஆர்தர் விருதையே அல்லது, ஏன் நோபல் விருதையோகூட எதிர்பார்க்கலாம். என்னுடைய சொந்த இளமைப் பருவத்தில், அவநம்பிக்கை குறித்த வித்தியாசமான காரணங்கள் மட்டுமே மாறின. இருந்தாலும் அவநம்பிக்கை மட்டும் விடாமல் இருந்து வருகிறது.

“நான் வினவும் ஒவ்வொரு மக்கள் குழுவினரும், உலகம் பயமுறுத்தக் கூடியதாக, மென்மேலும் வன்மையுடையதாக, நம்பிக்கையற்றதாக மாறிவருவதாக நினைக்கின்றனர். சுருக்கமாகச் சொல்லப்போனால், உண்மை நிலையைவிட, நாடகத்தனமாக அது கருதப்படுகிறது.” “Factfulness” என்னும் தன் நூலில், ஹேன்ஸ் ரோஸ்லிங் இவ்வாறு குறிப்பிடுகிறார்.

பொருளாதார முன்னேற்றம், மருத்துவயியல் கண்டுபிடிப்புகள், பங்குச்சந்தையின் வளர்ச்சி, சமூகத்தில் நிலவும் சமத்துவம் போன்ற பல்வேறு விதமான துறைகளில், மனிதன் தன் வாழ்நாளுக்குள் எந்த அளவுக்கான உயர்வைக் காண இயலும் என்று நீங்கள் உணர்ந்தால், அவநம்பிக்கையைவிட, நம்பிக்கை எவ்வாறு அதற்குத் துணை போகிறது என்பதையும் உணர்வீர்கள். இருந்தும் நாம் நம்பிக்கை அற்றவர்களாய்த்தான் இருக்கின்றோம்.

அவநம்பிக்கை குறித்த அறிவுமயக்கம் என்பது காலங்காலமாக இருந்து வருவதுதான். 1840-இல் ஜான் ஸ்டூவர்ட் மில் எழுதுகின்றார்: “மற்றவர் கையிழந்த நிலையில் இருக்கும்போது நம்பிக்கையுடன் இருக்கும் ஒருவரைவிட, மற்றவர்கள் நம்பிக்கையுடன் இருக்கும்போது, கையிழந்த நிலையில் இருக்கும் ஒருவர்தான் பெரும்பான்மையான மக்களால், ஞானியாகப் போற்றப்படுகின்றார் என்பதை நான் உணர்கின்றேன்.”

கேள்வி, எது என்பதுதான். நாம் பணம் குறித்து எப்படிச் சிந்திக்க வேண்டும் என்னும் போக்கில் அது எவ்வாறு தாக்கத்தை ஏற்படுத்துகிறது என்பதுதான்.

யாரும் முட்டாள்கள் இல்லை என்னும் அனுமானத்தை மீண்டும் நினைவு கூர்வோம்.

பணம் குறித்து யோசிக்கும்போது, ஏன் அவநம்பிக்கை, தாக்கத்தை ஏற்படுத்துவதாக இருக்கிறது என்பதற்கான சரியான காரணங்கள் உள்ளன. நாம் ஒரு குறிப்பிட்ட பாதையில் மிகவும்

தீவிரமாக ஈடுபடக்கூடாது என்பதை நமக்குத் தெரிவிக்கும் பொருட்டு, அவநம்பிக்கை நமக்கு உதவுகிறது.

இந்தப் போக்கின் ஒருபகுதி அனிச்சையானதும் தவிர்க்க இயலாததும் ஆகும். கஹனேமன் இதுகுறித்து, நஷ்டத்தைத் தவிர்க்க, இந்தச் சமச்சீரற்ற வெறுப்பு, காலத்தின் போக்கில் நமக்குக் காப்பாக அமைகிறது என்கிறார்.

மேலும் அவர்:

> "ஒருவரோடு ஒருவரை நேருக்கு நேர் ஒப்பிட்டாலோ அல்லது கணித்தாலோ லாபங்களை விட நஷ்டங்களே அதிகமாகத் தெரிகின்றன. இத்தகைய எதிர்மறையான மற்றும் நேர்மறையான எதிர்பார்ப்புகளும், அனுபவங்களுக்கும் இடையேயான சமச்சீர் அற்றத்தன்மை பரிணாம வரலாற்றைக் கொண்டதாகவே இருக்கின்றது. வாய்ப்புகளை விட இடர்களை ஊக்குவிக்கும் உயிரினங்களே மிகவும் வேகமாகச் செயல்படுகின்றன. அத்தகையவையே வாழ்க்கையில் தாக்குப்பிடிப்பதிலும், தங்கள் இனத்தைப் பெருக்குவதிலும் வெற்றியடைகின்றன."

ஆயினும், சில வேறு காரணிகள், பொருளாதார அவநம்பிக்கையை, நம்பிக்கையைவிட அதிக அளவில் எளிதானதாகவும், பொதுவானதாகவும், தூண்டுவதாகவும் அமைக்கின்றன.

முதலாவதாக, பணம் என்பது எங்கும் இருக்கும் பொருளாக இருக்கிறது. அதன் காரணமாக, ஏதாகிலும் எதிர்மறையாக நடைபெறும் போது, அனைவரையும் தாக்கக்கூடியதாகவும், அனைவரையும் கவரக்கூடியதாகவும் அமைகின்றது.

நிலைமை அப்படியென்பது உண்மை இல்லை. ஃபுளோரிடாவைத் தாக்கும் சூறாவளிக்காற்று, 92 சதவிகித அமெரிக்கர்களை நேரடியாகப் பாதிப்பதில்லை. ஆனால் பொருளாதாரத்தின் மந்தநிலை, ஒவ்வொருவரையும் தாக்குகிறது. அது உங்களையும் தாக்குகிறது; அதனால்தான் அது எல்லோருடைய கவனத்தையும் பெறுகின்றது.

இது பங்குச்சந்தை குறித்த பிரத்தேயமான ஒன்றாக இருக்கலாம். அமெரிக்கர்களில், பாதிக்கும் மேலானவர் பங்குகளை

வைத்திருக்கிறார்கள்.[57] பங்குச்சந்தை குறித்த ஏற்றத்தாழ்வுகளை, ஊடகம் பெரிதாக்கிக்காட்டுவதால், “Dow Jones Industrial Average” -இன் கணிப்பின்படி, பங்குகளை வைத்திருக்காத மற்றவர்களும் பங்குசந்தையின் போக்கைக் குறித்து, அதை ஒரு பொருளாதார அளவுகோலாகக்கொண்டு, கூர்ந்து கவனிக்கிறார்கள்.

மாலைச்செய்திகளில், 1 சதவிகிதம் ஏற்றம் கண்ட பங்குகள் குறித்து மிகவும் சுருக்கமாகவே செய்திகள் வெளிவரும். ஆனால் அதே 1 சதவிகித வீழ்ச்சி அடையும் போது, அது, கொட்டை எழுத்துகளில், சிவப்பு நிறத்தில் பளிச்சென்று தெரியும்படியாகக் காட்டப்படும். இத்தகைய சமச்சீரற்ற நிலை தவிர்க்க இயலாதது.

மேலும் ஏன் சந்தை இன்று ஏற்றம் கண்டது என்று கேள்வி எழுப்பினாலோ அல்லது விளக்கம் கூற முற்பட்டாலோ (அப்படி ஏற்றம் காணக்கூடாதா என்ன?) உடனடியாக, தவறாமல் அது ஏன் இறக்கம் கண்டது என்பதற்கான விளக்கம் இடம்பெற்றிருக்கும்.

முதலீட்டாளர்கள் பொருளாதார வளர்ச்சியைக் குறித்து கவலைப்படுகிறார்களா என்ன?

மைய அரசு மீண்டும் ஏதாவது செய்ததோ?

அரசியல்வாதிகள் ஏதாவது தவறான முடிவுகளை எடுக்கிறார்களோ?

இன்னுமொரு வீழ்ச்சியை நாம் காணப்போகிறோமா?

வீழ்ச்சி ஏன் ஏற்பட்டது என்பதற்கான மேற்கோள்கள் அவர்களை மேலும் எளிதாகப் பேசுவதற்கும், கவலைப்படுவதற்கும், அடுத்து என்ன நிகழப்போகிறது என்பது குறித்து அதைச்சுற்றி ஒரு கதைகட்டுவதற்கும் உதவி செய்கின்றன. இத்தகைய போக்கு பெரும்பாலும் நடைபெறுகிறது.

உங்களிடம் பங்குகள் இல்லையென்றாலும், அத்தகைய பேச்சுகள் உங்கள் கவனத்தை வெகுவாகக் கவர்கின்றன. 1929-ஆம் ஆண்டு, அந்த பெரும் மந்தநிலை ஏற்படுவதற்கு முன்னர், அமெரிக்காவின் 2.5 சதவிகித மக்களே பங்குகளை வைத்திருந்தனர். ஆனாலும், அமெரிக்கா முழுவதுமாக, ஏன் உலகம் முழுவதும்கூட, பெருத்த திகைப்புடன், சந்தையின் சரிவை கவனித்தது. தங்கள் விதியை அது எப்படி மாற்றப் போகிறதோ என்ற அச்சமும் இருந்தது. நீங்கள் வழக்கறிஞரா, உழவரா அல்லது கார் மெக்கானிக்கா, எந்த வகையினராகவும் இருந்தாலும், மேற்கூறியதுதான் உண்மை.

வரலாற்று அறிஞர் எரிக் ரௌச்வே கூறுகின்றார்:

"இந்த மதிப்பின் வீழ்ச்சி, அமெரிக்காவின் மிகச் சிலரை மட்டுமே தாக்கியது. இருந்தாலும் அது தங்கள் வாழ்க்கையின் விதி மாறுவதற்கான அறிகுறியோ என்ற ஆதங்கத்துடன் மற்றவர்களுடன் அதைக் கூர்ந்து நோக்கினர். பலர், அவர்களுடைய பொருளாதார முயற்சிகளையும் கூட நிறுத்திவைத்தனர்."[58]

பொருளாதார நிபுணர் ஜோசப் ஸ்கபெட்டர் பின்னர் குறிப்பிடுகையில், "தாங்கள் நின்றுகொண்டிருக்கும் பூமி வெடித்துத் தங்களை உள்ளுக்குள் இழுத்துக்கொண்டுவிடுமோ என்பதைப்போன்ற அச்சத்தை உணர்ந்தனர்" என்கிறார்.

உங்களுக்கு அது பிடிக்கிறதோ இல்லையோ, உங்கள் வாழ்க்கையைத் தாக்கக்கூடிய இரண்டு விஷயங்கள் உள்ளன: பணம் மற்றும் உடல் ஆரோக்கியம். உடல் ஆரோக்கியம் பொதுவாக தனிப்பட்டவரைப் பொறுத்தது. பணம் குறித்த சர்ச்சைகள் பொதுவானவை. ஒருவர் எடுக்கக்கூடிய முடிவுகள் மற்றவர்களைத் தாக்கும் என்ற நிலையில் இருக்கும் சூழலில், மற்றெந்த விஷயங்களைப்போலவே, பொருளாதார இடர்களும் கவனத்துக்கு வருகின்றன என்பது புரிந்துகொள்ளக்கூடிய ஒன்றே.

இரண்டாவதாக, அவநம்பிக்கையுடையவர், எதிர்காலத்தில் எப்படிச் சந்தை மாற்றத்துக்குள்ளாகும் என்பதைக் குறித்து கணிக்காமலேயே, இன்றைய தரவுகளைக் கொண்டு அனுமானிப்பது தான்.

2008-ஆம் ஆண்டு, சுற்றுப்புறச் சூழ்வியலாளர் லெஸ்ட்டர் பிரௌன் குறிப்பிடுகின்றார்: "2030-ஆம் ஆண்டுக்குள் சீனாவுக்கு, நாளொன்றுக்கு, 98 மில்லியன் பேரல்கள் கச்சா எண்ணெய்த் தேவை இருக்கும். இந்த உலகம், தற்பொழுது சராசரியாக 85 மில்லியன் பேரல்கள் கச்சா எண்ணெயை எடுக்கிறது. அதற்கு மேலும் எடுப்பதற்கான வாய்ப்புகளும் குறைவே. அதுதான் கச்சா எண்ணெய் இருப்பின் நிலை."[59]

அவர் சொல்வது சரிதான், அந்தக் கட்டத்தில் உலகுக்குத் தேவையான கச்சா எண்ணெய் இல்லாமல் போகும்.

ஆனால், பங்குச்சந்தை அப்படி செயல்படுகின்ற ஒன்றில்லை.

பொருளாதாரத்தின் திடமான விதி ஒன்று உள்ளது: அதீதமான நல்லசூழலோ அல்லது அதீதமான கெட்ட சூழலோ, அதே நிலையில் தொடர்ந்து இருப்பதற்கான வாய்ப்புகள் அரிதே. ஏனென்றால், நாம் கணிக்க இயலாத அளவிற்கு, உலகின் தேவையும், உற்பத்தியும் ஒன்றை ஒன்றை அனுசரித்தே போகும்.

பிரெளன் கணிப்புக்குப்பின்னர் கச்சா எண்ணெயின் நிலை எவ்வாறு ஆனது என்பதைக் கவனியுங்கள்.

2008-ஆம் ஆண்டிலிருந்து கச்சா எண்ணெயின் தேவை உலகளாவிய வகையில் அதிகரிக்கத் தொடங்கியது. அந்த அதிகரிப்பில் சீனாவின் பங்கு பெருமளவில் இருந்தது. 2001 - ஆம் ஆண்டு வாக்கில், 20 டாலர்களுக்கு விற்கப்பட்ட கச்சா எண்ணெய், 2008-இல்,138 டாலர்களுக்கு உயர்ந்தது.[60]

அந்தப் புதிய விலையில், கச்சா எண்ணெய், மண்ணிலிருந்து தோண்டி எடுக்கும் தங்கத்தைப்போன்று மதிப்பைப் பெறத்தொடங்கியது. எண்ணெய் உற்பத்தியாளர்களுக்கான ஊக்கத்தொகையில் பெருத்த மாற்றங்கள் ஏற்படத்தொடங்கின. 20 டாலர்களில் தோண்டி எடுத்து விற்பதற்கே சிரமத்தில் இருந்த வியாபாரம், 138 டாலர்கள் என்றானபோது அது மிகவும் பெரிய வரப்பிரசாதமாகக் கருதப்பட்டது.

அத்தகைய நிலை, கச்சா எண்ணெய்க்காக, பூமியைத் துளையிடுவதில் புதிய முறைகளைக் கையாளுவதில் கவனம் செலுத்த வாய்ப்புகளை அளித்தது.

பூமி ஏறக்குறைய எல்லாக் காலத்திலும், ஒரே அளவிலான கச்சா எண்ணெயை மட்டுமே இருப்பில் கொண்டது. அத்தகைய பெரிய எண்ணெய் இருப்புகள் இருக்கின்றன என்பதை நாம் சிலகாலமாகவே அறிந்தே தான் இருந்தோம். தொழில்நுட்பத்தின் செயல்திறனால், நம்மால் சிக்கனமான செலவில், கச்சா எண்ணெயைத் தோண்டி எடுக்க முடிகிறது.

கச்சா எண்ணெய் வரலாற்று ஆய்வாளர், டேனியல் யெர்கின் கூறுகிறார்: “அமெரிக்காவில் உள்ள எண்ணெய் இருப்புகள் அனைத்தும், அவை கண்டுபிடிக்கப்பட்டபோது கணித்தவையல்ல, மாறாக பின்னர் அவை மீண்டும் திருத்திக் கணிக்கப்பட்டன.” அது நமக்கு வாய்த்த தொழில்நுட்பத்தால் மட்டுமே சாத்தியமானது.

2008-ஆம் ஆண்டு வாக்கில், “Fracking” எனப்படும் புதிய தொழில்நுட்பமுறை கண்டுபிடிக்கப்பட்ட பின்னர் இப்படித்தான் நடந்தது. அமெரிக்காவில் மட்டும், 2008-ஆம் ஆண்டு, நாளொன்றுக்குச் சராசரியாக இருந்த மில்லியன் பேரல் கச்சா

எண்ணெய் உற்பத்தி, 2019-ஆம் ஆண்டு 13 மில்லியன் பேரல்களாக உயர்ந்தது.[61] இப்போதைய உலக கச்சா எண்ணெய் உற்பத்தி நாளொன்றுக்குச் சராசரியாக 100 மில்லியன் பேரல்களைவிட அதிகம். இது பிரௌன் முன்னர் கணித்ததை விட, 20 சதவிகிதம் அதிகம்.

ஓர் அவநம்பிக்கையாளர், 2008-ஆம் ஆண்டில் கச்சா எண்ணெயின் எதிர்கால அளவைக் கணிக்கும்போது மிகவும் குறைவாகவே இருந்தது. ஆனால், தேவை என்பது மட்டுமே புதுப்புது கண்டுபிடிப்புகளுக்கான தாயாக இருக்கும். அதன்படி, ஒரு நம்பிக்கையாளருக்கு, அவர் தேவைக்குப் போதுமான எண்ணெய் கிடைக்கத்தான் செய்கிறது. அது பயமுறுத்தும் அளவிற்கான குறைந்த அளவில் இல்லை.

எது மிகவும் கொடூரமான சூழலாக இருக்கிறதோ அது எப்போதுமே கொடூரமாகவே இருக்கும் என்று கணிப்பது எளிது தான். அது நம்பக்கூடியதாகவும் இருக்கத்தான் செய்கிறது. ஆனால், நாம் இயற்கை மாறிக்கொண்டே இருக்கும் என்பதை உணர மறுக்கின்றோம். தவறுகள் இயற்கையாகவே திருத்தப்படுகின்றன; மக்கள் அதற்கேற்ப தங்களைத் தகவமைத்தும் கொள்கின்றனர். அவர்கள் தேவைக்கு ஏற்ற அளவில், புதுப்புது யுக்திகளை பயன்படுத்த ஆரம்பிக்கின்றனர். அதுதான் பொருளாதார வரலாற்றின் மையக்கருத்தாகும். இதை மிகவும் எளிதாக மறந்து விடும் அவநம்பிக்கையாளர்கள், எதிர்காலத்தை, மாற்றங்களை ஒட்டிக் கணிக்காமல், ஒரு நேர்கோட்டில் கணிக்கின்றனர்.

மூன்றாவதாக, முன்னேற்றம் என்பது நாம் கவனிக்கத்தவறும் வகையில், மெதுவான கதியில் ஏற்படுகின்றது. ஆனால், பேரிடர்கள் மிகவும் விரைவாக ஏற்படுகின்றன; அதனால் அதை கவனிக்காமல் இருக்கவும் முடிவதில்லை.

ஒற்றை இரவில் புதைந்து போன வரலாறுகள் பல உள்ளன. ஆனால், அதிசயங்கள், என்றும் ஒற்றை இரவில் நிகழ்வன அல்ல.

1889-ஆம் ஆண்டு, ஜனவரி 5-ஆம் தேதி, “Detroit Free Press” என்னும் பத்திரிகை, மனிதன் ஒருநாள், பறவையைப் போல பறப்பதற்கான வாய்ப்பு வருவதற்குச் சாத்தியமே இல்லை என்று அறிவித்து ஒரு கட்டுரையை வெளியிட்டது. அது அவனுடைய வெகுகால ஆசைதான் இருந்தாலும் “அது முடியாத ஒன்றே” என்று பிரகடனப்படுத்தியது.

"பறப்பதற்குத் தேவையான ஒரு கருவியின் சுமை, அதற்குத் தேவையான எரிபொருள் சுமை, அதில் பயணம் செய்யும் பயணியின் சுமை, இவற்றைக் கணக்கிட்டால், குறைந்த அளவு 300 அல்லது 400 பவுண்டுகள் தேவைப்படும். ஆனால், குறைந்த அளவு சுமைக்கும் கூடுதலான அளவில் பறக்கவைத்தல் சாத்தியமில்லை. கண்டிப்பாக அந்த அளவு 50 பவுண்டுகளைவிட அதிகமாக இருக்க வாய்ப்பில்லை. இதற்கும் மேலாக இயற்கையால் ஆகக்கூடியது இல்லை"

இது நடந்து ஆறு மாதங்களுக்குப் பிறகு, உயர்நிலைப் பள்ளியிலிருந்து விலக்கப்பட்ட ஓர்வில்லே ரைட், அவர்களுடைய தோட்டத்தில் இருந்த ஒரு கொட்டகையில்,ஒரு அச்சு எந்திரத்தை உருவாக்கிக்கொண்டிருந்த அவருடைய அண்ணன் வில்பர்ட்டுக்கு உதவியாகச் சேர்ந்தார். அதுவே அவர்கள் இருவரும் இணைந்து கண்டுபிடித்த முதல் கருவி. ஆனால் அதுவே இறுதியானது என்று ஆகவில்லை.

20-ஆம் நூற்றாண்டின் மிகச்சிறந்த கண்டுபிடிப்புகளை நீங்கள் நிரலிட ஆரம்பித்தால், முதலாவதாக அமையாவிட்டாலும், முதல் ஐந்துக்குள் கண்டிப்பாக ஒன்றாக வருவது விமானத்தின் கண்டுபிடிப்புதான். விமானம் எல்லாவற்றையும் முற்றிலுமாக மாற்றிக்காட்டியது. உலகப் போர்களை உருவாக்கியது; உலகப் போர்களை முடிவுக்கும் கொண்டுவந்தது. அது உலகத்தை ஒன்றிணைத்தது. உலக நகரங்கள், கிராமங்கள், பெருங்கடல்கள், நாடுகள் ஆகியவற்றுக்கு இடையேயான தூரங்களையும், வித்தியாசங்களையும் களைந்தது.

ஆனால், உலகின் முதல் விமானத்தைக் கண்டுபிடிக்க வில்பர்ட் சகோதர்களுக்குள் இருந்த பெருத்த விழைவு, ஒரு வித்தியாசமான திருப்பத்தைக் கொண்டதாகவே அமைந்திருந்தது.

அவர்கள் விமானத்தைக் கண்டுபிடித்து ஓட்டியபின்னர், அதை யாருமே கண்டுகொண்டதாகத் தெரியவில்லை. யாருக்குமே அதுகுறித்த கவலையும் இருந்ததாகத் தெரியவில்லை.

1952-ஆம் ஆண்டில் ஃபெடரிக் லீவீஸ் ஆலன் என்பவர் எழுதிய அமெரிக்க வரலாற்றைப் பற்றிய நூலில் இவ்வாறு குறிப்பிடுகிறார்:

"ரைட் சகோதரர்கள் என்னச் செய்ய துணிகிறார்கள் என்பதை அறிந்து கொள்ளவே பொதுமக்களுக்குப் பல ஆண்டுகள் ஆகிவிட்டன. மனிதன் பறக்கவே இயலாது என்னும் கோட்பாட்டில் மக்கள் மிகவும்

> உறுதியாக இருந்தார்கள். ஓயிஹோவில் 1952-ஆம் ஆண்டில் இவ்விரு சகோதரர்களும் பறந்து காட்டியதை நேரடியாகப் பார்த்தவர்கள்கூட, அது ஏதோ தந்திரத்தால் செய்யப்பட்டது என்று முடிவுசெய்துவிட்டனர். அதன் முக்கியத்துவததை உணராமல், இன்றைய காலத்தில் நாம் அறியும் டெலிபதி போன்ற ஒரு மாயைதான் அந்தச் சாகசம் என்று நம்பினர். இச்சகோதரர்களின் முதல் ஓட்டத்துக்குப் பிறகு, ஏறக்குறைய நாலாண்டுகள் கழித்து, 1908-ஆம் ஆண்டு மே மாதம், செய்தித்தாள் நிருபர்கள் அவர்கள் செய்யும் பணிகுறித்துப் பார்த்துவர அனுப்பப்பட்டபோதுதான் அது ஒருவாறாக வெளிவந்தது. இந்த நிருபர்கள் அளித்த செய்திக்கு தகுந்த மரியாதை கொடுத்த செய்தித்தாள் ஆசிரியர்கள் அதைத் தங்கள் இதழ்களில் பதிப்பிட்ட பின்னர் தான், மனிதனின் பறக்கும் ஆசை நிறைவேறிவிட்டது என்பதை உலகம் உணர்ந்துகொண்டது."

விமானத்தால்வசீகரிக்கப்பட்டாலும்,மேலும்பலஆண்டுகளுக்கு, விமானம் குறித்து மக்கள், குறைவாகவே மதிப்பிட்டனர்.

முதலில் அது ஒரு போர்கள ஆயுதமாகவே பார்க்கப்பட்டது. பின்னர்,பெருத்தபணக்காரர்களின்பொம்மையாகப்பார்க்கப்பட்டது. அதற்குப்பின்னரே, மெதுவாக அது பொது மக்களின் சேவைக்காகப் பயன்பட ஆரம்பித்தது.

இதுகுறித்து 1919-ஆம் ஆண்டு "தி வாஷிங்டன் போஸ்ட்" தன் இதழில் குறிப்பிட்டது: "வானத்தில் பறக்கக்கூடிய விமானங்களை வணிகரீதியாக எப்போதுமே காண முடியாது. இத்தகைய விமானங்கள், அத்தகைய சுமைகளை, தரையிலிருந்து பறக்கச் செய்வது கடினம்." ஆனால், அதற்கு அடுத்த ஐந்து மாதத்தில், உலகின் முதல் சரக்கு விமானம் பறந்தது.

ஆண்டுக்குக்கணக்கில் நம்பமறுத்த அந்த விமானங்களின் பயன்பாடுகள் குறித்த அந்த நம்பிக்கையை, இப்போது நிறுவனங்கள் திவாலாகும்போது, மக்களுக்குள் தோன்றும் அவநம்பிக்கையுடன் ஒப்பிட்டுப்பாருங்கள்.

இல்லையென்றால் ஒரு பெரிய போரை நினைத்துப்பாருங்கள்.

இல்லையென்றால் ஒரு விமான விபத்தை நினைத்துப் பாருங்கள். ரைட் சகோதரர்களின் குறிப்புகளிலிருந்து ஒரு விஷயம் தெரியவருகிறது. 1908-ஆம் ஆண்டு, தாமஸ் செல்பிரிட்ஜ் என்னும் பெயர் கொண்ட, சேனைத்தளபதி, அவர்களுடைய

விமானத்தை கன்னியோட்டம் ஓட்டிப்பார்த்தபோது விபத்தில் உயிரிழந்தார்.[62]

வளர்ச்சி என்பது கூட்டுத்தொகையால் வரப்பெறுவது; அது எப்போதுமே காலம் எடுத்துக்கொள்ளும். அழிவு என்பது சில ஒற்றைக்கண தோல்விகளால் ஏற்படுவது. அத்தகைய தோல்விகள் சில வினாடிகளில் ஏற்படுவது. அதன் மூலம், நம்பிக்கையை இழப்பதும் அந்தக் கணத்திலேயே ஏற்படும்.

ஓர் அவநம்பிக்கையை மையமாகக் கொண்டு நாம் எளிதாக ஒரு கதையைக் கட்டிவிடமுடியும். ஏனென்றால், அத்தகைய கதைகளின் கூறுகள், புதியனவாகவும், இப்போதுதான் நிகழ்ந்தவை போல இருப்பதாலும்தாம். நம்பிக்கை குறித்த கோட்பாடுகளை வரையறுக்க, நீண்ட வரலாறும், வளர்ச்சிகளும் தேவைப்படுகின்றன. அதை மக்கள் மறந்துவிட்டு, துண்டுச் செய்திகளில் தொலைந்துபோகின்றனர்.

மருத்துவத்தின் வளர்ச்சியைப் பாருங்கள். சென்ற வருடத் தரவுகளை மட்டுமே வைத்துக்கொண்டு அதுகுறித்து ஒரு முடிவுக்கு வந்து விட இயலாது. வெறும் பத்தாண்டுகளின் வளர்ச்சியை வைத்துக்கொண்டு அதைக் கணிப்பது தவறு. ஆனால் சென்ற 50 ஆண்டுகளின் தரவுகளை வைத்துக்கொண்டு நோக்கும்போது, அசாதரமான நிகழ்வுகளை நீங்கள் பார்க்க நேரலாம். உதாரணமாக, 1965-ஆம் ஆண்டு வாக்கில் இருந்த இதய நோயால் ஏற்பட்ட இறப்புகளை நோக்கினால், இன்றைய நிலையில் அந்த நிலையிலிருந்து 70 சதவிகிதம் குறைக்கப்பட்டுள்ளது.[63] இது தேசிய உடல் ஆரோக்கியக் கழகம் வெளியிட்ட தகவல். 70 சதவிகிதக் குறைப்பு என்பது, ஒவ்வொரு ஆண்டும், ஏறக்குறைய அரை மில்லியன் அமெரிக்க உயிர்களைக் காப்பாற்றுவதாகும். அட்லாண்டாவில் ஒவ்வொரு வருடமும் காப்பாற்றப்படும் உயிர்களின் எண்ணிக்கையை எடுத்துக்கொள்ளுங்கள். ஆனால் இந்த வளர்ச்சி மிகவும் மெதுவாக நடைபெறுவதால், அது மக்களால் தீவிரவாதம், விமான விபத்துகள், இயற்கைப் பேரிடர்கள் போன்ற திடீர் இழப்புகளைப் போன்று, அத்தனை விரைவாகக் கவனிக்கப்படுவதில்லை.

கேடரீனா சுழற்காற்று, வாரத்துக்கு ஐந்துமுறை, ஒவ்வொரு வாரமும் நடப்பதாகக் கற்பனை செய்துகொள்ளுங்கள். அது அப்படிப்பட்ட தாக்கத்தை மக்களின் மனங்களில் ஏற்படுத்தும்? கண்டிப்பாக அது, கடந்த ஐம்பதாண்டுகளில், காப்பாற்றப்படும் இதய நோயாளிகளின் ஆண்டு எண்ணிக்கையைவிடக் குறைவாகவே இருக்கும்.

இதேமுறைதான் வணிகத்திலும் நிலவுகிறது. ஒரு உற்பத்திப்பொருளையையோ அல்லது நிறுவனத்தைக் குறைத்தோ, அது இவ்வகையில் முக்கியமானது என்பதை நாம் உணர்ந்துகொள்ளப் பல வருடங்கள் ஆகின்றன. ஆனால், அத்தகைய நிறுவனங்களின் வீழ்ச்சிகள் ஒற்றை இரவில் நடந்து முடிகின்றன.

பங்குசந்தைகளில், ஓர் ஆறு மாதங்களில் ஏற்படும் 60 சதவிகித வீழ்ச்சி, பெருத்த அளவில் உரைகளையும், ஆய்வுகளையும் மேற்கொள்ள வைக்கிறது. ஆனால், ஓர் ஆறாண்டுகளில் ஏற்பட்ட 140 சதவிகித வளர்ச்சி, முற்றிலுமாக கவனிக்கப்படாமலேயே போய்விடுகிறது.

நம்முடைய பணியில், நல்ல பெயரைப்பெற பல ஆண்டுகள் ஆனாலும், நம்முடைய வீழ்ச்சி ஒற்றை மின்மடலால் கூட சாத்தியமாகிறது.

அவநம்பிக்கையின் குறுகியகாலத் தாக்குதல் மறையாது நிலவுகிறது; ஆனால் நம்பிக்கையின் அதீத இழுசக்தி, அறியப்படாமலேயே அழிந்துபோகின்றது.

சென்ற அத்தியாயத்தில் நான் குறிப்பிட்ட ஒரு கருத்தை இது வலியுறுத்துகிறது: முதலீட்டின் போது நீங்கள் வெற்றிக்கான விலையைக் கணித்தல் அவசியம். வெற்றிக்குப்பின்னால் இருக்கும் நிலையற்ற தன்மை, இழப்பு ஆகியவற்றை உணர்ந்து, அந்த விலையை நாம் கொடுக்கத்தான் வேண்டும்.

2004 - ஆம் ஆண்டு, 'தி நியூயார்க் டைம்ஸ்' ஸ்டிபன் ஹாக்கின்ஸ்-ஐ நேர்காணல் கண்டது. அறிவியல் அறிஞரான ஹாக்கின்ஸ், தடுப்புமுறை இல்லாத நோயான ஒரு நரம்புசம்பந்தப்பட்ட நோயால் தாக்கப்பட்டு தன்னுடைய 21-ஆம் வயதிலிருந்தே பேச்சுச்சக்தியை இழந்தவர்.

அவர் சாதாரண மக்களுக்குத் தன் புத்தகத்தை விற்பதில் எப்படியான மகிழ்ச்சியை அடைகிறார் என்று கேட்கப்பட்டபோது, தன்னுடைய கணிப்பொறியின் மூலம் தன் விடையை அளிக்கின்றார்.

"இப்போதுபோல் எப்போதும் நீங்கள் மகிழ்ச்சியாகத்தான் இருந்தீர்களா?"

"என்னுடைய 21-ஆவது வயதில் எதிர்பார்ப்புகள் தரைமட்டமாயின. அதன்பிறகு நான் பெறும் அனைத்தும் எனக்குக் கிடைக்கும் பரிசுகளே."

பெரிதாக ஒன்றை எதிர்பார்ப்பது என்பது முக்கியமானது. அவநம்பிக்கை எதிர்பார்ப்புகளைக் குறைத்து, நீங்கள் சிறந்தவை என்று எண்ணுபவைக்கும், சாத்தியப்படும் விளைவுகளுக்கும் இடையேயான அந்த தூரத்தைக் குறுக்கிவிடுகிறது.

அதனால்தான் ஒருவேளை, அது அத்தனைக் கவர்ச்சியாகத் தெரியலாம். எதிர்பார்க்குமொன்றை மோசமானதாக எதிர்பார்க்கும் நிலை, அவை உண்மையில் அப்படி அமையவில்லை எனும்போது, நம்மை மகிழ்விக்கும் நிலையைப் பெறுகிறது.

முரணாக, இது நம்பிக்கையைக் குறித்த ஒன்றாக அமைகிறது.

இப்போது, நாம் கதைகளின் ஒரு கதையைப் பார்ப்போம்.

18
எல்லாவற்றையும் நீங்கள் நம்பும்போது

நம் மனத்தைக் கவரக்கூடிய புனைவுகளும் கதைகளும், புள்ளியியலைவிட அதிக தாக்கத்தை ஏன் ஏற்படுத்துகின்றன?

ஒரு வேற்றுக்கிரகவாசி பூமிக்கு அனுப்பப்படுகிறார் என்று எடுத்துக் கொள்ளுங்கள். அவரது வேலை, நம்முடைய பொருளாதார நிலைமையைக் கவனித்து வருதல் என்றும் கொள்வோம்.

நியூயார்க் நகரத்தின் மீது அவர் சுற்றியபடி, 2007 - ஆம் ஆண்டிலிருந்து 2009 - ஆம் ஆண்டு வரையிலாக, பொருளாதாரம் எப்படியான மாற்றங்களைப் பெற்றுள்ளது என்று கணக்கிடுகிறார்.

2007-ஆம் ஆண்டின் புத்தாண்டு தினத்துக்கு முந்தைய நாள் அவர் டைம்ஸ் ஸ்கொயர் மீது பறந்தபடி இருக்கிறார். ஒளிமயமான வண்ண விளக்குகளுக்கிடையே, ராட்சத விளம்பரப்பதாகைகளுடன், தொலைகாட்சி கேமராக்களும், வானவேடிக்கைகளும் நிகழ்ந்து கொண்டிருந்த அந்த இடத்தில் ஆயிரக்கணக்கில் மகிழ்ச்சியாக குழுமியிருந்த அந்த மக்களைப் பார்க்கின்றார்.

மீண்டும் 2009-ஆம் ஆண்டு புத்தாண்டு தினத்தன்று அதே டைம்ஸ் ஸ்கொயருக்கு அவர் வருகிறார். ஒளிமயமான வண்ண விளக்குகளுக்கிடையே, ராட்சத விளம்பரப்பதாகைகளுடன், தொலைகாட்சி கேமராக்களும், வானவேடிக்கைகளும் நிகழ்ந்து கொண்டிருந்த அந்த இடத்தில் ஆயிரக்கணக்கில் மகிழ்ச்சியாக குழுமியிருந்த அந்த மக்களைப் பார்க்கின்றார்.

இரண்டும் ஒரேவிதமாகவே அவருக்குத் தெரிந்தன. பெருத்த வித்தியாசம் ஏதும் இல்லை.

ஏறக்குறைய அதே எண்ணிக்கையிலான நியூயார்க் நகர மக்கள் அந்த நகரில் சுற்றிக்கொண்டிருந்தனர். அந்த மனிதர்களைச் சுற்றி, அதே எண்ணிக்கையிலான அலுவலகக் கட்டிடங்கள். அக்கட்டிடங்களில் முன்பு இருந்த மாதிரியே அதே எண்ணிக்கையிலான மேசைகள், கணிப்பொறிகள், அதே எண்ணிக்கையிலான இணையத் தொடர்புகளே இருந்தன.

நகருக்கு வெளியே, அவருக்கு அதே எண்ணிக்கையிலான தொழிற்சாலைகள், கிடங்குகள், இவற்றை இணைக்கும் பெருவழிகள், அவற்றில் ஓடும் அதே எண்ணிக்கையிலான வாகனங்கள் என அதே காட்சி.

அவர் தரைக்குச் சற்று அருகில் இறங்கிப் பார்க்க, அதே எண்ணிக்கையிலான பல்கலைக்கழகங்கள், அதே பாடங்களைக் கற்பித்து, அதே சான்றிதழ்களை அதே எண்ணிக்கையிலான மக்களுக்கு விநியோகம் செய்துகொண்டிருந்தன.

அதே எண்ணிக்கையிலான காப்புரிமைகள், அதே எண்ணிக்கையிலான கண்டுபிடிப்புகளைக் காத்துக் கொண்டிருக்கின்றன.

தொழில்நுட்பம் வளர்ச்சி பெற்றுள்ளதைக் காண்கிறார் அவர். 2007-ஆம் ஆண்டு காணப்படாத செல்போன்களை 2009-ஆம் ஆண்டு மக்கள் பயன்படுத்துவதைக் காண்கிறார். கணிப்பொறிகள் முந்தி இருந்ததைவிட இப்போது மேலும் துரிதமாக இயங்கக்கூடியனவாக இருந்தன. மருத்துவம் முன்னேறியிருந்தது. கார்களில் அதிக மைலேஜ் கிடைக்கிறது. சோலார் தொழில்நுட்பம் முன்னேறியுள்ளது. சமூக ஊடகம் மிகப்பெரும் வளர்ச்சியைக் கண்டுள்ளது.

நகரைச் சுற்றி வந்த அவர், ஏறக்குறைய அதே நிலையை எங்கும் காண்கிறார். உலகின் மற்ற பகுதிகளிலும் அவ்வாறே அவருக்குத் தெரிகிறது.

பொருளாதாரத்தின் நிலை, 2007 ஆம் ஆண்டில் இருந்த மாதிரியேவோ அல்லது அதைவிடச் சற்று சிறப்பாகவோ 2009-ஆம் ஆண்டு இருந்தது.

பின் அவர் கணக்குவழக்குகளைப் பார்க்க ஆரம்பிக்கிறார்.

2007-ஆம் ஆண்டிலிருந்து 2009-ஆம் ஆண்டு கணக்குப்படி, அமெரிக்க வீடுகளின் பொருளாதாரம் 16 டிரில்லியன் டாலர்கள் வீழ்ச்சியை அடைந்திருந்ததைக் கண்டு அவர் அதிர்ச்சிக்குள்ளாகிறார்.

பத்து மில்லியன் அமெரிக்கர்கள் மேலும் வேலையிழந்து நிற்கும் நிலையைக் கண்டு அவர் பேரதிர்ச்சிக்குள்ளாகிறார்.

எல்லாவற்றையும் நீங்கள் நம்பும்போது

பங்குச்சந்தையின் மதிப்பு சென்ற இரண்டாண்டுகளுக்கு முன்னர் இருந்ததைவிட பாதியாகிவிட்டதைக் கண்டு அவரால் நம்பமுடியவில்லை.

மக்கள் எதிர்பார்த்த பங்குசந்தையின் எதிர்காலக் கணிப்பு பொய்த்துவிட்டதை அவரால் நம்பமுடியவில்லை.

"இது எனக்குப் புரியவில்லை" என்று அவர் யோசிக்கிறார்: "நான் நகரங்களைப் பார்த்துவிட்டேன், தொழிற்சாலைகளைப் பார்த்துவிட்டேன். உங்களிடம் அதே ஆட்கள் உள்ளார்கள், அதே தொழில்நுட்பம் உள்ளது, அதே யுக்திகள் உள்ளன. எதுவுமே மாறவில்லை! ஆனாலும் எப்படி நீங்கள் ஏழையராகி இருக்கிறீர்கள்? ஏன் நீங்கள் இன்னும் அவநம்பிக்கையுடன் இருக்கிறீர்கள்?" என்று அவர் கேட்க ஆரம்பிக்கிறார்.

அந்த அன்னிய கிரகவாசி, 2007-ஆம் ஆண்டிலிருந்து 2009-ஆம் ஆண்டுவரையில் நிகழ்ந்த மாற்றங்களுள் ஒன்றை மட்டும் கண்டுபிடிக்க இயலவில்லை. நமக்கு நாமே, நாம் சொல்லிக்கொண்ட பொருளாதாரம் குறித்த கதைகள்.

2007-ஆம் ஆண்டில் நாம் சொல்லிய கதைகள்: அசையாச் சொத்துகளின் மதிப்பு மாறாது; வங்கியாளர்களின் விவேகம்; பொருளாதாரச் சந்தையின் இடர்குறித்த விலையைத் துல்லியமாக நிர்ணயிக்கும் திறன்.

2009-ஆம் ஆண்டு அந்தக் கதைகளை நாம் நம்புவதை நிறுத்திவிட்டோம்.

அது ஒன்றே அப்போது நிகழ்ந்திருந்த மாற்றம். ஆனால், அதுவே மற்றெல்லா மாற்றங்களுக்கும் காரணமாக அமைந்திருந்தது.

"அசையாச் சொத்துகளின் மதிப்பு மாறாது" என்னும் கருத்து அடிபட்டு நொறுங்கிவிழும்போது, கடனாளிகள் தவணைகளைச் செலுத்துவதில் தாமதம் அதிகரிக்கிறது. அதன் காரணமாக வங்கிகளிடம் பணவரவு குறைகிறது. அதன்மூலம் அவர்கள் மேலும் கடன் கொடுப்பது குறைய வருகிறது. அது வேலைவாய்ப்பின்மையை அதிகரிக்கச் செய்கிறது. அந்த நிலை, மக்களின் செலவுசெய்யும் திறனைக் குறைக்கிறது. அது மேலும் வேலைவாய்ப்பின்மையை அதிகரிக்கச் செய்கிறது. இப்படியே இது சுழற்சியில் சென்றுகொண்டே இருக்கும்.

அதிகமாக இல்லாவிடினும், அந்த முதல் கூற்றைத்தவிர, அதேவிதமான சொத்துகளின் மதிப்பையும் வளர்ச்சியையும்தாம், நாம் 2009-ஆம் ஆண்டிலும் பெற்றிருந்தோம். இருந்தபோதும், பொருளாதாரம், அதற்கு முன்னர், 80 ஆண்டுகள் பார்த்திராத அளவிற்கான இழப்பைக் காண நேரிட்டது.

இது 1945-ஆம் ஆண்டில் ஜெர்மனியில் நடைபெற்றதைவிட வேறுபட்டதாகும். அப்போது ஜெர்மனியின் தொழிற்சாலைகள் முற்றிலுமாக அழிக்கப்பட்டன. அல்லது ஜப்பான் 2000 ஆண்டு வாக்கில் எதிர்கொண்ட ஒரு நிலை. அப்போது ஜப்பானில் வேலைசெய்யும் வயதினரின் மக்கள்தொகை மிகவும் குறுகிப்போனது. அது உணரக்கூடிய பொருளாதார வீழ்ச்சி. 2009-ஆம் நாம் நமக்கு நாமே அமைத்துக்கொண்ட கூற்றின் காரணமாக அமைந்த வீழ்ச்சி மிகவும் தீயது. அது பொருளாதாரத்தில் நிலவும் மிகவும் தாக்குதலைத் தரக்கூடிய காரணியாகும்.

பொருளாதாரம், வணிகம், முதலீடுகள், வேலைவாய்ப்பு ஆகியவற்றின் எழுச்சி குறித்து நாம் நினைக்கும்போது, நாம் எப்போதும் அறியக்கூடிய விளைவுகள் பற்றியே யோசிக்கும் நிலைக்குத் தள்ளப்படுகின்றோம். நம்மிடம் எவ்வளவு உள்ளது, நம்மால் எந்த அளவிற்கு போக இயலும் என்ற கேள்விகளே நம்முள் எழுகின்றன.

பொதுவாக, கதைகள், பொருளாதாரத்தின் முக்கியமான வலிய காரணிகளாக அமைகின்றன. அவை எரிசக்தி போன்ற, பொருளாதாரத்தின் அந்த அறியக்கூடிய விஷயங்களைச் செயலாக்கவும், செயலற்றதாக்கி வீழச் செய்யவும் இயலும்.

நம்முடைய நிலையில், கதைகளைக்கொண்டு நகரும் இந்தப் பொருளாதாரத்தைக் குறித்து இருவேறு விஷயங்களை நாம் மனத்தில் நிறுத்திக்கொள்ளுதல் அவசியம்.

---

1. நாம் எது உண்மையாக இருக்க வேண்டுமென்று, எந்த அளவிற்கு நினைக்கிறோமோ, அந்த அளவைவிட அதிகமாக, அதை அதிகமாக்கிக் காட்டும் கதைகளை நாம் நம்புகிறோம்.

உங்கள் வாழ்வின் மிகவும் மகிழ்ச்சியான நாள் எது?

"How to Live Forever" என்னும் ஆவணப்படம், அந்த அப்பாவித்தனமான கேள்வியை, நூறு வயது கடந்த ஒருவரிடம் கேட்கிறது. அந்தக் கேள்விக்கு அவர் அளித்த பதில் மிகவும் ஆச்சரியமானதாகும்.

முதலாம் உலகப்போரின் முடிவில், 1918-ஆம் ஆண்டு நடந்த நிகழ்வை ஒட்டி, அந்தப் பெண்மணி கூறியது "போர் நிறுத்த நாள்".

எல்லாவற்றையும் நீங்கள் நம்பும்போது

அந்த ஆவணப்படத்தின் இயக்குனர் மேலும் அவரிடம் "ஏன்?" என்று வினவ, அதற்கு அந்தப்பெண்மணி, "ஏனென்றால், எங்களுக்குத் தெரியும் அதற்குப்பிறகு அத்தகைய போர்கள் எப்போதுமே நடக்கப்போவதில்லை என்று" என்றார்.

21 ஆண்டுகளுக்குப் பிறகு நடைபெற்ற இரண்டாம் உலகப் போரில், 75 மில்லியன் மக்கள் கொல்லப்பட்டனர்.

நம் வாழ்வில் நாம் எத்தனையோ விஷயங்களை உண்மை என்று நம்புகிறோம், ஏனென்றால் அவை உண்மையாகவே இருத்தல் வேண்டும் என்று நாம் எதிர்பார்க்கிறோம்.

நான் இத்தகையவற்றை "எதிர்பார்க்கும் புனைவுகள்" என்று குறிப்பிடுவேன். நாம் பணத்தைக் குறித்து எப்படி எண்ணுகிறோம் என்னும் எண்ணத்தை உயர்த்தக்கூடியவை இவை. குறிப்பாக முதலீடுகளையும், பொருளாதாரத்தையும் குறித்தவை இவை.

நீங்கள் அறிவுள்ளவராகவும், தீர்வுகளைத் தேடுபவராகவும் இருக்கும்போதும், அதிக அளவிலான பங்கையும், குறைந்த அளவு கட்டுப்பாட்டையும் எதிர்நோக்கும் நிலையில் நீங்கள் இருந்தால், அந்த நிலையே "எதிர்பார்க்கும் புனைவு" ஆகும்.

அவை மிகுந்த திறன்கொண்டவை. நீங்கள் பார்க்கும் எதையும் நம்பவைக்கும் அளவிற்குத் திறன் கொண்டவை.

சிறு உதாரணத்தை எடுத்துக்கொள்வோம்:

அலி ஹாஜாஜியின் மகன் நோய்வாய்ப்பட்டிருந்தான். ஏமன் நாட்டு மூத்தோர்கள், அவர்களுடைய பாரம்பரிய வழி சிகிச்சை முறையைப் பரிந்துரைத்தார்கள். அந்த முறையின்படி, எரியும் கட்டையின் முனையை மகனின் மார்பில் தேய்த்து அதன்மூலம் அந்த நோயின் தீவிரத்தைக் குறைக்கலாம்.

அந்தச் சிகிச்சை நடந்து முடிந்த பின்னர், ஹாஜாஜி "தி நியூயார்க் டைம்ஸ்" பத்திரிகைக்குப் பேட்டி கொடுக்கும்போது, "உங்களிடம் பணம் இல்லாதபோது, உங்கள் மகன் நோய்வாய்க்கப் பட்டிருக்கும்போது, நீங்கள் எதையும் நம்புவீர்கள்" என்றார்.[64]

எந்தவொரு மருந்தும், அதற்கு முன்னர் ஆயிரமாயிரம் ஆண்டுகளுக்கு முன்னர் இருந்த மருத்துவத்தின் தொடர்ச்சியே ஆகும். அறிவியல் பூர்வமான வழிமுறைகள் இல்லாத போதும், கிருமிகள் என்று ஒன்று கண்டுபிடிக்கப்படாத போதும், பழங்காலத்திலிருந்தே, இரத்தத்தைச் சொட்டவிடுதல், நோன்பிருக்கும் முறை, உடலில் துளையிட்டு, தீயசக்திகளை வெளியேற்றும் வழிமுறை, இதைப்போன்ற பல்வேறு வழிமுறைகளைப் பின்பற்றியுள்ளனர்.

213

இவையாவும், சீக்கிரமாகவே மரணத்துக்கு வழிதேடிக்கொடுக்குமே ஒழிய வேறேதும் நடக்க வாய்ப்பில்லை.

இது பைத்தியக்காரத்தனமாகத் தெரியலாம். ஆனால், உங்களுக்கு ஏதாவது ஒரு தீர்வு தேவை என்னும் நிலை வரும்போது, நல்லதீர்வு எது என்று தெரியாத பட்சத்தில், அல்லது தீர்வுகளே இல்லாத பட்சத்தில், ஹாஜாஜியைப் போன்றே, ஏதோவோர் பாதையை நம்ப வேண்டியதாகிறது. எதையாவது நம்பும் ஒரு நிலை. எதையோ முயல்வது அல்ல; மாறாக எதையோ நம்புவது.

அப்போது இலண்டனில் நிலவிய பிளேக் நோய்குறித்து, 1722-ஆம் ஆண்டு டேனியல் டஃபே குறிப்பிட்டுள்ளது:

> “பெரும்பான்மையான மக்கள் ஆருடங்களையும், கோள்களின் நிலைகளையும், கனவுகளையும், மனைவிகள் கூறும் புராணக் கதைகளையும், முன்பு எப்போதும் இல்லாத அளவிற்கு நம்புகிறார்கள். ஜாதகங்கள் அவர்களை மிகவும் தொல்லைக்குள்ளாக்கின. வீட்டின் கம்பங்களிலும், தெருவின் மூலைகளிலும், மருத்துவர்களின் கட்டணச் சீட்டை ஒட்டிவைத்திருந்தனர். அந்தவிதமான நோய்களுக்குத் தங்களிடம் வந்து தீர்வுகளைப் பெறுமாறு அறிவிப்புகள் ஒட்டப்பட்டிருந்தன. “பிளேக் நோயிலிருந்து உங்களைக் காப்பாற்றக்கூடிய மருந்துகள் கிடைக்கும்”, “இதுவரை தோல்வியடையாத பிளேக் நோய்க்கான தீர்வுகள்”, “காற்றில் கலந்த மாசைக் கட்டுப்படுத்தும் மந்திரம்” என்றவிதமான அறிவிப்புகள் அப்போது நிலவின.

18 மாதங்களில், ஏறக்குறைய 25 சதவிகித இலண்டன் வாசிகளை பிளேக் கொன்று குவித்தது. இடர்கள் அதிகமாக இருக்கும் அந்தத் துயர நிலையில், நீங்கள் எதை வேண்டுமானாலும் நம்புவீர்கள்.

இப்போது அதே வழியில், குறைந்த அளவில் கிடைக்கும் தரவுகளும், அதிக இடரை எதிர்நோக்கும் சுழலும், நம் பொருளாதார முடிவுகளை எப்படித்தாக்கும் என்பதைக் குறித்துப் பார்ப்போம்.

மிகக் குறைந்த அளவே வெற்றிக்கான பதிவுகளைக்கொண்ட, முதலீடு குறித்த ஒரு தொலைகாட்சி நிகழ்ச்சியை மக்கள் ஏன் காண்கிறார்கள்? ஏனென்றால், முதலீட்டில் எதிர்கொள்ளும் இடர்கள் மிகவும் அதிகம். சரியான ஒருசில நல்ல பங்குகளை நீங்கள் வாங்கிவிட்டீர்கள் என்றால், அதிக உழைப்பின்றி, செல்வந்தராக

ஆகலாம். ஒருவர் எதிர்காலத்தைப் பற்றி கணிக்கும் கணிப்பு, நடக்க 1 சதவிகிதம் கூட வாய்ப்பு இருக்குமென்றால், அப்படி அது நடந்தும் விட்டால், அது உங்கள் வாழ்க்கையையே மாற்றிவிடும். அப்படி இருக்கும்போது, அதன் மீது கவனம் செலுத்துவது என்பது முட்டாள்தனமாகாது.

பொருளாதரத்தில் பல வழிமுறைகளும் திட்டங்களும் உள்ளன. அவற்றிலிருந்து ஒன்றை நீங்கள் தேர்ந்தெடுத்துவிட்டாலோ அல்லது அதனுடனான சார்பு நிலையைக் கடைப்பிடித்தாலோ, பொருளாதாரரீதியாகவோ அல்லது மனத்தளவிலோ அதனோடு நீங்கள் ஈடுபாட்டுடையவராகவே இருப்பீர்கள். ஒரு பங்கின் மதிப்பை பத்து மடங்காக ஆக்க நினைத்தால், நீங்கள் அப்படிப்பட்ட மனநிலையுடைவரே. ஒரு குறிப்பிட்ட பொருளாதாரக் கொள்கை, அதிபணவீக்கத்தை ஏற்படுத்தும் என்று நீங்கள் திடமாக நம்பினால், அந்தப்பக்கம் நீங்கள் சாய்வீர்கள்.

இவை யாவும் குறைந்த சாத்தியக்கூறுகள் உள்ள தேர்வுகள். இதில் கடினமானது என்னவென்றால், பார்வையாளர்கள், 1 சதவிகிதம் வாய்ப்பைப் போன்றவற்றைக் கணிக்க இயலாது. முடியவும் முடியாது. எது உண்மையாக இருத்தல் வேண்டும் என்று அவர்கள் விழைகிறார்களோ, அதன்பக்கமாகவே சாய்வார்கள். அவர்கள் ஏன் அப்படிச் செய்கிறார்கள் என்றால், பெரிய வருவாயைத் தேடித்தரும் வாய்ப்புகள் அதிகமாகவே உள்ளதால் மட்டுமே.

ஒவ்வொரு நாளும் பெருத்த வருவாயைத் தேடித்தரும் வாய்ப்புகளை உடைய சில துறைகளில் முதலீடு என்பதும் ஒன்று. பொருளாதார முறைகேடுகளை மக்கள் விரும்பும் அளவிற்கு மற்ற எந்தத்துறைகளிலும் விரும்புவதில்லை. உதாரணத்துக்கு வானிலை அறிக்கையை எடுத்துக்கொள்ளுங்கள். பங்குச்சந்தையில் அடுத்த வாரம் எப்படி இருக்கும் என்று சொல்வது, வானிலை அடுத்த வாரம் எப்படி இருக்கும் என்று சொல்வதைவிட மிகவும் வித்தியாசமானது.

2018-ஆம் ஆண்டு வரையில் முடியும் பத்தாண்டுகளில், 85 சதவிகித பரஸ்பர நிதிகள் தங்கள் இலக்கைவிட குறைவாகவே வளர்ந்துள்ளன.[65] அந்த மதிப்பு அப்படியேதான் பல தலைமுறைகளுக்கு இருந்துவருகிறது. அத்தகைய அளவிற்குக் குறைவான வளர்ச்சியை உடைய ஒரு தொழில், ஒருவேளை தனித்துவம் வாய்ந்ததாக இருக்கலாம். அதன் காரணமாக அது இலக்கைத் தொடாமல் இருக்கலாம் என்று நீங்கள் நினைக்கலாம். ஆனால் ஏறக்குறைய 5 டிரில்லியன் டாலர்கள் பரஸ்பர நிதிகளில் முதலீடு செய்யப்பட்டுள்ளன.[66] அடுத்து வரப்போகும் புதிய வாரன் பஃபெட்டுடன், அவருக்கு இணையாக முதலீடு செய்யும்

வாய்ப்பை ஒருவருக்குக் கொடுத்தால், மில்லியனுக்கும் மேலான முதலீட்டாளர்கள் நம்பும் ஒன்றைத்தான் அவரும் நம்புவார்.

உதாரணத்துக்கு பெர்னி மேடாஃப்-ஐ எடுத்துக்கொள்வோம். அவருடைய போன்ஸி திட்டம் மிகவும் தெளிவானதுதான். பலருக்கும் தெரியாத ஒரு நிறுவனத்தால் தணிக்கை செய்யப்பட்ட தனது வருவாயை அவர் முறையாக வெளியிட்டுள்ளார். ஆனால், அந்த வருவாய் எப்படி வந்தது என்பதை அவர் தெரிவிக்க மறுத்தார். இருந்தும் மேடாஃப், பில்லியன் டாலர்களுக்கும் மேலாக, பல முக்கிய முதலீட்டாளர்களிடமிருந்து பெற்றிருந்தார். அவர் ஒரு நல்ல கதையைச் சொல்லி, அதை மக்களும் நம்ப வேண்டும் என்று விரும்பினர்.

சென்ற அத்தியாயங்களில் நாம் ஆராய்ந்த, 'தவறுகளுக்கான வெளி', 'தகவமைத்துக்கொள்ளும் தன்மை', 'பொருளாதாரச் சுதந்திரம்' போன்றவை தவிர்க்கமுடியாதவை என்பதற்கான ஒரு காரணமாகவும் மேற்கூறியது அமைகிறது.

எதை நீங்கள் உண்மையாக இருக்கவேண்டும் என்று நினைக்கிறீர்களோ அதற்கும், எது உண்மையாக இருந்தால் ஒத்துக்கொள்ளும் அளவிற்கு வருவாய் ஈட்டித்தருமோ அதற்கும் இடையே பெருத்த இடைவெளி உள்ளது. அந்த இடைவெளியைப் பொறுத்தே, உங்களை அந்த 'எதிர்பார்க்கும் புனைவு'களின் பகடைகளாக விழுந்துவிடாமல் காக்கும் திறனும் அமைகிறது.

எதிர்காலக்கணிப்புகளில்தவறுகளுக்காக இடம் குறித்து நீங்கள் நினைத்தால், அது உங்களை அதனால் வரப்போகும் வருவாயைக் குறித்து இன்னும் யோசிக்கத்தூண்டும். அந்த வருவாயின் மதிப்பு, உங்களுக்கு எது சரியென்று தோன்றுகிறதோ அதிலிருந்து எது மிக மிகச்சரி என்று தோன்றுகிறதோ அதுவரையிலான வீச்சைப் பெற்றிருக்கும். ஆனால், அதன் மிகப்பெரும் இடர் எதுவெனில், நீங்கள் எதை உண்மையாக இருக்கவேண்டும் என்று மிகவும் விழைகிறீர்களோ அது, உண்மையில் உங்கள் விழைவின் வீச்சில் கூட அடங்காததாக இருக்கும்.

தன்னுடைய 2007-ஆம் ஆண்டில் இறுதி சந்திப்பில், மத்திய அரசின் ரிசர்வ் துறை, 2008 மற்றும் 2009 ஆம் ஆண்டுகளில் பொருளாதாரம் எப்படி இருக்கும் என்பதைக் கணித்தது.[67] ஏற்கனவே நொந்துகிடக்கும் பொருளாதாரத்துக்கு, அது நம்பிக்கை ஊட்டுவதாக அமையவில்லை. 1.6 சதவிகிதத்திலிருந்து 2.8 சதவிகிதம் வரையிலான வீச்சை, கணிப்பாக வெளியிட்டது. அதுதான் அரசின் காப்புக்கான எல்லை; அரசின் கணிப்புத் தவறுகளுக்கான வெளி. உண்மையில் பொருளாதாரம், 2 சதவிகிதத்துக்கும் மேலாகக் குறுகி

இருந்தது. அதாவது, அரசின் அடிமட்டக் கணிப்பளவு, ஏற்கனவே மூன்று மடங்கு இடைவெளியைக் கொண்டதாக இருந்தது.

கொள்கையை வரையறுப்பவர்களுக்கு, பொருளாதார மந்த நிலையைக் கணிப்பது என்பது மிகவும் அரிதான செயலாகும். ஏனென்றால், அத்தகைய பொருளாதார மந்த நிலைகள், அவர்களுடைய வேலைக்கே உலை வைக்கும் அளவிற்கு சிக்கலாகி விடும். எனவே தான், குறைந்த பட்ச திட்டங்கள் கூட, மிகக் குறைந்த அளவிலான வளர்ச்சியைக் காட்டும். அது ஒருவிதமான 'எதிர்பார்க்கும் புனைவு' தான். அது நம்புவதற்கு எளிதாகவும் இருக்கும். ஏனென்றால், அதைவிடக் குறைவாக கணிப்பது என்பது மிகுந்த வலியைத் தருவதாக இருக்கும்.

கொள்கையை வரையறுப்பவர்கள் எப்போதும் விமர்சனங்களுக்கு ஆளாவது எளிது. ஆனால், நாம் அனைவருமே ஒரு விதத்தில் இதைச் செய்கிறோம். நாம் அதை இரு திசைகளிலும் செய்கிறோம். பொருளாதார மந்தநிலை வரும் என்று கணித்து, உங்களிடமிருந்த பங்குகளைக் காசாக்கி விட்டீர்கள் என்று கொள்வோம். பொருளாதாரம் குறித்த உங்கள் பார்வை, நீங்கள் அது எப்படி நடக்க வேண்டும் என்று விரும்பினீர்களோ அதன்படி ஆகும் என்று நினைப்பீர்கள். நீங்கள் காணும் ஒவ்வொரு குறிப்பும், ஒவ்வொரு கணிப்பும், வரப்போகும் பேரிடருக்கான அறிகுறி என்று தோன்றும். அப்படித்தான் நடைபெறுகிறது என்பதால் அல்ல, அப்படி நடைபெற வேண்டும் என்று நீங்கள் விழைவதால் மட்டுமே.

ஊக்கத்தொகைகள் எப்போதுமே வலிமையான உந்து சக்திகளாக அமைகின்றன. அது எப்படி நம்முடைய பொருளாதார இலக்குகளிலும் நோக்குகளிலும் தாக்கத்தை ஏற்படுத்தும் என்பதை நீங்கள் நினைக்க வேண்டும். அது அதிகமாகவும் கணிக்கப்படக்கூடாது. பொருளாதாரத்தில், தவறுகளுக்கான இடம் அளித்தல் என்பதைவிட, பெரிய சக்தி ஏதும் இல்லை. இடர்கள் அதிகமாக இருக்கும் போது, தவறுகளுக்காக நாம் கொடுக்கும் வெளியும் அதிகமாக இருத்தல் அவசியம்.

2. உலகம் குறித்த குறைவான பார்வையையே அனைவரும் கொண்டுள்ளார்கள். ஆனால், அந்த இடைவெளியை நிரப்ப, நாம் நிறைய கதைகளை வைத்துள்ளோம்.

இதை நான் எழுதும்போது என் மகளுக்கு ஒரு வயது. அவள் அனைத்தையும் குறித்து ஆவலுடனும் விரைவில் கற்றுக்கொள்ளும் திறனையும் பெற்றிருக்கிறாள்.

ஆனால், நான் சிலவேளைகளில் கவனிப்பது, அவளால் எல்லாவற்றையும் ஒன்றுசேர்த்து, பொதுவான கருத்தாக அமைக்கத் தெரிவதில்லை என்பதுதான்.

அவளுடைய தந்தை ஏன் ஒவ்வொரு நாளும் அலுவலகத்துக்குச் செல்கிறார் என்பது அவளுக்கு விளங்காதது.

மசோதாக்கள், திட்டங்கள், தொழில் வாய்ப்புகள், பணிஉயர்வு, ஓய்வுகாலத்துக்கான சேமிப்பு போன்ற கருத்துகள் யாவும் முற்றிலும் அவளுக்கு புதியனவாகும்.

அரசின் கையிருப்பு, கடன் சேர்வுத்தொகைகள், NAFTA போன்றவை குறித்து அவளுக்கு விளக்குவதாகக் கற்பனை செய்து பாருங்களேன். அது இயலாத காரியம் ஆகும்.

ஆனாலும் அவளுடைய உலகம் இருண்டு கிடக்கவில்லை. அவள் குழப்பத்தில் அவள் திரிவதில்லை.

அவளுக்கு ஒரு வயதுதான் என்றாலும், அவளைச் சுற்றியுள்ளவை குறித்து அவளுக்கென்று ஒரு பார்வை உள்ளது. போர்வை நம்மைக் கதகதப்பாக வைக்கும்; அன்னையின் அணைப்பில் நாம் பாதுகாப்பாக உணர்வோம்; பேரீச்சம் பழம் சுவையாக இருக்கும் போன்றவை அவள் அறிந்தவை.

அவள் காணும் ஒவ்வொன்றும், அவள் புரிந்துகொண்ட அந்தப் பத்துப் பன்னிரண்டு வடிவங்களுக்குள் அடங்கிவிடும். நான் அலுவலகத்துக்குச் சென்றாலும், சம்பளம் மற்றும் ரசீதுகள் குறித்து வியந்து, அவள் குழம்பிப்போய் நின்று விடுவதில்லை. சூழலின் மிகத் தெள்ளத் தெளிவான பார்வை ஒன்று அவளுக்கு உள்ளது. நான் தந்தையுடன் விளையாடவேண்டும், ஆனால் தந்தை என்னுடன் விளையாடுவதில்லை. எனவே நான் கவலையாய் இருக்கிறேன்.

அவளுக்கு மிகக்குறைவாகவே தெரிந்தும் அவள் அவளை உணரவில்லை. ஏனென்றால், தனக்குத் தெரிந்தவற்றை வைத்துக்கொண்டு, என்ன நடக்கிறது என்பதை ஒரு கதையாக அவள் வைத்திருப்பாள்.

நம் வயது எதுவாக இருந்தாலும், எல்லோரும் அதே வழியில்தான் செய்கிறோம்.

என் மகளைப்போலவே, எனக்கு என்ன தெரியாது என்பது எனக்குத் தெரியாது. எனவே எனக்கு என்ன தெரியுமோ அதன் அடிப்படையில், உலகுக்கு நான் என்னைத் தெரியப்படுத்திக்கொள்ளும் நிலைக்கு நான் தள்ளப்பட்டுள்ளேன்.

என் மகளைப்போன்றே, எவையெல்லாம் என் வழியில் வருகின்றனவோ, அவற்றிலெல்லாம் எனக்குப் புரியக்கூடிய

காரணங்களைத் தேடுகிறேன். அவள் காண்பதைப்போலவே, அந்தக் காரணங்களில் பல தவறானவைதாம். ஏனென்றால், உலகம் எப்படிச் செயல்படுகிறது என்பது எனக்கு மிகவும் குறைவாக தெரிகிறது. அது நான் எனக்குத் தெரியும் என்று சொல்லும் அளவைவிடக் குறைவானதே.

தரவு சார்ந்த அத்தனைத் துறைகளுக்கும் இது உண்மையாகும்.

வரலாற்றை எடுத்துக்கொள்ளுங்கள். ஏற்கனவே நிகழ்ந்த நிகழ்வுகளின் சேர்க்கையே அது. அது மிகவும் தெளிவாகவும் குறிப்பாகவும் இருத்தல் வேண்டும். ஆனால், பி.எச். லிட்டல் ஹார்ட் தன்னுடைய "Why Dont We Learn from History?" நூலில் இவ்வாறு கூறுகிறார்:

> "(வரலாறு) என்பதை, கற்பனை, உள்ளுணர்வு இவைகளுடன் உதவியுடன் நாம் புரிந்துகொள்ள முனைதல் வேண்டும். கிடைக்கக்கூடிய தரவுகள் பெருத்த அளவில் இருப்பதால், அதிலிருந்து தேர்ந்தெடுப்பது என்பது இன்றியமையாததாக ஆகிவிடுகின்றது. எங்கெல்லாம் தேர்வு இருக்கின்றதோ அங்கெல்லாம் ஒருவிதமான கலை இருக்கும். வரலாற்றைப் படிப்பவர், அவர்கள் எதை சரியென்று நிறுவ விழைகிறார்களோ அல்லது அவர்களுடைய சுய கருத்துகளைச் சார்ந்ததாகவோ இருக்கும் தரவுகளை மட்டுமே படிப்பார்கள். அறுதியிட்டுக்கூறவோ அல்லது எதிர்விதமாக கொள்ளவோ வேண்டிய இலக்குடன் தான் அவர்கள் படிப்பார்கள். வசதிக்குப் புறம்பான உண்மைகளைப் புறக்கணித்துவிட்டு, தேவதைகளின் பக்கத்தில் தான் அவர்கள் இருக்க நினைப்பார்கள். எப்படி நாம் எல்லாப்போர்களையும் முடிக்க, போர்தொடுக்க ஆரம்பிக்கிறோமோ அப்படித்தான் இதுவும்."

டேனியல் கெஹ்னேமன் ஒருமுறை என்னிடம், கடந்தகாலத் தரவுகளிலிருந்து விஷயங்களை மக்கள் கணிக்கப் பயன்படுத்தும் கதைகளைக் கூறியுள்ளர். அவர் சொல்கிறார்:

> "கடந்தகாலத்தைப் பற்றி விளக்கும் திறன், உலகத்தை நாம் விளங்கிக் கொள்ளவியலும் என்ற மாயையை மட்டுமே நமக்கு அளிக்கிறது. புரிந்துகொள்ளும் முறையில்

இல்லாத போதும், உலகம் புரிந்துகொள்ளும்விதம்தான் உள்ளது என்ற மாயையையும் அதுவே நமக்கு அளிக்கிறது. அதுவே பல்வேறு துறைகளில் நாம் செய்யும் தவறுகளுக்குக் காரணமாக அமைகிறது."

பொதுவாக மக்கள், எதைக்குறித்தேனும் சரியாகப் புறிந்துகொள்ளாதபோது, அவர்கள் தங்களுக்குப் புரியவில்லை என்பதை உணர்வதில்லை. ஏனென்றால், எவ்வளவுதான் அனுபவம் குறைவாக இருந்தாலும், தங்கள் அனுபவங்களுக்கு ஏற்ப, அவர்களுக்கே உரித்தான பார்வையில், தங்களுக்கென்று ஓர் அர்த்தத்தைக் கற்பித்துக்கொள்வார்கள். மிகவும் சிக்கலான இந்த உலகத்தில் வாழும் நாம், அதற்கான காரணத்தை கொடுக்க விரும்புகிறோம். அதனால், எவையெல்லாம் நம் பார்வைக்கு அப்பாற்பட்டதாக இருக்கின்றனவோ, அந்த இடைவெளிகளையெல்லாம் நம்முடைய கதைகளால் நாம் நிரப்பிக்கொள்கின்றோம்.

பொருளாதார ரீதியாக, இத்தகைய கதைகள், வியப்பூட்டு வனவாகவும், அச்சுறுத்துவனவாகவும் இருக்கும்.

என் பார்வைக்குப் புலப்படாத உலகின் செயல்பாடுகளை, நான் முழுதுமாகத் தவறாகத்தான் புரிந்துகொள்வேன். பங்குச் சந்தை ஏன் இப்படி நிலவுகிறது என்று நான் நினைக்கும் விதமும் அப்படிப்பட்டதே. அடுத்து என்ன நிகழப்போகிறது என்பதை நான் கணிக்க வழியாக, அது ஒருவகையில் எனக்கு அதிதீவிரமான நம்பிக்கையைக் கொடுக்கிறது. இதற்கான ஒரு காரணமாக அமைவது, பொருளாதாரம், பங்குச்சந்தை ஆகியன குறித்த எதிர்காலப் போக்கைக் கணிப்பது மிகவும் கடினமான செயலாகும். ஏனென்றால், நீங்கள் ஒருவர்தான், உலகமும் உங்களைப்போன்றே இயங்குகிறது என்று நினைக்கிறீர்கள். என்னால் தொகுத்துச் சொல்ல இயலாத சில காரணங்களால், நீங்கள் முடிவுகளை எடுக்கும்போது, கண்மூடித்தனமாக நானும் உனக்கான அந்த முடிவை எனக்கானதாகக் கொண்டு மிகப் பெரிய இழப்பை ஏற்பேன். அத்தியாயம் 16-இல் இதுகுறித்து, இப்படியான இடர்கள் எப்படி அமைகின்றன என்பது குறித்துப்பார்த்தோம்.

நமக்கு எவ்வளவு தெரியாது என்பதை நாம் உணரத்தொடங்கும்போதுதான், உலகில் நடக்கும் செயல்களில் எவ்வளவு நம் கட்டுப்பாட்டில் இல்லை என்பதை நாம் உணரத் தொடங்குகின்றோம். அதை ஏற்றுக்கொள்ள மிகவும் கடினமாகத்தான் உள்ளது.

எல்லாவற்றையும் நீங்கள் நம்பும்போது

சந்தையின் எதிர்காலக் கணிப்புகளைக் குறித்து எண்ணிப் பாருங்கள். நாம் அதுகுறித்து மிகவும் அறியாத நிலையில்தாம் உள்ளோம். பங்குச்சந்தையின் ஆண்டுச் சராசரி வளர்ச்சியைக் கொண்டு, நீங்கள் அடுத்த வருட வளர்ச்சியைக் கணிக்கிறீர்கள் என்று கொள்வோம். உங்களுடைய அனுமானம், வரிசையில் முதல் 20 பெரிய வால் ஸ்டிரீட் வங்கிகளில் பணிபுரியும் பொருளாதார திட்ட அலுவலர்கள் கணித்த ஆண்டுச் சராசரிகளைவிட மிகச்சரியானதாகவே இருக்கும். பொருளாதார மந்தநிலை குறித்த நம்முடைய கணிப்புகள் சரியாக அமைவதில்லை. பெரிய நிகழ்வுகள் எல்லாம் எங்கிருந்தோ திடீரென ஏற்படுவதால், இத்தகைய கணிப்புகள் எல்லாம் எதிர்பார்த்த பயன்களைவிட, தீங்குகளையே செய்கின்றன. இத்தகைய கண்ணுக்குப் புலப்படாத காரணிகள் பெரும்பான்மையான விளைவுகளைக் கட்டுப்படுத்தும்போது, உலகின் கணிப்பு என்பது மாயையாகிறது.

கார்ல் ரிச்சர்ட்ஸ் எழுதுகிறார்: "நீங்கள் எல்லாவற்றையும் கவனித்துத் திட்டமிட்டபின்னர், எது மீறுகிறதோ அதுவே இடர் ஆகும்."

மக்களுக்கு இது தெரியும். சந்தையின் எதிர்கால நிலையைச் சரியாகக் கணிக்க இயலாது என்று எண்ணாத முதலீட்டாளர்களை நான் இன்னும் காணவில்லை. இருந்தபோதிலும், ஊடகத்திலும், பொருளாதார ஆலோசகர்களிடமும், இத்தகைய கணிப்புகளுக்கான அதீத வரவேற்பு இருக்கத்தான் செய்கிறது.

ஏன்?

உளவியல் நிபுணர், ஃபிலிப் டெட்லாக் ஒருமுறை குறிப்பிட்டுள்ளார்: "நாம் கணிக்கக்கூடிய, கட்டுப்படுத்தக்கூடிய உலகில்தான் வாழ்கிறோம் என்று நம்பத்தான் வேண்டும். அதன் காரணமாக நாம், அத்தகைய நிலையை அமைத்துத்தருவதாக சொல்லிக்கொள்ளும் இத்தகைய அடித்துச்சொல்லும் தீர்க்கதரிசிகளின் பக்கம் திரும்புகிறோம்."

அந்தத்தேவையைப் 'பூர்த்திசெய்யும் நிலை' என்றுதான், நாம் இதைப் பொருள்கொள்ளல் வேண்டும். நாம் கட்டுப்பாட்டில்தான் வைத்துக்கொண்டிருக்கிறோம் என்பதை நம்ப வைக்கும் இத்தகைய உணர்ச்சிபூர்வமான நிலை, அரிக்க வேண்டிய தேவைக்குள்ளாகிறது. அப்படியல்லாது அதற்குப் பகுப்பாய்வின் மூலமாகத் தீர்வு காணவேண்டியதுதான் சரியான நிலையாகும். கட்டுப்பாடு என்னும் மாயை, நிலையற்றதன்மை என்னும் உண்மையைவிட மிகவும் தூண்டக்கூடியதாகவே உள்ளது. எனவே நாம் விளைவுகள் பற்றிய

கதைகளை முன்வைத்து, முடிவுகள் எல்லாம் நம் கட்டுப்பாட்டில்தான் உள்ளன என்று கூறிக்கொண்டிருக்கிறோம்.

இதன் ஒருபகுதி, துல்லியத்தின் காரணிகளை, நம்பிக்கை யின்மையின் காரணிகளாகக் குழப்பிக்கொள்வதால் வருவது தான்.

இரண்டாண்டுகளுக்கு முன்னர், NASA நிறுவனத்தின் 'நியூ ஹொரைசன்ஸ்' என்ற விண்வெளிக்கப்பல், புளூட்டோ கிரகத்தைத் தாண்டிச் சென்றது. அது, ஒன்போதரை ஆண்டுகளில், மூன்று பில்லியன் மைல்களைக் கடந்த பயணம். NASA-வின் குறிப்பின்படி, "2006-ஆம் ஆண்டு ஜனவரி மாதத்தில் தொடங்கிய அந்தப் பயணம், எதிர்பார்க்கப்பட்ட இலக்கிலிருந்து ஒன்றரை நிமிடங்களுக்கு முன்பாகவே புளூட்டோ கிரகத்தைக் கடந்தது" என்கிறது.[68]

அது குறித்து எண்ணிப்பாருங்கள். பத்தாண்டுகாலப் பயணத்தில், அதுவரை கடக்காத பாதையில், NASA நிறுவனத்தின் எதிர்காலக் கணிப்பு 99.99998 சதவிகிதம் துல்லியமாக இருக்கிறது. அது நியூயார்க்-யிலிருந்து போஸ்டன் நகருக்கு செல்ல ஒரு நிமிடத்தில் நான்கு மில்லியன் பங்குகள் அளவுக்குச் சரியாகக் கணித்தலைப் போன்றது.

ஆனால், வானியல் என்பது துல்லியமான ஒரு துறையாகும். அது மக்களின் உணர்ச்சிகளின் போக்கில் நிகழும் பொருளாதாரச் சந்தை போன்றது அன்று. கணக்கியல், வணிகம், பொருளாதாரம், முதலீடு ஆகியவை நிலையற்ற தன்மையைக் கொண்ட துறைகள். அவையாவும், புளூட்டோ பயணத்தைப் போன்று துல்லியமாகத் திட்டமிட வசதியானவை அல்ல. முழுதுமாக முடிவுகளால் நடத்தப்படும் துறைகள் அவை; அவற்றைச் சூத்திரங்களைக் கொண்டு இப்படித்தான் இருக்கும் என்று அறுதியிட்டுக்கூற இயலாது. இருந்தாலும் நாம் அவை, புளூட்டோ பயணத்தைப் போலவே அவை இருக்கவேண்டுமென்று விரும்புகின்றோம். ஏனென்றால் NASA நிறுவனத்தின் பொறியாளர் கணிக்கும் 99.99998 சதவிகித கணிப்பளவு நமக்கு அழகானதாகவும், ஆறுதல் அளிக்கக்கூடியதாகவும் உள்ளது. நாம் எந்த அளவிற்கு, முதலீடு போன்ற பிற துறைகளில் கட்டுப்பாட்டைக்கொண்டுள்ளோம் என்று தம்பட்டம் அடித்துக்கொள்ளும் வகையில் ஆறுதல் அளிக்கக்கூடியதாய் உள்ளது.

கெஹனேமான் இக்கதைகள் நம்மை எடுத்துச்செல்லும் பாதையினைக் குறித்துக்கூறியுள்ளார்.

- நாம் திட்டமிடும்போது, நாம் என்ன செய்தல் வேண்டு மென்பதிலும், என்ன செய்தல் இயலும் என்பதிலும் குறியாய்

உள்ளோம். அந்த முறையில், மற்றவர்களின் திட்டங்களையும், அவர்களுடையை திறமைகளையும் தவிர்க்க முயல்கின்றோம். அத்தகையோர் எடுக்கும் முடிவுகள் நாம் இலக்காக எண்ணும் விளைவுகளைப் பாதிக்கும்.

- கடந்த காலத்தை விவரிப்பதிலும், எதிர்காலத்தைக் கணிப்பதிலும், நாம் எப்போதுமே திறமையை மட்டுமே முக்கியமானதாக் கொண்டு, அதிர்ஷ்டத்தின் பங்கை மறந்துவிடுகிறோம்.
- நமக்கு என்ன தெரிகிறதோ அதில் தான் நாம் குறியாய் உள்ளோம். தெரியாதவைகளைப் புறக்கணிக்கின்றோம். இத்தகைய நிலை நம்மை அளவுக்கு அதிகமாக நம் நம்பிக்கைகளின் மீது சார்ந்திருக்க வைக்கிறது.

இது எப்படி வணிகங்களைத் தாக்குகிறது என்பதையும் அவர் விவரிக்கிறார்:

> புதுத்தொழில்களை முனைவோர்களிடமும், பங்கு பெறுவோர் களிடமும் நான் பலமுறை ஒரு கேள்வியைக் கேட்டுள்ளேன்: இத்தொழிலால் விளையும் விளைவுகள், எந்த அளவிற்கு இந்த நிறுவனத்தில் நீங்கள் செய்யும் செயல்களைச் சார்ந்துள்ளன? இது மிக ஏளிய கேள்வியாகவே தெரியலாம்; இதற்கான விடை வெகு விரைவாக வரும்; அது எப்போதும் 80 சதவிகிதத்தைவிடக் குறைவானதாக இருப்பதில்லை. அவர்கள் எடுத்த முடிவில் நம்பிக்கையற்றவர்களாக இருந்தாலும், இந்தத்துணிவுடையோர், அவர்களுடைய விதி ஏறக்குறைய அவர்கள் கரங்களில்தான் உள்ளது என்பதை திடமாக நம்புவார்கள்.
>
> அவர்கள் முழுவதுமாகத் தவறாக நினைக்கிறார்கள். புதுத்தொழில் முனைவோர்களின் வெற்றி என்பது பொதுவாக அவர்களுடைய போட்டியாளர்களின் வெற்றிகளைப் பொறுத்தும், சந்தையில் நிலவும் மாற்றங்களைப் பொறுத்துமே அமையும். இருந்தபோதிலும், புதுத்தொழில் முனைவோர்கள் இயற்கையாகவே, அவர்களுக்கு என்ன தெரியுமோ அதில்தான் தங்களுடைய கவனத்தைச் செலுத்துவார்கள். அவர்கள் திட்டம்,

> செயல்பாடுகள்,இடர்கள்,வாய்ப்புகள்,தேவையானமுதலீடு போன்றவையே அவர்களுடைய கவனத்துக்குரியவை. அவர்களுடைய போட்டியாளர்களைப் பற்றி அவர்கள் குறைந்த அளவே அறிந்திருக்கிறார்கள். எனவேதான், போட்டியின் தாக்கம் மிகவும் குறைவாக உள்ள எதிர்காலத்தை மட்டுமே அவர்களால் கற்பனை செய்ய முடிகிறது.

நாம் எல்லோருமே இப்படித்தான் ஒரளவிற்குச் செய்கிறோம்.

என்னுடைய மகளைப்போன்றே, அது துளியும் நம்மைத் தொந்தரவு செய்வதில்லை.

நாம் கண்மூடித்தனமாகவும் குழப்பநிலையிலும் அலைவதில்லை. நாம் எதைத்தெரிந்துகொள்ள வேண்டுமோ அதன் அடிப்படையில், நாம் இயங்கும் இந்த உலகு, எவ்வளவு அறிவார்த்தமாக உள்ளது என்பதை நாம் நினைத்துப் பார்த்தல் வேண்டும். வேறுவிதமாக நாம் உணர்வோமாயின், காலையில் நாம் நம்முடைய படுக்கையிலிருந்து எழுந்து கொள்வதே கடினமாக ஆகிவிடும்.

பூமியைச் சுற்றிக்கொண்டிருக்கும் அந்த வேற்றுகிரகவாசி என்ன ஆனான்?

நம்பிக்கையுடைய ஒருவன், அவன் பார்ப்பதை வைத்து, என்ன நடக்கிறது என்பதை அறிகிறான். ஆனால், முழுவதையும் தவறாகவே அவன் நினைக்கிறான். ஏனென்றால், அடுத்தவர்களின் மூளைக்குள் ஓடிக்கொண்டிருக்கும் கதைகளை அவன் அறிவது கடினம்.

அவன் தான் நாமெல்லோரும்.

19.

எல்லாமாய்ச் சேர்ந்து இப்பொழுது...

நாம் இதுவரை கற்றது நம் பணம் சார்ந்த உளவியல் பார்வைகள் தாம்.

வாழ்த்துகள். நீங்கள் தொடர்ந்து படிக்கிறீர்கள்.

நாம் இதுவரை கற்ற சிலவற்றை இணைத்துப் பார்க்கும் நேரமிது.

இந்த அத்தியாயம் ஒரு தொகுப்பைப் போன்றது. உங்கள் பொருளாதாரம் சார்ந்த நல்ல முடிவுகளை எடுக்க உதவும் சில சிறிய, செயலாக்கத்தக்க பாடங்கள்.

முதலில் நான் உங்களுக்கு, ஒரு பல் மருத்துவரைப் பார்ப்பதற்காக முன்கூட்டித் திட்டமிடப்பட்ட நேரம் எவ்வாறு மோசமான நிலைக்கு உள்ளானது என்பதைக் குறித்த கதை ஒன்றைச் சொல்லப்போகிறேன். நாம் பணத்தை எப்படியெல்லாம் முதலிடலாம் என்று உரைக்கும் அறிவுரைகள், எப்படியெல்லாம் இடர்களைச் சந்திக்க வைக்கும் என்பது குறித்து நமக்காக ஒன்றைச் சொல்லவருவதாகும்.

1931-ஆம் ஆண்டு, கிளெரென்ஸ் ஹக்ஸ் என்பவர் ஒரு பல் மருத்துவரைப் பார்க்கச் சென்றார். அவருடைய வாயில் தொடர்ந்து வலி இருந்துகொண்டே இருந்தது. அந்தப் பல் மருத்துவர், அவரை, மயக்கமருந்து கொடுத்துவிட்டு, வலி குறைவதற்காக மருத்துவத்தில் ஈடுபட்டார். சில மணி நேரம் கழித்து கிளெரென்ஸ் மயக்கநிலை

தெளிந்து எழுந்த போது, அவர் 16 பற்களையும், டான்சில்லையும் இழந்திருந்தார்.

பின்னர் எல்லாமே தவறாக நடந்தது. ஒரு வாரம் கழித்து, கிளெரென்ஸ் மருத்துவச் சிகிச்சையில் ஏற்பட்ட சிக்கல்களின் காரணமாக இறக்க நேரிட்டது.

அவருடைய மனைவி, பல் மருத்தவ்ரின் மேல் வழக்கு தொடுத்தார். ஆனால் அந்த வழக்கு, சிகிச்சையில் ஏற்பட்ட சிக்கலினால் தன் கணவர் இறக்க நேரிட்டது என்பது குறித்து அன்று. ஏனென்றால், அந்தக் காலத்தில், 1931-இல், ஒவ்வொரு சிகிச்சையும் மரணத்தைச் சந்திக்கவே நேரிட்டது.

கிளெரென்ஸ்-இன் மனைவி தொடுத்த வழக்கில், முதலில், தன் கணவரிடம் மருத்துவர் எடுக்கப்போகும் முறைகளைக் குறித்து ஒப்புதல் வாங்கவில்லை என்றும், அப்படி ஒப்புதல் கேட்டிருந்தால், இப்படி ஆக வேண்டிய சூழலே வந்திருக்காது என்றும் வாதிட்டார்.

இந்த வழக்கு, கோர்ட் கோர்ட்டாக மாறி நடந்துகொண்டே இருந்தது. இருந்தாலும் முடிவு வந்தபாடில்லை. 1931-இல், நோயாளிக்கும் மருத்துவருக்கும் இடையே ஒப்புதல் என்பது இல்லாத ஒன்றாகவே இருந்தது. ஒரு கோர்ட், இந்த வழக்கின் சாரங்களை ஆராய்ந்து, தகுந்த மருத்துவ வழிமுறைகளைப் பின்பற்ற மருத்துவர்களுக்குச் சுதந்திரம் அளிக்கப்படுதல் வேண்டும் என்று கருத்து தெரிவித்தது. “அப்படியான வழக்கம் இல்லையென்றால், நாம் மருத்துவத்துறையின் முன்னேற்றத்தைக் காணமுடியாது” என்றது.

வரலாற்றின் பெரும்பகுதியில், மருத்துவத்தின் முக்கிய கொள்கை என்பது, மருத்துவர் நோயாளியின் நோயைக் குணப்படுத்த வேண்டும் என்பதே. மருத்துவர் குறித்து நோயாளி என்ன நினைக்கிறார் என்பது தேவையற்ற ஒன்று. டாக்டர் ஜே. கட்ஸ் தன்னுடைய “The Silent World Between Doctor and Patient” என்னும் நூலில், இந்த தத்துவத்தைக் குறிப்பிட்டுள்ளார்.

> அந்த இலக்கைச் சாதித்தாக வேண்டும் என்பதால், மருத்துவர்கள், நோயாளிகளின் உடல் மற்றும் உணர்வுகளை மதிக்கக் கடமைப்பட்டிருக்கிறார்கள். அப்படியான ஒரு நிலையில், நோயாளிகளின் விருப்பங்கள் குறித்து அவர்களிடம் கலந்தாலோசிக்காமல், அவர்களாகவே தேவையான முடிவுகளைத் தேர்ந்தெடுத்தல் வேண்டும். இதன் சாரம் என்னவென்றால், எடுக்கப்படும்

எல்லாமாய்ச் சேர்ந்து இப்பொழுது...

முடிவுகளின் விளைவுகளில் நோயாளிகளும் பங்கேற்க வேண்டும் என்ற நிலைமை அப்போது மருத்துவத் தத்துவத்தில் சரியானதாகப் பார்க்கப்படவில்லை.

இத்தகைய நிலை, ஏதோ கர்வத்தாலோ அல்லது தொல்லைகொடுக்க வேண்டும் என்பதாலோ ஏற்பட்டதன்று. மாறாக, இது இரண்டு கருத்துகளின் அடிப்படையில் நம்பப்பட்டது:

1. ஒவ்வொரு நோயாளியும் குணப்படுத்தப் படுதல் வேண்டும்
2. அவர்களைக் குணப்படுத்த, பொதுவான, சரியான சிகிச்சை முறை உள்ளது

நோயாளிகளிடமிருந்து ஒப்புதல் பெறத்தேவையில்லை என்னும் நிலை, இவ்விரண்டு கருத்துகளை நீங்கள் நம்பினால் சரி என்பது போன்றே தெரியும்.

ஆனால், மருத்துவம் என்பது அப்படிச் செயல்படும் முறையன்று.

கடந்த 50 ஆண்டுகளில் மெல்ல மெல்ல மருத்துவக்கல்வி நிறுவனங்கள், நோய்களைக் குணமாக்கும் நோக்கிலிருந்து, நோயாளிகளை குணமாக்கும் நோக்குக்குத் தங்களை மாற்றிக்கொண்டுள்ளன. அதாவது, குணமாக்க என்னவெல்லாம் திட்டங்கள் இருக்கின்றனவோ அவற்றை நோயாளிகளுக்குத் தெரிவித்து, நோயாளிகளைத் தீர்மானிக்க விடுவதே அந்த முறை.

இந்த முறை, ஓரளவிற்கு, நோயாளிகள் காப்புச் சட்டத்தாலும், ஓரளவிற்கு கட்ஸ்-இன் நூலின் தாக்குதலாலும் சாத்தியமாகிறது. கட்ஸ் நூல் இதுகுறித்து, நோயாளிகளுக்கு மருத்துவத்தால் என்னபயன் என்பது குறித்த பரந்த அறிவு இருக்கிறது என்பதால், அவர்களுடைய நம்பிக்கைகள் கருதப்படுதல் வேண்டும் என்று கூறுகிறது.

கட்ஸ் எழுதுகிறார்:

"தங்கள் கல்வி மற்றும் அனுபவத்தை மட்டுமே கொண்டு, மருத்துவர்கள் தங்களுடைய கருணை மனப்பான்மை, எது நல்லது என்று சிந்திக்கும் தன்மை ஆகியவற்றின் அடிப்படையில் செயல்படுவார்கள் என்று நினைப்பது

> மிகவும் அபாயகரமான முட்டாள்தனம் ஆகும். அது அவ்வளவு எளிதானதும் அல்ல. மருத்துவம் என்பது சிக்கலான ஒரு தொழிலாகும். மருத்துவருக்கும், நோயாளிகளுக்கும் இடையேயான தொடர்பும் அத்தகைய வகையில் சிக்கலானதே."

அந்த கடைசி வரி முக்கியமானதாகும்: " மருத்துவம் என்பது சிக்கலான ஒரு தொழிலாகும். மருத்துவருக்கும், நோயாளிகளுக்கும் இடையேயான தொடர்பும் அத்தகைய வகையில் சிக்கலானதே. "

உங்களுக்கு இப்போது புரிகிறதா அதை ஒத்த ஒரு தொழிலைக்குறித்து? பொருளாதார ஆலோசனை.

உங்கள் பணத்தை நீங்கள் என்ன செய்யலாம் என்பதை நான் சொல்ல இயலாது. காரணம், எனக்கு உங்களைப் பற்றி தெரியாது.

எனக்கு உங்களுக்குத் தேவையானது என்ன என்று தெரியாது. எனக்கு அது எப்போது உங்களுக்குத் தேவைப்படும் என்பதும் தெரியாது. எனக்கு அது ஏன் உங்களுக்குத் தேவைப்படுகிறது என்பது குறித்தும் தெரியாது.

எனவே, உங்கள் பணத்தை நீங்கள் என்ன செய்ய வேண்டும் என்பதை நான் சொல்லப்போவதில்லை. கிளெரென்ஸ் ஹக்-க்கு அந்தப் பல்மருத்துவர் சிகிச்சையளித்ததுபோல், நான் உங்களுக்கு உதவப்போவதில்லை.

ஆனாலும், மருத்துவர்களும், பல் மருத்துவர்களும் தேவையற்றவர்கள் என்பதில்லை. அவர்கள் அறிவார்ந்தவர்கள் தாம். அவர்களுக்குத் தெரியும் எது எப்படி ஆகும் என்று. தங்களுக்குத் தேவையான சரியான மருத்துவ முறைகுறித்து, நோயாளிகள் பல்வேறு பட்ட முடிவுகளை எடுத்தாலும், எது தேவைப்பட்ட விதத்தில் செயல்படும் என்பது மருத்துவர்களுக்குத் தெரியும்.

பொருளாதார ஆலோசகர்களும் அப்படிப்பட்டவர்களே. பணம் சார்ந்த துறையில் சில பொதுவான விதிகளும் உண்மைகளும் உள்ளன. தங்கள் முதலீட்டுக்கு அத்தகைய பொதுவிதிகளை எப்படிப் பொருத்துவது என்பது குறித்துத் தனிப்பட்ட முதலீட்டாளர்கள் பல்வேறு முடிவுகளை எடுக்கத்தான் செய்கின்றனர்.

எச்சரிக்கையுடன் நாம் சில பரிந்துரைகளை ஆராய்வோம். நீங்கள் உங்கள் பொருளாதார முடிவுகளை எடுக்க அவை உங்களுக்கு உதவும்.

எல்லாம் நல்லபடியாக நடந்துகொண்டிருந்தால், உங்களுக்குள் பணிவைக் கடைபிடியுங்கள். அவை எதிர்மறையாக நடந்து கொண்டிருந்தால், மன்னிப்பையும் இரக்கத்தையும் கடைபிடியுங்கள்:

ஏனென்றால், அது உண்மையில் எப்படித் தெரிகிறதோ அந்த அளவிற்கு தீயதாகவும், அந்த அளவிற்கு நல்லதாகவும் எப்போதும் இருந்ததில்லை. இந்த உலகம் மிகவும் பரந்தது; சிக்கலானது. அதிர்ஷ்டம், உயர்வு இவ்விரண்டும் உண்மையானவையும், கண்டுபிடிக்க அரிதானவைகளும் கூட. உங்களையும், உங்களைச் சார்ந்தவர்களையும் நீங்கள் எடைபோடும்போது இதை எப்போதுமே மனத்தில் கொள்ளுதல் வேண்டும். அதிர்ஷ்டம், இடர் இவற்றின் சக்தியை மதிக்கக் கற்றுக்கொள்ளுங்கள். அந்த முறையில் நீங்கள் எவற்றையெல்லாம் கட்டுப்படுத்த வேண்டும் என்று நினைக்கிறீர்களோ அவற்றைச் செய்ய அது சாதகமாக இருக்கலாம். சரியான மாதிரிகளை நாம் தேர்ந்தெடுக்கவும் இதனால் சாத்தியப்படலாம்.

குறைந்த தற்பெருமை; நிறைந்த செல்வம்:

சேமிப்பு என்பது உங்கள் தற்பெருமைக்கும், உங்கள் வருவாய்க்கும் இடையிலான இடைவெளியே ஆகும். செல்வம் என்பது நீங்கள் பார்க்க இயலாதது. எனவே எதிர்காலத்தில் உங்களிடம் மிகுதியாகவும், மேலும் பல வழிகள் இருக்கவேண்டி, இன்று உங்களால் என்ன வாங்கவியலும் என்னும் எண்ணத்தை சற்றே கட்டுப்பாட்டுக்குள் வைத்து, செய்யப்படுவதே செல்வம் என்பதாகும். நீங்கள் எவ்வலவு சம்பாதிக்கிறீர்கள் என்பது ஒரு பொருட்டே அல்ல; ஓரளவிற்கு மேல் நாம் பணத்தைச் செலவுசெய்யக்கூடாது என்று இன்றைய நிலையில் நாம் வரையறுத்துக்கொள்ளாமல் நீங்கள் சேமிக்கவே இயலாது.

உங்களால் இரவில் நிம்மதியாகத் தூங்கும் உதவும் வகையில் உங்கள் பணத்தை நீங்கள் ஆளுங்கள்.

நீங்கள் மிக அதிகப்படியான வருவாயைப் பெறும் அலவிற்குச் சேமியுங்கள் என்றோ, அல்லது உங்கள் வருவாயில் ஒரு குறிப்பிட்ட சதவிகிதத்தைச் சேமிப்பாக்குங்கள் என்றோ சொல்வதிலிருந்து இது மிகவும் வேறுபட்டதாகும். உயர்ந்த அளவிலான வருவாயைப் பெறாமல் சிலரால் தூங்க இயலாது. சிலர், மரபுவழியில் சேமித்தால் மட்டுமே நல்ல தூக்கத்தைக் கொண்டிருப்பார்கள். அவரவருக்கு அவர்களுடையது. "இரவில் நான் தூங்குவதற்கு இது உதவி செய்யுமா?" என்பதே, எல்லாப் பொருளாதார முடிவுகளுக்கும் சிறந்த பொதுவான திசைக்காட்டியின் அடிப்படையாகும்.

சிறந்த முதலீட்டாளராக நீங்கள் வரவிரும்பினால், மிக முக்கியமான ஒற்றை வழி என்பது சேமிப்புக்காலத்தை அதிகப்படுத்துவது தான்.

முதலீட்டில், காலமே மிகவும் சக்தி வாய்ந்த காரணியாகும். அது சிறிய முதலீடுகளைப் பெரிதாக்கவும், பெரிய தவறுகள் மறைந்து போகவும் காரணமாக அமைகின்றது. உங்கள் பணத்தை நீங்கள் எப்படிக் கையாள்கிறீர்கள் என்பது பொருட்டில்லை. எவையெல்லாம் உங்களுக்குச் சாதகமானவை இல்லையோ அவற்றோடெல்லாம் பரிட்சயப்படுத்திக் கொள்ளுங்கள். இப்படித்தான் உலகம் இருக்கும். குறிப்பிட்ட பங்குகளை மட்டும் பார்த்துக்கொண்டிருக்காமல், மொத்தமாக உங்களுடைய பங்குகள் எப்படி வருவாயைத் தேடித்தருகின்றன என்பதை மட்டும் கண்காணியுங்கள். அந்தவழியில் நீங்கள் உங்கள் சேமிப்பைக் கணிக்கலாம். முதலீட்டில் ஒரு பெரிய பகுதி, தேவையற்ற பங்குகளிலும், சில மிகவும் வெற்றிகரமாகச் செயல்படும் பங்குகளாகவும் இருக்கலாம். அதுதான் பொதுவாக, சரியானமுறைச் சூழல் ஆகும். உங்களுடைய தனிப்பட்ட பங்குகளின் வெற்றியைக் கொண்டு உங்களை மதிப்பிட்டால், வெற்றிபெற்றவர் உண்மையைவிட, மிகவும் சாதனை படைத்தவராகவே தோன்றலாம். தோல்வியுற்றவர் அடிநிலைத் தோல்வியடைந்தவர்களாகக்கூடத்தெரியலாம்.

பணத்தைக்கொண்டு உங்கள்காலத்தைக்கட்டுப்பாட்டுக்குள் வைத்திருங்கள்:

ஏனென்றால், உங்கள் காலம் உங்கள் கட்டுப்பாட்டில் இல்லையென்றால் அது உங்கள் அமைதியைக் குலைக்கும். உங்களுக்கு என்ன வேண்டும், உங்களுக்கு அது எப்போது வேண்டும், உங்களுக்கு எவரோடு அது வேண்டும், உங்களுக்கு அது எவ்வளவு காலம் வேண்டும் என்பனவற்றை, கணிக்ககூடிய, செயலாக்கக்கூடிய திறமை ஒன்றே பொருளாதாரத்தில், மிக உயர்ந்த வருவாயைத் தேடித்தரும்.

நல்லவராக இருங்கள்; பகட்டைக் கைவிடுங்கள்:

உங்கள் குணத்தைவிட, உங்கள் சொத்துகளின் மூலமாக யாரும் கவரப்படுவதில்லை. விலையுயர்ந்த காரோ அல்லது கைக்கடியாரமோ உங்களுக்குத் தேவை என்று நீங்கள் நினைக்கலாம். ஆனால், நீங்கள் உண்மையாக விரும்புவது என்பது, மரியாதையும், போற்றுதலையும் மட்டுமே. கார் மட்டும் கைக்கடிகாரம் இல்லாமலேயே, உங்களுடைய கருணையையும், அடக்கத்தையும் கொண்டே அவ்விரண்டையும் நீங்கள் வாங்க இயலும்.

எல்லாமாய்ச் சேர்ந்து இப்பொழுது...

சேமியுங்கள். சேமித்துக்கொண்டே இருங்கள். சேமிப்புக்கு உங்களுக்கு எந்தக் காரணமும் தேவையில்லை.

ஒரு கார் வாங்கவோ அல்லது ஒரு கடனை அடைக்கவோ அல்லது ஒரு மருத்துவத்தேவைக்காகவோ நீங்கள் சேமிக்கலாம். இருந்தாலும், நம்மால் வரையறுக்க முடியாத, கணிக்கமுடியாத காரணங்களுக்காகச் சேமிப்பதே சேமிப்பதற்கான காரணங்களில் மிகவும் முக்கியமானதாகும். ஒவ்வொருவருடைய வாழ்க்கையும் தொடர்ந்து வரும் திகைப்புகளின் சங்கிலித்தொடர் ஆகும். இதற்காக என்று எந்தக் காரணமும் இல்லாமல் சேமிக்கும் சேமிப்பே, வாழ்க்கையின் மிகவும் மோசமான கணங்களில் உங்களைக் காப்பாற்ற உதவும் உன்னத சேமிப்பாகும்.

வெற்றிக்கான விலையை வரையறுங்கள். அதைச் செலுத்தவும் தயாராக இருங்கள்.

ஏனென்றால், மதிப்புமிக்க எதுவும் இலவசமாகக் கிடைப்பதில்லை. பெரும்பான்மையான பொருளாதாரச் செல்வுகள், அட்டையில் கட்டணத்தின் மதிப்பைக் காட்டியபடி அமைவதில்லை என்பதையும் இங்கே நினைவுகூருங்கள். நிலையற்றதன்மை, ஐயங்கள், வருத்தங்கள் ஆகியவையே பொருளாதார உலகின் பொதுவான கட்டணங்கள் ஆகும். அவை கொடுக்கப்பட வேண்டிய மதிப்புகளே ஆகும். இருந்தும் அவற்றை நீங்கள் ஒரு கட்டணம் போலக் கருதுதல் வேண்டும். ஏதோ ஒரு நல்லதை நாம் பெற, நாம் கொடுக்கும் கட்டணம் என்றே கொள்ளல் வேண்டும். அவற்றை ஏதோ அபராதம் போன்று நினைத்துக்கொண்டு தவிர்ப்பது சரியன்று.

தவறுகளுக்கான இடைவெளியைப் போற்றுங்கள்.

எதிர்காலத்தில் என்ன நடக்கக்கூடும் என்பதற்கும், நீங்கள் பயன்பெற உங்களுக்கு எது நடக்கவேண்டும் என்பதற்கும் இடையேயான இடைவெளியே முக்கியமானது. அதுவே உங்களுக்குத் தேவையான சகிப்புத்தன்மையைத் தரும். அந்தச் சகிப்புத் தன்மையே நீண்ட கால அடிப்படையில் கூட்டுத்தொகைமுறையில் வருவாயைத் தேடித்தரும். தவறுகளுக்கான வெளி பொதுவாக, மரபுசார்ந்த ஒன்றாக கருதப்படுகிறது. ஆனால் அது உங்களை விளையாட்டில் நின்று ஆட வைத்து, பன்மடங்கு பலனையும் தரும் வலிமையைப் பெற்றது.

பொருளாதார முடிவுகளின் அதீதங்களைத் தவிர்க்கவும்:

ஒவ்வொருவருடைய இலக்குகளும், முடிவுகளும் காலத்துக்கு ஏற்ப மாறுபட்டுக்கொண்டே இருக்கும். உங்கள் முந்தைய முடிவுகள் எவ்வளவு அதீதமாக இருக்கின்றதோ அந்த அளவிற்கு, நீங்கள் அது குறித்து வருந்தத்தக்க கணங்களும் வரும்.

இடர்களை நீங்கள் எதிர்கொள்ள வேண்டும் ஏனென்றால் அவை காலம் கனியும்போது உங்களுக்கான வருவாயைக் கொடுக்கும்.

ஆனாலும் நீங்கள் உங்களை முற்றிலுமாக அழித்துவிடும் இடர்களைக் குறித்து அச்சம் கொண்டவராகத்தான் இருந்தல் வேண்டும். ஏனென்றால் அத்தகைய அச்சமே பிற்காலத்தில், அத்தகைய இடர்களை நீங்கள் தவிர்க்க உதவும்.

உங்கள் விளையாட்டை நீங்கள் தீர்மானியுங்கள்:

மற்றவர்கள் விளையாடும் வேறுவிதமான விளையாட்டுகளின் போக்கு, உங்களை மாற்ற இயலாத நிலையில், உங்கள் செயல்களை நீங்கள் திட்டமிடுங்கள்.

குழப்பங்களைப் போற்றுங்கள்:

பொருளாதாரத்தில் ஒருவர் கூற்றை மற்றொருவர் ஏற்றுக்கொள்ளமல் இருப்பது என்பது அறிவார்ந்த, அனைத்தும் தெரிந்த, நியாயமான மக்களின் இயல்பாகும். ஏனென்றால் அத்தகையோர் வேறுபட்ட இலக்குகளையும், ஆசைகளையும் கொண்டவராகவே இருக்கின்றனர். சரி என்று கொள்ளக்கூடிய ஒற்றைத்தீர்வு என்பது கிடையாது. எது உங்களுக்குச் சாதகமாகச் செயல்படுகிறதோ அதுவே தீர்வு.

இப்போது எனக்கு எது சாதகமாக இருக்கும் என்று நான் உங்களுக்குச் சொல்கிறேன்.

20.

வாக்குமூலங்கள்

என்னுடைய சொந்தப் பணம் சார்ந்த உளவியல்

"First Manhattan" என்னும் ஆலோசனை நிறுவனத்தை நிறுவிய, பில்லியனர் முதலீட்டாளர், சாண்டி கோட்டஸ்மேன், அவருடைய முதலீட்டு நிறுவனத்தில் பணிக்குச் சேர, நேர்முகத்தேர்வுக்கு வந்தவர்களிடம், ஒரு கேள்வியைக் கேட்கச் சொல்கிறார்: "நீங்கள் எதை சொந்தமாக வைத்துள்ளீர்கள்? ஏன் வைத்துள்ளீர்கள்?"

"எந்தப் பங்கு விலை குறைவாகக் கிடைக்கும்?" என்றோ "எந்தவிதமான பொருளாதாரம் வீழ்ச்சியைச் சந்திக்கும்?" என்றோ கேட்கச் சொல்லவில்லை.

உங்கள் பணத்தை நீங்கள் என்ன செய்வீர்கள் என்று சொல்லுங்கள்.

இந்தக் கேள்வி எனக்குப் பிடித்தது. ஏனென்றால், "மக்கள் உங்களுக்குச்சொல்லும் ஆலோசனை என்ன?" என்பதற்கும், "அவர்களுக்கு எவை சரியாக இருக்கும்?" என்பதற்கும் இடையே மிக நீண்ட இடைவெளி உள்ளது.

"MorningStar" -இன் அறிக்கையின்படி, அமெரிக்காவின் பரஸ்பர நிதியை நிர்வகிக்கும் மேலாளர்களில் பாதிக்குமேல், தங்கள் பணத்திலிருந்து ஒரு செண்ட்டைக்கூட அவர்கள் நிதியில் முதலீடு செய்வதில்லை.[69] இது மிகவும் கொடூரமானது. உண்மையிலேயே புள்ளியியல் இந்த வகையான பாசாங்குத்தனத்தை வெட்டவெளிச்சமாக்குகிறது.

இதைப்போன்ற நிகழ்வுகள், நீங்கள் நினைப்பதைவிட, மிகவும் பொதுவானவை. USC-யில் மருத்துவப் பேராசிரியராக

இருக்கும் கென் முர்ரே, 2011-ஆம் ஆண்டு எழுதிய “How Doctors Die” என்ற கட்டுரையில், மருத்துவர்கள், தங்களுக்கு மரண ஆபத்து என்று வரும்போது, தங்கள் நோயாளிகளுக்குப் பரிந்துரை செய்வதிலிருந்து மிகுந்த அளவில் வேறுபாடுடைய சிகிச்சை முறைகளைத்தான், தேர்வு செய்கிறார்கள்” என்கிறார்.[70]

“மருத்துவர்கள், நம்மைப் போன்று இறப்பதில்லை.” என்று தொடரும் அவர், “அவர்களைக் குறித்த வித்தியாசமான செய்தி என்னவென்றால், பெரும்பான்மையான அமெரிக்கர்கள் பெறும் சிகிச்சையின் அளவைவிட, மிகக்குறைவான அளவிலேயே தங்களுக்கான சிகிச்சையைச் செய்துகொள்கிறார்கள். தங்கள் வாழ்நாள் முழுவதும், இறப்பிலிருந்து மற்றவர்களைக் காப்பாற்றுவதற்காக இருக்கும் அவர்கள், தங்களுக்கு இறப்பு என்று வரும்போது, மிகவும் துல்லியமாகப் பார்க்கிறார்கள். என்ன நடக்கப்போகிறது என்பது அவர்களுக்குச் சரியாக தெரியும். எந்தவகையான வாய்ப்புகள் உள்ளன என்பது குறித்தும் அவர்களுக்குத் தெரியும். பொதுவாக எந்தவிதமான முறைகளையும் அவர்களுக்கென்று பெறும் நிலையில்தான் அவர்கள் இருக்கின்றனர். இருந்தும் அவர்கள் தங்களுக்கென்று வரும்போது, மிகவும் ஜாக்கிரதையாகத்தான் இருக்கிறார்கள்.”

ஒரு மருத்துவர் தன் நோயாளின் புற்று நோயின் மீது வலிமையாகச் செயல்பட்டாலும், தனக்கென்று வரும்போது அவர், வலிகுறைந்த வழிமுறைகளைத்தான் கையாள்வர்.

“நீங்கள் என்ன செய்தல் வேண்டும் என்பதைப் பிறர் சொல்வதற்கும்”, “அவர்களுக்கென்று வரும்போது அவர்கள் என்ன செய்துகொள்கிறார்கள்” என்பதற்குமான இடைவெளி அவ்வளவு மோசமானதாக இருப்பதில்லை.நம்மையோ நம்முடைய குடும்பங்களையோ தாக்கக்கூடிய, சிக்கலான, உணர்ச்சிபூர்வமான செயல்களைச் செய்யும் போது, ஒரே சரியான வழி என்று ஏதும் இருப்பதில்லை. இதைத்தான் நாம் தெளிவாக உள்வாங்கிக்கொள்ளுதல் வேண்டும். எல்லோருக்கும் பொதுவான உண்மை என்று ஏதும் கிடையாது. உங்களுக்கும் உங்கள் குடும்பத்துக்கும் ஏற்றவிதத்தில் இருக்கிறதே என்பதே முக்கியம். உங்களுக்கு எவை தேவையோ அவை பூர்த்தியாகும்போது, உங்களுக்கு அமைதியான தூக்கம் கிடைக்க வாய்ப்புள்ளது.

சில அடிப்படைக் கொள்கைகள் கடைப்பிடிக்கப்பட்டே ஆகவேண்டும். இது மருத்துவத்திலும், பொருளாதாரத்திலும் தேவையான ஒன்று; உண்மையானதும்கூட. ஆனால், மிக முக்கியமான் பொருளாதார முடிவுகள் என்பவை, கணக்குப்

புத்தகங்களிலோ அல்லது புத்தகங்களிலோ எடுக்கப்படுவதில்லை. அவை இரவு உணவு உட்கொள்ளும் சாப்பாட்டு மேசையில் எடுக்கப்படுகின்றன. அவை பெரும்பாலும், மிகுந்த லாபங்களை ஈட்டும் எண்ணத்துடன் செய்யப்படுவன அல்ல. மாறாக, தங்களுடைய வாழ்க்கைத்துணைக்கோ அல்லது குழந்தைகளுக்கோ ஏமாற்றம் தராவண்ணம் செய்யப்படுகின்றன. அத்தகைய முடிவுகள், கணக்கீட்டு அட்டவணைகளிலும், சூத்திரங்களிலும் தொகுக்க இயலாதவை ஆகும். அவை மனிதனுக்கு மனிதன் பரவலாக மாறுபடும் போக்குடையனவாகும். ஒருவருக்கு உதவும் ஒரு முறை, மற்றொருவருக்கும் உதவும் என்று சொல்ல இயலாது.

உங்களுக்கு எது தீர்வாக அமையும் என்பதை நீங்கள்தான் கண்டுபிடிக்க வேண்டும். இதுதான் எனக்கு தீர்வாக அமையும் திட்டம் ஆகும்.

சேமிப்பு குறித்து என் குடும்பம் எப்படிக் கருதுகிறது?

சார்லி முங்கர் ஒருமுறை கூறியது: "நான் செல்வந்தனாக மாற விரும்பவில்லை. நான் சுதந்திரமானவனாக மாற மட்டுமே விரும்புகின்றேன்."

செல்வத்தை நாம் புறக்கணித்து விடலாம். ஆனால், எப்போதும், சுதந்திரம் என்பதே என்னுடைய முக்கிய இலக்காக இருந்துவருகிறது. அதிக வருவாயைத் துரத்துவதும், என்னிடம் இருக்கும் சொத்துகளை வைத்து, மிகவும் டாம்பீகமாக வாழ்வதும், எனக்கு எப்போதுமே மகிழ்ச்சி ஊட்டுபவையாக இருந்ததில்லை. இவ்விரண்டும் தங்கள் நண்பர்களைக் கவர மக்கள் விளையாடும் விளையாட்டாகவே எனக்குத்தெரிகிறது. இவ்விரண்டிலும் இடர்கள் மறைந்துள்ளன. நான் பொதுவாக எழும் ஒவ்வொரு காலையும், நானும் என் குடும்பமும் என்ன செய்யவிரும்புகிறோமோ அதை எங்கள் வழியில் செய்யவே விரும்புகின்றோம். நாங்கள் எடுக்கும் ஒவ்வொரு பொருளாதார முடிவும் இதைச்சுற்றியே அமைந்திருக்கும்.

என்னுடைய பெற்றோர் அவர்களது இளமைக்காலத்தை இரு நிலைகளில் வாழ்ந்தார்கள்: மிகுந்த வறியநிலை, ஓரளவிற்கு வசதி. என்னுடைய தந்தையார், மூன்று குழந்தைகளைப் பெற்றபின்னர், அவருடைய 40-ஆவது வயதில் மருத்துவரானார். அவர் மருத்துவத்துக்காகப் படிக்கும் வேளையில், என்னுடைய பெற்றோர்கள், மூன்று குழந்தைகளுடன், அவர்களால் முடிந்தபோதும், செலவுகளைக் குறைத்து, சேமிப்பை அதிக மாக்கிக்கொண்டு வாழ்ந்தார்கள். அதனால், மருத்துவராக அவர் சம்பாதித்தபோதும், அவருடைய சிக்கனப்போக்கைக்

கடைப்பிடித்தார்கள். அது அவர்களுக்குச் சுதந்திரத்தின் வலிமையைக் கொடுத்தது. என்னுடைய தந்தையார், அவசரப்பிரிவில் பணியாற்றிய மருத்துவர். அது மிகவும் அதிக அளவு அழுத்தத்தைக் கொடுக்கும் ஒரு பணியாகும். இரவு, பகல் என்று மாறிமாறிவரும் பணி நேரங்களைக் கொண்ட அது மிகவும் கடினமான ஒன்றாகும். இருபதாண்டுகள் உழைத்தபிறகு, அது போதும் என்று எந்த தந்தையார் அந்தப் பணியிலிருந்து ஓய்வு பெற்றார். தன் வாழ்க்கையின் அடுத்த நிலையில் அவர் வாழ ஆரம்பித்தார்.

அது என்னைத் தாக்கியது.

திடீரென்று ஒரு காலை எழுந்து, இதுவரை எவற்றைச் செய்து வருகிறீர்களோ அவற்றை மாற்றியமைத்துக்கொண்டு, உங்கள் வழிமுறையில், நீங்கள் எப்போது தயாரோ அப்போது செயல்படுவது என்பது எல்லாப் பொருளாதார இலக்குகளின் முன்னோடியாகவே தெரிந்தது. என்னைப் பொறுத்தவரை, சுதந்திரம் என்பது நாம் செய்துகொண்டிருக்கும் அனைத்தையும் நிறுத்திவிடுவதில் ஆகாது. அது, நீங்கள் எதைச் செய்ய விரும்புகிறீர்களோ அதை, யாருடன் செய்ய விரும்புகிறீர்களோ அவர்களுடன், எப்போது செய்யவிரும்புகிறீர்களோ அப்போது, நீங்கள் எவ்வளவு காலம் செய்ய விரும்புகிறீர்களோ அவ்வளவு காலம் செய்வதே ஆகும்.

ஒரு குறிப்பிட்ட சுதந்திர நிலையைப் பெறுவது என்பது, மருத்துவராய் பணிசெய்து பெறும் சம்பளத்தைப் பொறுத்தது அன்று. அது நம்முடைய எதிர்பார்ப்புகளை ஒரு எல்லைக்குள் வைத்து, உங்கள் வருவாய்க்கும் குறைவாக செலவுசெய்து வாழும் முறையே ஆகும். வருவாய் எவ்வளவுதான் ஆனாலும், சுதந்திரம் என்பது உங்களுடைய சேமிப்பின் அளவைப் பொறுத்தே அமைகின்றது. ஒரு குறிப்பிட்ட அளவிலான வருவாயைத் தாண்டியபின்னர், உங்களுடைய சேமிப்பின் விகிதம், உங்களுடைய வாழ்க்கைமுறை எதிர்பார்ப்புகள் குறையாதவண்ணம் கணிக்கும் திறனில் தான் அமைகிறது.

நானும் எனது மனைவியும் கல்லூரி நாட்களில் ஒருவரை ஒருவர் சந்தித்துப் பின்னர், பல ஆண்டுகள் கழித்தே திருமண பந்தத்தில் ஒன்றானோம். பள்ளியை அடுத்து, எங்கள் இருவருக்கும், தொடக்கநிலை பணிகளே, தொடக்க நிலை சம்பளங்களுடன் கிடைத்தன. அதன்மூலம் நாங்கள் ஒரு சராசரி வாழ்க்கை முறையை அமைத்துக்கொண்டோம். எல்லாவிதமான வாழ்க்கைமுறைகளும் வானவில்லைப்போல் தொடர்ந்து இருந்தாலும், ஒருவருக்கு அரசபோகம் போல் தோன்றுவது, மற்றொருவருக்கு பிச்சைக்காரத்தனமாகத் தெரியலாம். ஆனால், எங்களுடைய

சம்பளத்தில், எங்களுக்குப் பிடித்தமான ஒரு இல்லம், ஒரு கார், பிடித்தமான துணிமணிகள், உணவு ஆகியவையே கிடைத்தன. வசதியாகத்தான் இருந்தது. இருந்தாலும், படாடோபம் என்று சொல்லும் அளவிலில்லை.

நான் பொருளாதாரத்துறையிலும், என் மனைவி மருத்துவத்துறையிலும் பணியாற்றி, ஏறக்குறைய பத்தாண்டுகள், தொடர்ச்சியாக வளர்ந்துவரும் வருவாயை நாங்கள் பெற்றிருந்தாலும், ஏறக்குறைய அதே வாழ்க்கைமுறையையே அப்போதிலிருந்து நாங்கள் அனுபவிக்கிறோம். அந்த முறையே, எங்களது சேமிப்பின் விகிதத்தை அதிகரிக்கச் செய்தது. நாங்கள் சம்பாதிக்கும் ஒவ்வொரு மிகுதியான டாலரும், எங்களுடைய “சுதந்திர நிதி”-யில் சேர்ந்துவிடும். இப்போது நாங்கள் கனிசமான அளவிற்கு, குறைவான செலவு செய்பவர்களாகவே வாழ்கின்றோம். எங்களுடைய இருபது வயதுகளிலிருந்து நாங்கள் அதே வகையான வாழ்க்கைமுறையைப் பின்பற்றுகிறோம். இது நீங்கள் எங்களைப்பற்றியும் எங்கள் வருவாயைப் பற்றியும், சேமிப்பைப் பற்றியும் தெரிந்துகொள்ள உதவியாக இருக்கலாம்.

என்னுடைய குடும்ப பொருளாதாரத் திட்டத்தில் எனக்குப் பெருமையாகத் தெரிவது என்னவென்றால் அது இதுதான்: எங்களுடைய இளையவயதிலேயே, வாழ்க்கைமுறையின் எல்லையைக் குறித்துவிட்டதுதான். எங்களுடைய சேமிப்பு விகிதம் ஓரளவிற்கு அதிகமாக இருந்தாலும், அது எங்களைச் சிக்கனமாக வாழத் தள்ளியதில்லை. காரணம், எங்களுடைய ஆசையின் அளவு இன்னும் மாறாமல் அதே அளவிலேயே இருக்கிறது. எங்களுக்கு அப்படிப்பட்ட ஆசைகள் இல்லை என்பது கிடையாது. எங்களுக்கு தரத்தையே பிடிக்கும். நாங்கள் வசதியாகத்தான் வாழ்கிறோம். நாங்கள் ஆசைகளுக்கான அந்தக் கதவைத் தாண்டுவதில்லை.

இப்படி எல்லோருக்கும் அமையும் என்று சொல்லவும் இயலாது. இதை நாங்கள் இருவரும் சமமாக ஒத்துக்கொண்டதால், எங்களுக்கு உதவுகிறது. இந்த விஷயத்தில், நாங்கள் இருவரும் ஒருவருக்கொருவர் சமரசம் செய்துகொள்ளவதில்லை. நடைபயிற்சி, படித்தல், எழுதுதல் போன்ற எங்களுக்கு மகிழ்ச்சியைக் கொடுக்கும் பல செய்கைகளுக்குச் செலவு அதிகமாக ஆவதில்லை. எனவே, எதையோ இழக்கிறோம் என்ற உணர்வே எங்களுக்கு வருவதில்லை. எங்களுடைய சேமிப்பு விகிதத்தைக் குறித்து நான் ஒருமுறை கேள்வி எழுப்பியபோது, எங்கள் பெற்றோர், அவர்களுடைய அதிக வருவாயிலிருந்து பெற்ற அந்தச் சுதந்திரத்தை நினைவு கூர்ந்தேன்.உடனே நான் சேமிப்புவிகிதம் குறித்து எண்ணுவதை நிறுத்திவிட்டேன். சுதந்திரமே எங்களுடைய

முக்கிய இலக்கு. உங்களால் முடியும் அளவிற்கும் கீழே உங்கள் வாழ்க்கை முறையை நீங்கள் வைத்துக்கொள்வதால் கிடைக்கும் இரண்டாவது பயன் இதுதான்: நம்மைச் சுற்றியுள்ளோரின் வாழ்க்கைமுறைக்கு நம்மை உயர்த்திக்கொள்ளும் அந்த பழக்கத்தைத் தவிர்த்தல் ஆகும். உங்களால் இயன்ற அளவிற்கும் கீழே, அதே நேரத்தில் வசதியாகவும், பேராசைகள் இல்லாமலும், வாழும் வாழ்க்கைமுறை, சமூக அழுத்தத்தை மிகுதியாகக் குறைக்கிறது. சமூக அழுத்தத்திற்கு உட்படுதல் என்பது நவீனகாலத்தின் வழக்கமாகவே ஆகிவிட்டது.

நசீம் தலேப் விளக்குகின்றார்: "உண்மையான வெற்றி என்பது, நீயா நானா என்னும் எலிச்சண்டையிலிருந்து விலகி, மன அமைதிக்கு ஏற்றவகையில் நம் செயல்களைச் சீராக்கிக்கொள்வதே ஆகும்."

இது எனக்கு மிகவும் பிடித்திருக்கிறது.

நாங்கள் இதுவரை, சுதந்திரத்தைப் பேணுகின்றோம். நாங்கள் செய்யும் ஒவ்வொரு செயலும் ஏதோவோர் பயனைத்தருவதாகவே அமைந்துள்ளது. கடனின்றி எங்கள் வீட்டை வைத்துள்ளோம். அதுவே நாங்கள் செய்த மிக முக்கியமான பணம்குறித்த முடிவு என்றாலும், அதுவே எங்களுடைய மிகவும் தவறான பொருளாதார முடிவு ஆகும். நாங்கள் எங்கள் வீட்டை வாங்கும் போது, வீட்டுக்கடனின் வட்டிவிகிதம் மிகக்குறைவாகவே இருந்தது. எந்தவொரு இயல்பான ஆலோசகரின் ஆலோசனையும், எளியவட்டி விகிதத்தில் கிடைக்கும் பணத்தில் வீட்டை வாங்கிக்கொண்டு, உபரியாக இருக்கும் பணத்தை பங்குச்சந்தை போன்ற அதிக லாபம் கிட்டும் துறைகளில் முதலீடு செய்யலாம் என்பதாகவே இருக்கும். ஆனாலும் எங்கள் இலக்கு என்பது வெறும் அறிவார்த்தமானதாக மட்டுமே இல்லாது, உளவியல்ரீதியாகவும் உடன்பாட்டுடன் இருத்தல் வேண்டும் என்று எண்ணினோம்.

எங்கள் வீட்டுக்கான விலையை மொத்தமாக கொடுத்து நாங்கள் வாங்கினோம் என்னும் என்னுடைய தனிப்பட்ட உணர்ச்சி, குறிந்த வட்டிக்குக் கடன்வாங்கி அதன்மூலம் வீட்டை வாங்குவதால் வரும் வருவாயை விட மிகையாகவே இருக்கிறது. மாதாமாதம் கடனுக்குக் கட்டுவதைத் தவிர்ப்பது என்பது எங்கள் சொத்தின் நீண்ட கால மதிப்பைக் கூட்டுவதைக் காட்டிலும் மேலானது. அது என்னைச் சுதந்திரமாகக் கருதச் செய்கிறது.

என்னுடைய இந்த முடிவில் உள்ள குறைகளை எடுத்துக்கூறுபவரிடமும், அப்படி ஒருக்காலும் செய்ய எண்ணாதவரிடமும், நான் என் வாதத்தைத் தொடரவிரும்பவில்லை. அதை எழுத்தால் சொல்வது என்பது வாதத்துக்கு ஒவ்வாத

காரியம். ஆனால் அது எங்களுக்குப் பயன்தந்தது. எங்களுக்குப் பிடித்திருக்கிறது. அதுதான் விஷயமே. எல்லா நல்ல முடிவுகளும், எப்போதுமே அறிவார்த்தமாக இருக்கவேண்டிய அவசியம் இல்லை. சில கட்டங்களில் நீங்கள் 'மனமகிழ்ச்சி', அல்லது 'சரியான தீர்வு', இவையிரண்டில் ஏதாவது ஒன்றைத் தேர்வுசெய்தாக வேண்டிய கட்டாயம் உள்ளது.

பெரும்பாலான பொருளாதார ஆலோசகர்கள் கூறுவதைவிட அதிக விகிதத்தில், சொத்துகளை விட காசாக வைத்திருக்கவே நாங்கள் விரும்புகின்றோம். எங்கள் வீட்டின் மதிப்பிலிருந்து ஏறக்குறைய 20 சதவிகிதமாவது பணமாகவே வைத்திருக்க விரும்புகின்றோம். இந்த முடிவைக்கூட சரியான முடிவு என்று நாங்கள் பிரகடனப்படுத்த வரவில்லை. நான் பிறருக்குப் பரிந்துரைக்கவும் இல்லை. அது எங்களுக்குச் சாதகமாக இருக்கிறது.

பணம் தான் சுதந்திரத்தின் மூச்சுக்காற்று என்பதால், நாங்கள் அவ்வாறு முடிவெடுத்துள்ளோம். மேலும், மிகவும் குறிப்பாக, எங்களிடம் உள்ள பங்குச்சந்தைகளை விற்கும் நிலைக்குத் தள்ளப்படாமல் இருக்க வேண்டும் என்பதில் குறியாய் உள்ளோம். எதிர்காலத்தில் ஏதேனும் பெரிய பேரிடர்களையும், பெரிய செலவுகளையும் நாங்கள் சந்திக்கும் வாய்ப்பிருக்கலாம். அந்தக் காலத்தில், எங்களுடைய இந்தப்பங்குகள், எங்களுக்குத் துணைபோகும். ஒருவேளை, மற்றவர்களைவிட, நாங்கள் மிகக்குறைந்த அளவிலான இடர்களை எதிர்நோக்கும் தன்மை கொண்டவர்களாகக்கூட இருக்கலாம்.

தனிநபர் பொருளாதாரத்தை நான் அறிந்த வரையில், விலக்கின்றி, ஒவ்வொருவரும், அவர்கள் எதிர்பார்க்காத மிகப்பெரிய செலவைச் சந்திக்கக்கூடும். பொதுவாக அவர்கள் இத்தகைய செலவுகளை எதிர்பார்க்காததால், அதற்கான திட்டங்களை வைத்திருப்பதில்லை. எங்கள் நிதிநிலைமை குறித்து ஓரளவிற்குத்தெரிந்த ஒருசிலர், எங்களிட வினவுவது: "எதற்காக நீங்கள் சேமிக்கிறீர்கள்? வீடு வாங்கப்போகிறீர்களா? சொகுசுப்படகை வாங்கப்போகிறீர்களா? அல்லது புதிய காரை வாங்கப்போகிறீர்களா?" என்பதுதான். இல்லை. இவற்றுள் எவையும் நாங்கள் திட்டமிடவில்லை. நாம் எதிர்பார்ப்பதைவிட மோசமான காலத்துக்கு எங்களுக்கு உதவும் என்ற காரணத்துக்காகவே நாங்கள் சேமிக்கிறோம். ஏதோ ஒரு செலவுக்காக எங்களிடம் இருக்கும் பங்கை நாங்கள் விற்க நினைப்பதில்லை. காரணம், எங்களிடம் உள்ள பங்குகளை நீண்ட காலத்துக்கு வைத்திருந்து அதிலிருந்து அதிகப்படியான வருவாயை நாங்கள் எதிர்பார்க்கின்றோம்.

சார்லி முங்கர் இதை அழகாக விளக்குகின்றார்: "கூட்டுத்தொகைச் சேமிப்பின் முதல்விதி, தேவையில்லாமல் அதைத் தொடாமல் இருப்பதுதான்."

முதலீடு குறித்து என் குடும்பம் எப்படி நினைக்கிறது?

பங்குகளைத் தேர்வு செய்யும் பணியாளராகத்தான் நான் என்னுடைய தொழிலை ஆரம்பித்தேன். நான் சந்தையை வென்றுள்ளேனா? எனக்குத் திட்டவட்டமாகத் தெரியாது. அப்படிப் பணிபுரியும் பெருவாரியானவர்களைப்போல, நான் அதை கணக்கு வைத்துக்கொள்ளவில்லை. எப்படியாகினும், நான் என் நிலையை மாற்றிக்கொண்டுள்ளேன். என்னிடம் இருக்கும் அத்தனைப் பங்குகளும், குறைந்த விலையுடையனவே.

நீங்கள் முதலீடு செய்யும் போது, பங்குகளை நீங்களாக வாங்குவீர்களா அல்லது உங்கள் பணத்தை பங்குச்சந்தை மேலாளர்களிடம் கொடுத்துச் செய்கிறீர்களா என்பது குறித்து உங்களுக்குப் பரிந்துரைக்க என்னிடம் ஏதும் இல்லை. சிலர் சந்தையின் வளர்ச்சியை விட அதிக லாபத்தை அடைகிறார்கள் என்று நான் நினைக்கிறேன். அது மிகவும் கடினமானது, பெரும்பான்மையானோர் நினைப்பதை விட மேலும் கடினமானது.

முதலீடு குறித்து என் எண்ணங்களைத் தொகுக்க வேண்டும் என்றால் அது இது தான்: ஒவ்வொருவருடைய இலக்கை அடையும் வாய்ப்புகளை அதிகரிக்கும் வண்ணம், ஒவ்வொரு முதலீட்டாளரும் ஒரு குறிப்பிட்ட திட்டத்தைக் கடைப்பிடித்தல் அவசியம். நீண்ட கால சேமிப்பில் வெற்றிகாணும் வாய்ப்புகளை அதிகரிக்க, குறைந்தவிலைக் குறியீட்டுப் பங்குகளில் முதலீடு செய்தல் வேண்டும்.

அதற்காக, குறியீட்டைப் பொறுத்துச் செய்யும் முதலீடுகள் எப்போதும் வெற்றியைக் கொடுக்கும் என்றும் சொல்லிவிட முடியாது. அது அப்படி எல்லோருக்கும் அமையும் என்று சொல்லவும் இயலாது. இப்படிச் செய்வதால், தனிப்பங்குகளைத் தேர்ந்தெடுக்கும் முறை தோல்வியைக் கொடுக்கும் என்றும் சொல்லிவிட முடியாது. பொதுவாக, இந்தத்துறை, ஒரு சார்பு உடையதாகவே உள்ளது. குறிப்பாக, தனிப்பட்ட பங்குகளைத் தேர்வு செய்யும் முறைக்கு எதிராகக் கடுமையாக விமர்சிப்பவர்கள் பக்கம்.

சந்தையை வெல்வது என்பது மிகவும் கடுமையான செயல். வெல்வதற்கான சாத்தியங்கள் மிகக்குறைவே. அப்படி இல்லையென்றால், எல்லோரும் வென்றுகொண்டிருப்பார்கள். அப்படி ஒவ்வொருவரும் வெற்றியைமட்டுமே பெற ஆரம்பித்தால், வாய்ப்புகள் இல்லாமல் போய்விடும். அப்படிச் சந்தையை வெல்ல

விழையும் பெரும்பாலானோர் தோல்வியையே தழுவுகிறார்கள் என்றால் அது வியப்பாக இருக்காது. (அதிக மதிப்புடைய பங்குகளை நிர்வகிக்கும் மேலாளர்களில், ஏறக்குறைய 85 சதவிகிதம், S&P-500 -இல் தோல்வியையே தழுவுகிறார்கள் என்பது புள்ளியல் மூலம் தெரியவரும் உண்மையாகும்.)[71]

சந்தையை வெல்ல விழைவது என்பது முட்டாள்தனமானது என்று நினைக்கும் மக்களையும் நான் அறிந்துள்ளேன். ஆனாலும் அத்தகையோர், தங்கள் குழந்தைகள் மிக நன்கு படித்து, விளையாட்டு வல்லுனர்களாக வர ஆசைப்படுகின்றனர். அவரவர்க்கு அவரது திட்டங்கள். வாழ்க்கை என்பது வாய்ப்புகளோடு மோதி விளையாடுவதுதான். நாம் ஒவ்வொருவரும் அந்த வாய்ப்புகளை வெவ்வேறு வழியில் யோசிக்கின்றோம்.

பலவருடங்களாக யோசித்து நான் இந்த முடிவுக்கு வந்துள்ளேன். நம்முடைய குடும்பத்தின் பொருளாதார இலக்குகளைத் தொட, குறைந்தவிலைக் குறியீட்டுப் பங்குகளில் நாம் தொடர்ந்து முதலிட்டு வந்தால், அது நீண்ட காலத்தில் மிகப்பெரும் லாபத்தை நமக்கு வழங்கும். இந்த முடிவும் பெரும்பான்மையான காரணமாக அமைவது நாங்கள் மேற்கொள்ளும் சிக்கன வாழ்க்கைமுறையே ஆகும். சந்தையை வெல்லும் விதமாக இடர்களைச் சந்திக்காது, உங்களுடைய இலக்குகளை நீங்கள் அடையவிரும்பினால், அதில் என்ன பெரிய முயற்சி இருந்துவிடப்போகின்றது? நான் உலகின் மிகச்சிறந்த முதலீட்டாளராக ஆகவேண்டும் என்று விரும்புவதில்லை. ஆனாலும் நான் தோல்வியை எதிர்கொள்ளும் முதலீட்டாளராகவும் இருக்க விரும்பவில்லை. அதை நான் நினைக்கும்போது, ஒரு குறியீட்டுப் பங்கை வாங்கிவைத்துக்கொள்வதில் எந்தவித திறமையும் இருந்துவிடப்போவதில்லை. இதை எல்லோரும் ஒத்துக்கொள்வார்கள் என்றும் நான் நினைக்கவில்லை. குறிப்பாக சந்தையின் போக்கை வெல்ல விழையும் என் நண்பர்கள், அவர்கள் செய்வதை நான் மதிக்கின்றேன். ஆனால், எங்களுக்கு இப்படித்தான் சரியாக இருக்கிறது.

எங்களுடைய ஒவ்வொரு சம்பளத்திலிருந்தும் நாங்கள் இத்தகைய குறியீட்டுப்பங்குகளில் முதலீடு செய்கிறோம். அது அமெரிக்க மற்றும் உலகளாவிய பங்குகளின் தொகுப்பு. எங்கள் செலவு போக, எவ்வளவு மிஞ்சுகிறதோ, எந்தவொரு குறிப்பிட்ட இலக்குமின்றி, நாங்கள் முதலீடு செய்கிறோம். எங்களுடைய ஓய்வுகால நிதியையும் நாங்கள் அதிகரிக்கிறோம். எங்களுடைய குழந்தைகளின் கல்லூரிப் படிப்புக்கான 529- திட்டத்திலும் நாங்கள் சேமிக்கிறோம்.

அப்படித்தான் எங்கள் திட்டம் உள்ளது. சொல்லப்போனால், எங்களிடம் உள்ளது, அந்த வீடு, வங்கிக்கணக்கு, அவைகளுடன் சில வான்கார்ட் குறியீட்டுப் பங்குகள் இவையே ஆகும்.

அதைவிட மிகவும் சிக்கலான ஒரு திட்டம் எங்களுக்குத் தேவையில்லை. நான் அதை மிகவும் எளிதானதாகவே விரும்புகின்றேன். முதலீட்டுக்கான முயற்சியும், முதலீட்டின் விளைவுகளும் ஒன்றையொன்று சார்ந்தவைதாம் என்பது பொருளாதாரம் குறித்த என்னுடைய மிகவும் ஆழமான நம்பிக்கையாகும். அதற்குக்காரணம், வருவாயைக் குறித்தமட்டில், கடைசிக் கால விளைவுகளே மிக முக்கிய காரணிகள் என்பதே. நீங்கள் எவ்வளவு கடினமாக முயன்று சேமித்தாலும், இறுதியாக முடித்துவைக்கும் அந்த ஓரிரண்டு விஷயங்களை நீங்கள் தவறவிட்டீர்கள் என்றால், உங்கள் திட்டம் தோல்வியுறும். அதன் எதிர்மறை உண்மையானது. திட்டம் வெற்றியடைய, முக்கியமான அந்த ஓரிரண்டு காரணிகளை நாம் கணித்துப் பிடித்துக் கொண்டோமானால், எளிய முதலீட்டுத்திட்டங்கள் வெற்றி பெறும்.

என்னுடைய முதலீட்டுத்திட்டம் என்பது சரியான பங்குகளைத் தேர்வு செய்வதிலோ அல்லது, எந்தக்காலத்தில் வாங்குகிறேன் என்பதிலோ அல்லது எப்போது அடுத்த பொருளாதார மந்தநிலை வருமென்பதைக் கணித்தோ அமைவதில்லை. அது அதிக சேமிப்பு விகிதம், பொறுமை, வரும் காலத்தில் உலகளாவிய பொருளாதாரம் பெருத்த மதிப்பைச் சேர்க்கும் என்ற நம்பிக்கை ஆகியவற்றைப் பொறுத்ததே. நான் என்னுடைய முதலீட்டின் முயற்சிகளை இம்மூன்று காரணிகளைப் பொறுத்தே அமைக்கின்றேன். குறிப்பாக முதலிரண்டைப்பொறுத்தும், ஏனென்றால் அவற்ரை என்னால் கட்டுப்படுத்த இயலும் என்பதாலேயே ஆகும்.

என்னுடைய முதலீட்டுத் திட்டத்தின் போக்கை கடந்த காலத்தில் மாற்றியுள்ளேன். எனவே, கண்டிப்பாக எதிர்காலத்திலும் திட்டம் மாறுவதற்கான வாய்ப்புகள் உள்ளன.

நாம் எப்படிச் சேமிக்கிறோம் அல்லது முதலிடுகிறோம் என்பது ஒருபக்கம் இருந்தாலும், சுதந்திரத்தை நாம் இலக்காகக் கொண்டிருத்தல் வேண்டும். இரவில் அமைதியாக உறங்க என்னவெல்லாம் செய்யவேண்டுமோ அதையெல்லாம் நாம் செய்தாக வேண்டும்.

அதையே நம்முடைய முதன்மையான இலக்காக நினைத்தல் வேண்டும். அதுவே பணம்சார்ந்த உளவியலில் தேர்ச்சியடையும் வழியாகும்.

ஆனால், ஒவ்வொருவருக்கும் அவருக்கான ஒன்று உள்ளது. யாரும் முட்டாள்களில்லை.

பின்குறிப்புகள்

அமெரிக்க நுகர்வோர் அவர்களின் போக்கை அப்படி ஏன் திட்டமிடுகிறார்கள் என்பதற்கான வரலாற்றுச்சுருக்கம்

இன்றைய நுகர்வோரின் அடுத்த போக்கு என்னவாய் இருக்கும் என்ற உளவியல் போக்கை உணர்ந்து கொள்ள, அவர்கள் இன்றைய போக்கை எப்படி ஏற்றுக்கொண்டார்கள் என்பதை நீங்கள் ஆய்வு செய்தல் வேண்டும்.

நாமெல்லோரும் எப்படி இந்த நிலைமைக்கு வந்து சேர்ந்தோம் என்பதை ஆய்வு செய்தல் வேண்டும்.

1945-இல் தூங்க ஆரம்பித்து, 2020-இல் நீங்கள் கண்விழித்தால், உங்களைச்சுற்றியுள்ள உலகத்தை நீங்கள் உணர்ந்துகொள்ள இயலாது.

இந்தக் காலக்கட்டத்தில் ஏற்பட்ட பொருளாதார வளர்ச்சி, முன் எப்போதும் இல்லாத வகையிலான மீப்பெரு வளர்ச்சியாகும். நியூயார்க், சன் பிரான்ஸ்க்கோ நகரங்களின் வளர்ச்சியை நீங்கள் கவனித்தால் பேரதிர்ச்சிக்குள்ளாவீர்கள். அந்த வளர்ச்சியை டெட்ராயிட் நகரின் வறுமையுடன் ஒப்பிட்டுப்பார்த்தால் அதைவிட பேரதிர்ச்சிக்குள்ளாவீர்கள். வசிக்கும் இல்லங்களின் விலை, கல்லூரிப்படிப்புச் செலவு, உடல் நலத்துக்கான செலவுகள் ஆகியவற்றை ஒப்பிட்டுப்பார்த்தாலும் அதிர்ச்சிக்குள்ளாவீர்கள். இப்படியெல்லாம் எப்படி நிகழ்ந்திருக்கும் என்பதை நீங்கள் ஒருவாறாக யோசித்து, ஒரு காரணத்தைச் சொல்லுவீர்களாயின், நீங்கள் சொல்வது தவறாகத்தான் இருக்கும் என்பதே என் கணிப்பு. ஏனென்றால், இத்தகைய மாற்றம், உள்ளுணர்வால் அறிந்துகொள்ள இயலாதது; எதிர்பார்க்கும் வகையிலும் அமையாதது.

இரண்டாம் உலகப்போருக்குப் பின் என்ன நிகழ்ந்ததோ அதுவே, அமெரிக்க நுகர்வோரின் நிலை. அது, இன்றைய நிலையில், பணம் குறித்து மக்கள் நினைக்கும் நிலையை ஏன்

அவ்வாறு நினைக்கிறார்கள் என்பதை விளக்கிச் சொல்லும் கதையாகவே அமையும்.

அதன் சிறுகதை இதுதான்: எதுவும் தெளிவாக இல்லை. எல்லாம் மிகவும் நன்றாக இருந்தது, பின்னர் மிகவும் மோசமானதாக இருந்தது. உண்மையிலேயே நன்றாக இருந்து, பின்னர் மோசமாக மாறி, இப்போது, நாம் இருக்கும் இந்த நிலைக்கு வந்துவிட்டது. என் கருத்துப்படி, இவை எல்லாவற்றையும் இணைக்கும் ஒரு நேர்க்கோட்டுக் கருத்து ஒன்று உள்ளது. அது முழுமையான தரவுகளைக் கொண்டதாக இல்லாமல் இருந்தாலும், ஒரு கதை போல் கோர்வையாக அமைந்துள்ளது.

பெரிய நிகழ்வுகளை இணைக்கும் முயற்சியாக மட்டுமே இது இருப்பதால், அந்தக் காலக்கட்டத்தில் நடந்தேறிய பலவற்றின் முழுமையான தகவுகளைத் தவறவிட்டு இருக்கிறது. நான் எந்தத் தரவுகளையெல்லாம் கவனிக்கத்தவறுகிறேன் என்பதை எவரேனும் குறிப்பிட்டால், நான் ஒத்துக்கொள்ளச் சம்மதமாய் இருக்கிறேன். நான் சொல்ல வரும் இலக்கு, நிகழ்வுகளின் ஒவ்வொரு தரவையும் எடுத்துச் சொல்வதில் இல்லை; மாறாக, இந்த நிகழ்வுகளின் சங்க்கிலியில், எப்படி ஒரு நிகழ்வு, அடுத்த நிகழ்வைத் தூண்டுகிறது என்பதைக் கவனிப்பதே ஆகும்.

இன்றைய நுகர்வோர் இப்படியான கருத்துகளைத்தாம் தெரிந்து வைத்துள்ளனர்.

---

1. 1945-ஆம் ஆண்டு, ஆகஸ்டு: இரண்டாம் உலகப்போர் முடிவுறுகிறது

ஜப்பான் சரணடைவதை, 'தி நியூ யார்க் டைம்ஸ்' பத்திரிகை, "அமெரிக்க வரலாற்றின் மிக இனிமையான நாள்" என்கிறது.

போர் நிறுத்தத்தின் கர்வம், விரைவில், "அடுத்தென்ன?" என்ற கேள்வியில் தொக்கி நிற்கிறது.

மொத்த ஜனத்தொகையில் 11 சதவிகிதமாக பதினாறு மில்லியன் அமெரிக்கர்கள், போரில் பங்கேற்றுள்ளனர். ஏறக்குறைய எட்டு மில்லியன் பேர், அந்தக் காலத்தில், அமெரிக்காவை விட்டு வெளி நாடுகளில் உள்ளனர். அவர்களுடைய சராசரி வயது 23. அவர்களும் 1.5 மில்லியன் வீரர்களைத் தவிர, மற்ற எல்லோரும், இன்னும் 18 மாதத்தில் அவர்களுடைய சீருடைகளை இழக்கப்போகின்றனர்.

அடுத்து ஆகப்போவது என்ன?

அவர்கள் அடுத்து எங்கே செல்லப் போகிறார்கள்?

அவர்கள் எங்கே பணி செய்யப்போகிறார்கள்?

அவர்கள் எங்கே வசிக்கப் போகிறார்கள்?

இவைதாம் அன்றைய நிலையில் மிகவும் முக்கியமாகக் கருதப்பட வேண்டிய கேள்விகள் ஆகும். அதற்கான காரணங்கள் இரண்டு உள்ளன. ஒன்று, எவருக்கும் அதற்கான பதில் தெரியப்போவதில்லை. இரண்டாவதாக, அந்தக் கேள்விக்குப் பதிலாக இருப்பது மிகவும் சீரழியப்போகும் பொருளாதாரம். அதுவே மிகப்பல பொருளாதார வல்லுனர்களின் கருத்தாகவும் இருந்தது.

போரின் காரணத்தால் ஏற்பட்ட மூன்று காரணிகள்:

1. நாட்டின் அத்தனைத் தொழில்களும் போர்த்தளவாட உற்பத்தியில் இடுபட்டிருந்த காரணத்தால், குடியிருப்பு வீட்டுக் கட்டுமானம் முழுவதுமாக நிறுத்தப்பட்டிருந்தது.
2. கப்பல், விமானக் கட்டுமான, போர் டாங்கிகள் உற்பத்தி போன்ற, போர்க்காலத்தில் ஆரம்பிக்கப்பட்ட சிறப்பு நிலைத் தொழில்கள் யாவும், இப்போது தேவையில்லை என்ற நிலைக்கு வெகு சீக்கிரமாகத் தள்ளப்பட்டுள்ளன. இந்த நிலையில் போர்வீரர்கள் அடுத்து என்ன செய்யப்போகின்றார்கள் என்பது குழப்பமாகவே இருந்தது.
3. போர்நிறுத்தத்தைத் தொடர்ந்து, திருமணங்களின் விகிதம் மிகவும் அதிகமாக ஏறத்தொடங்கியது. இளைஞரான போர்வீரர்கள், மீண்டும் தங்கள் அன்னையுடன் வசிக்க விருப்பமில்லாததால், திருமணம் செய்துகொண்டு, தங்களுக்கென்று ஒரு இல்லத்தை உருவாக்கிக்கொண்டு வாழ வேலையைத் தேட ஆரம்பித்துவிட்டனர்.

போர் நிறுத்தத்தின் பிறகு நிலவிய இத்தகைய திடீர் மாற்றம், அரசின் கொள்கைதீட்டுபவர்களை மிகவும் கவலைக்குள்ளாக்கியது.

1946-இல், பொருளாதார நிபுணர்களின் குழு, அப்போதைய அமெரிக்க அதிபர் ட்ரூமனுக்கு ஓர் அறிக்கையை அனுப்பியது. அதில், “வரும் ஓராண்டிலிருந்து ஐந்தாண்டுகள் வரை, முழு அளவிலான பொருளாதார மந்த நிலை நிலவக்கூடும்” என்ற குறிப்பு இருந்தது.

பின்னால், 1947-இல் ட்ரூமனுடன் பேச்சுவார்த்தை நடத்திய பிறகு, இக்குழு வெளியிட்ட ஒரு அறிக்கையில் இவ்வாறு குறிப்பிடப்பட்டிருந்தது:

> "ஒரு வகையான பொருளாதார மந்தநிலையில் நாம் இப்போது இருக்க வாய்ப்புள்ளதால், நாம் நம் நிலையை மிகவும் உணரவேண்டிய அவசியமாகிறது. நாட்டை மந்த நிலைக்குத் தள்ளும் சக்திகள், நம் கைமீறும் சாத்தியங்கள் உள்ளன. எனவே நாம் தள்ளதக்கதாக கருதவியலாத அளவிற்கு உள்ள இந்த நிலைமையில், மேலும் நம் காலத்தை வீணடித்தால், இத்தகைய சக்திகள், சுழல்முறையில் நிலவும் மந்த நிலையை மிக மோசு நிலைக்கு நகர்த்திச் செல்லும்."

உலகின் மிகப்பெரிய பொருளாதாரங்களான ஐரோப்பாவும் ஜப்பானும், போர் நிறுத்தத்தை அடுத்து நிலவிய பெருந்துயரத்தில் ஆழ்ந்திருந்தன. அத்தகைய நிலையில், அமெரிக்காவின் வல்லுநர்கள், விரைவில் அமெரிக்கப் பொருளாதாரம் சீர்படும் என்னும் கருத்தில் நம்பிக்கை அற்றவர்களாகவே இருந்தனர். முன்னர் எப்போது இல்லாத அளவில் அமெரிக்கா கடன்களைப் பெற்றிருந்தது. அந்த நிலையே, மந்தநிலையைச் சீர்செய்யத் தேவையான பொருளாதாரம் இல்லாத நிலைக்கு அதனைத் தள்ளியது.

எனவே நாம் அதைச் சீராக்க எதையாவது செய்ய வேண்டியதாயிற்று.

---

2. குறைந்த அளவிலான வட்டி விகிதமும், அமெரிக்க நுகர்வோரின் தோற்றமும்

போரை அடுத்து நம்முடைய பொருளாதாரத்தை நிலையாக்க நாம் முதலில் மேற்கொண்ட முயற்சி வட்டிவிகிதக் குறைப்பே ஆகும். போர்வீரர்கள் நாடு திரும்பிய வேளை, துணிமணி, வாகனங்கள் என அனைத்திலும் பற்றாக்குறை ஏற்பட்ட நிலையில், பணவீக்கத்தின் மதிப்பு இரண்டு இலக்கத்தைத் தொட ஆரம்பித்தது. அத்தகைய நிலையில் வட்டிவிகிதக் குறைப்பு என்னும் முடிவு சாதாரண முடிவாகாது.

1951-ஆம் ஆண்டுக்கு முன்னர், நடுவண் அரசின் நிதியிருப்புச் செயலகம், அரசியல் ரீதியாக தனிப்பட்ட முறையில் செயலாற்றும் நிலையில் இல்லை.[72] அமெரிக்க அதிபரும் இச்செயலகமும் இணைந்து கொள்கையை உருவாக்குதல் வேண்டும். 1942-ஆம் ஆண்டு, போர்கால நடவடிக்கையாக, குறைந்த கால கடன்களுக்கு 0.34% சதவிகிதத்தை நிர்ணயிப்பதாக நிதியிருப்புச் செயலகம் அற்வித்தது. அடுத்த ஏழு ஆண்டுகளுக்கு இந்தச் சதவிகித்தில் மாற்றம் ஏதும் இல்லை. ஏறக்குறைய 1950-களில், கருவூலத்தின் காலாண்டு வரவு 2 சதவிகிதத்தை விடக் குறைவாகவே இருந்தது.

இப்படி வட்டிவிகிதத்தைக் குறைவாகவே வைத்திருந்ததற்கான மிகமுக்கிய காரணம் ஒன்று இருந்தது. போர்க்காலத்தில் செலவிட்ட ஆறு டிரில்லியன் டாலர்கள் செலவுக்கு நிகராக, கடன்செலவை வைத்திருப்பதே ஆகும்.

ஆனால், அத்தகைய குறைந்த வட்டிக்விகிதம், மற்றொரு வகையான பயனையும் ஏற்படுத்திக்கொடுத்தது. அத்தகைய கடன்கள், வீடு, வாகனங்கள், கருவிகள், பொம்மைகள் ஆகியவற்றின் விலைகள் குறையக் காரணமாய் இருந்தது.

பயந்து கொண்டிருந்த கொள்கைகளை நிர்ணயிக்கும் வல்லுநர்களுக்கு இந்த நிலைமை வரப்பிரசாதமாக அமைந்தது. இரண்டாம் உலகப்போர் நிகழ்ந்து முடிந்த காலத்தில், நுகர்வோரின் செலவாற்றல் திறன், அமெரிக்கப் பொருளாதாரத்தைச் சீர்படுத்த முக்கியமான காரணியாக மாறியது.

போர்காலத்தில் சிக்கனத்தையும், பெரும் நிதிகளில் சேகரிப்பதையும் போதித்துவந்த முறை முற்றிலுமாக மாறி, நுகர்வோர்கள் செலவு செய்வது என்பது பெரும்பான்மையானது. பிரின்ஸ்டனைச் சேர்ந்த வரலாற்று ஆய்வாளர், ஷெல்டன் கரோன் இப்படிக் குறிப்பிடுகிறார்:

> “ஐரோப்பாவிலும், கிழக்கு ஆசியாவிலும் சேமிப்பதைப் பரலலாகக் கொண்டிருந்த அமெரிக்கர்கள், 1945-ஆம் ஆண்டுக்குப் பிறகு, அந்தக் கோணத்திலிருந்து மாற ஆரம்பித்தனர். அரசியல்வாதிகள், வணிகர்கள், தொழிற்சங்க தலைவர்கள் என எல்லோரும், அமெரிக்கர்களிடம் செலவு செய்யும் பழக்கத்தைத் தூண்ட ஆரம்பித்தனர்.”[73]

இந்தப் போக்குக்கு இரு முனைவுகள் மேலும் அழுத்தம் தந்தன.

முதலாவது, முந்தைய எப்போதும் இல்லாத வகையிலான அடமானக்கடன் சாத்தியக்கூறுகளைத் திறந்துவிட்ட GI மசோதா. ஓய்வுபெற்ற பதினாறு மில்லியன் போர்வீரர்கள், எத்தகைய முன்பணம் இல்லாமலும், முதல் வருட வட்டி இல்லாமலும், நிலையான வட்டிவிகிதத்தில் கடன் பெற்று, வீடுகளை வாங்கச் சாத்தியமாயிற்று. இந்நிலையில், அடமானம் வைத்த வீடுகளுக்கான மாதாந்திரத் தொகை, வீட்டு வாடகையை விடக் குறைவானதாகவே இருந்தது.

இரண்டாவதாக, மந்தகால கட்டுத்திட்டங்களைத் தளர்த்தியதன் காரணமாக பெருமளவில் பயன்படுத்தப்பட்ட நுகர்வோர் கடன். 1950-ஆம் ஆண்டில்தான் முதல் கடனட்டை (Credit Card) வெளியிடப்பட்டது. கடைகளுக்கான கடன்கள், தவணையில் திருப்பிச் செலுத்தக்கூடிய கடன்கள், தனியார் கடன்கள், சம்பள நாள் கடன்கள் என ஒவ்வொன்றாய் பெருக ஆரம்பித்தன. கடனட்டையையும் சேர்த்து, அனைத்துவிதமான கடன்களுக்குமான வட்டி, அந்த நாட்களில், வரிவிலக்கு பெற்றிருந்தன.

அது மிகவும் விருப்பமானதாக மாறியது. அதன் காரணமாக நாம் அதை மிகையாகப் பயன்படுத்திக்கொள்ள ஆரம்பித்தோம். அதுகுறித்த அட்டவணை இதோ:

ஆண்டு - அமெரிக்கர்களின் மொத்த வீட்டுப் பொருள்களுக்கான கடன்

1945	$29.4 பில்லியன்
1955	$125.7 பில்லியன்
1965	$331.2 பில்லியன்

2000-களில் நிகழ்ந்ததை விட, 1950-களில், வீட்டுப் பொருள்களுக்கான கடன் அதிகரிப்பு விகிதம் 1.5 மடங்கு உயர்ந்திருந்தது.

---

3. தளர்த்தப்பட்ட கடனுதவிக் கொள்கைகள், அடக்கி வைக்கப்பட்டிருந்த பொருட்களுக்கான தேவைகளை நிறைவேற்றின. மறைந்திருந்த 1930-களின் உற்பத்திப் புரட்சி, புதிய பொருளாதாரப் புரட்சிக்கு வித்திட்டது.

அமெரிக்க பொருளாதார வரலாற்றில் மிகவும் மோசமான பத்தாண்டுகள் என்றால் அது 1030-களாகத்தான் இருத்தல் இயலும். இருந்தும், அதன்மூலம் உருவான ஒரு புரட்சியை உணர்ந்துகொள்ள இருபதாண்டுகள் தேவைப்பட்டன. பொருளாதாரப் பேரிழப்பின் காரணமாக, தேவைகளின் அதிகரிப்பால், உழைப்பாளர்களின் செயல்திறன், உற்பத்தித்திறன், புதிய கண்டுபிடிப்புகள் ஆகியவற்றுக்கு அந்தப் பேரிழப்பு காரணமாகியது.

1930-களில் ஏற்பட்ட உற்பத்தித்திறன் மேம்பாட்டை நாம் எல்லோரும் உணரத் தவறிவிட்டோம். சீரழிந்துகிடந்த பொருளாதாரத்தின் பக்கம் மட்டுமே நம் பார்வை இருந்ததே அதற்குக்காரணம். 1940-களிலும் நாம் அதைக் கவனிக்கத்தவறிவிட்டோம். நம் கவனம் எல்லாம் போரின் பக்கம் இருந்ததே அதற்குக் காரணம்.

1950-களில் நாம் மீண்டும் எழுந்து நின்றபோது, அவற்றைக் கவனிக்க ஆரம்பித்தோம்: "ஓ! எத்தகைய அரிய கண்டுபிடிப்புகள் அவை! அவற்றை உண்டாக்குவதில் உண்மையிலேயே நாம் திறமைசாலிகள்தாம்"

எந்திரச் சாதனங்கள், வாகனங்கள், தொலைபேசிகள், குளிரூட்டிகள், மின்சாரம் என எத்தனை எத்தனையோ!

எல்லாத் தொழிற்சாலைகளும் துப்பாக்கிகள், பீரங்கிகள் ஆகியவற்றைத் தயாரிக்க மாற்றப்பட்டுவிட்டதால், போர்க்காலத்தில், வீட்டுக்கு உதவும் பல்வேறு சாதனங்களை வாங்குவது என்பது இயலாத காரியமாகவே இருந்தது. இத்தகைய போக்கு, போர் நிறுத்தம் அமலில் வந்த பிறகு, முடங்கிக்கிடந்த தேவைகளை எல்லாம் நிறைவேறும் அளவிற்கு நிலைமை மாறியது. போருக்குப்பின், மணமான தம்பதிகள், தங்களுக்கான ஒரு புதுவாழ்க்கையை அமைத்துக்கொள்ள, தங்களுக்குக் கிடைத்த கடன் வசதிகளைக்கொண்டு, அமெரிக்க அதுவரை காணாத அளவில் வீட்டுச்சாமான்களை வாங்கிக்குவிக்க ஆரம்பித்தது.

"The Big Change" என்னும் தன்னுடைய நூலில், ஃப்டெரிக் லீவீஸ் ஆலன் குறிப்பிடுகிறார்:

"போர் நிறுத்தம் அமலான பின்னர், விவசாயி தனக்கு உதவியாக டிராக்டர், சோளம் அறுவடை செய்யும் இயந்திரம், மின்சார பால்கறக்கும் இயந்திரம் எனப் பொருள்களை வாங்கிக் குவித்தார். அவரும், அவரைச் சுற்றியுள்ள மற்ற விவசாயிகளும் சேர்ந்து, பண்ணைக்குத் தேவையான பல இயந்திரங்களைப் பொதுவாகை

வாங்கி எல்லோரும் பயன்படுத்த ஆரம்பித்தனர். போர்க்காலத்தில் வாங்கநினைப்பு, பார்த்து ஏங்கிக்கிடந்த விவசாயிகளின் மனைவியர், போருக்குப்பின்னர், குளிரூட்டும் பெட்டிகளை வாங்க முடிந்தது. அதைப்போலவே துணி துவைக்கும் இயந்திரத்தையும், அதிகுளிரூட்டும் இயந்திரத்தையும் அவர்களால் வாங்க இயன்றது. புறநகர்வாழ் மக்கள், பாத்திரங்களைக் கழுவும் இயந்திரங்களையும், வீட்டுத்தோட்டத்தின்புல்வெளியைச் சீர் செய்யும் இயந்திரத்தையும் வாங்க முடிந்தது. நகரத்தில் வாழ்வோர், துணை துவைக்கும் இயந்திரத்தையும், தங்கள் முன்னறைக்காகத் தொலைக்காட்சிப்பெட்டியையும் வாங்க இயன்றது. அவர்களுடைய கணவர்களின் அலுவலகங்கள் குளிரூட்டப்பட்டிருந்தன. இப்படியாக அடுக்கடுக்காய் எத்தனையோ வசதிகள்."

இத்தகைய பொருளாதார ஏற்றத்தின் உயர்வை நாம் எடுத்துக்கூறுதல் என்பது கடினமான செயலாகும்.

1942-ஆம் ஆண்டு முதல் 1945-ஆம் ஆண்டு வரை, பயண வாகனங்களையும், பொருள் ஏற்றிச் செல்லும் வாகனங்களையும் வியாபார ரீதியாகத் தயாரிக்க முற்றிலும் தடை இருந்தது. பின்னர் 1945-இல் இருந்து 1949 வரை 21 மில்லியன் வாகனங்கள் தயாரிக்கப்பட்டு விற்கப்பட்டன. 1955 வரை மேலும் 37 மில்லியன் வாகனங்கள் விற்கப்பட்டன.

1940-இல் இருந்து 1945 வரையில், ஏறக்குறைய இரண்டு மில்லியன் வீடுகள் கட்டப்பட்டன. பின்னர், 1945-இல் இருந்து 1950 வரையில், மேலும் ஏழு மில்லியன் வீடுகள் கட்டப்பட்டன. அதைத் தொடர்ந்து 1950-இல், இன்னும் எட்டு மில்லியன் வீடுகள் கட்டப்பட்டன.

அடக்கி வைக்கப்பட்டிருந்த நமது தேவைகளும், நாம் புதிதாகக் கற்றுக்கொண்ட உற்பத்தித்திறனும் புதிய வேலைவாய்ப்புகளை உண்டாக்கின. அது அமெரிக்கப் பொருளாதாரத்தை மீண்டும் சீர்செய்தது. அத்தகைய வேலைகள் எல்லாம் தரமான வேலைகளாகவும் அமைந்தன. கூடவே இருந்த தளர்த்தப்பட்ட கடனுதவிக் கொள்கைகள் இவற்றோடு சேர்ந்து, அமெரிக்காவின் நுகர்வோரின் மதிப்பை பெரிய அளவிற்குக் கொண்டு சென்றன.

1951-இல், நடுவண் நிதியிருப்புச் செயலகம், அமெரிக்க அதிபர் ட்ரூமனுக்கு அனுப்பிய தகவல் இது: "1950 வாக்கில், குடியிருப்பு வீட்டுவசதிகள் மற்றும் நுகர்வோர் தேவைகளுக்கான

செலவுகள் ஏறக்குறைய 203 பில்லியன் டாலர்களைத் தொட்டது. அது 1944-இல் இருந்த நிலையைவிட 40 சதவிகிதம் அதிகம்."[74]

"போருக்குப்பிறகு அரசின் இந்த முயற்சிகள் என்ன செய்யும்?" என்ற கேள்விக்குப் பதில் இப்போது மிகவும் தெளிவாகத் தெரிகிறது. புதிய பொருள்களை உற்பத்திச் செய்வதற்காகப் புதிய வேலைகள் உண்டாயின. அந்தப் பணிகளில் சேர்ந்து, தாங்கள் சம்பாதித்த பணத்தைக் கொண்டு, மக்கள் தொடர்ந்து பொருள்களை வாங்கினர். இந்தச் சுழற்சிக்காக, அரசு தரும் குறைந்த வட்டியிலான கடன் மிகவும் உதவியாக இருந்தது. அதன் மூலம் அவர்கள் மேலும் மேலும் பொருள்களை வாங்குதல் சாத்தியமாயிற்று.

4. முன்னர் எப்போதும் இல்லாத வகையில், லாபத்தின் நிகரான பங்கு எல்லோருக்கும் கிடைத்தது.

1950-களில் நிலவிய அமெரிக்கப் பொருளாதாரத்தின் குணாதிசயம் எதுவென்றால் அது ஏழைகள் மேலும் மேலும் ஏழைகள் ஆகும் நிலையில், நாடு மேலும் மேலும் பணக்கார நாடாகியது.

1040-இலிருந்து 1948-இல் தொழிலாளர்களின் சராசரி ஊதியம் இரு மடங்காகி, மீண்டும் 1963-இல் மேலும் இரு மடங்காகியது.

அதற்கு முன்னர் பல ஆண்டுகளாக பின்னுக்குத் தள்ளப்பட்டிருந்தவர்கள், இந்த மாற்றத்தால் லாபத்தைப் பெற்றனர். உள்ளவர், இல்லாதோர் இருவருக்கும் இடையேயான வித்தியாசம் வெகுவாகக் குறைந்தது.

1955-இல் லீவீஸ் எழுதுகின்றார்:

"பொருளாதாரப் பந்தயத்தில், "நல்ல நிலையில் உள்ளவர்" எனப்படும் பிரிவினரின் மட்டம் வெகுவாகக் குறைக்கப்பட்டது."

"குழுவீதமாகப் பார்த்தால், தொழிற்சாலைகளில் பணிபுரிவோர் மிகுந்த மேன்மையினை அடைந்தனர். 2500 டாலர்களில் வாழ்ந்துகொண்டிருந்த எஃகு ஆலைத் தொழிலாளிகளின் குடும்பங்கள் இப்போது 4500 டாலர்களைப் பெறுகின்றன. அதுவரை, 3000 டாலர்களில் வாழ்ந்துவந்த, இயந்திரங்களை இயக்கும் திறன்கொண்ட தொழிலாளியின் குடும்பங்கள், இப்போது

ஆண்டொன்றுக்கு 5500 டாலர்களுக்கும் மேலாக சம்பளம் பெறுகின்றன."

"உண்மையிலேயே நல்ல நிலையில் உள்ளவர்களையும், பணக்காரர்களையும் கொண்ட அந்த ஒரு சதவிகித மேல்நிலை மக்கள், நம்முடைய கணக்கீட்டின் படி, ஏறக்குறைய, 16000 டாலர்களைப் பெறுகின்றனர். வரிகள் போக, நாட்டின் மொத்த வருமானத்தில், இவர் பெறும் மதிப்பு, 1945-ஆண்டில் இருந்த 13 சதவிகிதத்திலிருந்து, தற்போது, 7 சதவிகிதமாகக் குறைந்துள்ளது."

இந்நிலை ஒரு குறுங்கால போக்கு இல்லை; மாறாக, 1950-இலிருந்து 1980-ஆம் ஆண்டைக் கவனித்தால், அடிமட்டத் தொழிலாளர்களான 20 சதவிகிதத்தினரின் மொத்த வருமானம், 5 சதவிகித மேல்மட்ட தொழிலாளர்களின் வருமானத்தைப் போலவே உயர்வைக்கொண்டுள்ளது.

சம்பளத்தை மீறியும் சமன்பாடு சாத்தியமானது.

பெண்கள் சம்பாதிக்கும் சதவிகிதம் மிகுந்த வளர்ச்சியைக் கண்டது. தொழிலாளர்களில் பெண்களின் எண்ணிக்கை, போர் நிறுத்தத்தை அடுத்து இருந்த 31 சதவிகிதத்திலிருந்து, 1955-இல் 37 சதவிகிதத்தைத் தொட்டது. அதுவே பின்னர் 1965-இல் 40 சதவிகிதமாக உயர்ந்தது.

சிறுபான்மையினரும் மேன்மை அடைந்தனர். 1945-ஆம் ஆண்டு, எலினார் ரூஸ்வெல்ட் தன்னுடைய முதல் உரையில், ஒரு கறுப்பர் இன பத்திரிகையாளர் அவரிடம் கூறியதை நினைவு கூர்கிறார்:

"இந்தப் பன்னிரண்டு ஆண்டுகள் என்ன செய்தன என்பதை நீங்கள் உணர்வீர்களா? 1933 பதவியேற்பு நிகழ்ச்சியில், இப்போது நடப்பது போன்று, கறுப்பர்களில் சிலர் தங்கள் வரிசையிலிருந்து மாறி, மற்றவர்களின் வரிசையில் சேர்ந்து நடந்திருந்தால், ஒவ்வொரு செய்தித்தாளும் அதைச் செய்தியாக வெளியிட்டு இருந்திருக்கும். நாங்கள் அது ஒரு செய்தி என்று கூட தெரியாத நிலையில் இருந்தோம். எங்களில் யாரும் அது குறித்துச் சொல்லவுமில்லை."

பின்குறிப்புகள்

அந்தக் காலத்தில் பெண்களுக்கும், சிறுபான்மையினருக்குமான உரிமைகள், இன்றைய நிலையிலிருந்து நோக்கினால், மிகக்குறைவே. ஆயினும், சமத்துவத்தை நோக்கிய பயணம், 40-களிலும், 50-களிலும் மிகவும் அதிகமாகவே முன்னேற்றம் பெற்றது.

குழுக்களைச் சமச்சீராக்குவது என்பது, வாழ்க்கைத்தரத்தைச் சமச்சீராக்குவதை ஒக்கும். சாராசரி மக்கள் வைத்திருக்கும் வாகனம் ஷெவ்வி. பணக்காரர்கள் ஓட்டுவது காடில்லாக். தொலைக்காட்சியும், வானொலியும், கேளிக்கையையும் கலாச்சாரத்தையும் சமச்சீராக்கி, அவற்றை எல்லாத் தரப்பு மக்களும் களிக்கக் கொடுத்தது. எப்படிப்பட்டவர், எங்கு வசிப்பவர்கள் என்பதை எல்லாம் அர்த்தமற்றதாக ஆக்கியபடி, மக்கள் வாங்குவதற்கான துணிமணிகளின் நிரலை அஞ்சல் மூலம் அனுப்பி, சமச்சீராக்கியது. 1957-இல் ஹார்ப்பர் பத்திரிகை இது குறித்து குறிப்பிட்டுள்ளது:

"ஒரு வறியவன் புகைக்கும் அதே சிகரெட்டைத்தான் பணக்காரனும் புகைக்கின்றான். அதே ரேசரால்தான் முகச் சவரம் செய்கின்றான்; அதே மாதிரியான தொலைபேசியை, பெருக்கும் இயந்திரம், வானொலி, தொலைக்காட்சிப்பெட்டி போன்றவற்றைத்தான் பயன்படுத்துகின்றான்; ஒரே மாதிரியான ஒளியமைப்பையும், சூடேற்று இயந்திரங்களையும்தான் வீட்டில் பயன்படுத்துகின்றான்; இதைப்போலவே பலவும் ஒரே மாதிரியான பயன்பாடுதான். வறியவனிடத்தில் இருக்கும் வாகனத்துக்கும் பணக்காரனின் வாகனத்துக்குமான வித்தியாசம் என்பது மிகக்குறைவானதுதான். பொதுவாகப் பார்த்தால் அவை இரண்டுமே ஒரே மாதிரியான எஞ்சின்களையும் இதர வசதிகளையும் கொண்டதாகவே இருக்கின்றன; இந்த நூற்றாண்டின் தொடக்கத்தில், வாகனங்களில் தர வேறுபாடு மிக அதிக அளவில் இருந்தது."

கலாச்சாரத்தைச் சரிசமமாக்கும் அந்தப்பணி வெறும் மூன்று தொலைக்காட்சி நிறுவனங்களால்தான் சாத்தியப்பட்டது என்ற மிக எளிதான ஒரு கருத்தை, 2016-ஆம் ஆண்டு எழுதிய பால் கிரஹேம் முன்வைக்கிறார்.

> "இப்போது நினைப்பதற்கே அரிதாக உள்ளது. ஆனால், ஒவ்வொரு இரவும், மில்லியன் கணக்கில் பல குடும்பங்கள், அவர்கள் வீட்டின் தொலைக்காட்சியின் முன்னர் சேர்ந்து அமர்ந்தபடி, அவர்கள் வீட்டைச் சுற்றியுள்ளோர் காண்பதைப்போன்றே, அதே நிகழ்ச்சியை, அதே நேரத்தில் கண்டுவந்தனர். சூப்பர் பௌல் நிகழ்ச்சியில் ஒவ்வொரு இரவும் நடப்பது என்ன என்பதைக்குறித்த தரவை நாம் எல்லோருமே ஒரே சீராகப் பெற்றிருந்தோம்."[75]

இது ஒரு முக்கியமான காரணியாகும். மக்கள் தங்களுடைய வாழ்க்கைத்தரத்தை, தங்களையொத்த மற்றவர்களுடன் ஒப்பிட்டே கணக்கிடுகிறார்கள். ஆனால், 1945-யிலிருந்து 1980 வரையிலான காலக்கட்டத்தில், அவர்களை ஒத்தவர் போல் தென்பட்ட அனேக மக்கள் அனுபவித்ததைப் போன்றே அவர்களும் அனுபவித்ததாகக் கருதினார்கள். பெரும்பாலானவர், தங்களைச் சுற்றியுள்ள பெரும்பாலானவரைப் போன்றே அதே வசதிகளுடன் வாழ்க்கையை அனுபவித்தனர். இந்த ஆய்வின் முக்கியமான கருத்து இதுதான்: மக்களின் வருமானத்தைப் போலவே அவர்களுடைய வாழ்க்கத்தரமும் சமச்சீரானது. இது குறித்து நாம் மீண்டும் அலசுவோம்.

---

5. கடன்சுமை மிகப்பெரிய அளவில் உயர்ந்தது. ஆனால் வருமானமும் அப்படியே. எனவே கடன்சுமையின் தாக்கம் என்பது பெரிய கவலையாய்க் காணப்படவில்லை.

1947-இல் இருந்து 1957 வரை, வீட்டுப்பொருள்கள் மீதான கடன் ஐந்து மடங்கு அதிகரித்தது. நுகர்வோரின் புதிய போக்கு, கடனில் கிடைக்கும் பொருள்கள், அரசால் கட்டுப்படுத்தப்பட்ட குறைந்த வட்டி விகிதம் ஆகிய இவை மூன்றும் சேர்ந்தே இதற்குக் காரணியாக அமைந்தது,

இந்தக் காலகட்டத்தில் வருமானம் மிகவும் வலிமையாக இருந்ததனால், வீட்டுப்பொருள்கள் மீதான இந்தக் கடன்சுமை பொருட்படுத்தப்படவேண்டிய அளவில் இல்லை. போர் நிறுத்தத்தின்போது, வீட்டுப்பொருள்கள் மீதான கடன் மிகவும் குறைவாகவே இருந்தது. போரின்போது, வீட்டுப்பொருள்களின்

மீதான செலவுகள் மிகவும் குறைக்கப்பட்டு, கடன்சுமை ஏறும் நிலை தவிர்க்கப்பட்டது. எனவே 1945-1955 காலக்கட்டத்தில் நிகழ்ந்த வீட்டுப்பொருள்கள் மீதான கடன்சுமை ஏற்றம் கட்டுக்குள்ளே இருந்தது.

இன்றைய நிலையில், வீட்டுப்பொருள்கள் மீதான கடன்சுமை மற்றும் வருமானம் இவற்றுக்கிடையேயான விகிதம் ஏறக்குறைய 100 சதவிகிதம். 50-களில், 60-களில், 70-களில் இக்கடன்சுமை ஏறுமுகத்தில் இருந்தாலும், 60 சதவிகிதத்துக்குள் தான் இருந்தது.

இத்தகைய கடன்சுமை உயர்வுக்கு முக்கிய காரணம், வீட்டுக்கடனே ஆகும்.

1900 ஆம் ஆண்டின் நிலவரப்படி, வீட்டைச் சொந்தமாகக் கொண்டவர்களின் சதவிகிதம் 47 ஆகும். அடுத்து வந்த நாற்பதாண்டுகளில் இந்தச் சதவிகிதம் ஏறக்குறைய எந்த மாற்றமும் இல்லாமலேயே இருந்தது. ஆனால், 1945-இல் இது 53 சதவிகிதமாகவும், 1970-இல் 62 சதவிகிதமாகவும் உயர்ந்தது. இந்தக் காலக்கட்டத்தில் பெரும்பான்மையான மக்கள் கடனில்தான் வீடுகளை வாங்கினர். அத்தகைய வசதியை அவர்களுக்கு முன்னர் இருந்த தலைமுறைகள் அனுபவித்திருக்க வாய்ப்பு இல்லை. வாங்கிய ஒவ்வொருவரும் அது குறித்து பெருமைப்படவே செய்தனர்.

டேவிட் அல்பர்ட்ஸ்டாம் “The Fifties” என்னும் தன்னுடைய நூலில் இவ்வாறு குறிப்பிடுகின்றார்:

> அவர்கள் வளர்ந்த நாட்களில் அனுபவித்த இன்னல்களின் காரணமாக, அவர்கள் நம்பிக்கையுடன் இருந்தார்கள், எதிர்காலத்தின் மீதும் பெருத்த நம்பிக்கை நிலவியது. அவர்கள் பெற்றோரைப் போன்று கடனை நினைத்து அவர்கள் பயந்துவிடவில்லை. அவர்களுடைய பெற்றோர்களிடமிருந்து அவர்கள் வேறுபட்ட மனோநிலையில் இருந்தனர். அந்த மனோநிலை அவர்கள் எவ்வளவு சம்பாதித்தனர் என்பதிலோ அல்லது எவ்வளவு பொருட்களை அவர்கள் சொந்தமாக்கிக்கொள்கின்றனர் என்பதிலோ இல்லை; மாறாக, எதிர்காலம் ஏற்கனவே வந்துவிட்டதான அந்த நம்பிக்கை தான். அவர்கள் தலைமுறையில் அவர்கள் முதன்முதலாக வீடு வாங்கியவர் என்பதன் காரணமாகக் கொண்ட பெருமையால், வீட்டுப்பொருள்களையும் அறைகலன்களையும் வாங்கிக்குவித்தனர். அத்தகைய நிலை, புதிதாகக்

குழந்தையைப் பெற்றெடுத்த இளம் தம்பதியினர், குழந்தைக்காக வெவ்வேறு விதமான ஆடைகளை வாங்கிக்குவிப்பதை ஒத்தது. வீடு வாங்குவது என்பது ஒரு பெரிய சாதனையாகவே கருதப்பட்டது.

இப்போது, நாம் சில தரவுகளைச் சேகரித்து, அவற்றுக்குள்ளான தொடர்பைக் காண்போம். அது மிகவும் முக்கியமான ஒன்றாகும்:

- அமெரிக்கா மறுமலர்ச்சியை நோக்கி நகர்கிறது
- முன்னெப்போதும் இல்லாத அளவிற்கு, இப்போது ஒருசீராக மறுமலர்ச்சியைக் காண்கிறது
- கடன்சுமையோடு சேர்ந்தே மறுமலர்ச்சியைக் கண்டாலும், அது பொருட்படுத்தபப்படவேண்டிய ஒன்றாகாது. ஏனெனில், வருவாயோடு ஒப்பிட்டால் அந்தக்கடன்சுமை மிகவும் குறைவே. மேலும், கடன்சுமையோடு வாழ்தல் என்பது பயமுறுத்தக்கூடிய ஒன்றில்லை என்னும் நிலை கலாச்சார ரீதியாக ஒப்புக்கொள்ளப்பட்டுவிட்டது.

---

6. நிலை நொறுங்க ஆரம்பித்தது

1973-ஆம் ஆண்டுதான், பொருளாதாரம் ஒரு புதிய பாதையில் பயணம் செய்கிறது என்பதை நாம் உணர்ந்துகொண்ட ஆண்டாகும்.

1930-ஆம் ஆண்டுக்குப் பிறகான அதிக அளவு வேலைவாய்ப்பின்மையை இந்த ஆண்டில் நிலவிய பொருளாதார மந்தநிலை உருவாக்கியது.

பணவீக்கம் மிகவிரைவாக உயர்ந்தது. ஆயினும், போருக்குப் பின்னர் ஏற்பட்டதைப்போன்று அது மாற்றங்களைக் காணாது, ஒரே நிலையில் உச்சத்தில் நின்றது.

1973-இல், குறைந்தகாலக் கடன்களின் வட்டிச்சதவிகிதம் 8 -ஐத் தொட்டது. அது கடந்த பத்தாண்டின் சதவிகிதத்தைவிட 2.5 அதிகம்.

அதைத்தொடர்ந்து வியட்நாம் போர், கலவரங்கள், மார்ட்டின் லூதர் கிங், ஜான் கென்னடி, பாபி கென்னடி ஆகியோரின் கொலைகள் ஆகிய நிகழ்ச்சிகளைச் சேர்த்து நீங்களே நிலையை அநுமானித்துக் கொள்ளலாம்.

அந்தக் காலம் இருண்ட காலமாக மாறியது.

போருக்குப் பிறகான இருபதாண்டுகளில், உலகப் பொருளாதாரத்தில், அமெரிக்காவின் தாக்கம் அதிகமாகவே இருந்தது. உலகின் மிகப்பெரிய நாடுகளின் தொழிற்சாலைகள் போரின்போது நிர்மூலமாக்கப்பட்டு, இடிபாடுகளாக மாறியது. ஆனால், 1970-களில் அந்த நிலை மாறத்தொடங்கியது. ஜப்பான் மிகப்பெருமளவு மறுமலர்ச்சியுடன் எழுச்சி அடைந்தது. சீனாவின் பொருளாதாரம் மெதுவாக, திறந்த பொருளாதாரமாக மாறத்தொடங்கியது. மத்தியக்கிழக்கு நாடுகள் தங்களிடம் இருந்த எண்ணெய் வளத்தினால் உலகை ஆட்டிப்படைக்க ஆரம்பித்தன.

இத்தகைய புதிய மறுமலர்ச்சி உலகின் பல்வேறு பகுதிகளில் நிகழ ஆரம்பித்ததால், அமெரிக்காவின் அதிர்ஷ்டமான பொருளாதார நிலை, போர்நிறுத்தக் காலக் கலாச்சார மாற்றம் இவ்விரண்டின் காரணமாக கிடைக்கப்பெற்ற வாய்ப்பு, மெல்ல நீர்க்க ஆரம்பித்தது. பொருளாதார மந்தநிலையின் தாக்கத்தை, புதிய தலைமுறையினர் அறியாததாலும், கடந்த இருபதாண்டுகளில் நிகழ்ந்த பல்வேறு பொருளாதார மாற்றங்களின் இறுதிக்கட்ட நிகழ்வுகளாலும் இத்தகைய பொருளாதாரச்சரிவு நிலை அமெரிக்காவில் அமைய ஆரம்பித்தது.

கணக்கீடுகளில் காணப்படும் யாவும், நாம் சேர்க்கும் தரவுகளின் அடிப்படையில் நமக்குள் தோன்றும் எதிர்பார்ப்புகளின் தாக்கத்தால் வந்தவையே. பொருளாதார நிலை பின்னோக்கியும், பல்வேறு வேற்பட்ட திசைகளிலும் விரவ ஆரம்பித்ததே இத்தகைய தாக்கத்தால் உண்டான முக்கியமான ஒரு நிலையாகும். ஆயினும், மக்களின் நிலை இன்னும் போர் நிறுத்தக் காலத்தில் அமைந்த சமச்சீரான வளர்ச்சியை நம்பிக்கொண்டிருக்கும் நிலையாகவே இருந்தது. அது வருவாயில் அமைந்த சமச்சீர்த் தன்மையைக் குறித்ததாக மட்டும் இல்லை. மாறாக, தங்கள் வாழ்க்கைத்தரத்திலும், தங்கள் நுகரும் எதிர்பார்ப்புகளிலும்தான். 50 சதவிகிதம் வருவாய் உள்ள ஒருவறி வாழ்க்கைத்தரம், 80 சதவிகிதம் அல்லது 90 சதவிகிதம் வருவாய் உள்ள ஒருவரின் வாழ்க்கைத்தரத்தை விட வேறுபட்டது. அதே வகையில், 99 சதவிகித வருவாய் உள்ள ஒருவர் மிகவும் வசதியாக வாழ்தல் இயலும். இருந்தும் 50 சதவிகித வருவாய் உள்ளவரும் நிம்மதியாக வாழ்தல் இயலும். 1945 முதல்

1980 வரை, அப்படித்தான் அமெரிக்காவின் நிலை இருந்தது. இது சரி தவறா என்பதல்ல; மாறாக, அப்படித்தான் இருந்துவந்தது.

உண்மைகளைவிட எதிர்பார்ப்புகள் எப்போதுமே மெல்ல நகரும் தன்மையுடையன. தொடர்ச்சியாக முன்னேறிக்கொண்டிருந்த, 1970 இலிருந்து 2000 வரையிலான காலக்கட்டத்தில், பொருளாதார நிலைமை மெதுவாகச் சமச்சீர்த் தன்மையை இழக்க ஆரம்பித்தது. ஆயினும், தங்களைச் சுற்றியுள்ள மக்களைப்போன்றே தங்கள் வாழ்க்கைத்தரமும் இருத்தல் வேண்டும் என்ற மக்களின் எதிர்பார்ப்பு மாறவில்லை.

---

7. பொருளாதார எழுச்சி மீண்டும் வந்தது; ஆயினும் இம்முறை அவ்வளர்ச்சி சென்ற முறையிலிருந்து வேறுபட்டது

1984-இல், ரொனால்ட் ரீகனின் «அமெரிக்காவின் காலை" வெளியிட்ட செய்தி:

> "அமெரிக்காவின் மீண்டும் ஒரு காலை இது. நம்முடைய நாட்டு வரலாற்றில் இதுவரை காணாத அளவில், மிகப்பெரும் எண்ணிக்கையில், ஆண்களும், பெண்களும் வேலைக்குச் செல்ல ஆரம்பித்துள்ளனர். 1980-களில் உச்சத்தில் இருந்த வட்டி விகிதங்களில் பாதியாக இப்போது இருக்கும் தருவாயில், கடந்த நான்காண்டுகளில் இல்லாத அளவில், ஏறக்குறைய 2000 குடும்பங்கள் இப்போது புதிய வீடுகளை வாங்குவார்கள். இன்றைய பிற்பகலில் ஏறக்குறைய 6500 இளம் பெண்களும் ஆண்களும், திருமணம் செய்து கொள்வார்கள். கடந்த நான்கு ஆண்டுகளுக்கு முன் இருந்ததிலிருந்து, இப்போது பாதியாகக் குறைந்திருக்கும் பணவீக்கத்தால், அவர்கள் எதிர்காலத்தை நம்பிக்கையுடன் எதிர்கொள்ளுதல் இயலும்."

இது மிகையான கூற்றாகாது. 1950-களிலிருந்து அமைந்த GDP வளர்ச்சி அப்போது அதிகமாக இருந்தது. சென்ற ஏழாண்டுகளில் இருந்தததைவிட, 1989-இல், வேலை வாய்ப்பற்றோரின் எண்ணிக்கை ஆறு மில்லியனாகக் குறைந்துள்ளது. 1982-இலிருந்து,

பின்குறிப்புகள்

1990-க்குள்ளான காலத்தில், S&P-500 குறியீடு ஏறக்குறைய நான்கு மடங்குகள் ஏற்றம் பெற்றுள்ளன. 1990-களில் உண்மையான GDP வளர்ச்சி, ஏறக்குறைய 1950-களில் இருந்ததற்குச் சமமாகவே உள்ளது. 1950-களில் அது 40 சதவிகிதமாக இருந்து, 1990-களில் 42 சதவிகிதமாக உள்ளது.

2000-ஆம் ஆண்டு, தன்னுடைய ஆண்டு உரையில், அமெரிக்க அதிபர் கிளிண்டன் மிகவும் பெருமையாகக் கூறியது இது:

"நாம் இந்த புதிய நூற்றாண்டை 20 மில்லியன்களுக்கும் மேற்பட்ட புதிய வேலைவாய்ப்புகளுடன் எதிர்கொள்கிறோம். அது கடந்த முப்பதாண்டுகளில் நாம் கண்ட மிகவும் துரிதமான பொருளாதார வளர்ச்சியாகும். கடந்த 30 ஆண்டுகளில் இல்லாத வகையான மிக்குறைந்த வேலைவாய்ப்பின்மையை நாம் காண்கின்றோம். கடந்த இருபதாண்டுகளில் காணாத குறைந்த வறுமை விகிதம் இது. இதுவரை காணாத அளவில், குறைந்த எண்ணிக்கையிலான கறுப்பர்கள் மற்றும் ஹிஸ்பானியர்களின் வேலைவாய்ப்பின்மை சதவிகிதத்தைக் காண்கிறோம். கடந்த 42 ஆண்டுகளில் முதன்முறையாக, தொடர்ந்து இரண்டாண்டுகளில் மிகை வரவுசெலவுக்கணக்கு இதுவே. அடுத்த மாதம், அமெரிக்க வரலாற்றின் மிக நீண்ட பொருளாதார வளர்ச்சிக் காலத்தை நாம் எட்டப்போகின்றோம். நாம் புதிய பொருளாதாரத்தைக் கட்டமைத்து விட்டோம்."

அவருடைய கடைசி வரி மிகவும் முக்கியமானது. அது புதிய பொருளாதாரம். 1945-1973 காலக்கட்டத்துக்கும், 1982-2000 காலக்கட்டத்துக்கும் இடையேயான பொருளாதார வேற்றுமை என்பது இதுதான்: ஒரே அளவிலான வளர்ச்சியை, முற்றிலும் வேறுபட்ட இருவேறு வழிமுறைகளில் கண்டுள்ளோம்.

இந்த தரவுகளை நீங்கள் ஏற்கனவே பார்த்திருக்கலாம்; இருந்தாலும் மீண்டும் நினைவு கூர்வோம். 'தி அட்லேண்டிக்' எழுதுகிறது:

"1993-இலிருந்து 2012 வரை, ஒரு சதவிகித உயர்மட்டத்தினர் அவர்களது வருவாயில் 86.1 சதவிகித வளர்ச்சியைக் கண்டனர். அதே காலத்தில், 99 சதவிகித அடிமட்டத்தினர், வெறும் 6.6 சதவிகித வளர்ச்சியையே கண்டனர்."

ஜோசஃப் ஸ்டிக்லிட்ஸ் 2011-இல் கூறுகிறார்:

"ஒருசதவிகித உயர்மட்டத்தினர், கடந்த பத்தாண்டுகளுக்கு முன்னர் விட, 18 சதவிகித வருவாய் வளர்ச்சியைக் கண்டுள்ளனர். இடைநிலையில் இருந்தவர், அவர்களது வருவாய் குறைவதையே கண்டுள்ளனர். பள்ளிக்கல்வி கற்ற ஆண்கள் தங்கள் வருவாயில், நூற்றாண்டின் மீப்பெரும் வீழ்ச்சியைச் சந்தித்துள்ளனர். அது கடந்த காலாண்டில் 12 சதவிகிதம் ஆகும்."

போருக்குப் பிறகு நடந்த விதத்திலிருந்து இது எதிர்மறையான நிகழ்வாகும்.

இது எவ்வாறு ஏற்பட்டது என்பது குறித்த விவாதங்களே மிகவும் மோசமான விவாதங்களுள் ஒன்றாகும். அத்தகைய நிலையிலிருந்து விடுபட நாம் என்ன செய்தல் அவசியம் என்பது குறித்த விவாதம் அதைவிட அதிக மோசமான விவாதங்களுள் ஒன்றாகும். நாம் இப்போது ஆய்ந்து கொண்டிருக்கும் கருத்துக்கு அவை எந்தவிதமாகவும் தொடர்பற்றவை என்பதே அதிர்ஷ்டம் ஆகும்.

கடந்த 35 ஆண்டுகளில் ஏற்பட்ட சமச்சீரற்ற தன்மையே நாம் கவனிக்க வேண்டிய ஒன்றாகும். இரண்டாம் உலகப்போர் நிகழ்ந்து முடிந்த காலத்தில் கலாச்சார ரீதியாக அமெரிக்கர்கள், இந்த 35 வருடங்களில் இருவேறு விதங்களாக அமைத்த நிலை ஆகும் இது. அது, அமெரிக்காவின் சராசரி வாழ்க்கைமுறையை நாம் பின்பற்றுதல் வேண்டும் என்ற நிலையும், அந்த வாழ்க்கைமுறையை கடன்பெற்றாவது அனுபவிக்கலாம் என்ற நிலையும் ஆகும்.

---

8. மிக வலிய நீட்சி

அமெரிக்காவின் ஒரு குறிப்பிட்ட குழுவினர் பெற்ற வருவாய் உயர்வால், அந்தக்குழுவினரின் வாழ்க்கைத்தரம் உயர்ந்தது.

அவர்கள் மிகப்பெரிய வீடுகளையும், அழகிய வாகனங்களையும், உயர்நிலைக் கல்வியையும், ஆடம்பரமான விடுமுறைக் கொண்டாட்டங்களையும் அனுபவித்தனர்.

அவர்களைத் தவிர அனைவரும் அவர்களைப் பார்த்தவண்ணம் இருந்தனர். அந்தப் பேராசைக்கு 80, 90-களில் மேடிசன் அவென்யூவும், பின்னர் இணையத்தொடர்பும் துணைபோயின.

அத்தகைய குறைந்த எண்ணிக்கையிலான, முறையாக பொருளீட்டிய அமெரிக்கர்களின் வாழ்க்கைமுறை, ஊதிய உயர்வைக் காணாத, மற்ற சராசரி அமெரிக்கர்களையும் பொய்யான முறையில் தூண்டியது.

1950-70-களில் நாம் கண்ட ஒற்றுமை மற்றும் ஒன்றிணைந்த வளர்ச்சி ஆகியவற்றைக்கொண்ட கலாச்சாரம், தெரியாத்தனமாக, மேற்கூறிய வாழ்க்கைமுறையைப் பொய்யாகத் தனதாக்கிக்கொண்டது.

அதன் விளைவை இப்போது நீங்கள் காணலாம்.

முதலீட்டு வங்கியாளராகப் பணியாற்றி, 900,00 டாலர்களை ஆண்டு வருமானமாகக் கொண்ட ஜோ, 4000 சதுர அடியில் ஒரு வீட்டையும், நான்கு மெர்சிடிஸ் வாகனங்களையும் வாங்குகிறார். தன் குழந்தைகள் மூவரையும் பெப்பர்டையின் பள்ளிக்கு அனுப்புகிறார். அவரால் அவ்வாறு செலவுசெய்தல் சாத்தியம்.

ஆண்டொன்றுக்கு 60,000 டாலர்கள் வருமானம் பெற்று, ஒரு வங்கியின் கிளைமேலாளராகப் பணியாற்றும் பீட்டர், ஜோவைப் பார்க்க நேரிடுகிறது. அவரது வாழ்க்கை முறையைப் போல் தானும் பெற இயலும் என்று அவருக்கு உள்ளுக்குள் தோன்றுகிறது. ஏனென்றால், வருவாயில் வேறுபாடிருந்தாலும், வாழ்க்கைமுறை சமமாகத்தான் இருக்கும் என்று நினைக்கும் தலைமுறையைச் சேர்ந்த பீட்டரின் பெற்றோர், பீட்டரையும் அவ்வாறே வளர்த்துள்ளனர். பீட்டரின் பேற்றோர் கணிப்பு அவர்களது காலத்துக்குப் பொருத்தமாக இருந்திருக்கலாம். ஏனென்றால், அக்காலத்தில், வருவாயின் விரவல் சமச்சீராகவே இருந்தது. ஆனால் அது அப்போதைய நிலை. பீட்டர் வாழும் இக்காலத்துக்கு அது உகந்தது ஆகாது. ஆனாலும், தரவுகள் இருந்தாலும், அவரது பெற்றோரைப்போலவே, பீட்டரின் எதிர்பார்ப்புகள் மாறாமலேயே இருந்தன

எனவே பீட்டர் என்ன செய்கிறார்?

அவர் ஒரு பெரிய அடமானத் தொகையைக் கடனாக வாங்குகிறர். அவருக்கு கடனட்டை கடனே 45000 டாலர்கள் இருந்தன. இரண்டு வாகனங்களை அவர் கடனில் வாங்கியுள்ளார். அவருடைய குழந்தைகள் அதிக அளவிலான கல்விக்கடனைப் பெற்று கல்லூரியில் படிக்கின்றனர். ஜோவைப்போன்று பீட்டரால் நினைத்ததையெல்லாம் வாங்க இயலவில்லை. இருந்தாலும், தன்

வாழ்க்கை நிலையை பீட்டர் உயர்த்திக்கொண்டே செல்கிறார். அது மிக நீண்ட நீட்சி.

அத்தகைய முறை 1930-களில் இருந்த ஒருவர் மேற்கொள்ளக்கூடிய விதமாக இருக்கலாம். ஆனால், போரை அடுத்து, வீட்டுப்பொருள்களுக்காகக் கடன் வாங்குவதைக் கலாச்சாரமாக மாற்றிக்கொண்ட காலத்திலிருந்து நாம் மிக நீண்ட தொலைவு - 75 ஆண்டுகள் - கடந்து விட்டோம்.

சராசரி வருமானம் ஏறக்குறைய சமச்சீராக இருந்த அந்தக் காலத்தில், அமெரிக்கர்களின் வீட்டின் பரப்பு 50 சதவிகிதம் அதிகரித்தது.

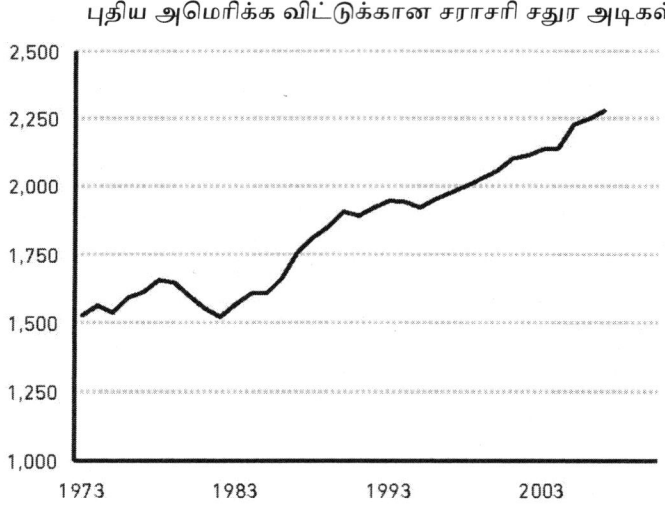

புதிய அமெரிக்க விட்டுக்கான சராசரி சதுர அடிகள்

சராசரி புதிய அமெரிக்க வீடு, முன்னைவிட இப்போது அதிக எண்ணிக்கையிலான குளியலறைகளையும், வசிப்போர்களையும் கொண்டதாகவே உள்ளது. புதிதாகக் கட்டப்பட்ட வீடுகளில் பாதிக்குமேல், நான்கு அல்லது அதற்கு மேலான எண்ணிக்கைகளில் படுக்கை அறைகள் உள்ளன. இது 1983-இல் இருந்ததை விட 18 சதவிகிதம் அதிகமாகும்.

1975-இலிருந்து, 2003-க்கு உள்ளான காலகட்டத்தில், வாகனக் கடன்கள், இரண்டு மடங்குகளாக, 12,300 டாலர்களிலிருந்து 27,900 டாலர்களுக்கு அதிகரித்துள்ளது. இது பணவீக்கத் தணிக்கைக்குப் பிறகு கணிக்கப்பட்ட தொகையாகும்.

பின்குறிப்புகள்

கல்லூரிச் செலவுகள் குறித்தும் மாணவர் கல்விக்கடன் குறித்தும் இப்போதைய நிலை உங்களுக்கு தெரிந்தே இருக்கலாம்.

வீட்டுப்பொருள் கடன், வருவாய் இவற்றுக்கான விகிதம், 1963-இலிருந்து 1973 வரை மாற்றம் ஏதும் காணாது சமச்சீராகவே இருந்தது. பின்னர் அது தொடர்ந்து ஏறுமுகத்தில் சென்று, 1973-இல் 60 சதவிகிதத்துக்கும் மேலானது. பின்னர், 2007 ஆம் ஆண்டில் 130 சதவிகிதத்தைத் தொட்டது.

1980-களின் தொடக்கத்திலிருந்து 2020 வரையிலான காலகட்டத்தில், வட்டிவிகிதம் தொடர்ந்து சரிந்து வந்தாலும், வருவாயிலிருந்து கடனடைக்கும் சதவிகிதம் உயர்ந்து கொண்டே இருந்தது. அது குறைந்த வருவாய் உடையோர்களைச் சுற்றியே இருந்தது. உயர்மட்ட வருவாய் கொண்டோரின் வருவாயிலிருந்து கடனடைக்கும் சதவிகிதம் வெறும் 8 சதவிகிதம் இருந்தது. அதுவே சராசரி வருவாய் 50 சதவிகிதத்தைவிட குறைவாகப் பெறுபவர்களின் மொத்த வருவாயிலிருந்து கடனடைக்கும் சதவிகிதம் 21 ஆக இருந்தது.

1950- மற்றும் 1960-களில் நிகழ்ந்த கடன்சுமை ஏற்றத்துக்கும், மேற்கூறிய ஏற்றத்துக்கும் உள்ள வித்தியாசம் ஒன்றுதான். மேற்கூறிய ஏற்றம் தொடங்கிய அடிமட்ட அளவு அதிகம்.

பொருளாதார நிபுணர் ஹைமென் மிஸ்கி இக்கடன் நெருக்கடியின் தொடக்கம் பற்றி குறிப்பிடுகிறார்: மக்கள் வேலை செய்து திருப்பமுடியாத அளவிற்குக் கடன்களை ஏற்றிக்கொள்ளும் போக்கு இது. இது மிகவும் மோசமான, வன்மையான போக்கு.

அதுதான் 2008 - இல் நடந்தது.

---

9. ஒரு முன்னுதாரணம் சரியாக அமைந்துவிட்டது என்றால், அதை மாற்றுவது என்பது அரிதான காரியம் ஆகும்.

2008-ஆம் ஆண்டுக்குப்பிறகு பெருமதிப்பிலான கடன்சுமை திருப்பப்பட்டது. அதன் விளைவாக வட்டிவிகிதம் குறையத் தொடங்கியது. வீட்டுப்பொருள்களுக்கும் வருமானத்துக்கும் இடையேயான விகிதம் இப்போது கடந்த 35 ஆண்டுகளில் குறைந்த அளவை எட்டியுள்ளது.

2008-ஆம் ஆண்டின் இந்த நிகழ்வின் விளைவாகத் தொடர்ந்த, பல்வேறு புதிய போக்குகள், நம்மை இந்த நிலைமைக்குக் கொண்டுவந்துவிட்டுவிட்டன.

இத்தகைய கணக்கீட்டுத் தீர்வுகள், பொருளாதார வீழ்ச்சியை நிறுத்தியதுடன், அசையாப்பொருள்களின் மதிப்பையும் உயர்த்திவிட்டன. ஆயினும் இந்தப் பயன் அத்தகைய அசையாப் பொருள்களைக் கொண்டவர்களுக்கே சாதகமாக அமைந்துள்ளது. அதாவது அது பணக்காரர்களுக்கே சாதகமாக உள்ளது.

2008-ஆம் ஆண்டில் நடுவண் இருப்பு நிதி கார்ப்பொரேட் கடன்களை முடிவுக்குக் கொண்டுவந்தது. அது, அத்தகைய கடன்சுமையைப் பெற்றவர்களுக்கே சாதகமாக அமைந்தது. அதாவது அது பணக்காரர்களுக்கே சாதகமானது.

கடந்த 20 ஆண்டுகளில் நிலவும் வரிச்சலுகைகள் எல்லாம் பெருவாரியாக உயர்மட்ட வருவாயைக் கொண்டவர்களுக்கே சாதகமாக உள்ளது. உயர்மட்ட வருவாயைக் கொண்டவர்கள், தங்கள் குழந்தைகளை, நல்ல கல்லூரிகளில் படிக்கவைத்தனர். அப்படிப் படித்தவர்கள், நல்ல வேலை கிடைக்கப்பெற்று, அதிக வருவாயை ஈட்டி, கார்ப்பொரேட் கடன்களில் முதலீடு செய்தனர். அல்லது அரசின் பல்வேறு கொள்கைகள் ஆதரிக்கும் பங்குகளில் முதலீடு செய்வர்.

இவை யாவற்றிலும் எந்தவிதமான தொல்லைகளும் இல்லாது இருப்பதால் இது தொடர்ந்து நிகழும்.

ஆனால் அவையே, 1080-களில் நடைபெற்ற பெரிய நிகழ்வுகளின் அறிகுறியாக அமையும். சிலருக்கு மட்டும் பொருளாதாரம் நன்றாக செயல்படுகிறது. தகுதிக்குத் தக்கவாறு வெற்றி அமையாது, அது முந்தைய காலத்தைவிட அதிக அளவிலான பலனை அளிக்கிறது.

தார்மீக வழியில் அது சரியா தவறா என்று நீங்கள் யோசிக்கவேண்டிய அவசியமில்லை.

இந்தக்கதையில் அது அவ்வாறு ஏன் நிகழ்ந்தது என்பதற்கான காரணங்கள் ஏதும் இல்லை.

அது நடந்தேறியது என்பதே முக்கியமானதாகும். போரை அடுத்து மக்களுக்கு இருந்த எதிர்பார்ப்பிலிருந்து அந்த நிகழ்வு பொருளாதாரத்தை வேறுதிசையில் திருப்பியது.

கடந்த 35 ஆண்டுகளாக இத்தகைய எதிர்பார்ப்புகள் தொடர்ந்து வருவதற்கான காரணங்களுள் ஒன்றாக இருப்பது இதுதான்: அது சாதகமாக இருந்தபோது, அதை பலர் நல்லதாகக்

கருதினார்கள். அந்த எண்ணத்தைக் கைவிடுதல் என்பது ஆகாத காரியம் ஆயிற்று.

எனவே மக்கள் அந்த எண்ணத்தை இன்னும் விடவில்லை. அது மீண்டும் அமையவேண்டும் என்று எண்ணுகிறார்கள்.

---

10. தேநீர் விருந்து, வால் ஸ்ட்ரீட் முற்றுகை, ப்ரக் ஸ்-இட், டொனால்ட் டிரம்ப் ஆகிய ஒவ்வொன்றும், "பயணத்தை நிறுத்துங்கள், நான் விடைபெற நினைக்கிறேன்" என்று கத்திக்கொண்டிருக்கும் ஒரு கும்பலை ஆதரிக்கும் வகையிலேயே உள்ளன.

அவர்கள்கத்திக்கொண்டிருக்கும்கருத்துகள்வெவ்வேறானவையாக இருக்கலாம்; ஆனால் ஒருவழியில், அவர்கள் எல்லோரும் கத்துவது, நிலைமை சாதகமாக இல்லை என்பதே. போருக்குப்பின்னால் நிகழ்ந்த மாற்றங்களின் அடிப்படையிலேயே இன்னும் யோசித்துக்கொண்டு, அதையே மீண்டும் எதிர்பார்த்து, அப்படியே மீண்டும் நடந்துவிடும் என்று நம்பும் நிலைதான் இது.

டிரம்ப்-இன் எழுச்சிக்குக்காரணம் சமச்சீரற்ற வருவாய் மட்டுமேதான் என்று நீங்கள் கேலி செய்து கொண்டிருக்கலாம். நீங்கள் செய்யவும் வேண்டும். இத்தகைய விஷயங்கள் யாவும் பல்வேறு சிக்கல்களை அடுக்குகளைக் கொண்ட அமைப்பில் ஆழப்புதைந்துள்ளன. இத்தகைய நிலை மக்களை இப்படி யோசிக்கும்படிக்குத் தள்ளுகிறது: "நான் எதிர்பார்த்த உலகத்தில் நான் வாழவில்லை. இது என்னைக் கவலைக்குள்ளாக்குகிறது. எனவே இதனை மேலும் மோசமாக்குவோம். உங்களையும் மோசம் என்போம்! முற்றிலும் வேறுபட்ட ஒன்றை எதிர்த்து நான் சண்டையிடப்போகின்றேன். ஏனென்றால், இது எதுவோ, எனக்குச் சாதகமாக இல்லை"

இத்தகைய மனப்போக்கில் உழன்று, ஃபேஸ்-புக்கிலும், இன்ஸ்டாகிராமிலும், கேபிள் நியூஸிலும் இதுகுறித்த விவாதங்களாக முன்வைப்போம். சுற்றியுள்ள மக்களும், தங்களைச் சுற்றியுள்ளோர் முன்னிலிருந்து வேறுபட்டு எந்த மனோநிலையில் உள்ளார்கள் என்பதை உணர்ந்தே இருக்கின்றர்கள். அத்தகைய நிலையில், நாம் வெளியிடும் கருத்துகள் யாவும் எரியும் தீயில் விட்ட எண்ணெய் போன்றாகின்றது. பெனடிக்ட் ஈவன்ஸ் கூறுகிறார்: "இணையம் எந்த அளவிற்கு முரண்பட்ட கருத்துகளை மக்களுக்கு

வெளிச்சம் போட்டுக் காட்டுகின்றதோ, அத்தகைய அளவிற்கு, வெறியுற்ற மக்கள் பெறும் வெவ்வேறான எண்ணங்களும் உள்ளன." இதுவே போர்காலத்துக்குப் பிந்தைய நிலைமையிலிருந்து மாறும் வேறுபாடாகும். ஏனென்றால், அந்தக் காலத்தில் பொருளாதாரக் கருத்துகளின் வீச்சு குறைவாகவே இருந்தது. அன்றைய வாழ்க்கைமுறையில், மக்கள் எளிதாக அத்தகைய கருத்துகளைச் சேகரிக்க உதவும் சூழல்களும் இல்லை. எனவே மற்றவர் எப்படி வாழ்கின்றனர் என்றும், அவர்களைப்போல் நாமும் வாழ்வோம் என்னும் எண்ணமும் குறைவாகவே இருந்தன.

நான் நம்பிக்கையற்றவன் அல்லன். பொருளாதாரம் என்பது சுழற்சிகளின் விளைவு. இத்தகைய சுழற்சிகளில், சில வரும்; சில போகும்.

இன்று நிலவும் வேலைவாய்ப்பின்மையே பல ஆண்டுகளுக்குப் பிறகான குறைந்த அளவாகும். இன்றைய நிலையில், பணக்காரர்களைவிட, குறைந்த வருவாய் உள்ள தொழிலாளர்களின் வருவாயின் சதவிகிதம் விரைவாகவே உயர்ந்துவருகிறது.[76] மான்யங்கள் கிடைக்கப்பெற்ற பின்னர், கல்லூரிச்செலவு ஏறக்குறைய ஒரே நிலையில் மாறாது உள்ளது.[77] 1950-களில் இருந்ததைவிட, ஒவ்வொருவரும் கல்விகற்று, உடல்நலம் பேணி, தொலைத்தொடர்பு, போக்குவரத்து, மக்கள் உரிமைகள் முதலியவற்றில் மேம்பாடடைந்தால், பெரும்பாலானோர், மீண்டும் 1950-களின் சூழலை விரும்புவதைத் தவிர்க்க ஆரம்பிப்பர்.

ஆனால், இதில் நிலவும் மையக்கருத்து இதுதான்: எதிர்பார்ப்புகள், உண்மைநிலையைவிட மெதுவாகவே பயணம் செய்கின்றன. அதனால்தான், 35 வருடங்கள் கடந்துவிட்டாலும், 1950-களின் பொருளாதாரத்தை இன்னும் மக்கள் பிடித்துக்கொண்டுள்ளார்கள். மத்திய வர்க்கத்தில் எழுச்சி ஏற்பட்டாலும், உயர்தர மக்கள் இன்னும் அந்த எண்ணத்தைக் கைவிட இயலாமலேயே உள்ளானர்.

எனவே "இது வேலைக்காகாது" என்னும் எண்ணம் சுற்றிக்கொண்டே இருக்கும்.

மேலும், "அது எத்தகையதாக இருந்தாலும், முற்றிலும் மாறுபட்ட எழுச்சி தேவை, அது இப்போதே தேவை" என்னும் எண்ணமும் சுற்றிக்கொண்டே இருக்கும்.

ஒருவேளை, இத்தகைய எண்ணம், இரண்டாம் உலகப்போர் தொடங்குவதற்கான காரணங்களுள் ஒன்றாக இருந்திருக்கலாம்.

வரலாறு என்பது, ஒன்றன் பின் ஒன்றாய் வந்துகொண்டே இருக்கும் நிகழ்வுகளின் சங்கிலி ஆகும்.

நன்றி

எண்ணற்றோரின் உதவி இல்லாமல், மற்ற நூல்களைப் போலவே, இந்த “பணம்சார் உளவியல்” நூலும் சாத்தியமாகி இருக்காது. உதவியவர்களின் எண்ணிக்கை மிகவும் அதிகம் என்பதால், அனைவரின் பெயர்களையும் இங்கே நிரலிடுதல் என்பதும் சாத்தியமில்லை. ஆயினும் கீழ்க்கண்ட ஒருசிலர், இந்நூல் வடிவம்பெற மிகவும் உதவியாக இருந்தனர்.

பிரயான் ரிச்சர்ட்ஸ், மற்றவர்களுக்கு முன்னதாக என்மீது நம்பிக்கையுள்ளவர்

கிரேக் ஷபீரோ, தனக்கு அதனால் எவ்விதப் பயனும் இல்லை என்றாலும் என்மீது நம்பிக்கையுள்ளவர்

கிரெட்சென் ஹௌஸ்ஸேல், நிலையான ஆதரவு தருபவர்

ஜென்னா அப்டொவ், எந்தவித எதிர்பார்ப்பும் இல்லாமல் உதவி செய்பவர்

கிரேக் பியர்ஸ், என்னை ஊக்குவித்து, வழி நடத்தி வைப்பவர் ஜேமி கேதர்வுட், ஜோஷ் பிரௌன், பெர்ண்ட் பெஷோர், பேரி ரிதோல்ஸ், பென் கார்ல்ஸன், கிரிஸ் ஹில், மைக்கல் பட்னிக், ஜேம்ஸ் ஓசோர்ன் ஆகியோரின் பின்னூட்டங்களும் விலைமதிப்பில்லாதவை.

நன்றி

Endnotes

1   J. Pressler, "Former Merrill Lynch Executive Forced to Declare Bankruptcy Just to Keep a $14 Million Roof Over His Head," *New York* magazine (April 9, 2010).
2   Ibid.
3   L. Thomas Jr., "The Tale of the $8 Million 'Bargain' House in Greenwich," *The New York Times* (January 25, 2014).
4   U. Malmendier, S. Nagel, "Depression Babies: Do Macroeconomic Experiences Affect Risk-Taking?" (August 2007).
5   "How large are 401(k)s?" Investment Company Institute (December 2019).
6   R. Butler, "Retirement Pay Often Is Scanty," *The New York Times* (August 14, 1955).
7   "Higher education in the United States," Wikipedia.
8   K. Bancalari, "Private college tuition is rising faster than inflation .... again," *USA Today* (June 9, 2017).
9   "How Many People Die Rock Climbing?" The Rockulus.
10 A. T. Vanderbilt II, *Fortune's Children: The Fall of the House of Vanderbilt* (William Morrow Paperbacks, 2012).
11 D. McDonald, "Rajat Gupta: Touched by scandal," *Fortune* (October 1, 2010).
12 "Did millionaire Rajat Gupta suffer from billionaire envy?" *The Economic Times* (March 27, 2011).
13 J. Nicas, "Facebook Connected Her to a Tattooed Soldier in Iraq. Or So She Thought," *The New York Times* (July 28, 2019).
14 T. Maloney, "The Best-Paid Hedge Fund Managers Made $7.7 Billion in 2018," Bloomberg (February 15, 2019).
15 S. Weart, "The Discovery of Global Warming," history.aip.org/climate/cycles.htm (January 2020).
16 S. Langlois, "From $6,000 to $73 billion: Warren Buffett's wealth through the ages," MarketWatch (January 6, 2017).
17 D. Boudreaux, "Turnover in the Forbes 400, 2008–2013," Cafe Hayek (May 16, 2014).
18 M. Pabrai, www.youtube.com/watch?time_continue=200&v=YmmIbrKDYbw.
19 "Art Dealers: The Other Vincent van Gogh," Horizon Research Group (June 2010).
20 www.collaborativefund.com/uploads/venture-returns.png
21 "The Agony and the Ecstasy: The Risks and Rewards of a Concentrated Stock Position," Eye on the Market, J.P. Morgan (2014).
22 L. Eadicicco, "Here's Why You Probably Won't Get Hired At Google," Business Insider (October 23, 2014).

23 "What is the offer acceptance rate for Facebook software engineering positions?" Quora.com.
24 W. Fulton, "If You Want to Build a Great Team, Hire Apple Employees," *Forbes* (June 22, 2012).
25 J. Berger, "How to Change Anyone's Mind," *The Wall Street Journal* (February 21, 2020).
26 D. Sivers, "How I got rich on the other hand," sivers.org (October 30, 2019).
27 N. Chokshi, "Americans Are Among the Most Stressed People in the World, Poll Finds," *The New York Times* (April 25, 2019).
28 Russell Sage Foundation—Chartbook of Social Inequality.
29 D. Thompson, "Why White-Collar Workers Spend All Day at the Office," *The Atlantic* (December 4, 2019).
30 "Rihanna's ex-accountant fires back," News24 (March 24, 2014).
31 B. Mann, "Want to Get Rich and Stay Rich?" The Motley Fool (March 7, 2017).
32 "U.S. energy intensity projected to continue its steady decline through 2040," U.S. Energy Information Administration (March 1, 2013).
33 Julius Wagner-Jauregg—Biographical, nobelprize.org.
34 J. M. Cavaillon, "Good and bad fever," *Critical Care* 16:2 (2012).
35 "Fever—Myths Versus Facts," Seattle Children's.
36 J. J. Ray, and C. I. Schulman, "Fever: suppress or let it ride?" *Journal of Thoracic Disease* 7:12 (2015).
37 A. LaFrance, "A Cultural History of the Fever," *The Atlantic* (September 16, 2015).
38 J. Zweig, "What Harry Markowitz Meant," jasonzweig.com (October 2, 2017).
39 L. Pleven, "In Bogle Family, It's Either Passive or Aggressive," *The Wall Street Journal* (November 28, 2013).
40 C. Shapiro and M. Housel, "Disrupting Investors' Own Game," The Collaborative Fund.
41 www.bylo.org
42 Washington State University, "For pundits, it's better to be confident than correct," ScienceDaily (May 28, 2013).
43 "Daniel Kahneman's Favorite Approach For Making Better Decisions," Farnham Street (January 2014).
44 W. Buffett, Letter to the Shareholders of Berkshire Hathaway Inc. (2008).
45 W. Buffett, Letter to the Shareholders of Berkshire Hathaway Inc. (2006).
46 B. Plumer, "Only 27 percent of college grads have a job related to their major," *The Washington Post* (May 20, 2013).
47 G. Livingston, "Stay-at-home moms and dads account for about one-in-five U.S. parents," Pew Research Center (September 24, 2018).
48 D. Gilbert, "The psychology of your future self," TED2014.
49 J. Zweig, "What I Learned From Daniel Kahneman," jasonzweig.com (March 30, 2014).
50 J. Ptak "Tactical Funds Miss Their Chance," Morningstar (February 2, 2012).
51 R. Kinnel, "Mind the Gap 2019," Morningstar (August 15, 2019).
52 M. Desmond. "Accounting Tricks Catch Up With GE," *Forbes* (August 4, 2009).

A. Berenson, "Freddie Mac Says It Understated Profits by Up to $6.9 Billion," *The New York Times* (June 25, 2003).

54 "U.S. Home Flipping Rate Reaches a Nine-Year High in Q1 2019," Attom Data Solutions (June 4, 2019).

55 A. Osborn, "As if Things Weren't Bad Enough, Russian Professor Predicts End of U.S.," *The Wall Street Journal* (December 29, 2008).

56 "Food in the Occupation of Japan," Wikipedia.

57 J. M. Jones, "U.S. Stock Ownership Down Among All but Older, Higher-Income," Gallup (May 27, 2017).

58 E. Rauchway, *The Great Depression and the New Deal: A Very Short Introduction* (Oxford University Press, 2008).

59 L. R. Brown, *Plan B 3.0: Mobilizing to Save Civilization* (W. W. Norton & Company, 2008).

60 FRED, Federal Reserve Bank of St. Louis.

61 "U.S. Crude Oil Production—Historical Chart," Macro Trends.

62 "Thomas Selfridge," Wikipedia.

63 www.nhlbi.nih.gov

64 D. Walsh, "The Tragedy of Saudi Arabia's War," *The New York Times* (October 26, 2018).

65 B. Pisani, "Active fund managers trail the S&P 500 for the ninth year in a row in triumph for indexing," CNBC (March 15, 2019).

66 *2019 Investment Company Factbook*, Investment Company Institute.

67 "Minutes of the Federal Open Market Committee," Federal Reserve (October 30–31, 2007).

68 www.nasa.gov

69 A. Ram, "Portfolio managers shun investing in own funds," *Financial Times* (September 18, 2016).

70 K. Murray "How Doctors Die," Zócalo Public Square (November 30, 2011).

71 B. Pisani, "Active fund managers trail the S&P 500 for the ninth year in a row in triumph for indexing," CNBC (March 15, 2019).

72 "Treasury-Fed Accord," federalreservehistory.org.

73 S. Garon, "Beyond Our Means: Why America Spends While the World Saves," Federal Reserve Bank of St. Louis (July 1, 2012).

74 "Economic Report of the President," FRASER, St. Louis Federal Reserve (1951).

75 P. Graham, "The Refragmentation," paulgraham.com (2016).

76 P. Davidson, "Jobs in high-wage industries are growing fastest," *USA Today* (December 14, 2019).

77 R. Channick, "Average college costs flat nationwide, at just under $15K, as universities increase grants," *Chicago Tribune* (October 16, 2018).

JAICO PUBLISHING HOUSE

Elevate Your Life. Transform Your World.

1946ல் தோற்றுவிக்கப்பட்ட ஜெய்கோ பப்ளிஷிங் ஹவுஸ் நிறுவனம், பரமஹம்ச யோகானந்தா, ஓஷோ, தலாய் லாமா, ஸ்ரீ ஸ்ரீ ரவிசங்கர், சத்குரு ராபின் ஷர்மா, தீபக் சோப்ரா, ஜாக் கேன்ஃபீல்டு, ஏக்நாத் ஈஸ்வரன், தேவ்தத் பட்னாயக், குஷ்வந்த் சிங், ஜான் மேக்ஸ்வெல், பிரையன் டிரேசி, ஸ்டீபன் ஹாக்கிங் போன்ற, உலகம் மேன்மையடைய உதவிய நூலாசிரியர்களின் படைப்புகளை வெளியிட்டு வந்துள்ளது.

காலம் சென்ற எங்களுடைய நிறுவனரான திரு. ஜமன் ஷா, ஜெய்கோவை முதன்முதலில் ஒரு புத்தக வினியோக நிறுவனமாகத்தான் தோற்றுவித்தார். இந்தியாவின் சுதந்திரம் எந்த நேரத்திலும் வந்துவிடும் என்பதை அவர் உணர்ந்தபோது, அவர் தன் நிறுவனத்திற்கு ஜெய்கோ என்று பெயர் சூட்டினார் (ஜெய் என்றால் இந்தியில் வெற்றி என்று பொருள்). வளர்ந்து வந்து கொண்டிருக்கும் ஒரு நாட்டில் எல்லோருக்கும் கட்டுப்படியாகும் விலையில் புத்தகங்கள் கிடைக்க வேண்டும் என்ற தேவையை நிறைவேற்றுவதற்காக, திரு ஷா அவர்கள், பின்னர் ஜெய்கோவின் சொந்தப் பதிப்பு நிறுவனத்தைத் துவக்கினார். இந்தியாவில் ஆங்கில மொழியில் 'பேப்பர் பேக்' புத்தகங்களைப் பதிப்பித்த முதல் நிறுவனம் ஜெய்கோதான்.

சுயமுன்னேற்றம், சமயம், தத்துவம், மனம்/உடல்/ஆன்மா, மற்றும் வணிகம் தொடர்பான நூல்களை நாங்கள் அதிகமாக வெளியிட்டு வந்தாலும், பயணம், நடப்பு நிகழ்வுகள், வாழ்க்கை வரலாறுகள், பிரபல அறிவியல் நூல்கள் ஆகியவற்றை உள்ளடக்கிய பலதரப்பட்ட நூல்களையும் நாங்கள் வெளியிடுகிறோம். பிரபலமான புதினங்கள்மீது இப்போது நாங்கள் குறிப்பிடத்தக்க கவனம் செலுத்தி வருகிறோம். இந்தியா மற்றும் வெளிநாடுகளைச் சேர்ந்த புதிய இளம் எழுத்தாளர்களின் பல்வேறு நூல்களை நாங்கள் வெளியிட்டிருப்பது இதற்குச் சான்று பகரும். மொழிபெயர்ப்புப் பிரிவு ஒன்றையும் சமீபத்தில் நாங்கள் துவக்கியிருக்கிறோம். சிறந்த ஆங்கில நூல்களை ஒன்பது இந்திய மொழிகளில் நாங்கள் மொழிபெயர்த்து வெளியிட்டு வருகிறோம்.

தன்னுடைய சொந்த நூல்களைப் பதிப்பிக்கின்ற மற்றும் வினியோகிக்கின்ற ஒரு நிறுவனமாக இருப்பதோடு கூடவே, சர்வதேச அளவிலும் இந்திய அளவிலும் முன்னணி வகிக்கின்ற பிற பதிப்பாளர்களின் படைப்புகளை இந்திய அளவில் வினியோகிக்கின்ற ஒரு பெரிய நிறுவனமாகவும் ஜெய்கோ திகழ்கிறது. மும்பையைத் தலைமையகமாகக் கொண்டு செயல்படுகின்ற ஜெய்கோவிற்கு, அகமதாபாத், பெங்களூர், போபால், புபனேஷ்வர், சென்னை, தில்லி, ஹைதராபாத், கொல்கத்தா, லக்னோ ஆகிய நகரங்களில் கிளைகளும் விற்பனை அலுவலகங்களும் இருக்கின்றன.

Visit our Website

Scan QR Code